'अँजेलाज अॅशेस' या पुस्तकाच्या सौंदर्याने मी वेडा झालो आणि वास्तवाच्या अंगावर येणाऱ्या वर्णनाने सुन्न झालो. जगण्याची कमालीची चिवट आशा माणसाला कशी सगळ्या प्रतिकूलतेतून तारून नेते, याचे प्रत्ययकारी वर्णन यात आहे. परिस्थितीवर मिळवलेला विजय या पुस्तकात अतिशय जिवंतपणे ओघवत्या भाषेत सांगितला आहे.

– मेरी गोर्डन

लहान मुलाचं आयुष्य मोठ्यांच्या हाती, तर मोठ्यांचं आयुष्य जसं वळण मिळेल तसं. ही कर्मकहाणी करुण आहे, तर काही वेळा हसावं की रडावं हेच कळत नाही, इतका बालिशपणा यातली पात्रं करतात. अंगावर काटा येणारे अनेक प्रसंग यात आहेत; ते कमालीच्या संवेदनशील पद्धतीनं रेखाटले आहेत. या पुस्तकाचा लेखक प्रसिद्ध परितोषिक मिळण्याच्या ताकदीचा आहे. पुलित्झर, नोबेल, टेमपेलटेन..असं म्हणता म्हणता गिनेस बुकमध्ये त्याच्या नावाचा विक्रम झाला तर नवल नाही.

– थॉमस काहील

गरिबी, लाचारी, मृत्यू अशा काळवंडलेल्या घटनांनी भरलेलं आयुष्य..पण ते सांगताना लेखकाचा तोल गेला नाही. तो आत्मीयतेनं सांगतो; कधी खुसखुशीत वाक्य पेरतो; नाहीतर ती रडकथा झाली असती. आठवणींचा हा पट तुम्हाला खिळवून ठेवतो. माझ्या कामाच्या ठिकाणी एका शेल्फमध्ये असलेल्या मोजक्या पुस्तकांबरोबर मी 'अँजेलाज अॅशेस' हे पुस्तक ठेवलं आहे; मनात आलं की वाचता यावं म्हणून. गेल्या कित्येक वर्षांत असं पुस्तक वाचनात आलं नाहीये.

– कॅथरीन हॅरीसन

AF886791

भांडकुदळ आणि त्रस्त अशा मॅक्‌कोर्ट परिवाराला आणि त्यांच्या मोठ्या मुलाला मार्कला आपण भेटतो तेव्हा आक्रोश, आवेग, मूर्खपणा, बावळटपणा हे वर्णन लागू होण्यासारखे अनेक प्रसंग समोर येतात. या सगळ्यामुळे भांबावलेल्या एका लहान मुलाचं करपलेलं बाल्य- पौगंडावस्थेतील सैरभैर अवस्था आणि तरुणपणाकडे होणारी वाटचाल याचं अतिशय सुरेख चित्रण 'अँजेलाज ॲशेस' या पुस्तकात आहे.

– थॉमस केनेली

आयरिश किंवा आयरिश-अमेरिकन असल्यामुळे मॅक्‌कोर्ट कुटुंबाची जशी अवस्था झाली, तसंच थोड्याफार फरकानं तिथे अनेक पिढ्यांच्या बाबतीत घडलं. पण हे पुस्तक वाचताना केवळ गरिबी आणि कारुण्य हेच मुद्दे केंद्रस्थानी नसून, त्यावर केलेलं नर्मविनोदी ..उपहासात्मक भाष्य ठायी ठायी जाणवतं. कधीतरी त्रागा असला तरी त्याला कुटुंबाबद्दल असलेल्या प्रेमाची किनारही आहे.

– थॉमस फ्लॅनागन

मॅक्‌कोर्टची काव्यमय शैली लोकगीताची आठवण करून देते. विनोदाच्या आवरणाखाली ती वेदना कुशलतेने झाकते. लिमरिकमधील झोपडपट्टीमधलं जिणं हा सगळ्याचा कळसाध्याय. त्या दिवसांत टायफॉइड होऊन फ्रॅन्क हॉस्पिटलमध्ये राहतो, हे म्हटलं तर त्रास, म्हटलं तर वरदान. त्याची काही दिवस या वातावरणातून सुटका तरी होते. अशा खडतर वातावरणात जगताना या लोकांनी सतत सहानुभूतीची

अपेक्षा केली नाही; लढाऊ वृत्ती कायम ठेवली. अशा प्रकारच्या आत्मकथनात हे पुस्तक नक्कीच उजवं ठरेल.

– मॅरी कार

फ्रॅन्क मॅक्कोर्ट हा कुटुंबातल्या भल्या-बुऱ्या घटनांकडे स्थितप्रज्ञपणे बघणारा आणि धीरोदात्तपणे त्यांचा सामना करणारा, असा लेखक आहे. आपली कर्मकहाणी कागदावर उतरवण्यासाठी त्याने जवळपास अर्ध्या शतकाची वाट पाहिली. आणि मग त्याच्या समंजस लेखणीतून त्याच्या बालपणी असलेल्या आयर्लंड देशाचं दर्शन लोकांना घडलं. यामागे लिहिण्याची प्रबळ प्रेरणा होती. लहानपणी पोटाची आणि डोक्याची झालेली उपासमार त्याने या निमित्ताने संयतपणे कागदावर आणली. कोणत्याही काळातल्या विस्थापित जनांना आपलंसं वाटणारं हे पुस्तक!

– सॅम्युअल फ्रिडमन

फ्रॅन्क मॅक्कोर्ट हा जादूगार आहे. तल्लख स्मरणशक्ती आणि मनात लपलेलं लहान मूल याच्या जोरावर त्यानं अप्रतिम पुस्तक जन्माला घातलं. बालपणी सोसलेल्या हालअपेष्टा, कुटुंबाची परवड, अपमृत्यू याचं वर्णन वाचून अंगावर काटा येतो. नर्मविनोदाची पखरण असलेली लेखणी त्याला लाभली आहे. त्याची वर्णनशैली आणि लेखनकौशल्य यांमुळे हे पुस्तक अतिशय दर्जेदार निर्मितिमूल्य असलेली कलाकृती ठरेल, तर नवल नाही.

– विल्यम केनेडी

आपल्या
स्नेहीजनांना
पुस्तके
भेट द्या

अँजेलाज ॲशेस

- ए मेमॉइर

लेखक
फ्रॅन्क मॅक्कोर्ट

अनुवाद
गीतांजली वैशंपायन

मेहता पब्लिशिंग हाऊस

All rights reserved. No part of this publication may be reproduced, stored in a retrieval system or transmitted, in any form or by any means, without the prior written consent of the Publisher and the licence holder. Please contact us at
Mehta Publishing House, Pune 411030.
✆ +91 020-24476924 / 24460313
Email : production@mehtapublishinghouse.com
Website : www.mehtapublishinghouse.com

- *या पुस्तकातील लेखकाची मते, घटना, वर्णने ही त्या लेखकाची असून त्याच्याशी प्रकाशक सहमत असतीलच असे नाही.*

ANGELA'S ASHES by Frank McCourt
Copyright © 1996 by Frank McCourt
All rights reserved, including the right of reproduction
in whole or in part in any form.
Translated into Marathi Language by Geetanjali Vaishampayan

अँजेलाज ॲशेस / अनुवादित चरित्र

अनुवाद : गीतांजली वैशंपायन
Email : author@mehtapublishinghouse.com

मराठी अनुवादाचे व प्रकाशनाचे हक्क मेहता पब्लिशिंग हाऊस, पुणे.

प्रकाशक : सुनील अनिल मेहता, मेहता पब्लिशिंग हाऊस,
१९४१, सदाशिव पेठ, माडीवाले कॉलनी, पुणे – ३०.

मुद्रक : ट्रिनिटी ॲकॅडमी फॉर कॉर्पोरेट ट्रेनिंग लिमिटेड,
नऱ्हे इंडस्ट्रिअल एरिया, नऱ्हे, पुणे – ४१.

मुखपृष्ठ : चंद्रमोहन कुलकर्णी

प्रथमावृत्ती : सप्टेंबर, २०१८

किंमत : ₹ ३८०

P Book ISBN 9789353171155

मलाची, मायकेल, अल्फोन्सस
या माझ्या प्रिय भावंडांना...
मी तुमच्याकडून शिकलो
मला तुमचे कौतुक वाटते
आणि
माझं तुमच्यावर प्रेम आहे.

एक

माझे आई-वडील प्रथम भेटले ते न्यूयॉर्कमध्ये. तिथंच त्यांनी लग्न केलं. नंतर माझा जन्म झाला.

त्यांनी तिथंच राहायला हवं होतं, असं मला आजही वाटतं. पण आम्ही न्यूयॉर्क सोडलं. मी चार वर्षांचा असेन तेव्हा. माझ्यापाठचा मलाची तीन वर्षांचा आणि जुळे- ऑलिव्हर आणि युजेन, तर जेमतेम वर्षाचेच असावेत.

मार्गारेटचा- माझ्या बहिणीचा तेव्हा नुकताच मृत्यू झाला होता.

बालपणाचा विचार करतो तेव्हा भीतीनं आजही माझ्या अंगावर काटा येतो. अतिशय खडतर दिवस होते ते. आनंद किंवा मौजमजा आमच्या नशिबात नसावीच. तुम्ही आयरिश असाल तर बालपणी झालेली तुमची परवड विचारायला नको. त्यातही तुम्ही कॅथलिक आयरिश असाल तर तुमच्या हालअपेष्टांबद्दल न बोललेलंच बरं.

अनेक जण त्यांनी बालपणी जे भोगलंय त्याबद्दल मोठेपणी फार प्रौढीनं बोलतात. काही जण तर ते दुःख सतत उगाळत बसतात.

पण खरं सांगू का, आयर्लंडमध्ये आम्ही जे सोसलं त्या त्रासाची जातकुळीच काही निराळी. कमालीचा बोलभांड, आळशी, दारूड्या बाप; त्याच्यापुढं हतबल झालेली आणि परमेश्वरावर हवाला ठेवून आयुष्य पुढे ढकलणारी आई. मला आठवतंय, फायरप्लेससमोर बसून सतत मुसमुसत असायची बिचारी.

याशिवाय, स्वतःला श्रेष्ठ समजणारे चर्चचे धर्मगुरू आणि कडक पंतोजीचा अवतार असलेले शाळामास्तर! अधिकाराची रग दोघांच्याही वागण्यात सारखीच.

त्या इंग्रजी भाषेनं इतका त्रास दिला म्हणून सांगू! तो छळ तेवढ्यापुरता मर्यादित नव्हता. आठशे वर्षांच्या गुलामीचा इतिहास त्या सगळ्याच्या मागे होता.

भरीस भर म्हणून सतत पडणारा पाऊस!

अटलांटिक महासागरात तयार झालेल्या पावसाळी ढगांमुळे शेनॉन नदीच्या पाण्याच्या पातळीत वाढ झाली होती. पावसाने लिमरिक शहरात सतत मुक्काम ठोकला होता. साऱ्या शहरभर चोवीस तास गारठा असायचा.

सर्दी, कफ, घसा खवखवणं, घशाला सूज येणं यामुळे सगळे त्रस्त असायचे. दमा, अस्थमा, क्षय ही दुखणी घरोघरी असायची. घसादुखीमुळे लोक तोंडातून चित्रविचित्र आवाज काढायचे. शीऽ खाकरण्याचा आवाज बेडकाच्या आवाजासारखा वाटायचा. ते ऐकून मळमळायचं. चोंदलेली नाकं पर्वताच्या सुळक्यासारखी चमकायला लागायची. पुसून पुसून लाल व्हायची ना! सततच्या जंतुसंसर्गामुळे श्वासनलिकांचं अस्तित्व जेमतेम उरत असावं- एखाद्या कोळ्याच्या जाळ्यासारखं, बारीक रेषांपुरतं.

सर्दी आणि कफ यापासून आराम मिळावा म्हणून कांदा भाजून मिरपूड लावून दुधात घालून ते दूध प्यायचे, खाजखुजलीच्या पानावर कणीक भिजवून त्याचे पोटीस करून छाती शेकायची, असे उपाय सतत करावे लागायचे.

ऑक्टोबर ते एप्रिल लिमरिकमध्ये घराच्या भिंतीना सतत ओल यायची. कपडे वाळायचे नाहीत. रग आणि कोट्स यांवर काही वेळा शेवाळ उगवायचं. पब्जमध्ये सिगारेट्स आणि पाइपची धूम्रवलयं सतत दिसायची. वाफाळलेली स्टाउट (बार्लीपासून केलेली दारू) आणि व्हिस्की घेऊन लोक शरीर गरम ठेवण्याचा प्रयत्न करायचे.

प्रचंड पाऊस पडला की चर्चचा आसरा घ्यावा लागायचा. एकमेव कोरडी जागा! मास म्हणजे सामूहिक प्रार्थना (रोमन कॅथलिक चर्चमध्ये केली जाणारी) आणि इतर सगळ्या प्रार्थना सुरू असताना सगळे दाटीवाटीनं उभे राहायचे. सगळ्यांच्या शरीरातून निघणारी वाफ आणि उदबत्त्या, फुलं आणि मेणबत्त्या यांचा एक संमिश्र वास तिथं यायचा.

लिमरिक हे शहर धार्मिक महत्त्वाचं म्हणून प्रसिद्ध होतं; पण इथल्या जीवनावर परिणाम करणारी सगळ्यांत महत्त्वाची गोष्ट होती ती म्हणजे इथं सतत पडणारा पाऊस.

मलाची मॅककोर्ट- माझे डॅडी, टुमेमधल्या एका शेतात जन्माला आले. हे गाव अँट्रिम काउंटीमध्ये होतं. अडाणी, गरीब घरात ते मोठे झाले. आयरिश किंवा इंग्रजी कोणतीच भाषा त्यांना धड येत नव्हती. 'आयआरए' म्हणजे 'आयरिश रिपब्लिकन आर्मी' या आयरिश बंडखोरांच्या संघटनेत ते सामील झाले. उत्तर आयर्लंडला ब्रिटिश राजवटीतून मुक्त करून आयर्लंड रिपब्लिकला जोडण्याचं ध्येय घेऊन ही संघटना लढत होती. ते लढलेही; पण काहीतरी चूक झाल्यामुळे त्यांना तिथून पळ काढावा लागला. चूक मोठी असावी, कारण त्यांना शोधण्यासाठी इनाम लावलं होतं.

दातपडके, टक्कल पडलेले- असे मला ते आठवतात. त्यांचा अवतार पाहून

ते कुणाला कसे आवडणार, असा मला नेहमी प्रश्न पडायचा. यात भर पडली ती आजीनं सांगितलेल्या एका प्रसंगाची. 'लहानपणी तो माझ्या हातून पडला; तेव्हापासून सगळं बिनसलं,' ती बोलताना एकदा म्हणाली. आपले डॅडी सर्वसाधारण व्यक्ती नाहीत; जरा बावळट आहेत, हे मला त्या दिवशी पक्कं समजलं.

शोधण्यासाठी इनाम असल्यानं त्यांना संघटनेतून तर बाहेर पडावं लागलंच; त्यांना देशातूनही पळ काढावा लागला. एका मालवाहू जहाजातून ते गॅलवेला आले. ही घटना साधारण १९२० ते ३० च्या दरम्यानची. कारण तेव्हा न्यूयॉर्कमध्ये दारूवर बंदी होती. डॅडी तर अट्टल दारूबाज. योगायोगानं त्यांना अवैध रीतीनं दारू कुठं मिळते याचा ठावठिकाणा समजला; मग प्रश्न सुटला.

अशी वणवण करत अमेरिका आणि इंग्लंडमध्ये बरीच वर्षं घालवल्यावर अगदी शेवटी ते बेलफास्टला आले... शांततेच्या शोधात. पण ते झालं नाही. इथं बाई, बाटली, दारू... सगळं सुटलं खरं; पण लवकरच तेही हे जग सोडून गेले.

मॉम- पूर्वीची अँजेला शीहान. लिमरिकमधल्या झोपडपट्टीत वाढली. आई, दोन भाऊ आणि तिच्यासह आणखी एक बहीण असा तिचा परिवार. तिच्या जन्माच्या आधी काही महिने तिचे वडील घर सोडून गेले.

तो किस्साही ऐकण्यासारखा. चिकार दारू पिऊन ते घरी आले. पॅटमामा- आईचा भाऊ तेव्हा लहान होता. आई आजीच्या म्हणजे तिच्या आईच्या पोटात होती. लिमरिकच्या पबमधून दारू पिऊन ते घरी आले अन् त्यांचं नेहमीचं आवडीचं गाणं म्हणू लागले-

मिस्टर मर्फींच्या 'सूप'मध्ये कोणी पाणी ओतलं?
सगळे गप्प बसले तेव्हाच आम्ही ते ओळखलं
ही तर जुनी आयरिश खोड, आम्हाला समजलं.
तरीही आम्ही ते सगळं सूप चाटून-पुसून प्यायलं.

खुशीच्या भरात त्यांनी छोट्या पॅट्रिकला हवेत फेकलं, झेललं. तो खदखदून हसला. ते रंगात आले. त्यांनी पुन्हा त्याला हवेत उडवलं. एकदा-दोनदा-तीनदा- अचानक तो त्यांच्या हातून निसटला. धाडकन जमिनीवर आपटला. आजीचे दिवस भरत आलेले. तिला जागेवरून पटकन उठता येईना. कसंबसं तिनं पॅटला उचललं. मग मात्र ती संतापली.

"दारूबाज माणसा, जीव घेशील तू पोटच्या पोरांचा. जा इथून. तोंड काळं कर."

"माझं घर आहे." ते गुरगुरले.

"आता जातोस की धक्के मारून घालवू?"

"मी जाणार नाही."

ते जागचे हलले नाहीत, तेव्हा आजीच त्यांच्या अंगावर धावून गेली.

"मी जीव घेईन तुझा!" असं म्हणतात की, ती इतकी भेसूर दिसत होती की, खरोखर ती असं करेल या भीतीमुळे ते बाहेर पडले, ते पोचले थेट ऑस्ट्रेलियात-मेलबर्नमध्ये.

इकडे पॅटमामा बेशुद्ध झाला होता. त्याला शुद्धीवर आणलं; त्याचा एक पाय कायमचा वाकडा झाला; डोक्यावर परिणाम झाला तो निराळाच. तो शिकला नाही. आठव्या वर्षी तो घरोघरी पेपर वाटू लागला. पैशांचा हिशेब मात्र तो अचूक करायचा.

अब शीहान हे नाव त्याला कसं मिळालं कोण जाणे! काहीही असलं तरी लिमरिकमध्ये तो लोकप्रिय होता.

मॉमच्या आयुष्यातला गोंधळ तिच्या जन्मापासून सुरू झाला. एकतर वडील घर सोडून गेलेले. तिच्या आईला म्हणजे आजीला प्रसूतिवेदना सुरू झाल्या तो दिवस होता डिसेंबरची मध्यरात्र! ओहॉलरून या नर्सबाई त्या दिवशी ड्यूटीवर होत्या. सगळीकडे नववर्ष साजरं करण्याची धामधूम होती. त्यांनाही नवं वर्ष साजरं करण्यासाठी जायचं होतं. आजीची डिलिव्हरी कधी होते याची त्या वाट पाहत होत्या. "कळा दे; म्हणजे लवकर बाळ होईल." त्या तिला घाई करत होत्या. "तू लवकर मोकळी झालीस की, मी जाऊ शकेन. नाहीतर मी घातलेल्या नव्या ड्रेसचा काय उपयोग?" त्या खेकसल्या.

साधारण ११ वाजून ५९ मिनिटं ते १२ वाजून ५ मिनिटं यादरम्यान माझ्या मॉमचा जन्म झाला. घड्याळात बाराचे ठोके पडले. चर्चची बेल प्रार्थनेसाठी वाजली. शिट्या वाजल्या. भोंगे वाजले. ब्रास बँड वाजवण्यात आला. लोकांनी गाणी म्हटली. नाचले. सगळीकडे जल्लोष झाला. आपल्याला घरी जाता आलं नाही म्हणून मिसेस ओहॉलरून खट्टू झाल्या. कपाळावर आठ्या आणून त्या म्हणाल्या, "मिसेस शीहान, या बाळाच्या जन्मवेळेबद्दल तुम्ही पोपना काय ते विचारा. हे वर्ष धरायचं की मागचं या बाबतीत माझ्या मनात गोंधळ आहे." भराभरा आवरून त्या निघाल्या. "हा ड्रेस मी पुढच्या वर्षी वापरेन!" जाताना नाराजीनं पुटपुटल्या.

अँजेलस चर्चच्या प्रार्थनेची बेल वाजली आणि नवीन मुलगी एंजल म्हणजे परीसारखी गोड होती; म्हणून मॉमचं नाव ठेवलं अँजेला!

नाजूक आमची छोटी परी
असे फिकटशी आता जरी

कवटाळूनी तिज माता म्हणते
नाते आपुले युगायुगांचे

'सेंट व्हिन्सेंट डी पॉल' सोसायटीच्या शाळेत ती नववीपर्यंत शिकली. नंतर तिनं मोलकरीण म्हणून काम करण्याचा प्रयत्न केला; तिला ते जमलं नाही. नुसतं बसून चालणार नव्हतं.

एक दिवस आजीनं तिला जवळ बोलावलं. "तू अमेरिकेला जा. तिथं प्रत्येकाला काहीतरी काम मिळतं. मी तुला भाड्याचे पैसे देते." अशा रीतीनं ती न्यूयॉर्कला पोचली. तो जागतिक मंदीचा काळ होता. लगेचच एका पार्टीत तिची आणि डॅडींची ओळख झाली.

डॅडींची तेव्हा तुरुंगातून नुकतीच सुटका झाली होती. एका मित्राच्या जोडीनं त्यांनी एक ट्रक पळवला. तो ट्रक पोर्क आणि बीन्सनं भरलेला आहे, अशी खबर त्यांना दारू अड्ड्यावर मिळाली होती. ट्रक पळवला; पण तो दोघांनाही चालवता येत नव्हता. पोलिसांनी तो अडवला. या दोघांची रवानगी तीन महिन्यांसाठी तुरुंगात झाली. मग कळलं की, त्यात बटणांची खोकी होती. बिच्चारे, हकनाक फसले!

दाढी वाढलेली, चेहरा रापलेला, कपडे मळलेले अशा अवतारात मॉमनं त्यांना पाहिलं. ती चक्क त्यांच्या प्रेमात पडली. ती ज्या वातावरणात वाढली होती त्यामुळे तिला त्यात काही वावगं वाटलं नाही. कोणीही लक्ष ठेवणारं जवळ नव्हतं. हे प्रेम मानसिक पातळीवरून शारीरिक पातळीवर केव्हा गेलं ते दोघांनाही कळलं नाही. निसर्गानं आपलं काम चोख केलं आणि मग मॉमच्या घरी धांदल झाली.

डेलिया आणि फिलोमिना या तिच्या दोन मावसबहिणी. डेलिया आणि तिचा नवरा जिमी फॉर्च्यून, फिलोमिना आणि तिचा नवरा टॉमी फ्लेन असे चौघं मलाचीला जाब विचारण्यासाठी निघाले. तो घाणेरड्या वस्तीत राहत होता. हे तिथं पोचले तेव्हा तो आत दारू पीत बसला होता. अटलांटिक ॲव्हेन्यूमधल्या त्या बोळात दारावरचा माणूस यांना आत सोडेना. त्याला दम भरल्यावर त्यानं यांना मलाची म्हणजे डॅडींपर्यंत नेलं.

"या, एकेक पेग घेणार का?" मलाचीनं विचारलं.

"नको. तसलं काही आम्ही घेत नाही." फिलोमिना.

"तू नॉर्थ आयर्लंडमधल्या एखाद्या रानटी जमातीतून आलेला दिसतोस." डेलिया.

"प्रॉटेस्टंट आहेस का? त्याशिवाय आमच्या मावसबहिणीशी असं वागला नसतास." फिलोमिना.

आता त्यांचे नवरे पुढे सरसावले.

"त्याचे पूर्वज प्रॉटेस्टंट असले तर ती काही त्याची चूक नाही." जिमी.

"तुम्ही गप्प बसा." डेलिया.

"काय रे, तू या गरीब आयरिश मुलीचा गैरफायदा घेतलास का?" टॉमी.

"अं... हो, मी... मीच मलाची." पहिल्यांदा डॅडींनी तोंड उघडलं.

"मोठं तोंड वर करून सांगतोयस. गप्प बस." डेलिया.

"केलेलं निस्तर आता." फिलोमिना.

"हो, हो, ते सगळं होईलच. पण तुम्ही थोडंसं ड्रिंक... आपण नंतर बोलू." मलाची.

"ड्रिंक गेलं खड्ड्यात! आधी तू हा प्रश्न सोडवायचा बघ." जिमी.

"आम्ही लिमरिकमधली खानदानी घरातली माणसं आहोत. असं लग्नापूर्वी..."

"हो नं. भटके ते भटकेच! रीत नाही, रिवाज नाही. अँट्रिममधले गावंढळ! आगाऊ प्रॉटेस्टंट!"

"तो प्रॉटेस्टंट वाटत नाही पण..." जिमी.

"पुन्हा तेच? गप्प बसा." डेलिया.

"दिसणं-वागणं काही म्हणून बरं नाही. अडाणी! साधे शिष्टाचार नाहीत." फिलोमिना.

"ते कसं काय?" डॅडींनी विचारलं.

"नीट हसता तरी येतं का तुला?" फिलोमिना.

"ओहो, माझा दात तुटला आहे ना, म्हणून..." डॅडी कसंनुसं हसत म्हणाले.

"हे पाहा, दात तुटो नाहीतर केस तुटो, हिच्याबरोबर लग्न करा म्हणजे झालं." टॉमी.

"छे, छे, अहो मला धड नोकरी नाही अजून. लग्न कसं करू?"

"ते काही नाही. तुम्हाला अँजेलाबरोबर लग्न करावं लागेल. तेही लवकरच." डेलिया.

इथून पळून गेलं तर लग्नापासून सुटका होईल, असा विचार मलाचीनं केला. जवळ थोडे पैसे होते. लाँग आयलँड रेल्वे स्टेशनवर तो रात्री जाऊन झोपला. त्याला सकाळी जाग आली ती पोलिसी दंडुक्यानं. जवळचे पैसे कोणीतरी चोरले होते. आता इथंच राहावं लागणार होतं.

अखेर मार्च महिन्यातल्या एके दिवशी मलाची मॅककोर्ट आणि अँजेला शीहान यांचं लग्न झालं. तेव्हा ती चार महिन्यांची गरोदर होती. नंतर पाच महिन्यांनी- ऑगस्टमध्ये बाळाचा जन्म झाला. नोव्हेंबरमध्ये त्याची जन्मनोंदणी केली तेव्हा दारूच्या नशेत मलाची बाळाचं नाव काय सांगतोय हे क्लार्कला समजलं नाही. 'मुलगा' इतकंच

त्यानं लिहिलं.

त्याचा बाप्तिस्मा करायचं असं मलाचीनं ठरवलं. सगळी तयारी झाली. आपल्या पणजोबांचं फ्रान्सिस- हे बाळाचं नाव ठरलं. त्याला मनचिन हे मधलं नाव द्यावं असं अँजेलानं सुचवलं. पण मलाचीनं ते साफ धुडकावून लावलं. ती जुनी अमेरिकन पद्धत होती. शिवाय लिमरिकशी संबंधित कोणतीही गोष्ट त्याला नको होती.

बाप्तिस्माच्या वेळी गोंधळ झाला. जॉन मॅकअर्लेन हा मलाचीचा मित्र- गॉडफादर म्हणून तिथं हजर असणार होता. तो वेळेवर पोचला नाही. त्याची वाट बघण्यात वेळ गेला. शेवटी फिलोमिना न राहवून तिच्या नवऱ्याला म्हणाली, ''मलाचीचा मित्र आला नाही यात त्या बाळाचा काय दोष? तुम्हीच व्हा गॉडफादर.''

''हो,'' त्यानं मान हलवली. ''पण एक अट आहे- मुलावर नीट संस्कार होणार असतील तरंच मी गॉडफादर होईन. असं या माणसासारखं भणंग आयुष्य जाणार असेल तर नको. मग त्याचा मित्रच गॉडफादर झालेला बरा. हा दारूबाज, तसाच तोही.'' टॉमी म्हणाला.

''अगदी खरंय तुमचं म्हणणं. आपण जिथं चुकूनही पाय ठेवत नाही तिथं हे लोक राहतात. त्यांचं-आपलं कसं जमायचं?'' धर्मगुरू म्हणाले.

हा अपमान मलाचीला झोंबला.

''ठीक आहे. आमचा आग्रह नाही. आम्ही ठरवू काय ते. ती कॉलर काढून टाका.'' तो उसळून म्हणाला. तो त्या धर्मगुरूंच्या अंगावर धावून जातो आहे हे बघून त्याला इतरांनी ओढलं. बाप्तिस्मा करण्यासाठीचं साहित्य तिथं ठेवलेलं होतं. झाल्या प्रकारानं अँजेला इतकी गोंधळली की, तिनं हातातल्या बाळाला चुकून त्या पवित्र पाण्यानं भरलेल्या बाउलमध्ये ठेवलं. एकच गोंधळ झाला. ''अरे अरे, हे तर प्रॉटेस्टंट लोकांसारखं झालं.'' धर्मगुरू ओरडले.

त्यांच्या मदतनिसानं पटकन त्या बाळाला उचलून पुन्हा अँजेलाकडे दिलं. ती मुसमुसत होती.

हा जगावेगळा प्रकार झाला. गॉडफादरविनाच बाळाचा बाप्तिस्मा झाला. झाल्या प्रकारामुळे ते धर्मगुरू कुत्सित हसले. त्याबरोबर मलाची खवळला. तो त्यांच्या अंगावर धावून गेला. त्यांनी आधी प्रॉटेस्टंट लोकांशी तुलना केली याचा राग त्याच्या मनात होताच.

''अरे, शांत व्हा. हे चर्च आहे. ही मारामारी करण्याची जागा नाही.''

''खड्ड्यात गेलं चर्च.'' तो ओरडला.

त्याबरोबर त्याला तिथून बाहेर काढण्यात आलं.

''चला. आमच्या घरी चहासाठी या.'' फिलोमिना म्हणाली.

"चहा?" मलाचीने विचारलं.

"हो, आमच्याकडे चहाच पितात, व्हिस्की नव्हे." मलाचीचा पाणउतारा करत फिलोमिना म्हणाली.

"तसं नाही, मला चहापान आवडलं असतं; पण मी जरा जॉन का आला नाही ते बघून येतो."

"काही नको. त्या मिषानं तुम्हालाच जायचं असेल 'पेयपान' करण्यासाठी." अँजेला म्हणाली.

"नाही गं, या पवित्र दिवशी दारूचा विचारही माझ्या मनाला शिवलेला नाही."

"पाहा हं, आज तुमच्या मुलाचा बाप्तिस्मा झालाय आणि तुम्ही मित्रांबरोबर दारू..." अँजेला पुन्हा रडत म्हणाली.

"तुम्ही आमचे नातेवाईक आहात या गोष्टीची आम्हाला लाज वाटते. अर्थात तुमच्यासारख्या उत्तर आयर्लंडमधून आलेल्या रानटी माणसाकडून चांगल्या वागणुकीची अपेक्षा करणं म्हणजे जरा अतिच होतं." डेलियानं बाण मारला.

मलाची काही न बोलता वळला. चालू लागला. त्याला वाटलं, या कुचकट नातेवाइकांपेक्षा त्याचे मित्र बरे! त्यांच्याबरोबरच ती गावठी दारू पिऊन आजचा दिवस घालवावा.

इकडे फिलोमिनाच्या घरी अँजेला बिचारी मुलाला जोजवत एका कोपऱ्यात बसली होती.

तिच्या मुलाचा बाप्तिस्मा झाल्याप्रीत्यर्थ पार्टी होती.

तिच्या बहिणी, मेहुणे- ब्रेड, चहाचा आस्वाद घेत गप्पा मारत होते.

तिचा नवरा मित्रांकडे गेला होता.

ती मात्र... सगळ्यांमध्ये असून उपरी.

फिलोमिनानं तिच्याकडे एक सहानुभूतीचा कटाक्ष टाकला. "अँजेला, तुझं सुरुवातीपासून चुकलंच. इथं येऊन जरा स्थिरस्थावर होण्याआधीच या असल्या माणसाच्या प्रेमात पडलीस. भरीस भर म्हणून लग्नाच्या आधीच... तुला दिवस गेले... ते जाऊ दे. आतातरी शहाणी हो. हा मुलगा झालाय; एवढ्यावरच थांब. संसार वाढवू नकोस. नाहीतर तुझे हाल होतील. हा माणूस तुला सुख देणार नाही."

"हो." अँजेला रडत म्हणाली.

एक वर्षानंतर मलाची आणि अँजेला यांना दुसरा मुलगा झाला. त्याचं नाव मलाची (ज्युनिअर). मधलं नाव गेरार्ड. अँजेलाच्या नवऱ्यानं आपलं स्वतःचं नाव दुसऱ्या मुलाला दिलं. गेरार्ड हे त्याच्या काकाचं नाव.

आपला सल्ला अँजेलानं धुडकावल्यानं तिच्या बहिणींनी तिच्या संसारातून लक्ष

काढून घेतलं.

"ती जाणे आणि तिचं नशीब!" त्या एकमेकींना म्हणाल्या.

हा घटनाक्रम माझ्या जन्माआधीचा किंवा मी अगदी लहान होतो तेव्हाचा.

लहानपणीची माझी पहिली अंधूक आठवण क्लासन ॲव्हेन्यूमधली.

तेव्हा आम्ही ब्रुकलीनमध्ये राहत होतो. मी आणि मलाची ग्राउंडवर सी-सॉ खेळत होतो. वर... खाली...वर...खाली... खेळ रंगात आला. अचानक मलाचीच्या बाजूची फळी आपटली. तो किंचाळला, त्याच्या तोंडातून रक्त आलं.

मी घाबरलो. मॉम काय म्हणेल? समोरून ती येताना दिसलीच. मलाचीला रडताना तिनं पाहिलं. पण तिला धावत येता आलं नाही. तिच्या पोटात बाळ होतं. आल्या आल्या तिनं माझा कान धरला. "कार्ट्या, काय केलंस त्याला?"

मी पुरता घाबरलो.

"जा घरी जाऊन झोप."

"या वेळी?"

"जा सांगितलं ना?"

मी निघालो.

त्याला कडेवर घेऊन ती निघाली. तिचा तोल जात होता.

डॅडींचे मित्र मॅकअडोरी मला तिथं भेटले. ते काहीतरी बघत होते. एका गटारीत एक कुत्र्याचं पिलू पडलं होतं. अरेरे, त्याचं तर अंग रक्तानं माखलं होतं. माझ्या अंगावर शहारा आला.

मी घाबरलो. पटकन त्यांचा हात धरला. मलाचीच्या तोंडातूनही असंच रक्त आलं होतं.

रक्त. सगळ्यांच्या रक्ताचा रंग एकच असतो, लाल.

"अहो, त्याला नीट समजावून सांगा." मिनी त्यांची बायको म्हणाली. "बाळा, त्या पिलाला रस्ता ओलांडताना कारनं धडक दिली. मेलंय ते बिचारं." ती पुटपुटली.

"फ्रँकी, तू घरी जा आता. तुझी मॉम मलाचीला दवाखान्यात घेऊन गेलीये." मिस्टर मॅकअडोरी म्हणाले.

"आमचा मलाचीही आता मरणार का?" मी विचारलं.

"नाही. त्याची जीभ चावली गेलीये, म्हणून त्याच्या तोंडतून रक्त आलं. त्याला बरं वाटेल." मिनी म्हणाली.

"पण... ते कुत्र्याचं पिलू का मेलं?"

"त्याच्या आयुष्याची दोरी तुटली बाळा." ती म्हणाली.

मला जे काही समजलं त्याची संगती लावत मी घरी गेलो.

अपार्टमेंटमध्ये कुणीच नव्हतं. आमच्या घरीही मी एकटाच. स्वयंपाकघर आणि बेडरूम अशा दोन्ही खोल्यांतून मी फिरत होतो. डॅडी नोकरी शोधण्यासाठी बाहेर गेले होते. मॉम दवाखान्यात. मला भूक लागली. घरात काहीच नव्हतं. मी आइसबॉक्स उघडला. त्यात काही कोबीची पानं वितळलेल्या बर्फात तरंगत होती. डॅडी नेहमी म्हणतात, असलं पाण्यावर तरंगणारं काही खाऊ नये. त्यावर बुरशी असू शकते. मी न खाता-पिता झोपलो. रात्री केव्हातरी मला जाग आली. मॉम मला उठवत होती. "तू आत जाऊन झोप. मलाचीला धक्का लावायचा नाहीये. त्याच्या जिभेला टाके पडलेत."

मी आत गेलो. डॅडी ब्लॅक टी पीत बसले होते, त्यांच्या आवडत्या एनेमेल कोटिंगच्या पांढऱ्या मगमध्ये. मी त्यांच्या मांडीवर जाऊन बसलो.

"मला गोष्ट सांगा नं, कू-कूची." मी त्यांना म्हटलं.

"कू कू नाही. कु ऽऽ चु ऽऽ ले ऽऽ न! तू ते नाव नीट उच्चारून दाखवलंस तरच मी गोष्ट सांगेन."

मी तसं म्हटल्यावर त्यांनी गोष्ट सांगितली.

> कुचुलेनचं लहानपणीचं नाव सेटँटा. तो लहानपणी एकदा बॅट-बॉल खेळत होता. त्यानं जोरात फटका मारला. तो बॉल लांबवर उडून एका कुत्र्याच्या तोंडात अडकला. कुलेन, त्या कुत्र्याचा मालक चिडला. त्यानं विचारलं, "माझं हे मोठं घर, बायको, दहा मुलं, कोंबड्या, मेंढ्या, डुकरं या सगळ्यांची राखण आता कोण करणार?"
>
> "मी करतो," सेटँटा म्हणाला. "आजपासून माझं नाव कुचुलेन." कुलेनचा शिकारी कुत्रा! आपली बॅट आणि बॉल घेऊन त्यानं अनेक वर्षं त्या घराचं रक्षण केलं. इतकंच नव्हे, तर त्या प्रांतातला तो शूर योद्धा झाला. ग्रीक योद्धा हर्क्युलसपेक्षाही शूर! किंग आर्थरचं राज्य त्यानं जिंकलं. इंग्रजांना ते सहजी मिळवता आलं नाही.

गोष्ट संपली. मला झोप आली. डॅडींनी मला त्या काळ्या चहाचा एक घोट पाजला. कडू होता तो. पण त्यांच्या मांडीवर बसून मी तो मजेत प्यायलो.

मलाचीला चार दिवस बोलता येत नव्हतं. ही बाब तशी गंभीर होती. पण दुसऱ्या एका घटनेमुळे ती झाकोळली गेली. त्याच वेळी आमच्या घरी दोन चिमुकले पाहुणे

आले. दोन गोजिरवाणी जुळी बाळं घेऊन मॉम दवाखान्यातून घरी आली. सगळे शेजारी त्यांना पाहण्यासाठी आले. मलाची त्यांना स्वतःची जखम दाखवत होता. त्याचं कौतुक करण्याऐवजी लोक बाळांकडे का पाहताहेत, हे त्याला कळेना. तो 'ऑ ऑ 'करून फिरत होता. शेवटी डॅडींनी त्याला मायेनं जवळ घेतलं. "पिलू, तू बाहेर खेळायला जा पाहू." मग तो तिथून हलला.

आम्ही बागेत खेळायला गेलो की तो फार हट्टीपणा करायचा. माझ्यामुळे त्याला लागलं, असा त्याचा समज झाला होता. माझ्याबरोबर खेळायचा नाही. झोक्यावर बसला तर मी त्याला झोका द्यायचा नाही. फ्रेडी लिबोवित्झ हा आम्हा दोघांचा मित्र. तो सात वर्षांचा होता. मी तीन, मलाची दोन वर्षांचा. फ्रेडीनं त्याला झोका दिला की तो उंच जायचा. फ्रेडी मला झोका द्यायचा नाही. मला एकट्याला मोठा झोका घेणं जमायचं नाही. माझी धडपड पाहून ते मला चिडवायचे.

मला राग यायचा. पण एक फायदा असा झाला की, त्या हसण्यामुळे मलाचीची जीभ मोकळी झाली. तो पूर्वीसारखं बोलू लागला.

बागेत मला उंच झोका घेणं जमायचं नाही. रात्री घरी मात्र वाटायचं मला पंख असते तर उंच उडून जाता येईल. आकाशात विहरता येईल. कारण माझी जुळी भावंडं सारखी रडायची. मॉम म्हणायची, कितीही दूध पाजलं तरी यांचं पोट भरत नाही. कपडे बदला, धुवा, वाळवा, दूध पाजा, झोपवा... कामं संपतच नाहीत. चार मुलांचं करून ती कंटाळली होती. तरी तिला मुलगी हवी होती.

मला आजही ते दिवस आठवतात. जुळे झोपल्याबरोबर मॉमनं आम्हाला दोघांना बाहेर पिटाळलं. तिला जरा आराम करायचा होता. आम्ही बागेत आलो. आज फ्रेडी नव्हता. मलाची अजिबात झोक्यावर बसला नाही. मी झोक्यावर बसलो खरं; माझ्या मनातून घरचे विचार जात नव्हते. डॅडी वरचेवर नोकरी सोडतात... मॉम भांडते... ते काही वेळा व्हिस्की पिऊन घरी येतात... आयर्लंडच्या स्वातंत्र्यलढ्याची गाणी गात... बरळतात, विचित्र ओरडतात.

"खड्ड्यात गेलं ते स्वातंत्र्य!" मॉम चिडलेली.

"मुलांसमोर असं बोलू नये." डॅडी ओरडले.

"इतकी मुलांची काळजी आहे तर धड नोकरी करा. घरात चार मुलं आहेत. अन्नाचा कण नाही." मॉमचा स्वर आणखी चढलेला.

हे प्रसंग नेहमीचे.

कधीतरी ते बाहेरून स्वस्त मिळणारे अन्नपदार्थ घेऊन यायचे. ब्रेड, पोर्क, लोणचं... शिळं असायचं. पण आम्ही खायचो.

कशीबशी गुजराण सुरू होती.

संसाराच्या सारीपाटावर, सुख-दुःखाचे हिंदोळे
रुसवे-फुगवे, हसणे-रडणे , प्रेमाचे कधी नवे उमाळे
तुझ्या माझ्या प्रीतीच्या, सुखद आहेत आठवणी
कडवे बोल विसरून जा, तू राजा अन् मी राणी!

डॅडींना काम मिळालं की आठवड्याच्या शेवटी शुक्रवारी पैसे मिळायचे. मॉम खूश! जवळच्या इटालियन ग्रोसरकडे मग ती ताठ मानेनं जायची. कोणाचेही उपकार नकोत, ती म्हणायची. मग स्वच्छता- मग्ज आणि प्लेट्स लख्ख घासायची. टेबल पुसून चकचकीत. आइसबॉक्समधला उरलासुरला बर्फ काढून ती ताजा बर्फ आणायची.

तिचा नीटनेटकेपणा कौतुकास्पद होता. टॉयलेटपेपरऐवजी न्यूजपेपर वापरलेला तिला आवडायचं नाही. स्टोव्हवर गरम पाणी करून ती आमचे शर्ट्स, बेडशीट्स, टॉवेल्स, आमचे मोजे आणि जुळ्यांचे लंगोट खसाखसा धुवायची.

अपार्टमेंटच्या मागच्या बाजूला ती सगळे कपडे वाळत घालायची. वाऱ्यानं ते हलले की आम्ही टाळ्या वाजवायचो.

शनिवारी रात्री आम्हाला चौघांना ती गरम पाण्यानं अंघोळ घालायची. मग डॅडी आमचा ताबा घ्यायचे. गंमतजंमत करत अंग पुसायचं. ती गरमागरम कोको करायची. तोवर डॅडी मस्त गोष्ट सांगायचे. आमचे शेजारी त्या गोष्टीत असायचे. ते दोघं आणि डॅडी बशझीलमध्ये नावेत बसून रमतगमत चालले होते... तितक्यात इंडियन्सनी त्यांचा पाठलाग सुरू केला... त्या लोकांचं नाक कसं हिरवं होतं... खांदे कसे जांभळे होते... मग लढाई कशी झाली... कोण जिंकलं... गोष्ट ऐकताना धमाल यायची.

सकाळी उकडलेली अंडी, फ्राइड टोमॅटो आणि ब्रेड, घट्ट दुधाचा गोड चहा असा ब्रेकफास्ट! मग मटार-बटाट्याची भाजी, हॅम आणि मॉमची स्पेशल डिश- ट्रायफल. केक, त्यावर फळांच्या फोडी, त्यावर कस्टर्ड....अहाहा! तो केकही कसा- तर शेरी वाइनमध्ये बुडवलेला.

या दिवसांत हवा छान पडली तर ती आम्हाला घेऊन बागेत बसायची. मग ती आणि मिनी मॅकअडोरी गप्पा मारायच्या. मॉम लिमरिकमधल्या आठवणी सांगायची, तर मिनी बेलफास्टच्या.

मध्येच त्या हसायच्या आणि त्यांनी गाणी म्हणायला सुरुवात केली की आम्ही त्यांच्याजवळ जाऊन बसायचो. काही करुण गाणी आजही माझ्या लक्षात आहेत-

थंडीची ही रात्र, बाजूला । जळते आहे शेकोटी,
जमले सारे मित्र-सोबती, रंगल्या गप्पा अन् गोष्टी.

कुणी हसती, कुणी ओरडती, भान नसे त्या समयाचे,
नसलेल्यांच्या आठवणीने, डोळे भरूनी यायचे.
फकीर एक का उभा बाजूला? बोलत नव्हता कोणाशी,
चेहरा आहे पडलेला । अन् वाढवलेली दाढीमिशी.
काय सांगू दुःख तुम्हाला? पेच अवघड फार असे,
दमून गेलो विचार करूनी । चित्त जाहले वेडेपिसे.
जन्म दिला मज तिने माउली । प्राणाहुनी मम प्रिय असे,
तारुण्याचा अवसर येता । जिवलग सखी मज लाभतसे.
दोघी जपती मजला बहुतही । परी तयांचे मुळी न जमे,
इकडे वळू की तिकडे पाहू? मती कुंठली याच भ्रमे!

मला आणि मलाचीला हे गाणं अतिशय आवडायचं. आम्ही तल्लीन होऊन गायचो. शेवटच्या ओळीनंतर मलाचीनं मॉमकडे झेप घेतली की त्या दोघींची हसून पुरेवाट व्हायची. मग डॅन मॅकअडोरी कामावरून परत आले की ही मैफल संपायची.

आम्हीही घरी यायचो. मस्तपैकी चहा-ब्रेड-जॅम असा बेत व्हायचा. काही वेळा उकडलेले बटाटे असायचे. त्यावर मीठ भुरभुरायचं आणि लोणी घालायचं. अहाहा! डॅडी फक्त चहाच घ्यायचे. मॉम त्यांना म्हणायची, तुमचं असं नुसतं चहानं कसं भागतं? कमालच आहे. तब्येतीचं नुकसान होईल अशानं.

मग ते आम्हाला गोष्टी सांगायचे. काही वेळा ‘डेली न्यूज’मधली अक्षरं ओळखण्याचा खेळ आम्ही खेळायचो.

असे दोन आठवडे गेले की, साधारण तिसऱ्याच आठवड्यात डॅडींचं व्यसन डोकं वर काढायचं. जेमतेम दोन आठवडेच ते सर्वसाधारण गृहस्थाची भूमिका नीट पार पाडायचे. त्या शुक्रवारी मात्र मॉम गप्पगप्प असायची. गाणं नाही. हसणं नाही. इतरांच्या घरात हास्यविनोद सुरू असायचे. आमचे चेहरे मात्र उतरलेले. आम्ही घरीच जुळ्यांना खेळवत बसायचो. किरकोळ काहीतरी खाऊन आम्ही बेडवर पडायचो. मॉम टेबलाजवळ बसून राहायची. तिचा चेहरा केविलवाणा व्हायचा.

मध्यरात्री केव्हातरी डॅडी परत यायचे. गाणी बरळत. धाडकन दार ढकलून आत यायचे आणि ओरडायचे, “माझे छोटे सरदार कुठं गेले बरं? माझे चार लढवय्ये कुठं आहेत?”

“गप्प बसा. अर्धपोटी झोपली आहे तुमची सेना. सेनापतींचं बरं आहे, दारू रिचवली की झालं. सैनिक मेले काय किंवा जिवंत असले काय, काय फरक पडतो?”

कॅनेडियन रानामधुनी, झुळूक हवेची वाहते आहे

मनात परि मम मायभूमीची, आस अनामिक जगते आहे

डॅडींच्या भावना खऱ्या असतीलही. त्या व्यक्त करण्याची वेळ, जागा, पद्धत चुकायची. त्यांचं हसं व्हायचं.

ते आम्हाला उठवायला आले की, मॉम त्यांना अडवायची.

"अगं, माझा काही हक्क नाही का? ती माझीही मुलं आहेत ना! उठा रे पिलांनो."

"काही नको. तुम्हीच जा आयर्लंडच्या मुक्तीसाठी. जा, लढा. अहो, जरा वास्तवात जगा. खिशात एक दमडी नाही; गप्पा मात्र मोठ्या! आधी मुलाबाळांना पोटभर खायला घाला, मग लढाईचं बघू!"

आरोप-प्रत्यारोप, वाद-विवाद करत आम्ही झोपेच्या अधीन व्हायचो. रिकाम्या पोटी ती निद्रादेवीही आम्हाला लवकर प्रसन्न होते नसे.

चौथ्या शुक्रवारी मॉम त्यांना विचारायची, "आज काय करणार? पगार घेऊन घरी येणार की सगळं दारूत उडवून...?"

"अँजेला अगं, मुलांसमोर नवऱ्याला असं बोलतात का?"

"मुलांना सगळं कळतं. त्यांचं पोट भरलं तर त्यांना तुमच्याबद्दल माया वाटेल. नुसतं शब्दांचं प्रेम काय कामाचं?"

मग ते खजील व्हायचे. डोक्यावर हॅट चढवून पँटच्या खिशात हात घालत ते निघून जायचे. 'घरीच येईन' जाताना पुटपुटायचे.

या सगळ्याला कंटाळून एकदा मॉमनं एक इलाज शोधला, त्याची ही गोष्ट.

संध्याकाळ झाली. मॉमनं तयारी केली. आम्हाला चौघांना घेऊन ती बाहेर पडली. बरंच अंतर चालल्यानंतर मलाची कंटाळला. मॉमनं त्यालाही प्राममध्ये बसवलं. माझेही पाय दुखत होते. "तू मोठा आहेस. थोडं सहन कर."

आम्ही एका मोठ्या गेटसमोर आलो. बऱ्याच खिडक्या होत्या. आत एक जण बसला होता. "माझा नवरा पगार घरी आणत नाही. दारूत पैसे उडवतो. मला निम्मा पगार मिळू शकेल का?" मॉमनं विचारलं.

"मॅडम, आम्ही असं केलं तर निम्म्या कामगारांच्या बायका इथं रांग लावतील. दारू हा सर्वव्यापी प्रश्न आहे. जोवर ते इथं व्यवस्थित काम करतात तोवर आम्ही त्यांना काही म्हणू शकत नाही. माफ करा, मी तुम्हाला काही मदत करू शकत नाही." त्या माणसानं सांगितलं.

आम्ही बाहेर येऊन थांबलो. "तू बस." ती म्हणाली. जुळ्यांना तिनं साखरपाणी दिलं. आम्हालाही भूक लागली होती. तिच्याजवळ काही नव्हतं.

तितक्यात भोंगा वाजला. साडेचार! लोक काम संपवून बाहेर पडले. चेहरे

आणि हात काळवंडलेले. मॉम डोळे मोठे करून डॅडींना शोधण्याचा प्रयत्न करत होती. "तुम्हाला दिसत कसे नाहीत तुमचे डॅडी? आंधळे झालात का?" ती चिडली. तिची दृष्टी अधू होती. शेवटचा कामगार बाहेर पडल्यावर ती तरतरा आत गेली. "सगळे कामगार खरंच बाहेर पडले?" तिनं त्या माणसाला विचारलं. "हो मॅम. तुमचा नवरा तुम्हाला चुकवून कसा गेला, हे आश्चर्य आहे."

आम्ही पुन्हा त्या ब्रुकलीनच्या रस्त्यावरून चालायला लागलो. जुळे रडत होते. त्यांना आणखी साखरपाणी हवं होतं. मलाची भुकेनं व्याकूळ झाला होता. त्यानं भोकाड पसरलं. "रडू नकोस, बाळा. डॅडी भेटतील. आपण मग त्या इटालियन ग्रोसरकडून काय आणायचं?" तो काही बोलला नाही. "आपण ब्रेड आणायचा, जॅम आणायचा... आणखी मलाचीला काय आवडतं? अंडी! आणायची की नाहीत?" तिनं त्याला समजावलं.

अटलांटिक ॲव्हेन्यूत पोचेपर्यंत एव्हाना अंधार पडला. एकेका बारमध्ये आम्ही डॅडींना शोधत होतो. कुठंही ते नव्हते.

आता मॉमचाही धीर सुटला. तिनं भिंतीवर डोकं आपटलं. "हे प्रभू! मी या चार उपाशी मुलांना घेऊन किती वणवण करू?"

तिनं मला जुळ्यांच्या बाटल्या घेऊन बारमध्ये पाठवलं. "जा, थोडंसं साखरपाणी माग." मी आत गेल्यावर साखरपाणी मागितलं. सगळे जण हसले. बारमन दयाळू होता. त्यानं सगळ्यांना दटावलं. "अरे मुला, त्यांना दूध दिलं पाहिजे. साखरपाणी पिऊन पोट भरणार नाही. मुडदूस होईल त्यांना. तुझ्या आईला माझा निरोप सांग." त्यानं बाटल्या दुधानं भरून दिल्या.

हे सगळं ऐकल्यावर मॉम म्हणाली, "मला सगळं समजतं; पण दूध नाही म्हणून पाणी देते. अभागी आहे मी." तिला पुन्हा रडू आलं.

सगळ्यांना जरा हायसं वाटलं. जरा शांतता झाली. क्लासन ॲव्हेन्यू ओलांडून आम्ही एका दुकानात पोचलो. "माझा नवरा आज रात्रीही काम करणार आहे. तो घरी आला नाही. मला काही वस्तू मिळाल्या तर... तुमचे पैसे उद्या नक्की देईन." ती दीनपणानं त्या दुकानदाराला म्हणाली.

"अहो, तुम्हाला काय हवं ते न्या. तुम्ही प्रामाणिक आहात. मी ओळखतो तुम्हाला. या गोजिरवाण्या मुलांना उपाशी ठेवून कसं चालेल?" तो हसून म्हणाला.

अंडी, टोस्ट आणि जॅम आम्ही आणलं खरं; पण इतकी तंगडतोड झाली होती की खायचं त्राण उरलं नव्हतं. थोडं खाल्लं. सगळ्यात आधी जुळे झोपले. मॉमनं त्यांचे लंगोट बदलले. मी ते खाली नेऊन स्वच्छ केले. मलाचीनं त्याला जमेल तितकी मदत केली. आम्ही दोघंही आडवं झालो.

मॉम टेबलजवळ बसली होती, सिगारेट ओढत. तिच्या गालांवर अश्रू ओघळले.

एकदा मनात आलं, जावं; तिचे डोळे पुसावेत. तिला सांगावं, मी लवकर मोठा होईन, काम करेन. दर शुक्रवारी पगार घरी आणेन. सगळं पूर्वीसारखं होईल. आनंदात जेवू, तू गाणी म्हण.

पुढच्या शुक्रवारी डॅडी घरी आले ते दणदण पाय आपटत. पैसे टेबलवर ठेवले आणि मॉमवर भयंकर चिडले. ''झालं तुझ्या मनासारखं. तुझा नवरा नालायक आहे असं गावभर सांगत फिरतेस. त्यांनी मला कामावरून काढून टाकलं.'' त्यांतले थोडे पैसे घेऊन ते तरतरा निघून गेले.

रात्री त्यांच्या बेसूर गाण्यामुळे जुळे जागे झाले. हे गात होते. ते रडत होते. मॉम त्या तिघांनाही शांत करण्याचा प्रयत्न करत होती. कोणीच ऐकत नाही म्हटल्यावर शेवटी तिनं रडायला सुरुवात केली.

डॅडी व्हिस्की पिऊन घरी आले की मॉम आम्हाला बाहेर पिटाळायची. जुळे बहुधा झोपलेले असायचे. केवीन बॅरीच्या बलिदानाचं गीत डॅडी मोठ्या आवाजात म्हणायचे.

तरुण देखणा गोजिरवाणा
मस्तीमध्ये चालतसे
नयन निळे अन् भावविभोर
स्वप्नाळूपण त्यात दिसे
खांदा उडवुनी चालत असता
घाव पडे उरी न-कळता
हसत झेलले मरण त्याने
अश्रू न एकही ओघळता
टुम नदीच्या पाण्यामध्ये
बलिदानाचे थेंब वाहती
शूर रॉडी मॅक्लोरीच्या
पराक्रमाची गात महती

काही वेळा डॅडी जास्तच पिऊन यायचे. एकदा असंच आल्यावर त्यांनी टेबलाभोवती फेर धरला. आम्ही पुरतं गोंधळलो.

''जा, खेळायला जा.'' मॉमनं आम्हाला बाहेर पाठवलं.

बागेत खेळत आम्ही कितीही वेळ घालवायचो. कंटाळा आला तर झाडांच्या पानांशी

खेळायचो. पण आता हिवाळा सुरू झाला होता. बोचरे वारे वाहायला लागले. आता बाहेर थंडी वाजायची. आज तर बाहेर जावंसं वाटत नव्हतं. ‘‘बिच्चारी मुलं! स्वेटर्स नाहीत, हातमोजे नाहीत.’’ मिनी मॅकअडोरी म्हणाली.

मी हसलो. आमच्याकडे एकच हातमोजा होता. दोघांचे मिळून चार हात! समजा, तो घालायचा ठरवलं तर?

थोड्या वेळानं तिनं हाक मारली. तिनं गरमागरम चहा दिला. थोडी खीरही खाल्ली.

मिस्टर मॅकअडोरी मेसीला- त्यांच्या बाळाला खेळवत होते. तिची बाटली नाचवली की ती हसायची.

टाळ्या वाजवा, टाळ्या वाजवा.
डॅडी घरी आले, त्यांनी बटरबन्स आणले, मेसीसाठी.
टाळ्या वाजवा, टाळ्या वाजवा.
डॅडी घरी आले, त्यांनी पैसे आणले, मेसीसाठी.
टाळ्या वाजवा, टाळ्या वाजवा.
मॉम काही आणत नाही, मेसीला देत नाही
टाळ्या वाजवा, टाळ्या वाजवा.

ते आरामखुर्चीवर डुलत होते. आम्ही सगळे हसत होतो. मलाचीनंही ते गाणं म्हणायला सुरुवात केली. ‘‘चूप बस! ते मेसीचं गाणं आहे.’’ मी ओरडलो. त्याला रडू आलं.

मिनीनं त्याला थोपटलं. ‘‘अरे, ते सगळ्या लहान मुलांचं गाणं आहे. तुला आवडलं असेल तर तूही म्हण.’’ ती म्हणाली.

‘‘पण मुलींसाठी असलेलं गाणं मुलांनी म्हणायचं?’’ मी कोड्यात पडलो.

‘‘अरे, तुला बहीण झाली की तिच्यासाठी हे गाणं गा. चालेल?’’ ती हसली.

तिच्या हसण्याचा उलगडा मला काही दिवसांतच झाला. मार्गरेट- माझी तान्हुली बहीण जन्माला आली. काळंभोर जावळ आणि कुरळे केस. तिचे डोळे निळे होते. ती इतकं नाजूक रडायची की एखादा छोटा पक्षी नाजूकपणे ओरडल्याचा भास व्हायचा.

आमच्या शेजारणींना तिचं कोण कौतुक!

‘‘देवानं फार लक्ष देऊन घडवलं आहे हिला.’’ मिनी मॅकअडोरी म्हणायची.

‘‘हिला पाहिलं की मला नाचावंसं वाटतं. जणू स्वर्गातली परी आहे.’’ मिसेस लिबोविट्झ कौतुकाचा कटाक्ष टाकायच्या.

डॅडी तिला खूप सांभाळायचे.

छोटासा शिल्पकार तो हाती त्याच्या हातोडा
डोईवरती पागोटे अन् पायामध्ये तोडा
घाव घालतो तालामध्ये घण घण घण
कामामध्ये बुडून जाई क्षण आणि क्षण
एक छोटा बूट आला समोर एकाएकी
काम थांबवून सुतार पाही काय हे? नवल की!
परीराणी ती मध्येच आली हसून बघते खुदू खुदू
बसते उठते टकमक बघते धावू लागते दुडू दुडू

तिला हातात धरून जोजवायचे. ''परी आहे माझी. आमच्या परीराणीला मी आयर्लंडमध्ये घेऊन जाणार आहे. गाणी गायची, झऱ्याखाली भिजायचं. मला काम मिळालं की मी सिल्कचा फ्रॉक आणणार आहे माझ्या बाळाला. आणि सिल्व्हर बक्कलचे शूजही आणणार आहे, बरं का.''

तीही मजेत असायची. त्यांनी गाणी म्हटली की रडू थांबवायची. पट्टी हसायचीदेखील.

जुळेही लहानपणी रडायचे. मॉम त्यांना थोपटायची. ते पुन्हा झोपायचे. डॅडी घोरत असायचे. ते कधी उठल्याचं मला आठवत नाही.

पण हिचा थाट काही औरच! ती जरा कुरकुरली की डॅडी तिच्या सेवेसाठी हजर! तेच तिची आई असल्यासारखं कडेवर घ्यायचे, फिरवायचे. मॉमलाही बरं वाटायचं. तिला तेवढाच आराम. मार्गारेट जास्त रडली तर त्यांनाही रडू यायचं. हे फार अजब होतं. दारूच्या नशेत त्यांना रडताना आम्ही पाहिलं होतं; पण आता दारूही सोडली होती.

मॉम हसत मिनीला म्हणाली, ''या माणसात इतका बदल होईल असं मला मुळीच वाटलं नव्हतं. परमेश्वरानं मला याआधीच मुलगी का दिली नाही?''

''हो नं. शिवाय माया करण्यासाठी आणि मिळण्यासाठी एक मुलगी हवीच.'' मिनी

''अगं, माया करण्यासाठी ती माझ्याजवळ असतेच कुठं? दूध पाजण्यापुरती मी तिची आई आहे बघ.''

दोघीही हसल्या.

दिवसेंदिवस परिस्थिती बिघडत गेली.

जुळे आता मोठे होत होते. चालायचे. धडपडायचे. हातात येतील त्या वस्तू फेकायचे. बिच्चारे, आता उघडेच असायचे. लंगोट फाटले होते. नवे आणण्यासाठी पैसे नव्हते. दिसेल ती वस्तू तोंडात घालायचे. शू लेस, पिसं, कागदाचे बोळे मग आजारपण ठरलेलं. 'तुमच्यासारख्या चार द्वाड मुलांना सांभाळून माझा अगदी पिट्ट्या पडतो.' मॉमचं हे पालुपद ठरलेलं.

रोज संध्याकाळी ती जुळ्यांना जरा बरे कपडे घालून आमच्याबरोबर पाठवायची. त्यांना प्राममध्ये बसवून मी आणि मलाची बागेत फिरवायचो. हिवाळा संपला होता. झाडांना कोवळी पालवी फुटली होती. प्रसन्न वाटायचं अगदी.

ऑलिव्हर आणि युजेन दोघंही मजेत असायचे. त्यांना फिरवलं की ते आनंदानं ओरडायचे. बराच वेळ गेला की त्यांना भूक लागायची. मग साखरपाण्यानं भरलेल्या बाटल्या दिल्या की ते खूश!

एक दिवस मात्र ते साखरपाणी पिऊनही रडत होते. बहुधा त्यांचं पोट भरलं नसावं. काय करायचं? घरी नेऊन उपयोग नव्हता. आम्ही त्यांना रमवण्याचा खूप प्रयत्न केला. नाचलो, उड्या मारल्या; पण त्यांचं रडणं थांबेना. मला एक युक्ती सुचली. कागदाचे मुखवटे करून मी त्यांना हसवलं. एक मुखवटा मी मलाचीच्या चेहऱ्यासमोर धरला. तो आणि फ्रेडी लिबोवित्झ झोपाळ्यावर बसले होते. मलाची त्याला कुचुलेनची गोष्ट सांगत होता. त्यानं माझ्याकडे दुर्लक्ष केलं. मला अस्सा राग आला. "एकतर जुळ्यांपाशी मला एकट्याला सोडून इकडे खेळायला निघून आला. वर, माझी गोष्ट फ्रेडीला सांगतो. तू माझी गोष्ट त्याला का सांगतो आहेस?"

"काय बिघडलं?" मलाचीनं विचारलं.

"ती फक्त माझी गोष्ट आहे."

"तरी मी ती फ्रेडीला सांगणार." तो ऐकेना.

तो ऐकत नाही हे पाहून मी त्याला एक ठोसा लगावला.

त्यानं रडायला सुरुवात केली. "मी मॉमला तुझं नाव सांगेन."

तितक्यात फ्रेडी त्याच्या मदतीला आला. त्याने मला इतक्या जोरात ढकललं. बापरे! माझ्या डोळ्यांसमोर अक्षरशः काजवे चमकले. मी उठलो, त्याच्यावर चाल करून गेलो. त्याला जमिनीवर पाडलं आणि लाथा-बुक्क्यांचा मार दिला. "ओय, ओय, मेलो, फ्रँकी मारतोय. माझं काही खरं नाही." तो पळून गेला. मला काही सुचेना. मी त्याला ठार मारणार नव्हतो. मी कुणालाच आतापर्यंत ठार मारलेलं नाही.

मी मलाचीकडे पाहिलं. तो घाबरला होता. "मला ठार मारू नकोस, फ्रँकी."

मला त्याची दया आली. मी त्याला जवळ घेतलं. थोपटलं.

"मी यानंतर तुझी गोष्ट कुणालाही सांगणार नाही." तो डोळे पुसत म्हणाला.

मला हसू आलं. इकडे जुळ्यांनी पुन्हा मोठ्यानं रडायला सुरुवात केली. अंधार

झाला. काय बरं करावं? मगाशी इकडे येताना मला त्या ग्रोसरकडे दुकानाच्या बाहेर फळं अडकवलेली दिसली होती. केळी, संत्रं, सफरचंदं... जाऊन गुपचूप आणली तर? केळी मिळाली तर बरं होईल. जुळ्यांना खाता येतात. मला- मलाचीलाही आवडतात. चोरी?... भूक?... जुळे?... मॉम?... कितीतरी विचार माझ्या मनात आले.

जुळ्यांना सोडून कुठंही जायचं नाही; मॉमची सक्त ताकीद होती. मलाची एकटा त्यांच्याकडे कसं लक्ष देईल? समजा, पकडला गेलो तर?

शेवटी मनाचा हिय्या करून मी दुकानाजवळ गेलो. गुपचूप केळ्यांचा एक घड तोडला. लपतछपत मार्टल अ‍ॅव्हेन्यूच्या दिशेला गेलो. ही जागा बागेपासून लांब होती. मग गर्दीला चुकवत बागेच्या कंपाउंडजवळ आलो. एका ठिकाणी ते तुटलेलं होतं. तिथून आत शिरलो. धडधडत होतं. मलाची आणि जुळे तिघंही तिथंच होते. एका अंधाऱ्या कोपऱ्यात प्राम ढकलत नेली.

आता पहिल्यांदा मी हातातल्या केळ्यांच्या घडाकडे पाहिलं. पाच केळी होती. चला, सगळ्यांची भूक भागेल. भराभरा सोलून आधी जुळ्यांना दिली. इतके खूश झाले ते! उरलेली आम्ही संपवली. जाम भूक लागली होती. जुळ्यांची तोंडं चिकट झाली. अरेच्या, आता काय करायचं? केळी खाल्ल्याचं मॉमला समजलं तर?... काही खैर नाही.

काय सांगितलं तर तिला पटेल?

त्या ग्रोसरनं दिल्याचं सांगितलं तर?

नको, ती त्याला ओळखते. तिनं जाऊन विचारलं म्हणजे?

ठरलं- एका माणसानं दिली, असं सांगायचं.

तरी भीती वाटत होती. घरी जायला म्हणून वळलो तर समोर तो इटालियन ग्रोसर दत्त म्हणून उभा. माझ्या पायातलं अवसान संपलं.

"इकडे ये." त्यानं हाक मारली.

सगळा धीर एकवटून मी त्याच्याजवळ गेलो.

"हे तुझे लहान भाऊ का?"

"हो."

"ही फळांची बॅग घे. तुम्हाला फळं आवडतात ना? मी ही फेकून देणार होतो, तुम्ही घेऊन जा. सफरचंदं, संत्री, केळी... केळी आवडतात का?"

"हो." मला घाम आला

"घ्या. पोटभर खा. तुझ्या आई-वडिलांना मी ओळखतो. सज्जन आहेत. वडील... बिच्चारे, त्यांचं आयरिश वागणं-बोलणं इथं सगळ्यांना खटकतं आणि बरं का, त्या जुळ्यांना रडवू नकोस. त्यांना खायला दे. मला तिकडे दुकानात त्यांचं रडणं ऐकू येतं. चल, येतो मी."

"थँक्यू." मी घाम पुसत म्हटलं.

"वा! किती चांगले संस्कार आहेत! कुणी शिकवलं हे सगळं?"

"माझ्या डॅडींनी."

"अस्सं? छान!"

मी सुटकेचा निश्वास टाकला.

आम्ही घरी पोचलो तर डॅडी आलेले होते. मॉम मार्गारेटला जवळ घेऊन बसली होती. ती बाटलीशी खेळत होती. 'प्रेसिडेंट रुझवेल्ट हे कर्तबगार गृहस्थ आहेत. रोजगाराच्या संधी निर्माण करण्याची त्यांची धडपड सुरू आहे. लवकरच मला काम मिळेल.' डॅडी सांगत होते.

माझ्या हातातली बॅग पाहिल्याबरोबर मॉमनं जरबेनं विचारलं, "फळं कुठून आणली?"

"त्या माणसानं दिली."

"कुणी?"

"इटालियन ग्रोसरनं."

"खरंच? की चोरी केली?"

मग मलाचीनं सांगितलं, "मॉम, त्या ग्रोसरनंच फ्रँकीला ती बॅग दिली."

"आणि फ्रेडीला का मारलंस? त्याची आई आपल्याला किती मदत करते ठाऊक आहे ना? ती आणि मिनी आहेत म्हणून माझं इतपत बरं चाललंय. तिच्या मुलाला तू का मारलंस? ती तक्रार घेऊन आली होती."

"त्यानं फ्रेडीला मारलं नाही, त्यानं कुणाला मारलं नाही, फ्रँकीनं मारलं नाही." मलाची उड्या मारत म्हणाला.

"मलाची, माझ्याजवळ ये." डॅडींनी त्याला मायेनं उचलून घेतलं.

मॉमनं माझ्याकडे पाहिलं, "जा, खाली जा, फ्रेडीची क्षमा माग."

"फ्रँक, नक्की काय झालं? क्षमा मागण्याची गरज आहे का?" डॅडींनी मध्येच विचारलं.

"खरंतर तसं मी काही केलेलं नाही."

त्या दोघांनी एकमेकांकडे पाहिलं. मग डॅडींनी बोलायला सुरुवात केली. "फ्रँकी, फ्रेडी तुमचा मित्र आहे. तो तुझ्या भावाला झोका देत होता..."

"त्यानं माझी कुचुलेनची गोष्ट चोरली." मी भांडणाचं कारण सांगितलं.

"अरे वेड्या, गोष्टी काही कोणा एकाच्या मालकीच्या नसतात. हजारो गोष्टी आहेत. अनेक जण सांगतात. अनेक जण ऐकतात. त्याच्याकडेही ज्यू परंपरेतल्या गोष्टी असतील."

"ज्यू म्हणजे काय?"

"अरे, कुचुलेन जसा आयरिश हिरो, तसे सॅमसन, मोझेस हे ज्यू हिरो आहेत."

"सॅमसनचीही गोष्ट आहे?"

"हो, तू खाली जाऊन फ्रेडीची माफी मागितलीस तर मी तुला सॅमसनची गोष्ट सांगेन. जा, त्याच्याशी बोल. त्यालाच सॅमसनबद्दल विचार."

मार्गारेटच्या रडण्यानं आमचं संभाषण थांबलं.

"ती का रडते आहे?" डॅडी लगबगीनं जागेवरून उठले.

"काही झालं नाही. ती दूध पिते आहे." मॉम पुटपुटली.

फ्रेडीची माफी मागण्यासाठी मी धावतच खाली गेलो. मला उत्सुकता होती ती सॅमसनबद्दल. कोण आहे तो, कुचुलेनइतका पराक्रमी आहे की त्याच्यापेक्षा जास्त, हे मला विचारायचं होतं. मलाचीही माझ्या मागे आला.

मिस्टर लिबोवित्झ बाहेरच्या खोलीत बसले होते. "अरे, फ्रँक, ये. अरे वा, मलाचीही आला आहे का, तूही ये बाळा. बसा." ते हसून म्हणाले. "काय झालं नेमकं? फ्रँक, कशापायी भांडण झालं तुझं आणि फ्रेडीचं? तुम्ही दोस्त आहात ना! आमचा फ्रेडी तसा शांत स्वभावाचा आहे. पुस्तक वाचणं, रेडिओ ऐकणं- त्याचं काहीतरी सुरू असतं. तो मलाचीला- तुझ्या लहान भावाला मोठा झोका देतो. हो किनई? मग तू त्याला असं मारणं बरं आहे का? हे बघ, तू आता शहाण्या मुलासारखं वागलं पाहिजेस. तुझी मॉम आजारी आहे, घरी लहान बाळ आहे."

"मॉमला काय झालंय? ती टुणटुणीत आहे."

"अरे पोरा, मी हॉस्पिटलमध्ये काम करतो. मला दुखण्याबद्दल जास्त कळतं. तिला बरं नाहीये. चल, ते जाऊ दे. फ्रेडी, बाहेर ये पाहू. हे बघ फ्रँक आणि मलाची आलेत."

मग वळून ते म्हणाले, "अरे, पोटभर जेवता की नाही? किती बारीक आहात? थोडा केक आणि दूध घ्या फ्रेडीबरोबर."

आम्ही तिघंही डायनिंग टेबलाजवळ बसलो. मला त्यांच्या घरातलं वातावरण खूप आवडलं. ते पेपर वाचत बसले होते. मध्येच फ्रेडीच्या मॉमशी ते बोलत होते. हसत होते. त्याची मॉम जरा लठ्ठ होती. त्या हसल्यावर त्यांचं पोट हलायचं. ते पाहून मलाची ओरडला, 'ओये.' पुन्हा सगळे हसले. मग मी म्हटलं, 'ओये.' पण कोणीच हसलं नाही. अच्छा, म्हणजे कुचुलेनची गोष्ट जशी माझी तसं 'ओये' मलाचीचं!

"फ्रेडी, तुला सॅम... सॅमची गोष्ट येते का?" मला नेमकं नाव आठवेना.

त्या पुन्हा हसल्या. 'सॅम... सॅम...' त्या हसत होत्या. त्यांचं पोट हलत होतं.

“सॅम नव्हे, सॅमसन!” फ्रेडीच्या तोंडात घास असताना तो बोलला. मिसेस लिबोवित्झ त्याला रागावल्या.

“पण मला सॅमसनपेक्षा डेव्हिड आवडतो. त्यानं एका फटक्यात गोलिएथचा खातमा केला. हो नं पापा?” फ्रेडीनं विचारलं.

“हो,” ते म्हणाले.

हा दुसरा फरक. आम्ही डॅडी म्हणतो. फ्रेडी पापा.

आजची सकाळ विचित्र आहे. मॉमच्या रडण्याच्या आवाजानं मला पहाटे जाग आली. तान्ही मार्गारिट डॅडींच्या कडेवर आहे. ते तिला हलवून जागं करण्याचा प्रयत्न करताहेत; पण छे, ती उठली नाही.

“काय झालं? तिला काही झालं तर नाही ना?” मॉमनं थरथरत्या आवाजात विचारलं.

“अं... हुंकार देत नाहीये... अंगही गार पडलंय.” ते घाबरले होते.

मॉम ताडकन उठली. तिनं तिला डॅडींच्या हातून हिसकावून घेतलं. “जा, लवकर डॉक्टरांना घेऊन या.” ती किंचाळली.

डॅडी तसेच बाहेर पडले. इतक्या थंडीचं जाकीट, बूट काहीही न घालता.

जुळे झोपले होते. मलाची या धांदलीमुळे जागा झाला.

मॉमनं मार्गारिटला छातीशी धरलं. “ऊठ माझ्या पिला. डोळे उघड. माझी निळ्या डोळ्यांची परी... सोनुली... काय झालं माझ्या बाळाला?”

“मला तहान लागलीये,” मलाची म्हणाला. मी आमच्यासाठी पाणी घेऊन आलो. मॉमनं आमच्याकडे पाहिलं. तिच्या चेहऱ्यावर विचित्र भाव उमटले. “प्या, प्या, भरपूर पाणी प्या. आणखीही काय करायचं ते करा. इथं तुमची बहीण निपचित पडलीये... तुम्हाला त्याची काही पर्वा नाही. ते जुळे पाहा ना... कसे गाढ झोपले आहेत... बहिणीची फिकीर कोणालाही नाही.”

“ती असं का बोलतेय? मार्गारिटला बरं नाही का?” मलाची गोंधळला.

“मॉम असं का वागतेय? डॅडी कुठं गेले?” भीतीनं मला रडू आलं.

ती आणखी ओरडली. “गळे काढायला काय झालं? इथं कोणी मेलंय का? मूर्खासारखं रडू नकोस.”

तितक्यात डॅडी डॉक्टरना घेऊन आले. त्यांनी तिला तपासलं. हलवून पाहिलं. पापण्या हातानं उघडण्याचा प्रयत्न केला. त्यांनी तिचे हात-पाय चोळले. पण... ती उठली नाही. मॉमकडे वळून त्यांनी विचारलं, “हिला जोरात धक्का लागला का? खेळताना मुलांच्या हातून ती पडली का? ती... ती जिवंत नाहीये. ती आपल्याला सोडून गेली.”

मॉम भेसूर आवाजात ओरडली, "नाही, माझं बाळ... असं म्हणू नका. एकच मुलगी आहे मला. हे प्रभो, तू इतका निर्दय का झालास? का हिरावून घेतलंस हिला?" तिनं मार्गारेटला घट्ट धरून ठेवलं.

"हिचा मृत्यू कशामुळे झाला हे शोधावं लागेल. हिला दवाखान्यात न्यावं लागेल," डॉक्टर म्हणाले.

"थोडा वेळ थांबता का? मला तिला डोळे भरून पाहायचं आहे. कुणाची दृष्ट लागली माझ्या परीला?" मॉम मोठ्यानं रडत होती.

"मला वेळ नाही," डॉक्टर म्हणाले. डॅडींनी मार्गारेटला मॉमच्या कडेवरून स्वतःकडे घेतलं. मॉम ऐकेना. "अँजेला, मलाही दुःख झालंय. असं वेड्यासारखं करू नकोस." तिला एका फडक्यात गुंडाळून डॉक्टरांच्या हातात दिलं. डॉक्टरांनी एका पेपरवर डॅडींची सही घेतली. ते गेले आणि मॉमनं आमच्याकडे पाठ फिरवली. ती सुन्न होऊन भिंतीकडे पाहत होती. डॅडी काही न बोलता उभे होते. जुळे जागे झाले. भूक लागल्यानं त्यांनी रडायला सुरुवात केली. डॅडी माझ्याजवळ आले. "मी जरा सिगारेट्स घेऊन येतो." मला थोपटत ते म्हणाले. त्यांचा आवाज आणि हात दोन्ही थरथरत होते.

जुळ्यांचा आवाज टिपेला पोचला. साखरपाणी पिऊन ते गप्प बसेनात. मॉम जागेवरून उठली नाही.

काय करायचं? मी स्वयंपाकघरात गेलो. आइसबॉक्समध्ये दूध होतं. ते नासलं होतं. एक शिळा ब्रेडचा तुकडा मला दिसला. एका भांड्यात दोन कोरडी पडलेली सॉसेजेस होती. मी त्या नासलेल्या दुधात ब्रेड कुस्करला. कपात घेऊन जुळ्यांना ते भरवलं, एक घास कसाबसा खाऊन त्यांनी तोंड फिरवलं. ते मॉमजवळ रडत जाऊन उभे राहिले. ती ढिम्म होती.

आता काय करावं बरं? एक युक्ती सुचली. साखर घातली तर? मी त्यात साखर घालून ते पुन्हा जुळ्यांना पाजलं. आता त्यांना ते आवडलं. ते दोघंही ते ब्रेड-दूध पिताहेत हे पाहून आम्ही ते चाखून बघितलं. बरं लागत होतं. मग मी आणि मलाचीनंही ते खाल्लं. तरी भूक भागेना. मग आम्ही ती चिवट सॉसेजेस खाल्ली.

आम्ही खाली खेळायला गेलो तर मिसेस लिबोवित्झ भेटल्या. "फ्रँकी, मॉम बरी आहे का?"

"ती झोपली आहे. डॉक्टर आले आणि मार्गारेटला घेऊन गेले. डॅडी सिगारेट्स आणायला बाहेर गेलेत."

"बाळाची तब्येत जास्त बिघडली वाटतं. मी आलेच."

आमच्या पाठोपाठ त्याही वर आल्या.

"मिसेस मॅककोर्ट, काय झालं? मार्गारेटला जास्त बरं नाही का? तुम्ही असं

भिंतीकडे का बघताय? इकडे पाहा ना.'' त्यांनी मॉमला बसतं केलं. ती अशक्त दिसत होती. ''मी थोडंसं सूप घेऊन येते. फ्रँकी, मी येईपर्यंत मॉमला तोंड धुवायला जरा मदत कर.'' त्या घरी गेल्या.

ओल्या टॉवेलनं मी मॉमचं तोंड पुसलं. तिनं माझा हात तिच्या गालांवर घट्ट दाबून धरला. तिच्या डोळ्यांत वेगळे भाव होते. ती माझा हात सोडत नव्हती. ती मला मार्गरिट समजत असावी. मी घाबरलो. ''फ्रँकी, आपली मार्गरिट देवाघरी गेली रे!''

मग मोठे डोळे करून तिने विचारलं, ''डॅडी कुठं आहेत? दारू... घरात एक पेनी नाही; पण दारू प्यायल्यावाचून होत नाही. तुम्ही जगा, मरा, रडा, त्या माणसावर काही परिणाम होत नाही. दारू हेच सर्वस्व! मी वेडी होईन आता. काय करू, कुठं जाऊ, कसं जगू?'' तिनं रडायला सुरुवात केली.

''अरे, अरे, असं रडू नका.'' मिसेस लिबोवित्झ धावत आल्या.

''अहो, माझी सोन्यासारखी लेक देवाघरी गेली हो.... तिनं टाहो फोडला. पाळण्यातून खाली पडली. डोकं जमिनीवर आपटलं. मीच मूर्ख. मला झोप लागली. माझ्याजवळ घेऊन झोपले असते तर असं झालं नसतं. सात आठवड्यांचा सहवास लाभला फक्त.''

''अहो, अपघात असाच होतो. नकळत. शांत व्हा पाहू, हे सूप घ्या. मुलांनो, तुमच्यासाठी बाउल्स आणा.''

''बाउल म्हणजे काय?'' मी विचारलं.

''सूप बाउल... कप असतील तर ते आण.''

त्यांनी हलक्या हातानं मॉमला सूप पाजलं. आम्हीही प्यायलो. जुळ्यांना चमच्यानं भरवलं तर त्यांनीही प्यायलं. वाफाळलेलं चविष्ट सूप! अहा, तोंडाला चव आली. आमच्या घरी असं सूप मी कधी प्यायलं नव्हतं.

मला ते सूप आवडलं. क्षणभर वाटलं मी फ्रेडी का नाही? ही सतत बेडवर असणारी मॉम नको. दारू पिऊन गोंधळ घालणारे डॅडी पण नकोत.

पण लगेचच मला मार्गरिटची आठवण आली. तिच्या हसण्याचा भास झाला. कुचुलेनची गोष्ट सांगणारे माझे डॅडी, मार्गरिटच्या जन्मामुळे हसणारी माझी मॉम-सगळे आठवले. मग मी फ्रेडी असण्याचा विचार झटकून टाकला.

दुपारी मिनी मॅकअडोरी आणि मिसेस लिबोवित्झ आल्या. ''जुळ्यांना अंघोळ घालायला हवी,'' मिनी म्हणाली.

''हो, नं. फ्रँकी, स्वच्छ लंगोट कुठेत?'' लिबोवित्झनी विचारलं.

''मला माहिती नाही.''

"अहो, त्या फडक्याचे तुकडेच बांधतात." मिनी म्हणाली, "मी मेसीचे थोडे लंगोट आणते. फ्रँकी, तू तोवर यांना स्वच्छ कर."

मी आणि मलाचीनं त्यांचे घाण झालेले फडक्याचे तुकडे सोडले. त्या झटापटीत युजेनला सेफ्टी पिन लागली. तो कळवळून ओरडला. मिनी गरम पाणी, साबण, टॉवेल घेऊन आली. तिनं नाजूक हातांनी त्यांना एकेकाला पुसलं. पावडर लावली.

मग घरी जाऊन तिनं आमच्यासाठी उकडलेले बटाटे आणले. भरपूर बटर घातलेले. पुन्हा मला वाटलं, ही आपली मॉम झाली तर...?

मग त्या दोघी कुजबुजत बसल्या.

"मिसेस मॅककोर्टच्या बहिणी याच गावात राहतात म्हणे! त्यांना निरोप दिला पाहिजे."

"हो नं, गोजिरवाणी मुलं आहेत; पण वणवण फिरत असतात."

"बापही जागेवर नसतो. आतातरी घरात थांबायला नको का?"

"अहो, दारूपुढं कसलं आलंय घर आणि संसार!"

"या आयरिश लोकांना व्यसनंच भारी!"

"या बाळामुळे कमी झालं होतं. ती जगली असती तर..."

मिनीनं आमच्या मावश्यांचा शोध घ्यायचा असं ठरवून त्या आपापल्या घरी परत गेल्या.

डॅडींचा सिगारेट्सचा शोध दोन दिवसांनी संपला. मध्यरात्री ते घरी आले. त्यांनी आम्हाला उठवलं.

"चला, माझ्यामागून सैनिकांसारखं चला. लेफ्ट... राइट..."

त्यांनी जोरजोरात गाणं म्हणायला सुरुवात केली.

वय अठरा हे किती कोवळे केविन बॅरीचे
तरुणपणाचे मौजमजेचे छानछोकीचे
मातृभूमी परी त्यास खुणावे
मम मुक्तीस्तव तुवा लढावे
शूर वीर तो पुढे धावला
सुळावरती हसत चढला

आमचे शेजारी मॅकअडोरी आले. "कृपा करून हे थांबवा आता. मिस्टर मॅककोर्ट, रात्रीचे तीन वाजले आहेत, ठाऊक आहे का तुम्हाला?"

"अहो, मुलांना आयर्लंडसाठी बलिदान करायला सज्ज करतोय."

“अहो मिस्टर, ते काम दिवसा केलं तर चालणार नाही का?”

“अहो, मला झोप येत नाही. मार्गारेटचा चेहरा सारखा डोळ्यांसमोर येतो. तिची आठवण येते.”

“प्रयत्न करा, झोप येईल.”

“आणखी एक गाणं म्हणतो, फक्त एक...”

मॅकअडोरी निघून गेले.

“चला, गाणं म्हणा बघू.” मग आम्ही गाणं म्हटलं.

जन्मभूमी ही प्रिय असे
रोडी मॅक ग्लोरीला
मुळी न तो भीतसे
तिच्यासाठी मरण्याला
शूर वीर तो निधडा लढला
देशासाठी रणी झुंजला
टुमे नदीच्या पाण्यावरती
देशभक्तीचे तरंग उठती

त्यांनी आमच्याकडून बलिदानाची शपथ वदवून घेतली.

मलाची टेबलच्या पायाला टेकून झोपलाही. डॅडींनी त्याला उचलून मॉमच्या शेजारी झोपवलं.

मी आडवं झाल्यावर ते माझ्या शेजारी येऊन झोपले. आता मला ते जवळ घेतील असं मला वाटलं; पण ते स्वतःशीच बोलत होते. मार्गारेटची आठवण काढत होते.

त्या रात्री माझ्या स्वप्नात कुचुलेन आला. त्याच्या खांद्यावर हिरव्या रंगाचा पक्षी बसला होता. तो देशभक्तिपर गाणी म्हणत होता. ते दृश्य मला बिलकूल आवडलं नाही. कारण गाणं म्हणताना त्याच्या तोंडातून रक्ताचे थेंब ओघळत होते. कुचुलेनच्या एका हातात भाला होता. दुसऱ्या हातातलं केळं तो त्या पक्ष्याला खाऊ घालत होता. तो पक्षी ते खात नव्हता. कुचुलेन ते सगळं का सहन करत होता कोण जाणे! माझ्याशी असं कोणी वागलं तर मी समोरच्याला मुळीच क्षमा करणार नाही.

सकाळी मी डॅडींना ते स्वप्न सांगितलं. ते हसले, “अरे, विसरून जा. एकतर त्या काळी आयर्लंडमध्ये केळं नव्हतंच. दुसरं, तो पक्षी कुचुलेनच्या खांद्यावरती एकदाच बसला. तेव्हा कुचुलेन मरणासन्न अवस्थेत होता. आयर्लंडचे सैनिक कुचुलेनच्या जवळ जायला घाबरत होते. त्या पक्ष्याला निवांत बसलेलं पाहून ते

कुचुलेनच्या जवळ गेले. भित्रे भागूबाई!'' पक्षी आणि इंग्रज यांच्यापासून सावध राहा, दोघांनाही माणसाच्या रक्ताची तहान असते, असं मला बजावून सांगायलाही ते विसरले नाहीत.

मॉमचा मुक्काम दिवसभर अंथरुणावरच होता. काही खाल्लेलं तिला पचतही नव्हतं. मिसेस लिबोवित्झ सूप, ब्रेड असं काही काही घेऊन यायच्या. आग्रह करायच्या. मॉम जेमतेम थोडंसं खायची. ती त्या ब्रेडचे तुकडे करण्याचा प्रयत्न करायची. तो ओढायची. मलाची त्याला पूल ब्रेड म्हणायचा. मिसेस लिबोवित्झ म्हणायच्या, 'याला चल्ला म्हणतात.' आम्हाला तो उच्चार कधी जमला नाही. एकदा त्या म्हणाल्या, ''तुम्ही आयुष्यभर इथं राहाल; पण ज्यू लोकांसारखं बोलणार मात्र नाही.''

समजूत घालायची- ''अँजेला, धीर सोडू नकोस. तुझ्या नवऱ्याला नोकरी मिळेल. त्याची काही चूक नाही. साऱ्या जगभर मंदीची लाट आहे. प्रेसिडेंट रुझवेल्ट रोजगार निर्माण करण्याचा प्रयत्न करताहेत. माझा नवरा भाग्यवान, आम्ही चार वर्षांपूर्वी इथं आलो. शिवाय दारू... नशिबानं त्याला असली सवय नाही. खरंतर मॅककोर्ट आणि तो दोघंही टुमेमध्ये लहानाचे मोठे झाले; पण दोघांच्या सवयी वेगळ्या आहेत.

तिनं डॅडींसाठी एक नोकरी सुचवली आणि त्यांना ती मिळालीसुद्धा. जरा पैसे मिळू लागले. मॉमनं जरा उभारी धरली. आता ती उठायची. जुळ्यांकडेही लक्ष द्यायची. सगळं सुरळीत सुरू आहे असं वाटत असताना मधूनच ते दारू पिऊन यायचे. मग भांडणाला निमित्त. मॉमचा आरडाओरडा, जुळ्यांचं रडणं, डॅडींची प्रत्युत्तरं.... कोलाहल टिपेला पोचला की मी आणि मलाची सरळ खेळायला म्हणून बाहेर पळायचो. रात्री मॉम बेडवर पडून मुसमुसत असायची. डॅडी मात्र काही संबंध नसल्यासारखे मोठमोठ्यानं गाणी म्हणायचे. मला प्रश्न पडायचा, का नाही ते मॉमची समजूत घालत? का नाही ते तिला थोपटून झोपवत? भरीस भर म्हणजे अशा ताणतणावाच्या वेळीही त्यांनी आम्हाला ताठ उभं करून आमच्याकडून आयर्लंडच्या स्वातंत्र्यासाठी लढण्याची शपथ घेतलेली आहे.

एकदा तर हद्द झाली. मध्यरात्री त्यांनी जुळ्यांना उठवलं, शपथ घ्यायला. त्यांना अजून बोलताही येत नव्हतं. मॉमनं त्यांचा अस्सा खडसून समाचार घेतला की बस्स!

''एकेक निकेल देईन.'' ते आम्हाला चॉकलेट आणण्यासाठी आमिष दाखवायचे. आम्ही ते म्हणतील तसं करायचो. निकेल मात्र कधी दिसला नाही.

दिवस असेच ढकलल्यासारखे जात होते. आमच्या सुस्वभावी शेजारणींनी आम्हाला जुळ्यांची काळजी घ्यायला शिकवलं. आता आम्हीच लक्ष द्यायचो. सूप आणि बटाटेही त्या देत होत्याच.

जुळ्यांचे लंगोट बदलून कंटाळा यायचा. सारखं ओलं करायचे. शी-शू सगळं आम्हीच आवरत होतो. मॉम या जगात असायची-नसायचीही.

मॉम झोपलेली. डॅडी कधी घरी, कधी बाहेर. आम्ही जुळ्यांना घेऊन बागेत जायचो. त्यांना झोक्यावर बसवून आम्ही खेळायचो. भूक लागली की ते रडायचे.

इटालियन ग्रोसर आम्हाला हाक मारायचा. ''फ्रँकी, रस्ता जपून ओलांड बरं का.'' मी तिकडच्या बाजूला पोचलो की तो चीज, हॅम, केळी असं काहीतरी द्यायचा.

त्याचं नाव डिमिनो. काउंटरच्या मागे बसलेली ती त्याची बायको अँजेला. ''माझ्या मॉमचं नावही अँजेला आहे.'' मी सांगितलं.

''अरेच्या, आयरिश लोकांमध्ये अँजेला असतात हे मला माहीत नव्हतं!'' तो म्हणाला.

त्यानं आमच्या कुटुंबाची चौकशी केली. ''स्वयंपाक कोणीही करत नाही... शेजारी खाऊ घालतात... जुळे सारखे लंगोट खराब करतात...'' मी भडभडा बोलून गेलो.

त्यांना फार वाईट वाटलं. ''तुमच्या शेजाऱ्यांना मला भेटायला सांगा. तुमच्या नातेवाइकांची माहिती मी त्यांना देईन. मग तुमची परवड जरा तरी थांबेल.'' त्यांनी मला धीर दिला. मग आपल्या बायकोकडे वळून ते म्हणाले, ''परमेश्वराचे आभार मान की, तू इटालियन अँजेला आहेस, आयरिश नाही.'' मग मला ते म्हणाले, ''मी मिसेस लोबोवित्झ यांच्याशी बोलतो. तुमच्या नातेवाइकांशी संपर्क करायला हवा. तू असं कर, मी भेटायला बोलावलं आहे असा निरोप मिनी मॅकअडोरी यांना दे.''

एक दिवस अचानक दोन महाकाय बायका आमच्या दारात येऊन उभ्या राहिल्या.

''तुझं नाव काय?'' एकीनं विचारलं.

''फ्रँक.''

''ओह, किती वर्षांचा आहेस?''

''चार. लवकरच पाचवं लागेल मला.''

''तसं वाटत नाही पण. वयाच्या मानानं तुझी चण लहान आहे.''

''मला ठाऊक नाही.''

''मॉम घरात आहे का?''

''हो, आहे ना. आत बेडवर झोपलीये.''

''आता- या वेळी झोपलीये?''

“हो, तिला बरं नाहीये.”

“चल, दाखव मला. आम्ही तिला भेटायलाच आलोय. तिला चार गोष्टी सांगायच्याही आहेत.”

मला बाजूला ढकलून त्या दोघी जणी आत गेल्या.

“शीऽ किती घाण वास येतोय इथं. आणि हे लटांबर- हे इथं काय करताहेत?” त्यांच्यातल्या जाडजूड बाईनं विचारलं.

मलाची पुढे झाला. तो दिसायचा गोड. त्याचे गोबरे गाल, बोलके निळेभोर डोळे अन् ओठातून डोकावणारे कुंदकळ्यांसारखे दात. पाहताक्षणीच सगळे त्याच्यावर फिदा व्हायचे. आत्ताही तसंच झालं. त्या बाई चक्क हसल्या. आल्यापासूनचा त्यांचा तोरा कमी झाला.

“मी मलाची. हे दोघं जुळे आहेत- ऑलिव्हर आणि युजेन. आणि तुम्हाला आधी भेटला तो फ्रँक.” त्यानं एका दमात सांगून टाकलं.

“छान! बराच धीट आहेस हं तू. आता आमची ओळख करून देते. आम्ही तुझ्या आईच्या मावसबहिणी. मी फिलोमिना आणि ही डेलिया. मला म्हणायचं मिसेस फ्लेन आणि हिला मिसेस फॉर्च्यून.” त्या दोघींपैकी चॉकलेटी केसांच्या बाईनं सांगितलं. त्यानंतर जुळ्यांकडे पाहत तिनं विचारलं, “हे असे उघडेनागडे का? या चिमुकल्यांना कपडे का बरं घातले नाहीत?”

“त्यांचे कपडे शीनं बरबटले आहेत.” मलाचीनं तत्परतेनं माहिती पुरवली.

“पाहिलंस, हे असंच होणार. बाप उत्तर आयर्लंडमधला असला की पोरांच्या तोंडी असले घाणेरडे शब्दच येणार! जरा बरं बोलावं बाळा. असले शब्द सगळ्यांसमोर उच्चारायचे नसतात. पुन्हा असली भाषा मुळीच वापरायची नाही, समजलं? नाहीतर नरकात जावं लागेल.” डेलिया- ती दुसरी बाई तोंड वाकडं करून म्हणाली.

“नरकात म्हणजे कुठे?”

“समजेल, लवकरच समजेल.” ती अजूनही घुश्शात होती.

मिसेस लिबोवित्झ आणि मिनी मॅकअडोरी मॉमजवळ बसलेल्या होत्या. तिथंच या दोघीही जाऊन बसल्या. फिलोमिनानं बोलायला सुरुवात केली. ती म्हणाली, “अँजेलाच्या बाळाबद्दल कळलं. फार वाईट झालं. रुखरुख याचीच वाटते की त्या दुर्दैवी जीवाचे हाल मेल्यानंतरही संपले नाहीत. अर्थात जे काही घडलं त्याबद्दल आपल्याला आश्चर्य वाटेल कदाचित, पण टॉमीला- माझ्या नवऱ्याला अजिबात नवल वाटलं नाही. तो म्हणाला, ‘मलाची मॅककोर्टसारखे उत्तर आयर्लंडमधले लोक पैशांसाठी वाटेल ते करू शकतात.’

“पैसे?” मिसेस लिबोवित्झनं चमकून विचारलं.

“हो, प्रयोग करण्यासाठी प्रेतं लागतात ना? कोणत्याही वयाची चालतात. पैसे

देऊन आपल्या नातलगांची प्रेतं देतात मग लोक. मी तर ऐकलंय की इतकी चिरफाड करतात म्हणे की, दफन करण्यासाठी काही उरलेलं नसतंच.'' ती हळूहळू बोलत होती.

''अरेरे, फारच भयंकर! कोणत्याही आई-बापानं आपलं मूल पैशांसाठी असं द्यायला नको.'' मिसेस लिबोवित्झ चुटपुटल्या.

''हे तर काहीच नाही. मला असं कळलंय की, दारू पिण्याचं व्यसन इतकं जबरदस्त असतं की लोक आपल्या जन्मदात्या आईलासुद्धा विकायला मागेपुढे पाहत नाहीत. जिवंत माणसाची ही कथा, तर मेलेल्या बाळाचं कसलं आलंय कौतुक?'' डेलिया म्हणाली.

''चुक्-चुक्'' मिसेस लिबोवित्झना फारच वाईट वाटत होतं. ''ते बाळ आणि त्याची आई- दोघंही दुर्दैवी म्हणायचे. आणि व्यसन ना, या आयरिश लोकांना फार असतं बाई.'' त्या म्हणाल्या.

''त्या बाबतीत मी अगदी लकी आहे. माझा नवरा दारू पिऊन आलाच तर मी त्याचं थोबाड फोडेन. त्या बाबतीत क्षमा नाही.'' डेलिया म्हणाली.

''डेलिया, जिमी हल्ली शुक्रवारी बारमध्ये शिरताना दिसतो काही वेळा.'' फिलोमिना बहिणीवर घसरली.

''हे बघ. त्याची कुणाशी तुलना नको. तो भरपूर कष्ट करतो. महत्त्वाचं म्हणजे, पगार घरी आणतो.'' डेलिया नवऱ्याच्या बचावासाठी पुढे सरसावली.

''जपून राहा गं बाई, लक्ष ठेव. सगळं थोडक्यात आहे तोवरच आवर. नाहीतर बघता बघता दुसरा मलाची तयार व्हायचा.'' फिलोमिनाचा भोचकपणा संपत नव्हता.

''दुसऱ्याच्या भानगडीत किती नाक खुपसणार? हे बघ, कसाही असला तरी माझा जिमी शंभर टक्के आयरिश आहे. तो काही तुझ्या टॉमीसारखं ब्रुकलीनमध्ये नाही जन्मला.'' डेलियानं भात्यातून बाण काढला.

मग मात्र फिलोमिना गप्प बसली.

त्या दोघींचं लक्ष आता मिनी मॅकअडोरच्या बाळाकडे गेलं. ''असं स्वच्छ-नीटनेटकं बाळ कसं छान दिसतं. नाहीतर हे जुळे! आल्यापासून बघतेय, घरभर उंडारताहेत. मला कळत नाही, या अँजेलाला असल्या घाणेरड्या सवयी कुठून लागल्या कोण जाणे. हिची आई- आमची मावशी, तिची इतकी स्वच्छता असते की, तुम्ही जमिनीवर जेवायला बसलात तरी चालेल. इतकं घर लख्ख!'' फिलोमिना म्हणाली.

मला प्रश्न पडला, घरात डायनिंग टेबल असताना जमिनीवर कशाला बसायचं? पण मी बोललो नाही.

''बाकी सगळी चर्चा राहू देत. आपण ज्या कामासाठी आलोय ते राहिलंच.

अँजेला आणि तिच्या मुलांचं काहीतरी केलं पाहिजे. असले घाणेरडे नातेवाईक म्हणजे लाजिरवाणी गोष्ट! पण नात्याला जागलं पाहिजे ना. मावशीला पत्र लिहू या. फिलोमिना, तुझं अक्षर सुवाच्य आहे असं शाळेतल्या बाई म्हणायच्या. चल, तूच पत्र लिही पाहू,'' डेलिया म्हणाली.

मिसेस लिबोवित्झनी घरी जाऊन त्यांच्या नवऱ्याचं पेन, कागद आणि पाकीट आणलं. पत्रलेखन सुरू झालं :

प्रिय मागरिट मावशी,

तुम्ही सगळे तिकडे खुशाल असाल अशी आशा करते. मी आणि माझा नवरा टॉमी, तसंच डेलिया आणि तिचा नवरा जिमी इकडे मजेत आहोत.

पत्रास कारण की, अँजेलाची अवस्था फारच वाईट आहे. एक दुःखद बातमी आहे. नुकतंच तिचं लहान बाळ देवाघरी गेलं. मुलगी होती ती- मागरिट, तिचं नावही तुझ्या नावावरून ठेवलं होतं. अँजेला अगदी कोसळून गेली आहे. सतत भिंतीकडे तोंड करून बसते. भरीस भर म्हणजे तिला पुन्हा दिवस गेले असावेत, असा आमचा कयास आहे. असं एकापाठोपाठ मुलं होणं बरं नव्हे. तिच्या लग्नाला जेमतेम चार वर्षं होताहेत. चार वर्षांत पाच मुलं- आणि, सहावंही येऊ घातलंय! उत्तर अमेरिकन माणसाशी लग्न केल्यावर दुसरं काय होणार? त्या लोकांना संयमानं वागता येतं का?

तिचा नवरा सध्या कामावर जातो म्हणे! एका पबमध्ये फरशी पुसणं आणि दारूचे ड्रम हलवण्याचे त्याला पैसे मिळतात. ते पैसे तो तिथंच दारूवर उडवतो, हे वेगळं सांगायला नकोच.

अँजेलाला तिच्या सासरी पाठवलं तर? चार घास खायला तरी मिळतील. सध्या आमची परिस्थितीही तितकीशी बरी नाही. तू तिकिटासाठी पैसे पाठवलेस तर पुढची सोय आम्ही करू.

पुन्हा एकदा सगळ्यांचं कुशल चिंतितो. कळावे,

तुझ्या लाडक्या भाच्या-

फिलोमिना फ्लेन (पूर्वीची मॅकनमारा)

डेलिया फॉर्च्यून (हीसुद्धा पूर्वीची मॅकनमारा!)

शीहान आजीनं त्या दोघींकडे आमच्या तिकिटापुरते पैसे पाठवले. सेंट व्हिन्सेंट डी पॉल सोसायटीतून मावश्यांनी आमच्यासाठी एक पत्र्याची ट्रंक आणली. एका

व्हॅनमधून आम्ही मॅनहॅटनच्या धक्क्यावर आलो. आम्ही जहाजात बसलो. त्यांनी प्रवासासाठी आम्हाला शुभेच्छा दिल्या. आमचा निरोप घेतला.

जहाजानं किनारा सोडला. दूरवर स्वातंत्र्यदेवतेचा पुतळा दिसत होता. एक बेटही दिसत होतं.

"ते एलीस आयलँड. तिथूनच निर्वासित इथं येतात." मॉम बोट दाखवून म्हणाली. तेवढ्यात तिला उलटी झाली. इतका छान देखावा बघत असताना असं झाल्यानं आसपासचे लोक चिडले, आरडाओरडा करत सैरावैरा धावू लागले. सीगल पक्ष्यांनी एकच गर्दी केली; शिणलेली मॉम जहाजाच्या काठाला डोकं टेकवून निपचित पडून राहिली.

दोन

डोनेगल काउंटीतल्या मोव्हिले इथं आम्ही पोचलो तेव्हा न्यू यॉर्क सोडून आम्हाला आठवडा झाला होता. तिथून ते बेलफास्ट आणि बेलफास्ट ते टुमे हे अंतर आम्ही बसनं पार केलं. टुमे हे गाव अँट्रिम काउंटीमध्ये होतं. आमची सामानाची ट्रंक एका दुकानात ठेवून आम्ही दोन मैल अंतर चालत गेलो. डॅडींच्या वडिलांच्या- आमच्या आजोबांच्या घराकडे आम्ही निघालो तेव्हा रस्त्यावर अजूनही काळोख होता. टेकडीच्या मागून नुकतंच तांबडं फुटू पाहत होतं.

जुळ्यांना डॅडींनी कडेवर घेतलं होतं. ते दोघंही आळीपाळीने रडत होते- भूक लागली म्हणून. पावलागणिक मॉम दमत होती, बसत होती, उठत होती. रस्त्याजवळ असलेल्या दगडी भिंतीचा ती आधार घेत होती. ती बसली की आम्हीही तिच्याशेजारी टेकायचो. आभाळ कधी तांबूस दिसत होतं, तर कधी निळसर. पक्षी झाडांच्या फांद्यांवर बसून कूजन करत होते. कुणी मंजूळ स्वरात गात होतं, तर कुणी ओरडत होतं. चांगलं उजाडलं आणि आम्हाला शेतांमध्ये काही विचित्र प्राणी उभे असलेले दिसले. आम्ही त्यांच्याकडे पाहत होतो आणि ते आमच्याकडे.

"डॅडी, ते काय आहे?" मलाचीने विचारलं.

"गाय आहे ती." डॅडी उत्तरले.

"गाय म्हणजे काय?"

"गाय म्हणजे गाय!" डॅडी वैतागून ओरडले.

आम्ही रस्त्यावरून चालत होतो. उजाडल्यामुळे आता रस्ता छान दिसत होता. जात असताना पुन्हा एकदा आम्हाला निराळे प्राणी दिसले. या वेळी त्यांच्या अंगावर लोकर होती.

"डॅडी, ते काय आहे?" मलाचीनं पुन्हा विचारलं.

"मेंढी."

"मेंढी म्हणजे काय?"

"गप्प बसतोस की नाही? तोंड आहे का गिरणी? हे काय अन् ते काय? ही मेंढी आहे. मघाशी पाहिली ती गाय होती. ती समोर दिसतेय तिला बकरी म्हणतात. बकरी दूध देते. मेंढीपासून लोकर मिळते आणि गाईचे तर भरपूर उपयोग आहेत. झालं समाधान? की आणखी काही विचारायचं राहिलंय?" आता मात्र डॅडींचा संयम संपला. ते मलाचीवर जोरात खेकसले.

डॅडींचा हा नवा अवतार पाहून घाबरलेल्या मलाचीनं रडायला सुरुवात केली. यापूर्वी ते कधी आमच्याशी इतकं कठोरपणानं बोलले नव्हते. हं, कधी कधी ते आम्हाला मध्यरात्री उठवायचे आणि 'आयर्लंडच्या भूमीसाठी आम्ही सर्वस्व वाहू' अशी शपथ घ्यायला लावायचे, तो भाग निराळा. पण ते कधी आमच्या अंगावर असं खेकसले नव्हते. घाबरलेला मलाची मॉमच्या जवळ गेला. तिनं त्याची समजूत घातली. "उगी, उगी, रडू नकोस, सोन्या. तुझे डॅडी किनई थकले आहेत राजा! सगळा वेळ त्यांनी ऑलिव्हर आणि युजेनला कडेवर घेतलंय की नाही? असं दोन-दोन बाळांना कडेवर घेऊन चालणं अवघड असतं. जरा वेळ गप्प बस बघू. त्यांना काहीही विचारू नकोस."

डॅडींनी जुळ्यांना कडेवरून खाली उतरवलं. त्यांनी मलाचीचा हात पकडला. मुसमुसत तो मॉमला आणखीनच बिलगला. गाई हंबरू लागल्या. मेंढ्या आणि बकरीने बें बें केलं. झाडांवर पक्ष्यांचा किलबिलाट वाढला. तेवढ्यात एक मोटार तिथं येऊन थांबली. "आज ईस्टरचा रविवार आहे. सगळा कुटुंबकबिला घेऊन तुम्ही भल्या पहाटे कुठं निघाला आहात?" एका माणसानं डोकावून विचारलं.

"सुप्रभात, फादर." डॅडींनी त्यांना अभिवादन केलं.

"फादर? डॅडी हे तुमचे वडील आहेत?" न राहवून मी विचारलं.

"अरे बाबा, त्यांना काही विचारू नकोस बरं." मॉमनं मला दटावलं.

"वडील नव्हेत, हे धर्मगुरू आहेत." डॅड म्हणाले.

"डॅडी, धर्मगुरू म्हणजे..." मलाचीचा प्रश्न पूर्ण होण्यापूर्वी मॉमनं त्याच्या तोंडावर हात ठेवून त्याला गप्प केलं.

त्या धर्मगुरूंचे सगळे केस पिकलेले होते. पांढऱ्या कॉलरचं काहीतरी त्यांनी घातलं होतं. "तुम्हाला कुठं जायचंय?" त्यांनी पुन्हा विचारलं.

"रस्त्याच्या वरच्या बाजूला-मनीग्लास इथं राहणाऱ्या मॅककोर्ट यांच्याकडे." डॅडींनी त्यांना सांगितलं. ते आजोबांना ओळखत होते. आम्हाला सगळ्यांना त्यांनी त्यांच्या मोटारीत बसवलं. "मॅककोर्ट म्हणजे एक चांगलं कॅथलिक कुटुंब. बऱ्यापैकी धार्मिक. काही जण चर्चमध्ये रोज येतात." ते डॅडींना सांगत होते, "सामूहिक

प्रार्थनेला तुम्ही आलात तर भेट होईलच.'' 'या चिमण्या पिलांना घेऊन या म्हणजे धर्मगुरू म्हणजे काय ते त्यांना समजेल,' असंही ते पुढे म्हणाले.

घराजवळ गेल्यावर आई दरवाजा उघडण्यासाठी पुढे झाली. ''थांब, ते उघडू नकोस.'' डॅडींनी तिला अडवलं. ''ते दार क्वचितच वापरलं जातं. धर्मगुरूंकडून आल्यानंतर किंवा अंत्ययात्रेहून आल्यानंतर.''

घराला गोल फेरी मारून आम्ही स्वयंपाकघराच्या दाराजवळ गेलो. डॅडींनी हळूच धक्का मारून दार उघडलं. समोर आजोबा मोठा मग तोंडाला लावून चहा पीत होते. आजी काहीतरी तळत होती.

''अरेच्या, तुम्ही इथं आलात होय!'' आम्हाला पाहून आजोबांना नवल वाटलं.

''हो, आलो खरं,'' डॅडी म्हणाले, ''ही अँजेला.'' त्यांनी मॉमकडे खूण केली.

''अँजेला, तू खूप दमलेली दिसते आहेस.'' आजोबा मॉमला म्हणाले. आजी एक अक्षरदेखील बोलली नाही. आमच्याकडे पाठ करून तिनं पुन्हा तळायला सुरुवात केली.

आजोबा आम्हाला तिथून दुसऱ्या खोलीत घेऊन गेले. खूप मोठ्ठी होती ती खोली. मध्यभागी गोल टेबल अन् भोवती खुर्च्या.

''बसा. सगळे जण चहा घ्या थोडा थोडा. तुम्हाला बॉक्स टी आवडेल का?'' त्यांनी विचारलं.

''बॉक्स टी म्हणजे काय?'' पुढच्या क्षणी मलाचीचा प्रश्न आला.

डॅडी हसले.

''बॉक्स टी म्हणजे पॅनकेक. बटाट्याचा पॅनकेक.'' त्यांनी समजावून सांगितलं.

''भरपूर अंडीही आहेत. आज ईस्टर संडे आहे ना! हवं तेवढं खा.'' आजोबा म्हणाले.

चहा, पॅनकेक आणि भरपूर उकडलेली अंडी, मग काय! मस्तपैकी ताणून दिली सगळ्यांनी. मला जाग आली तेव्हा मलाची आणि जुळे माझ्या शेजारी झोपलेले होते. मॉम आणि डॅडी दुसऱ्या बेडवर झोपले होते. आमच्यापासून दूर-उंचावर. क्षणभर मला समजेना, मी कुठे आहे ते. अंधारल्यासारखं वाटत होतं. हे जहाज नव्हतं. आम्ही घरात होतो. डॅड आणि मॉम घोरत होते. एकाचं झालं की दुसऱ्याचा आवाज येत होता. मी डॅडींकडे वाकून पाहिलं. मला नैसर्गिक विधी उरकायचे होते. ''बेडच्या खाली चेंबरपॉट आहे. तो वापर,'' ते म्हणाले.

गुलाबाची फुलं आणि कमनीय देहाच्या ललनेची चित्रं असलेल्या त्या चेंबर पॉटचा उपयोग असल्या कामासाठी करणं मला पटेना. खरंतर माझी अवस्था एव्हाना बिकट झाली होती. पण... मला आमच्या क्लासन ॲव्हेन्यूतल्या घराची आठवण आली. सार्वजनिक स्वच्छतागृहात गाणी म्हणणाऱ्या मिसेस लिबोवित्झ

आणि त्या बाहेर कधी येतील याची चुळबुळत असहायपणाने वाट बघणारे आम्ही!

तेवढ्यात मलाची जागा झाला, त्याला त्या चेंबरपॉटवरती बसायचं होतं. डॅडी त्याला नको म्हणाले. त्यांनी त्याला बाहेर जायला सांगितलं. पण तो ऐकेना. शेवटी डॅडी उठले. आम्हाला दोघांना घेऊन ते बाहेर आले. येताना आम्हाला आजी-आजोबा दिसले. आजोबा फायरजवळ बसून पेपर वाचत होते. आजी आरामखुर्चीत बसून डुलत होती. बाहेर अंधार होता. पण चंद्रप्रकाशात आम्ही कुठं चाललोय ते कळत होतं.

एका छोट्या खोलीचं दार डॅडींनी उघडलं. ते आणखी वेगळ्या प्रकारचं स्वच्छतागृह होतं. ते कसं वापरायचं हे डॅडींनी आम्हाला सांगितलं. आम्हाला थांबवून ते स्वतः आधी आत गेले. मी इकडेतिकडे पाहिलं तर मला पुन्हा बाजूला ते प्राणी दिसले. गाई, मेंढ्या वगैरे. रात्र झाली तरी ते घरी का गेले नव्हते?

सकाळी घरातल्या इतर सदस्यांची ओळख झाली. एमिली, नोरा, मॅगी आणि वेरा या डॅडींच्या बहिणी. डॅडींनी आम्हाला ओळख करून दिली.

"आणखी एक जण, इव्हाआत्या बेलीमेनाला असते. तिची मुलं तुमच्याच वयाची आहेत," डॅडी म्हणाले.

त्या सगळ्यांनी औपचारिकपणे मान हलवली. निर्विकार चेहऱ्यानं. कुणीही हसलं नाही की आम्हाला जवळ घेतलं नाही. मला आमच्या शेजारणी मिसेस लिबोवित्झ आणि मिनी मॅकअडोरी यांची आठवण आली. त्या या सगळ्यांपेक्षा कैक पटींनी चांगल्या. नंतर मॉम बाहेर आली तेव्हाही तसंच! त्या लहानग्या जुळ्यांनासुद्धा जवळ घेतलं नाही कुणी.

आजीनं स्वयंपाकघरातून ब्रेड, सॉसेजेस आणि चहा असा सरंजाम आणला. आम्ही सगळे खात होतो, काहीही न बोलता. एकटा मलाची तेवढं बोलत होता. त्यानं आत्यांना पुनःपुन्हा त्यांची नावं विचारली. "मुकाट्यानं खा बघू." मॉम त्याच्यावर ओरडली. त्याचे डोळे भरून आले. तेव्हा मात्र नोराआत्या त्याच्या जवळ गेली आणि तिनं त्याला थोपटलं. "उगी, उगी. शांत हो पाहू." ती म्हणाली. या उगी, उगी शब्दाचा नेमका अर्थ काय हेच मला कळेनासं झालं.

शेवटी डॅडींनीच बोलायला सुरुवात केली.

"अमेरिकेतली परिस्थिती फारच वाईट आहे." ते म्हणाले.

"हो, पेपरमध्ये वाचलं आम्ही."

"पण अध्यक्ष रुझवेल्ट हे तसे सद्‌गृहस्थ आहेत. तू तिथंच राहिला असतास तर तुला एव्हाना नोकरी मिळाली असती." आजोबा म्हणाले.

डॅडी काहीच बोलले नाहीत.

“मलाची, अरे, इथली अवस्था तर अमेरिकेपेक्षा वाईट आहे. नोकऱ्यांची वानवा आहे. शिवाय एवढ्या सहा जणांना राहण्यासाठी जागाही नाहीये घरात.” पहिल्यांदा आजी काहीतरी बोलली.

“मी विचार केला की इथं एखाद्या शेतात काही काम मिळेल... लहानसं खोपटं घेऊन राहू.” डॅडी चाचरत म्हणाले.

“हो, पण तोपर्यंत काय? राहणार कुठं? अन् काम मिळेपर्यंत तुझ्या कुटुंबाला तू पोसणार कसं?” आजीनं विचारलं.

“मी निर्वाहभत्ता मिळवण्यासाठी प्रयत्न करतो.”

“असं जहाजात बसून अमेरिकेतून इकडे आलं आणि अर्ज केला की लगेच निर्वाहभत्ता मिळेल असं तुला वाटलं की काय? त्या सगळ्याला बराच वेळ लागतो. तोवर खर्च कसा भागवणार?” आजोबांनी विचारलं.

यावर डॅडी काहीही बोलले नाहीत. माझं लक्ष मॉमकडे गेलं. ती एकटक समोरच्या भिंतीकडे बघत होती.

“जिथं मुक्त अर्थव्यवस्था आहे अशा ठिकाणी तुला काम मिळू शकेल. तू डब्लिनला जा. तिथं नोकरी तरी मिळेल किंवा शेतावर काम तरी.” आजीनं सुचवलं.

“तू स्वातंत्र्यलढ्यात भाग घेतला आहेस. तुला त्याबद्दल मानधन मिळायला हवं. आय.आर.ए.तर्फे अशा मदतीचं वाटप डब्लिनला सुरू आहे. तू तिथं जाऊन प्रयत्न कर. आम्ही तुला तिथपर्यंतचं बसचं तिकीट काढून देतो. जुळ्यांना मांडीवर घ्या म्हणजे त्यांचे पैसे वाचतील,” आजोबा म्हणाले.

डॅडींनी त्या प्रस्तावाला होकार दिला. मॉम अजूनही एकटक भिंतीकडेच पाहत होती. तिचे डोळे भरून आले. थेंब गालावर ओघळले.

आम्ही सकाळी उठलो तेव्हा ते सगळे जण आमच्याभोवती गोळा झाले. सगळ्यांचे चेहरे उतरलेले होते. एक जण मोटार घेऊन आला. आमची ट्रंक जिथं ठेवली होती त्या दुकानात आम्ही गेलो. ती घेतली. बसच्या टपावर ती ट्रंक ठेवून आमचा प्रवास सुरू झाला. “आपण डब्लिनला चाललोय.” डॅडींनी सांगितलं.

“डब्लिन म्हणजे काय?” मलाचीनं विचारलं.

पण त्याच्या प्रश्नाचं उत्तर कोणीही दिलं नाही. युजेनला डॅडींनी घेतलं होतं. ऑलिव्हर मॉमच्या मांडीवर होता.

“या कुरणांमधून चालायला कुचुलेनला फार फार आवडायचं.” बाहेर बोट दाखवून डॅडी म्हणाले. कुचुलेननं बॉल कुत्र्याच्या तोंडात मारला ती जागा तिथून आणखी पुढे आहे, असंही ते म्हणाले.

तेवढ्यात मलाची आनंदानं ओरडला, “ते बघा, काय आहे!” ते काहीतरी

चमचमत होतं.

"हा आयर्लंडमधला सुप्रसिद्ध तलाव लौग नीघ. हा सगळ्यात मोठ्ठा आहे बरं! लढाया संपल्या की कुचुलेन याच तळ्यात पोहण्यासाठी यायचा. त्याच्या अंगातून इतकी उष्णता बाहेर पडायची की पाण्यातून गरम वाफा बाहेर यायच्या. आसपासचं वातावरणसुद्धा काही दिवस तापलेलं असायचं. नंतर काही दिवसांनी आम्ही इथं पोहण्यासाठी येत असू. मासे पकडून आम्ही ते फ्राय करून खायचो. कुचुलेनची तऱ्हाच न्यारी! तो असे मासे मध्यभागी वाकवून अख्खे गिळायचा. त्यामुळे शक्ती वाढते म्हणून तो असं करायचा," डॅडी म्हणाले.

"खरंच, त्या माशांमुळे शक्ती वाढते का?" मी विचारलं.

"हो, खरंच."

मॉमला आमच्या संभाषणात काडीचाही रस नव्हता. तिनं बाहेर वाकून ते तळं बघण्याचेही कष्ट घेतले नाहीत. मांडीवर बसलेल्या ऑलिव्हरच्या डोक्यावर हनुवटी टेकवून ती बसच्या टपाकडे नजर लावून बसली होती.

वेडीवाकडी वळणं घेत आमची बस ज्या ठिकाणी पोचली ते एखादं शहर असावं. मोठमोठाली घरं, मोटारी, घोडागाड्या... बाप रे, पायी फिरणारे खूप लोक रस्त्यावर होते तिकडे. काही जण सायकलींवरही होते. मलाचीच्या अंगात एकदम उत्साह संचारला. "डॅडी, खेळण्याचं मैदान आलं का? झोके कुठेत? मला फ्रेडी लिबोवित्झची आठवण येतेय."

"अरे बेटा, आपण किनई डब्लिनमध्ये आहोत. क्लासन अॅव्हेन्यूतलं आपलं घर न्यूयॉर्कमध्ये आहे. आपण आता दुसऱ्या देशात आहोत आयर्लंडमध्ये. आपल्या घरापासून खूप दूर." डॅडींनी त्याला समजेल अशा भाषेत सांगितलं.

आमची बस स्टेशनमध्ये येऊन थांबली. टपावरची आमची ट्रंक खाली उतरवली. "तू इथं बाकावर बस. ती तिकडे स्वच्छतागृहं आहेत. मुलांना नेऊन आण हवं तर. मी गावात जाऊन आय.आर.ए.च्या माणसाला भेटून येतो. टेरेन्यूर या भागात तो असतो. त्या माणसाचा पत्ता जवळच आहे. मी फ्रँकला बरोबर नेतो. पैसे मिळाले की आपण काहीतरी खाऊ या." मॉमला माझी सोबत हवी होती. ती मला जाऊ देईना. पैसे धरण्यासाठी मदतीला कुणीतरी लागेल, असं डॅडींनी तिला समजावलं. ती किंचित हसली.

"जा तुझ्या डॅडींबरोबर." ती हसून म्हणाली. डॅडींबरोबर म्हणजे चांगल्या मूडमध्ये. बापाबरोबर म्हटलं की नूर बिघडलेला आहे, असं समजायचं.

डॅडी भरभर चालत होते. मला फरपटत नेत होते. चालून चालून मी आता दमलो होतो. जुळ्यांसारखं त्यांनी मलाही कडेवर घ्यावं असं मला वाटलं. पण ते

आपलं लांब लांब ढांगा टाकत चालत होते. पत्ता विचारण्यापुरते ते थांबायचे. पुन्हा चालणं सुरू. त्यांचं मुळी माझ्याकडे लक्षच नव्हतं.

अखेर एकदाचं आम्ही टेरेन्यूरमध्ये पोचलो. आता आम्हाला चार्ल्स हॅगार्थी या व्यक्तीला भेटायचं होतं. ते आय.आर.ए.चं काम बघत होते. "तुम्ही योग्य रस्त्यावर आहात. ते चौदा नंबरच्या घरात राहतात." एका माणसानं आम्हाला हवी ती माहिती दिली. त्या वेळी तो अगदी देवदूतासमान भासला. त्यानं एक डोळा गुलाबी कापडानं झाकलेला होता.

"तुम्ही लढाईमध्ये भाग घेतलेला दिसतोय." ते डॅडींकडे पाहत म्हणाले.

"होय."

"मीसुद्धा भाग घेतला होता. काय मिळालं त्या मोबदल्यात ठाऊक आहे? एक डोळा गमवावा लागला. पेन्शन मिळतं ते इतकं तुटपुंजं आहे की, कॅनेरी पक्ष्याचं पोटही त्यातून भरणार नाही."

"पण आयर्लंड स्वतंत्र आहे हे काय कमी आहे?" डॅडींनी त्यांची समजूत घातली.

"कसलं स्वातंत्र्य घेऊन बसलात? त्या ब्रिटिशांचा अंमल बरा होता असं म्हणायची वेळ आलीये. जाऊ दे, आपण हे काय बोलत बसलोय? तुम्ही कशासाठी आला आहात ते लक्षात आलंय माझ्या. तुमचं काम होऊ देत. तुम्हाला शुभेच्छा!"

एका स्त्रीनं दार उघडलं. "ते फार कामात आहेत," ती म्हणाली.

"मी खूप लांबून- डब्लिनहून आलोय. हा मुलगा वणवण करत माझ्याबरोबर एवढं अंतर चालत आलाय. माझी बायको तीन लहानग्या मुलांना घेऊन बसस्थानकावर थांबलेली आहे. त्यांचं काम पुरं होऊ देत. आम्ही इथं पायऱ्यांवर त्यांची वाट बघत बसतो." डॅडी म्हणाले.

ती स्त्री आत गेली. क्षणभरानं परत येऊन म्हणाली, "त्यांच्याजवळ फार कमी वेळ आहे. या बाजूनं या." चार्ल्स हॅगार्थी एका डेस्कसमोर काम करत बसले होते. जवळच विस्तव जळत होता.

"मी तुमच्यासाठी काय करू शकतो?" त्यांनी विचारलं.

डॅडी त्यांच्यासमोर उभे राहिले. "बायको आणि चार कच्ची-बच्ची यांना घेऊन मी नुकताच अमेरिकेतून परत आलोय. अगदी निष्कांचन अवस्थेत. मी फ्लाइंग कॉलम या पलटणीविरुद्ध लढलोय, हे लक्षात घेऊन आता माझ्या अडचणीच्या वेळी तुम्ही काहीतरी मदत करावी, अशी अपेक्षा आहे."

त्यांनी डॅडींचं नाव लिहून घेतलं. त्या डेस्कमधून एक लांब वही बाहेर काढली. डॅडींचं नाव त्यांनी बराच वेळ त्यात शोधलं. मग वही बंद करून ते म्हणाले, "नाही. अशी कोणतीही नोंद यात नाही."

मग डॅडींनी त्यांना बरंच काही सुनावलं. ते कुठे, केव्हा आणि कसं लढले. त्यांना पकडण्यासाठी कसं इनाम लावलं होतं, त्यापायी त्यांना देश सोडून कसं परागंदा व्हावं लागलं, आयर्लंडमध्ये ते आता कसे हलाखीत एवढ्या मोठ्या संसाराचा गाडा ओढतायेत, इ.इ.

"तुम्ही म्हणता ते खरं असेलही. मला तुमच्याबद्दल सहानुभूती वाटते; पण खात्री केल्याशिवाय येणाऱ्या प्रत्येकाला मी पैसे देऊ शकत नाही." ते ठामपणे म्हणाले.

माझ्याकडे वळून डॅडी म्हणाले, "बघितलंस फ्रान्सिस, हे लक्षात ठेव बरं. ही नव्या आयर्लंडची ओळख. खुर्चीत बसलेली माणसं ठरवणार कोण लढलं आणि कोण नाही ते. याच आयर्लंडसाठी लोकांनी प्राण दिले."

"तुमच्या मुक्तिलढ्यातल्या सहभागाची मी चौकशी करीन आणि शक्य असेल तेवढी मदतही करीन." ते म्हणाले. परत जाण्यासाठी तिकिटापुरते पैसे देण्याची तयारी त्यांनी दाखवली.

त्यांनी पुढे केलेल्या पैशांकडे बघत डॅडी म्हणाले, "यात आणखी थोडे पैसे घातले तर एक पिंट सहज येईल."

"असंय तर! सगळी धावपळ दारूसाठी चालली होती तर?" त्यांनी चिडून विचारलं.

"अहो, पिंट म्हणजे काही घुटके. त्याला दारू म्हणणं खरंतर चुकीचंच."

"स्वतः दारू पिणार आणि या पोराला तंगडतोड करत नेणार, असंच ना?"

"चालण्यानं काही जीव जात नाही."

"ताबडतोब पाय काढता घ्या इथून. नाहीतर पोलिसांना बोलवीन मी. पैशांची बात आता विसरा. असल्या दारूड्या लोकांना आम्ही कसलीही मदत करत नाही." त्यांनी दरडावून सांगितलं.

बाहेर चांगलाच अंधार पडलेला होता. दिव्यांच्या उजेडात रस्त्यावर मुलं खेळत होती. कुणाची आई हाक मारत होती. जेवणाची वेळ झाली होती ना! सगळीकडून अन्नाचा घमघमाट येत होता. काही ठिकाणी लोक टेबलाभोवती जेवताना दिसत होते. माझ्या पोटात कावळे ओरडत होते. चालण्याचं त्राण उरलेलं नव्हतं. पण डॅडींचा अवतार बघून त्यांना काही सांगण्याचा धीरच होईना. भूक लागली म्हणण्याची सोय नव्हती. कडेवर उचलून घ्या, असं म्हणण्याची तर नव्हतीच नव्हती. त्यांनी माझा हात घट्ट धरलेला होता. ते ओढत होते. मी पळत होतो.

आम्ही बसस्थानकावर पोचलो तेव्हा मॉमसकट सगळे जण झोपलेले होते. पैसे मिळाले नाहीत हे समजताच मॉमनं कपाळाला हात लावला. ती मुसमुसायला

लागली. तिला रडताना पाहून निळ्या गणवेषातला एक माणूस चौकशीसाठी आला. 'आम्ही इथे अडकलो आहोत. पैसे नाहीत, निवारा नाही, पोटात अन्नाचा कण नाही अशी अवस्था आहे,' डॅडींनी त्याला सांगितलं. तो कामावरून परत चालला होता. त्याच्याबरोबर पोलीस बराकीत चलण्याची विनंती त्यानं आम्हाला केली. आमची तिथं नोंद होणार होती. झाली तर काहीतरी सोयही...

आपण गार्ड आहोत, असं तो म्हणाला. तो आयर्लंडमधला पोलीस होता. अमेरिकेत पोलिसांना काय नावानं हाक मारतात असं त्यानं विचारलं. "कॉप." हजरजबाबी मलाचीनं लगेच उत्तर दिलं. त्याला प्रेमानं थोपटत त्या गार्डनं मलाचीच्या-त्या गोड छोकऱ्याच्या हुशारीचं कौतुक केलं.

पोलीस बराकीमध्ये आम्हाला रात्रीपुरता आसरा मिळाला. मात्र खोल्यांमध्ये जागा नव्हती. तो गुरुवार होता. जे लोक मिळालेला निर्वाहभत्ता दारूत उडवतात आणि नशेमुळे घरीदेखील पोचू शकत नाहीत, त्यांना पबमधून इथं आणून ठेवलेलं होतं. बाहेर फरशीवर झोपवण्याबद्दल त्या गार्डनं दिलगिरी व्यक्त केली.

त्या लोकांनी आम्हाला मस्तपैकी गरमागरम चहा दिला आणि जॅम-बटर लावलेल्या ब्रेडच्या स्लाइसेससुद्धा. पोटात अन्न गेल्यावर आम्हाला तरतरी आली. आम्ही चक्क त्या बराकींमधून पळायला सुरुवात केली. ते सगळे गार्ड्स आमच्यावर खूश होते. त्यांनी आम्हाला घरी घेऊन जाण्याची तयारी दाखवली. मी नको म्हटलं, मलाची नको म्हणाला; जुळ्यांनीही नाही म्हटलं. त्यावर ते सगळे गार्ड्स हसले. बराकीमधल्या लोकांनी आम्हाला जवळ घेतलं, तेव्हा डॅडींनी जवळ घेतल्यावर येतो अगदी तस्सा वास आला. रात्री-अपरात्री डॅडी केविन बॅरे अथवा रॉडी मॅक्कोर्ले यांच्या बलिदानाची गाणी जोरजोरात म्हणत येतात तेव्हा असा वास त्यांच्या तोंडाला येतो. ते लोक काहीही बरळत होते.... आम्ही फिल्मस्टार्ससारखे दिसतोय, आम्ही आकाशातून पडलोय... आणखीही असंच काहीबाही. तिथल्या काही महिलांनी जवळ बोलावून सांगितलं की, मलाची खूप देखणा आहे. जुळ्यांना तर आकर्षक, गोडुले अशी बरीच विशेषणं मिळाली.

तिथल्या एका बाईनं मला जवळ बोलावून विचारलं, "गोड आवडतं का?"

"हो." मी मान हलवली.

"हात पुढे कर," ती म्हणाली.

तिनं तिच्या तोंडातून लोण्यासारखं काहीतरी मऊ, चिकट पदार्थ काढला. "खा," ती म्हणाली. काय करावं ते मला समजेना. शीऽ असं उष्टं, चिकट कसं काय खायचं? हो म्हणवेना, ना म्हणवेना. तेवढ्यात एक गार्ड तिथं आला. त्यानं तो पदार्थ तिच्या अंगावर फेकला. "ए बेवडे, कशाला त्या लहान मुलाच्या नादी लागतेस." तो खेकसला. तिथल्या सगळ्या जणी फिदीफिदी हसल्या.

एका सार्जंटनं मॉमला ब्लँकेट दिलं. ते पांघरून ती एका बाकावर ऐसपैस झोपली. आम्ही सगळे खाली फरशीवर. डॅडी भिंतीला टेकून बसलेले. डोक्यावर कॅप. अधूनमधून सार्जंट त्यांना सिगारेट देत होते. डॅडी झुरके ओढत होते. ज्या सार्जंटनं तो चिकट पदार्थ खाण्यापासून माझी सुटका केला, तो उत्तरेकडच्या बेलिमेना प्रांतातला होता. डॅडींचे काही परिचित त्याच्या ओळखीचे निघाले. मग त्यांच्या गप्पा रंगल्या. कुशुंडेल आणि टुमेबद्दलही मग ते बोलत होते. तो सार्जंट लवकरच निवृत्त होणार होता. तो म्हणाला की, त्यानंतर तो लौघ नीघच्या काठी राहून मासेमारी करत आयुष्य घालवणार आहे. तिथं खूप मोठ्या प्रमाणात मासे मिळतात. अहा! तळलेला मासा. तो सांगताना अगदी रंगात आला होता. तेच तळं, तेच मासे, तीच आवड- मला वाटलं नक्कीच हा कुचुलेन असावा. मी डॅडींना तसं विचारलं. ते ऐकून त्या सार्जंटला जोरात हसू आलं. इतकं की त्याची हसून हसून मुरकुंडी वळली. ''बाप रे, हे मी काय करतोय? इतका लहान मुलगा अन् कुचुलेनबद्दल त्याला किती माहिती आहे, नवलच आहे!'' तो डॅडींना म्हणाला.

''बेटा, हे सद्‌गृहस्थ कुचुलेन नव्हेत; पण ते लौघ नीघच्या काठावर राहून मासेमारी करीत आयुष्य घालवणार आहेत. त्यामुळे ते भाग्यवान नक्कीच आहेत.'' डॅडी उद्‌गारले.

''चलो, उठो फ्रान्सिस, सकाळ झाली बघ.'' डॅडींच्या हाकेनं मी उठलो. बराकीत सगळीकडे गडबड होती. फरशी पुसणारा पोऱ्या गाणं म्हणत होता.

मला त्याचा राग आला. तो जे गाणं म्हणत होता ते गाणं माझी मॉम म्हणायची. तिचं गाणं असं दुसरं कोणीतरी म्हणताना बघून...

मी त्याला थांबवणार तितक्यात तो सिगारेटचा झुरका मारत निघून गेला.

काल रात्री पबमधून पकडून आणलेल्या स्त्री-पुरुषांना आज सोडलं होतं. कुणी हसत-खिदळत होतं. कुणी अजूनही बरळत होतं. त्यांच्यात मला तो चिकट पदार्थ देऊ केलेली बाई दिसली. तिनं मला हाक मारली. ती म्हणाली, ''मला माफ कर. काल मी जरा दारूच्या अमलाखाली होते. तुझ्याबरोबर जरा मूर्खपणानंच वागले.''

तेवढ्यात तो कालचाच सार्जंट आला. ''ए बेवडे, जातेस की नाही मुकाट्यानं? की पुन्हा तुरुंगात टाकू तुला?'' त्यानं त्या बाईला दम भरला.

''आत-बाहेर. बाहेर-आत. कुणाला तुरुंगाची भीती दाखवतोस रे निळ्या माकडा?'' जाताना ती ओरडली.

मॉम ते रात्रीचं ब्लँकेट अंगाभोवती लपेटून बसलेली होती. एका मध्यम वयाच्या बाईनं चहाचा मग भरून आणला. ''काल तुम्हाला जे सार्जंट भेटले त्यांची मी बायको. त्यांनीच मला तुमच्याबद्दल सांगितलं. एखादं उकडलेलं अंडं खाणार

का तुम्ही?'' तिने विचारलं.

''नको.'' मॉमनं मान हलवली.

''असं नाही म्हणून कसं चालेल? उकडलेलं अंडं खाल्लं की तुम्हाला जरा बरं वाटेल.'' त्या आग्रहानं म्हणाल्या.

पण मॉम नकारावर ठाम होती. मला तिच्या वागण्याचं नवलच वाटलं. अहा, उकडलेलं अंडं! जगात यापेक्षा चांगलं आणखी काय असू शकतं?

''ठीक आहे. निदान थोडे टोस्ट तरी खा. मुलं आणि त्यांचे वडील यांच्यासाठी मी काहीतरी घेऊन येते.''

आतल्या खोलीतून ती चहा आणि ब्रेड घेऊन आली. डॅडींनी चहा तेवढा घेतला. सगळा ब्रेड त्यांनी आम्हाला दिला.

''थोडासा ब्रेड खा. अहो, तुम्ही असं भुकेलं राहिलात अन् भोवळ येऊन पडलात तर मी आणि मुलांनी कुणाकडे पाहायचं?'' मॉमच्या विनवणीकडे डॅडींनी दुर्लक्ष केलं. त्या बाईंकडे त्यांनी सिगारेटबद्दल विचारणा केली. तिनं आतून सिगारेट आणून दिली. मॉमजवळ जाऊन तिनं सांगितलं की, त्या बराकीतल्या सगळ्या सार्जंट्सनी वर्गणी गोळा केली आहे. ते तुम्हाला लिमरिकपर्यंतचं तिकीट काढून देणार आहेत. मोटारीमधून तुम्हाला तुमच्या ट्रंकसकट किंग्सब्रिज रेल्वे स्टेशनपर्यंत पोचवण्यात येईल. तिथून लिमरिक म्हणजे फार तर तीन ते चार तासांचा प्रवास.

आनंदानं मॉमनं त्या बाईंना मिठीच मारली. ''बाई, तुम्ही, तुमचा नवरा, इथल्या सगळ्यांचंच मोठं ऋण आहे आमच्यावर. तुम्ही भेटला नसता तर आमचे हाल कुत्र्यानंदेखील खाल्ले नसते. अगदी आपल्या माणसांसारखं मदतीला धावून आलात तुम्ही.'' तिला बोलवेना.

''अहो, आम्ही फार काही केलं नाही. ही सोन्यासारखी गोजिरवाणी लेकरं... यांच्यासाठी नको का करायला? मी कॉकची. गाठीशी पैसा नसताना डब्लिनसारख्या ठिकाणी निभाव लागणं किती अवघड याची कल्पना आहे मला.'' त्या म्हणाल्या.

डॅडी बाकाच्या एका टोकाला बसून सिगारेट ओढत होते. ''आपली मोटार डब्लिनच्या रस्त्यानंच जाणार ना?'' त्यांनी ड्रायव्हरला विचारलं.

तो 'हो' म्हणाला.

''मग जनरल पोस्ट ऑफिसजवळून चलणार का जरा?''

''का बरं, तुम्हाला पोस्टाची तिकिटं विकत घ्यायची आहेत का?''

''नाही. मी असं ऐकलंय की तिथं कुचुलेनचा नवा पुतळा उभारला आहे. १९१६ मध्ये जे हुतात्मा झाले, त्यांच्या स्मृतीनिमित्त. माझा हा लेक कुचुलेनचा भक्त आहे. त्याला जरा पुतळा दाखवता येईल.''

कुचुलेनबद्दल त्या ड्रायव्हरला माहिती नव्हती. पण पुतळा बघायला त्याची

काही हरकत नव्हती. त्यालाही मग या प्रकाराबद्दल उत्सुकता वाटली. त्याच्याजवळ वेगळी माहिती होती. तो लहान असतानाची ही गोष्ट. ब्रिटिशांनी अगदी लांबवरून-लिफी नदीच्या पात्रातून गोळीबार केला होता. त्यापायी त्या इमारतीची अक्षरशः चाळण झालेली. त्यानंतर तो आजवर कधी तिकडे फिरकला नव्हता. त्या अत्याचाराची आठवण म्हणून इमारतीवरच्या गोळीबाराच्या खुणा तशाच ठेवल्या आहेत, असंही तो म्हणाला. 'अत्याचार' शब्दाचा अर्थ मी त्याला विचारला तेव्हा त्यानं डॅडींकडे बोट दाखवलं. ते काही बोलण्यापूर्वीच आमची गाडी थांबली. एका भव्य इमारतीसमोर आम्ही उभे होतो.

आम्ही सगळे ड्रायव्हरच्या पाठोपाठ निघालो. मॉम मोटारीतच थांबली. ''तो पाहा पुतळा.'' ड्रायव्हरनं दाखवलं.

एका स्तंभावर कुचुलेनचा पुतळा होता. खांद्यावर रुळणारे लांब केस, मान कलंडलेली. सोनेरी रंगाचा होता तो पुतळा. त्याच्या खांद्यावर एक पक्षी बसलेला होता. कुचुलेन... आजवर डॅडींकडून खूप ऐकलं होतं. आज पुतळा पाहिला. माझ्या डोळ्यांतून घळघळा अश्रू वाहू लागले.

''हाच ना तो तुम्हाला हवा असलेला पुतळा? त्या माणसाचे केस इतके लांब का आहेत? तो पक्षी तिथं बसून काय करतोय? या माणसाचा आणि १९१६ च्या हुतात्म्यांचा काय संबंध?'' ड्रायव्हरनं विचारलं.

''कुचुलेन फार पराक्रमी होता. त्याच्या शत्रूंवरती त्याच्या पराक्रमाचा इतका प्रभाव होता की, तो मेल्यावरही कुणी जवळ जायला तयार नव्हतं. जेव्हा एका पक्ष्यानं त्याच्या खांद्यावर बसून त्याचं रक्त प्यायलं तेव्हा सगळ्यांची खात्री झाली की तो मेलेला आहे.'' डॅडी गौरवानं म्हणाले.

''अरेरे, एखादी व्यक्ती मेलेली आहे हे कळण्यासाठी इथल्या सैनिकांना लहानशा पक्ष्याची मदत घ्यावी लागते, हे या देशाचं दुर्दैवच!'' तो ड्रायव्हर खेदानं म्हणाला, ''चला, आता निघायला हवं. नाहीतर तुमची लिमरिकची ट्रेन चुकेल.''

आजी प्लॅटफॉर्मवर उभी होती. त्या सार्जंटच्या कनवाळू बायकोनं आमच्या येण्याबद्दल तारेनं आजीला कळवलं होतं. ही माझ्या मॉमची मॉम. केस पांढरे. काळी शाल अंगाभोवती लपेटलेली. निर्विकार चेहऱ्यानं तिनं आमचं स्वागत केलं. मॉमनं डॅडींबरोबर तिची ओळख करून दिली. स्मिताची एखादी रेषाही तिच्या चेहऱ्यावर उमटली नाही. अगदी आमच्या गोंडस मलाचीकडे बघूनसुद्धा तिच्या डोळ्यांमधले कोरडे भाव बदलले नाहीत. आजीनं स्टेशनवर घुटमळणाऱ्या दोन मुलांना हाक मारली. आमची ट्रंक उचलण्यासाठी त्यांना थोडे पैसे दिले. आम्ही त्यांच्यामागून चालू लागलो. त्या मुलांची डोकी अगदी तुळतुळीत भादरलेली होती. नाकं बरबटलेली.

ते अनवाणी चालत होते.

"मॉम, यांच्या डोक्यावर एकही केस का नाही?" मी विचारलं.

"उवा होऊ नयेत म्हणून."

"उवा म्हणजे काय?" मलाचीचा प्रश्न आला.

"उवा म्हणजे छोटे किडे. तो एक जण तर स्वतःच एखाद्या किड्यासारखा दिसतोय. घाणेरडा!" मॉम वैतागून म्हणाली.

आजीनं ते ऐकलं असावं. "तू असं काहीतरी काय बोलतेस? गप्प बस पाहू." आजी मॉमवर ओरडली. ती मुलं फिदीफिदी हसली. त्या दोघांनी अचानक भरभर पाय उचलायला सुरुवात केली.

"हळू की जरा. एवढी गडबड कसली आहे? ती ट्रंक पडली अन् मोडली म्हणजे?" आजीनं त्यांना दटावलं. ते दोघंही गप्प झाले. पुन्हा हळूहळू चालू लागले. आम्ही एका मोठ्या बागेत येऊन थांबलो. तिथं एक मोठा स्तंभ होता. मध्यभागी एक पुतळा होता. हिरवंगार गवत वाऱ्यावर डुलत होतं, चमकत होतं.

जुळे नेहमीप्रमाणे डॅडींच्या कडेवर होते. मलाचीचा हात धरून मॉम चालत होती. दुसऱ्या हातात तिनं एक पिशवी धरलेली होती. तिला चालताना धाप लागत होती. आजीनं तिला विचारलं, "अजूनही तुझं सिगारेट ओढणं सुरूच आहे का? त्यापायी तू स्वतःचा सत्यनाश करून घेशील एक दिवस. इथं लिमरिकमध्येही या बिड्यांचा खप भरपूर आहे. काहीतरी दळभद्री चाळे!"

चालताना माझं लक्ष फुलांच्या ताटव्यांकडे गेलं. अहाहा! केवढी फुलं! रंगीबेरंगी फुलं! आम्ही चालत असलेल्या रस्त्याच्या दोन्ही बाजू फुलांनी बहरलेल्या होत्या. जुळ्यांची- ऑलिव्हर-युजेनची जोडी जाम खूश झाली ती फुलं बघून. ते फुलांकडे बोट दाखवून काहीतरी सांगण्याचा प्रयत्न करत होते. आम्हाला सगळ्यांना त्यांची ती धडपड बघून हसू आलं. आजी मात्र चुकूनही हसली नाही. उलट तिची शाल तिनं डोक्यावरून ओढून घेतली. दमलेल्या डॅडींनी त्यांना खाली उतरवलं. ते फुलांच्या जवळ गेले.

"ती फुलं आहेत. काय म्हणायचं? फू...ल..." डॅडींनी समजावलं.

ते दोघंही आनंदाने धावत सुटले. परत आमच्याजवळ आले. फुलांकडे बोट दाखवून 'फूल' शब्द उच्चारण्याचा प्रयत्न करू लागले. त्या ट्रंक उचलणाऱ्या मुलांपैकी एकानं विचारलं, "ते अमेरिकन आहेत की काय?"

"हो, ते अमेरिकन आहेत. या चारही मुलांचा जन्म न्यूयॉर्कचा- अमेरिकेतला."

त्यांनी ती ट्रंक खाली ठेवली. 'अमेरिकन!' असं म्हणत ते एकटक आमच्याकडे बघत होते. आम्हीही त्यांच्याकडे पाहत होतो.

"घरी जायचं आहे ना? की दिवसभर फुलं-फुलं करत इथंच थांबणार आहात?"

आजीनं लगाम खेचल्यावर सगळे पुन्हा शिस्तीत चालू लागले. आता आम्ही बागेच्या बाहेर पडलो. एका अरुंद बोळातून दुसऱ्या बोळात. अखेर आजीचं घर आलं.

छोटी-छोटी घरं. रस्त्याच्या दोन्ही बाजूंना दाटीवाटीनं उभी असलेली. त्यातलंच एक घर आजीचं.

आजीचं घर छोटंसंच पण नीटनेटकं होतं. स्वयंपाकघर लखलखीत होतं. एका बाजूला लोखंडी शेगडी धगधगत होती. एका भिंतीला टेकून एक टेबल होतं. टेबलच्या वर एक खिडकी होती. दुसऱ्या बाजूला एक मोठं कपाट होतं. छान रंगीबेरंगी कपबशा, बाउल्स आणि इतर क्रोकरीनं गच्च भरलेलं. त्याला कुलूप होतं. किल्ली आजीच्या ताब्यात. नंतर मला समजलं, की कोणी परदेशी पाहुणे किंवा धर्मगुरू घरी आले तरच त्यातलं सामान वापरायचं, असा शिरस्ता होता.

स्वयंपाकघरातच मला एक आजवर कधी न बघितलेली एक वस्तू दिसली. भिंतीवरचा मोठ्ठा फोटो. एका सोनेरी केसांच्या माणसाचा. त्याच्या डोळ्यांत दुःखाची झाक होती. अरेरे! आणि त्याची छाती दुभंगून त्याचं हृदय बाहेर आलेलं होतं. तिथून रक्त वाहत होतं का? ते लाल लाल का दिसत होतं?

'त्या माणसाच्या हृदयाला आग का लागली? पाणी टाकून तो ती आग विझवत का नाही?' न राहवून मी मॉमला विचारलं.

"अरे हाच तो सेक्रेड हार्ट जीझस.."

मॉम पुढे काही म्हणणार तोच आजीनं तावातावानं विचारलं, "हे काय, या मुलांना आपल्या धर्माबद्दल काहीच माहीत नाही का?"

"अगं, अमेरिकेत आपल्यापेक्षा जरा निराळं वातावरण आहे." मॉम तिला म्हणाली.

"जगाच्या पाठीवर तुम्ही कोठेही असलात तरी तुमचा धर्म हा माहिती हवाच. इतकी बेफिकिरी बरी नव्हे." आजीच्या कपाळावर बारीकशी आठी उमटली

"मला किनई खूप भूक लागली आहे. सांगू का त्याला?" मलाचीनं त्या फोटोकडे बोट दाखवून विचारलं. मॉमनं त्याला गप्प केलं.

आजी चहा करत होती. तिची धुसफुस चालूच होती. ब्रेडचा एक मोठा लोफ तिनं मॉमच्या समोर ठेवला. "हा काप. लहान लहान तुकडे कर बरं का." तिनं बजावलं.

"हो, करते की." मॉम म्हणाली. तिला अजूनही धाप लागलेली होती. शेवटी डॅडी पुढे सरसावले. त्यांनी सुरीनं ब्रेड कापायला घेतला. आजीला ते काही आवडलं नसावं. तिच्या कपाळावर आठ्यांचं मोठ्ठं जाळं आलं. ती काही बोलली नाही. ब्रेडच्या स्लाइसेस मोठ्या झाल्या होत्या. तरीही आजी काही बोलली नाही.

स्वयंपाकघर लहानसं होतं. मी, मलाची आणि जुळे पायऱ्यांवर बसलो. मॉम आणि डॅड टेबलाभोवती बसले.

"तुमची कशी-कुठे सोय करायची हा मोठा प्रश्नच आहे. हे घर इतकं लहान आहे की एवढी माणसं सामावली जाणं शक्य नाही." त्या सेक्रेड हार्टच्या फोटोखाली बसून आजी बोलत होती. "आमच्याशिवाय आणखी एखादं माणूसदेखील इथं राहणं अवघड आहे."

'ही- ही-' मलाचीनं विचित्र हसायला सुरुवात केली. मीही तसंच हसलो. जुळ्यांनी आमचं अनुकरण केलं. 'ही- ही-' आजीच्या बोलण्याचा रोख आमच्या लक्षात आला. हसता हसता आम्हाला ब्रेड खाणं मुश्कील झालं.

आजीनं आमच्याकडे रोखून बघितलं. "असं वेड्यासारखं हसायला काय झालं? नीट वागायचं बरं का आमच्या घरी. नाहीतर बघाच मग काय होईल ते."

आजीच्या रागावण्याचा मलाचीवर मुळीच परिणाम झाला नाही. ती ओरडत राहिली. तो हसत राहिला. शेवटी त्याला उलटी झाली.

मग मात्र डॅडींचा संयम संपला. मलाचीला खसकन ओढून ते मारायला धावले. "थांब बघतोच तुझ्याकडे आणि तुम्हीसुद्धा... गप्प बसता की नाही? जरा बरं वागाल की नाही?" त्यांनी आमच्यावरही हात उगारला.

डॅडींचा असा रुद्रावतार आम्ही पहिल्यांदाच बघितला. मलाची तर जाम घाबरला. "हो... नीट वागू." तो कसंबसं म्हणाला.

"आता कसं, शहाण्या मुलासारखं बोललास. जा सगळ्यांजवळ जाऊन बस." त्यांनी मलाचीचा हात सोडला, त्याला हलकेच थोपटलं.

रात्र झाली आणि ॲगी मावशीचं आगमन झालं. ती एका कपड्यांच्या कारखान्यात काम करायची. तिचं लग्न झालेलं होतं. पा किटिंगशी- नवऱ्याशी भांडण झालं म्हणून ती माहेरी राहत होती. ती सायकलवरून आली. स्वयंपाकघराच्या मागे एक लहानशी खोली होती. तिथं तिनं सायकल ठेवली. झालं काय की, पा किटिंग दारूच्या नशेत बरळताना 'ए जाडी म्हैस... तू मला आवडत नाहीस. जा तुझ्या माहेरी' असं काका तिला म्हणाले. त्यामुळे रुसूबाई इकडे राहत होत्या. ती येण्यापूर्वी आजीनंच हे मॉमला सांगितलं. त्या घरातल्या आणखी एका व्यक्तीबद्दल आजीकडून कळलं, तो म्हणजे मॉमचा भाऊ- पॅटमामा. तो न्यूजपेपर वाटायला जायचा. अच्छा, हे सगळे जण इथं राहत होते. म्हणून आम्हाला इथं जागा नव्हती.

मॉम रात्री तिच्याशेजारी झोपणार म्हटल्यावर तिनं चेहरा वाकडा केला. "अगं, एका रात्रीपुरतं जमवून घे. नसेल जमणार तर जा तुझ्या नवऱ्याच्या घरी. ते आपलं हक्काचं घर सोडून इथं राहायचं अन् कुरकुर करायची. हे प्रभो, म्हातारपणी मला

सुखानं राहता येणार आहे की नाही? तो पॅट- त्याचं निराळंच तंत्र. ही ॲगी- नवऱ्याशी भांडून आलेली. हे कमी होतं म्हणून की काय आता ही अँजेला येऊन बसली अन् बरोबर तिचं हे लेंढार. हे प्रभो, आता शेवटी काय वाढून ठेवलंय नशिबात कोण जाणे!'' आजीनं एका बाणात सगळ्यांवर नेम साधला.

सायकल ठेवलेल्या खोलीमध्ये आम्हा बच्चेकंपनीची सोय झाली. एक जाजम आणि सतरंजी आजीनं आम्हाला पसरून दिली. बिच्चारे डॅडी! ते तर स्वयंपाकघरातल्या एका खुर्चीत बसल्या अवस्थेतच झोपले. झोप तरी काय! शू लागली की आम्ही प्रत्येकानं त्यांनाच उठवलं. जुळ्यांना थंडी वाजली म्हणून मध्येच एकदा ते रडत उठले. डॅडींनी त्यांना कसंबसं गप्प बसवलं.

सकाळी आम्हाला जाग आली ती ॲगी मावशीच्या भूपाळीनं- ''चला, उठा, बाजूला व्हा बरं! माझ्या वाटेतून उठण्यासाठी काय घ्याल?'' ती जोरजोरात किंचाळत होती.

सायकल मारत ती निघून गेली. मलाची मात्र सारखा तिची नक्कल करत होता. ''शला, उथा, वातेतून ब्याजूला व्हा...आ...बलं.'' डॅडींना हसू आवरत नव्हतं. तेवढ्यात आजीचं तिथं आगमन झालं. मग मात्र डॅडींचा नाइलाज झाला. त्यांनी मलाचीला दटावलं.

त्याच दिवशी आजी आणि मॉमनं जाऊन आमच्यासाठी घर शोधलं. विंडमिल स्ट्रीटवरचं हे घर, त्यात जुजबी फर्निचरही होतं. मावशीबाईंचं (सध्या त्यांच्या नवऱ्याचं) घर तिथून जवळच होतं. घराचं भाडं होतं वीस शिलिंग्ज. दोन आठवड्यांचं भाडं आजीनं भरलं. तिनं आम्हाला आणखीही बरंच सामान दिलं. किटली, पातेलं, कढई, काटे-चमचे आणि काचेच्या बरण्या- कान असलेल्या (बरणी+कप अशा दुहेरी उपयोगासाठी) शिवाय तिनं एक ब्लँकेट आणि उशीही दिली.

''मला जेवढं शक्य होतं ते मी केलंय. यापेक्षा जास्त अपेक्षा माझ्याकडून करू नका,'' ती म्हणाली. ''आता पुढचं सगळं तुमचं तुम्ही बघायचं. तुझ्या नवऱ्याला सांग, नोकरी शोध. आता त्याची जबाबदारी. त्याला म्हणावं बेकारी भत्ता मिळव, सेंट व्हिन्सेंट डी पॉल सोसायटीकडून काही मदत मिळते का ते बघ. नाहीतर अजून काय करायचं ते कर; पण हातपाय हलव जरा,'' असं मॉमला बजावून आजी परत गेली. तिनं जाताना घरखर्चासाठी थोडेसे पैसेही दिले.

आमच्या या खोलीत एक शेगडी होती. जर पुढेमागे पैसे मिळालेच तर चहा करण्यासाठी किंवा अंडी उकडण्यासाठी तिचा उपयोग होऊ शकेल, असं माझ्या मनात आलं. फर्निचरही बऱ्यापैकी होतं- एक टेबल, तीन खुर्च्या, सगळ्यात महत्त्वाचं म्हणजे एक बेड होता. मॉम तर तो पाहून हरखलीच. ''बाई गं, किती मोठा बेड. मी तर पहिल्यांदाच बघतेय!'' ती खूप आनंदात होती. त्या रात्री आम्हाला खूप

दिवसांनी सुखाची म्हणतात तशी झोप लागली. एक बेड- तो कितीही मोठा असला तरी असा किती जणांना पुरणार? आमचं अख्खं कुटुंब त्यावर झोपलं होतं. सहा जण! अडचण होतीच. पण कितीतरी दिवसांनी आम्हाला बेडवर झोपायला मिळालं. आमच्या दोन्ही आजोळघरी आम्हाला जमिनीवर झोपावं लागलं होतं. आज आम्ही आमच्या घरात होतो, जवळजवळ अगदी एकमेकांना बिलगून. आमच्याशी फटकून वागणारी आजोळची मंडळी इथं नव्हती. आधी संशय घेणारे आणि नंतर सहानुभूतीनं वागणारे गार्ड्स इथं नव्हते. आम्ही आमच्या मनाचे राजे. हसणं, खिदळणं आम्हाला हवं तसं.

मॉम-डॅड उशाशी झोपले होते. मलाची आणि मी पायथ्याशी. उरलेल्या जागेत जुळे हवं तसं लोळत होते. झोपण्यापूर्वी मलाचीनं 'यो-यो-यो' असा आवाज काढला. आम्ही खळखळून हसलो. मॉमचा घोरण्याचा आवाज सुरू झाला. म्हणजे तिला झोप लागली असावी. मलाही पेंग येऊ लागली. डॅडी जागेच होते. त्यांनी रडणाऱ्या ऑलिव्हरला जवळ घेतल्याचं मी धूसर पाहिलं. मला झोप लागली.

युजेनच्या किंचाळण्यामुळे मला जाग आली. सगळेच उठले होते. युजेन मोठ्यानं रडत होता. त्याच्या डोळ्यांमधून घळाघळा पाणी वाहत होतं. 'मॉम हवी. मॉमकडे जायचं.' डॅडींनी बेडवरून उडी मारली. गॅसबत्ती पेटवली. त्या उजेडात आम्हाला दिसलं, अरेरे! ढेकूण... सगळीकडे ढेकूणच ढेकूण होते. आमच्या अंगावर... कपड्यांमध्ये... पांघरुणात... बेडवर... बघावं तिकडे ढेकूण! अंगाला चिकटलेले ओढून काढले तरी निघेनात. इतके चावले की बस्स. जळूसारखे रक्त पीत होते. शोषत होते. आम्ही बेडवरून उतरलो. अंग झटकलं. जुळ्यांनी रडून घर डोक्यावर घेतलं. मॉम वैतागून म्हणाली, "एक रात्र काही धड झोप मिळत नाही."

सगळ्या अंगाला खाज सुटली होती. रक्त वाहत होतं. डॅडींनी एका बरणीत मीठ-पाणी तयार केलं. ते आमच्या जखमांवर लावल्यावर इतकं काही झोंबलं की बस्स. डॅडी म्हणाले, "आता तुम्हाला नक्की बरं वाटेल."

मॉम जुळ्यांना मांडीवर घेऊन शेगडीजवळ बसली. डॅडींनी आधी स्वत:चा शर्ट काढला आणि मग ती बेडवरची चादर ओढत ओढत बाहेर रस्त्यावर नेऊन टाकली. मग त्यांनी एक युक्ती केली. ती चादर भिंतीला टेकवून उभी केली. एक बूट घेऊन त्यांनी ती चादर धोपटायला सुरुवात केली. बदाबद ढेकूण खाली पडले. त्यांनी माझ्याजवळ पाण्याने भरलेली एक किटली अन् भांडं दिलं. मी त्या ढेकणांवर पाणी ओतत गेलो. चंद्र इतका तेजाने झळकत होता! ढगाबरोबर पळापळी खेळतोय असंच वाटलं. त्याचं प्रतिबिंब पाण्यात पडलं होतं. मला वाटलं, चंद्रकिरणांचे तुकडे हातात येतात का ते पाहावं. पण इकडे माझ्या सर्वांगावर ढेकूण चढत असताना ते कसं शक्य होतं? तेवढ्यात पाणी संपलं. डॅडींनी मला आत पिटाळलं. नळ पार

मागच्या बाजूला होता. मी पाणी आणलं. या सगळ्या धांदलीत माझे बूट गच्च ओले झाले. मॉम ओरडलीच, "अरे बाबा, आजारी पडशील ना! तू आणि तुझे वडील असं पाण्यात काम करू नका जास्त वेळ. त्रास होईल त्याचा. न्युमोनिया वगैरे झाला म्हणजे..."

मध्यरात्री सुरू असलेल्या या सगळ्या गडबडीत रस्त्याने सायकलवरून चाललेला एक माणूस थांबला. आम्हाला पाहून आमच्याजवळ आला. डॅडी ती चादर धोपटाहेत याचं त्याला फारच नवल वाटलं.

"अरेच्चा, ढेकणांपासून सुटका मिळवण्याचा हा नवीनच प्रकार आज मला समजला. समजा, डास, माशा, ढेकूण यांच्यासारखं असं आपल्याला उडता आलं असतं तर आपण चंद्रावर सहज पोचलो असतो नाही का?" त्यानं हसून विचारलं. आम्हाला बोलू न देता किंवा आमच्या प्रतिसादाची वाट न पाहता तो माणूस बोलतच होता. "आता हे पहा, पुढच्या वेळी तुम्ही असं करा, तुम्ही ही चादर गुंडाळा. म्हणजे त्या ढेकणांचा पुरता गोंधळ होईल. ते एकतर चादर कुरतडतील किंवा एकमेकांना खातील. एकदा ते तुम्हाला चावले आहेत...त्या वासाने इतर न चावलेले ढेकूण त्यांच्याभोवती जमतील... आणि मग त्या सगळ्यांना वेड लागेल." ते बोलतच राहिले. "अहो, लिमरिकमध्ये वाढलोय मी. इथले ढेकूण इतके हुशार आहेत की तुमच्या बूटमध्ये लपलेला एखादा ढेकूण तुम्हाला आयर्लंडचा इतिहास सांगू लागला तर बिचकू नका बरं. हे मुळचे इथले नव्हेत. इंग्रजांनी आणलेले पाहुणे आहेत ते. आपण तिकडे साप पाठवले, त्यांनी ढेकूण!

ते आणखीही बोलत राहिले असते, तेवढ्यात डॅडींनी त्यांना थांबवलं.

"एखादी सिगारेट मिळेल का?" डॅडींनी त्यांना विचारलं.

"हो, आहे की. माझ्याजवळचं बंडल मी सगळं संपवलं नाहीये. ही घ्या एक." खक्-खक्... "हा खोकला म्हणजे" -खक्-खक्... "बाप रे, एवढी ढास लागली की सायकलवरून उतरावं लागलं. पार बेंबीच्या देठापासून कळ आली. छातीत, घशात जळजळ झाली. डोकंही दुखतंय. हा कफ मला अगदी सतावतोय बघा."

आगपेटीतून एक काडी काढून त्यांनी स्वतःची सिगारेट पेटवली. ती आगपेटी डॅडींना दिली. "अर्थात लिमरिक शहरात राहायचं म्हणजे कफ तुमच्या सोबतीला कायमचाच. हे सर्दी-पडशाचं माहेरघर आहे अगदी. खोकून-खोकून छातीचा पिंजरा झाला की न्युमोनियाला आमंत्रण. सगळं कसं दुष्टचक्र आहे. अशा रीतीनं सगळ्यांना जंतुसंसर्ग झाला की इथं केवळ हाडांचे सापळे उरतील. मला अजून तरी तसं काही झालेलं नाही. ही सगळी त्या जर्मनांची देणगी हं..." बोलता बोलता ते थांबले. सिगारेटचा एक मोठा झुरका घेतला. पुन्हा त्यांना खोकला आला. "हे बिड्या फुंकणं मला तब्येतीच्या दृष्टीनं महाग पडणार आहे. चला निघतो मी. तुम्हालाही चादर

झटकायची आहे. तो मी सुचवलेला उपाय करून पाहा मात्र. मला खात्री आहे, ते ढेकूण नक्की गडबडतील. तुम्हाला उपयोग होईल त्याचा.''

सिगारेट तशीच तोंडात ठेवून त्यांनी सायकलवर टांग मारली. त्यांना स्वतःचा तोल सांभाळता येत नव्हता.

''इथले लोक जरा जास्त बडबडे दिसतात. चल, आत जाऊ या. ही चादर घालून बघू. रात्र संपत आली. जमेल तेवढा वेळ झोपू या,'' डॅडी म्हणाले.

आम्ही आत आलो. मॉम अजूनही तिथंच- शेगडीजवळ बसलेली होती. जुळे तिच्या मांडीवर झोपलेले. मलाची पाय छातीजवळ घेऊन झोपला होता. बिच्चारा! त्याला थंडी वाजत असावी. ''तुम्ही कोणाशी बोलत होतात? मला अगदी ॲगीच्या नवऱ्याचा- पा किटिंगचा भास झाला. तो असाच दमेकरी आहे. खोकत असतो सारखा. युद्धासाठी फ्रान्समध्ये होता ना तो. दारूगोळ्याचा धूर नाकातोंडात जाऊन अशी दशा झाली.'' मॉमच्या प्रश्नांना डॅडींनी काहीही उत्तर दिलं नाही.

उत्तररात्री आम्हाला बरी झोप लागली. सकाळी उठल्यावर पाहिलं तर सगळ्यांच्या अंगावर गुलाबी चट्टे आणि खाजवल्याचे ओरखडे.

आम्ही सगळ्यांनी गरमागरम चहा आणि भाजलेला ब्रेड घेतला. डॅडींनी ते चरचरणारं खारट पाणी आमच्या जखमांवर लावलं. ती चादर डॅडींनी मागच्या दारी ठेवली. या कडाक्याच्या थंडीमुळे उरलेसुरले ढेकूण मरतील असा विचार त्यांनी केला. तसं झालं तर आज रात्री गाढ झोपता येईल.

आमच्या नव्या खोलीत आम्ही आता चांगले रुळलो होतो. एकदा मध्यरात्री गाढ झोपेतून डॅडींनी मला जागं केलं. ''लवकर ऊठ, फ्रान्सिस, ॲगी मावशीला बोलावून आण चटकन. मॉमला बरं वाटत नाहीए. जा, पळत जा.''

मी ताडकन उठलो. डॅडी खाली शेगडीजवळ होते. शेगडीत नुसतेच निखारे होते. मलाची, जुळे भेदरून डॅडींना चिकटून बसलेले. बेडवर मॉम कण्हत होती. वेदनांनी तिचा चेहरा पांढराफटक पडला होता. तिच्याकडे बघवत नव्हतं.

मी तसाच धावत निघालो. मावशीच्या घरापाशीच थांबलो. खडखड— जोरजोरात दार वाजवलं. आतून खोकण्याचा आवाज आला. आदल्या रात्री आम्हाला भेटलेल्या त्या माणसानं- पा किटिंगनं दार उघडलं.

''कोण आहे? काय काम आहे?'' त्यांनी त्रासिक चेहऱ्यानं विचारलं.

''मॉमला- माझ्या मॉमला बरं वाटत नाहीये... ती कसंतरी करतेय...''

पाठोपाठ ॲगी मावशी आली. तीही झोपेत होती.

''हे लटांबर अमेरिकेहून आल्यापासून डोक्याला नुसता ताप झालाय!'' मला पाहून ती खेकसली.

“अगं, असं ओरडू नकोस. त्याची काही चूक नाही. त्याला कोणीतरी पाठवलं म्हणून तो आला ना! वड्याचं तेल वांग्यावर काढून काय उपयोग?”

“तुम्ही जाऊन झोपा बरं. तुम्हाला उद्या उठून कामावर जायचंय. तुम्ही काही रिकामटेकडे नाही उत्तर अमेरिकन लोकांसारखे!” ती पा किटिंगकडे वळून म्हणाली.

“असू देत, मीही येतो तुमच्याबरोबर. मला वाटतंय अँजेलाला जास्त बरं नसावं.”

आम्ही तिघंही घरी पोचलो. डॅडींनी आता माझ्या भावंडांना- तिघांनाही माझ्यावर सोपवलं. काय झालं होतं कोण जाणे! सगळे कुजबुजत होते. कुणी काही सांगत नव्हतं. मी कान टवकारून ऐकण्याचा प्रयत्न केला. “मूल गेलंय... जा पटकन अँब्युलन्स घेऊन या.” मावशीनं काकांना हळूच सांगितलं. “एक बरं आहे, या गावात अँब्युलन्स लगेच येते,” ती मॉमला म्हणाली. डॅडींशी ती अवाक्षर बोलली नाही. डॅडींकडे तिनं पाहिलंदेखील नाही.

“मॉमला काय झालंय? तिला बरं वाटत नाहीये का?” मलाचीनं रडवेल्या आवाजात विचारलं.

“आपण तिला डॉक्टरांकडे घेऊन जाऊ. मग तिला बरं वाटेल.” मावशीनं त्याची समजूत घातली.

मावशीचं बोलणं ऐकून मी बुचकळ्यात पडलो. मूल गेलंय असं ती का म्हणाली बरं? मी मोजून पाहिलं एक, दोन, तीन, चार- आम्ही चौघंही घरीच तर आहोत. कोणीही हरवलं नाहीये. काय झालंय या साऱ्यांना? मॉमला नेमकं काय झालंय हे कुणीच का सांगत नाहीये? तेवढ्यात पा किटिंग आलेच. अँब्युलन्सही आली. आतून एक माणूस उतरला. सगळ्यांनी मिळून मॉमला स्ट्रेचरवर ठेवलं. जमिनीवर रक्ताचे डाग पडले. मला कसंतरीच झालं. मागं एकदा मलाचीनं चुकून स्वतःची जीभ चावली तेव्हा असं रक्त आलं होतं. आणि हो, रस्त्यात मी एक कुत्रा पडलेला पाहिला होता. रक्तबंबाळ झालेला... तो नंतर मेला... माझ्या मॉमला तसं तर काही... मॉम आता कधीच परत येणार नाही का? डॅडींना विचारायचं का? ते मॉमबरोबर निघाले. आता... राहिली फक्त मावशी. नको. तिला काही विचारणं म्हणजे भिंतीवर डोकं आपटून घेणं. त्यापेक्षा गप्प राहणं बरं. मावशीनं ते डाग पुसले. आम्ही चौघंही बेडवर झोपलो. डॅडी परत येईपर्यंत उठायचं नाही- तंबी देऊन ती गेली.

बरीच रात्र झाली होती. आम्ही सगळे झोपलो. गाढ झोप लागली. डॅडी आल्यावर आम्हाला जाग आली. मॉम आता बरी होती. लवकरच ती घरी परत येईल, असं ते म्हणाले.

मग ते लेबर एक्स्चेंजमध्ये गेले. उत्तर अमेरिकन उच्चार असणाऱ्या लोकांना

इथं काम मिळणं शक्य नव्हतं. निर्वाहभत्त्यावर गुजराण करण्यावाचून पर्याय नव्हता.

परत आल्यावर त्यांनी सांगितलं की, एकोणीस शिलिंग्ज आम्हाला मिळणार आहेत. 'तेवढे कसे पुरतील,' असं मॉमनं विचारलं. बरोबर होतं तिचं म्हणणं. अमेरिकन चलनाचा विचार केला तर हे पैसे म्हणजे चार डॉलर्सपेक्षाही कमी! काही दिवसांनी घराचं भाडं द्यायची वेळ येईल तेव्हा काय करायचं? पाच शिलिंग्ज तिकडे दिले की उरणार चौदा शिलिंग्ज. कपडे, अन्नपदार्थ त्यातून आणायचे. शिवाय कोळसाही लागेल चहा करण्यासाठी.

डॅडींनी निराशेनं मान हलवली. चहाचा घोट घेत घेत ते खिडकीबाहेर बघत राहिले. एकदम त्यांनी शीळ घातली, द बॉईज ऑफ वेक्स्फर्डच्या धूनवर. मलाची आणि ऑलिव्हर खोलीभर नाचत होते. खुशीत टाळ्या वाजवत होते. डॅडी मध्ये थांबले. त्यांनी हसत ऑलिव्हरला जवळ घेतलं, थोपटलं. पुन्हा शीळ वाजवायला सुरुवात केली. मॉम किंचित हसली. ती काळजीत बुडालेली होती. तिचे डोळे... तिरका दुमडलेला ओठ... ही त्याचीच खूण.

दुसऱ्या दिवशी तिनं जुळ्यांना डॅडींवर सोपवलं. मला आणि मलाचीला घेऊन ती बाहेर पडली. आम्ही सेंट व्हिन्सेंट डी पॉल सोसायटीत पोचलो. तिथं रांग होती. एका बाईच्या मागे आम्ही उभे राहिलो. त्यांनी काळ्या रंगाची शाल पांघरली होती. त्यांनी आम्हाला नाव विचारलं. आमचं बोलणं ऐकून त्यांना हसू आलं. मॉमनं कोट घातलेला होता. त्यावरून त्यांना वाटलं की, आमची सांपत्तिक स्थिती बरी असताना तिनं आम्हाला असं गरीब लोकांसारखं मदत घेण्यासाठी का आणलं असावं?

"ही शाल मला माझ्या चुलत बहिणीनं अमेरिका सोडताना दिलीये. ही दोन मुलं आहेत, आणखी घरी दोन लहानगी आहेत." मॉम त्यांना म्हणाली. तिथं जमलेल्या बायकांनी तिच्या बोलण्याकडे लक्ष दिलं नाही. "माझ्या नवऱ्याला नोकरी नाहीये. माझी मुलगी गेली... म्हणून आम्ही अमेरिका सोडून इकडे आलो." मॉमचा गळा भरून आला. मग मात्र त्या सांत्वनासाठी पुढे आल्या. मृत्यू कोणालाही चुकलेला नाही-

त्या सगळ्या जणींचा कोलाहल अचानक थांबला. एका लाल केसांच्या स्त्रीनं एक डबी रांगेत सरकवली. प्रत्येकीनं त्यातून काहीतरी चिमटीत धरून काढलं आणि नाकानं हुंगलं. त्याबरोबर एका बाईला जोरात शिंक आली. ती लाल केस असलेली बाई हसली. "तुला चालत नाही वाटतं?" मग आमच्याकडे वळून म्हणाली, "या रे पोरांनो, घेऊन बघा थोडं." त्यातल्या तिघी जणींनी आमच्या नाकात ती तपकिरीची पूड कोंबली अन् काय विचारता मग, आम्ही सटासट शिंका देऊ लागलो. त्या बायकांचा मूड एकदम पलटला. त्या जोरजोरात हसू लागल्या. मगाशी त्या रडत होत्या. आता आनंदानं त्यांच्या डोळ्यांत पाणी आलं. मॉम म्हणाली की, जाम

झालेलं डोकं यामुळे हलकं होईल.

ती तरुण स्त्री मलाचीला पाहून म्हणाली, ‘‘किती गोंडस आहे हे पिल्लू- तुमचा मुलगा. त्याला शर्ली टेंपलबरोबर सिनेमात पाठवा हिरो म्हणून...’’ ते ऐकल्यावर मलाची हसला. रांगेतल्या सगळ्या जणी हसल्या.

‘‘तुम्ही जरा बसून घेता का? नुकतीच तुमची मुलगी गेलीये म्हणालात... स्वाभाविक आहे वाईट वाटणं. बसलात तरी चालेल. मी काही तुमचा नंबर घेणार नाही.’’ मॉमच्या मागच्या बाई म्हणाल्या.

‘‘अहो, तुम्हाला चालेल त्या बसल्या तर. ‘त्यांना’ नाही ना चालणार!’’ एक बाई त्यांना शब्दावर जोर देत म्हणाल्या.

‘‘कुणाला?’’

‘‘सोसायटीच्या लोकांना! आपण असं पायऱ्यांवर बसलेलं आवडत नाही त्यांना. त्यांचा अपमान होतो. ते दाते! आपण याचक!... आपण रांगेत उभंच राहायचं.’’

‘‘खड्ड्यात गेले असं म्हणणारे. तुम्ही बसा पाहू. बिनधास्त खाली बसा. मी तुमच्या मागं थांबते. बघू कोण काय म्हणतं ते. एकेकाची चांगली खबरच घेईन. तुम्हाला सिगारेट चालते का?’’

‘‘अं, हो, पण आत्ता माझ्याजवळ नाहीये.’’ मॉम त्यांना म्हणाली.

नोरानं तिच्या एप्रनच्या खिशातून एक सिगारेट काढली. अर्धी करून मॉमला दिली.

‘‘त्या लोकांना कुणी सिगारेट ओढलेलीदेखील चालत नाही. ते मिस्टर क्विनलिव्हन आहेत ना आत, ते म्हणतात, सिगारेटच्या प्रत्येक झुरक्याबरोबर तुम्ही तुमच्या मुलांच्या तोंडचा घास हिरावून घेत आहात. सिगारेटसाठी पैसे आहेत अन् बाकी गोष्टींसाठी नाहीत असं कसं?’’ ती मगाशी बोलणारी बाई पुन्हा पुढं येऊन म्हणाली.

‘‘त्या क्विनलिव्हनकडे एकदा बघायला हवं. त्याच्या बापाचं काय जातं सिगारेटमुळे? एवढाच तर आनंद आहे आमच्यापाशी. बाकी काय, काळजी तर कायमची आहेच पाठीमागे.’’

सोसायटीच्या ऑफिसचं दार उघडलं. एक माणूस हॉलच्या टोकापाशी बसलेला होता. ‘‘मुलांसाठी बूट कुणाला हवेत?’’ त्यानं विचारलं.

‘‘मला... मला...’’ एकच गलका झाला. बायकांनी हात वर केले.

‘‘बूट आता पुढच्या महिन्यात मिळतील. या वेळचे संपले.’’

‘‘अहो, पण माझ्या मिकीला शाळेसाठी बूट हवेत.’’ एक जण म्हणाली.

‘‘सांगितलं ना मी, संपलेत म्हणून.’’

“पण मिस्टर क्विनलिव्हन, बाहेर खूप गारठा आहे हो!” एक जण काकुळतीनं म्हणाली.

“मी काय करू मग? संपले याचा अर्थ संपले. हे काय? सिगारेटचा धूर कसा काय?”

“मी... मी ओढतेय सिगारेट.” नोरानं हात उंचावून सांगितलं. शेवटचा झुरका ओढून तिनं सिगारेट संपवली.

“सिगारेटच्या प्रत्येक झुरक्याबरोबर...” त्यांनी बोलायला सुरुवात केली नाही तोच...

“तुम्ही तुमच्या मुलांच्या तोंडचा घास कमी करता.” नोरानं त्यांची नक्कल करत त्यांचं वाक्य पूर्ण केलं.

“तुम्ही उर्मट आहात. यापुढे इथून मदत मिळणार नाही.” ते रागारागानं किंचाळले.

“खरंच? पाहा हं, हे पाहा क्विनलिव्हन, मला इथं मदत मिळाली नाही तर ती कुठून मिळवायची हे मला माहीत आहे.”

“कुठं जाणार तुम्ही?”

“क्वेकर्सकडे! ते मला मदत देतील.”

“हे बघा, क्वेकर्सचं कौतुक इथं करू नका. काही प्रोटेस्टंट लोकांनी कॅथलिक लोकांना आमिषं दाखवली आणि फितवलं. पोटापुरतं मिळालं की समाधान मानावं. अशी हाव काय कामाची? इकडे जे मिळत नाही ते तिकडे मिळणार म्हणून धर्म सोडायची भाषा करता? आम्ही आहोत ना? शक्य ती मदत देतच आहोत.” संतापामुळे त्यांना पुढे बोलता येईना.

“म्हणजे आम्हाला यातून वाचवणं आता तुमच्या हाती आहे. मग काय करणार तुम्ही?” तिनं त्यांना विचारलं. त्यांनी नोराकडे पाहिलं. तिनंही त्यांच्याकडे रोखून पाहिलं. त्यांनी जमलेल्या बायकांकडे दृष्टिक्षेप टाकला. हसू लपवण्यासाठी एकीनं तोंडावर हात धरला.

“काय खुसुरफुसुर चाललंय?” त्यांनी दरडावून विचारलं.

“काही नाही. देवाशपथ, काही नाही.”

“कान उघडे ठेवून ऐका, कुणालाही आज बूट मिळणार नाहीत.” धाडकन दार आदळून ते निघून गेले.

एकेकीला आत बोलावण्यात आलं. नोरा आतून बाहेर आली ती पेपर नाचवत. “बूट! तीन जोड मिळणार आहेत मला. त्यांना क्वेकर्सचा धाक दाखवला की ते सगळं निमूटपणाने देतात, अगदी अंगावरचे कपडेही देतील मग.” ती म्हणाली.

मॉमला बोलावलं तेव्हा ती आम्हाला दोघांनाही आत घेऊन गेली. तिथं तीन

जण टेबलाजवळ बसलेले होते. मिस्टर क्विनलिव्हन काही बोलणार तोच त्यांच्यापैकी एक जण म्हणाला, ''बस आता, आरडाओरडा पुरे करा. तुमच्यावर हे काम सोपवलं तर लिमरिकमधल्या गरीब लोकांचे घोळकेच्या घोळके प्रॉटेस्टंट्सकडे जातील.''

मॉमकडे वळून त्यानं, तिच्या कोटबद्दल चौकशी केली. बाहेर उभं असताना तिने जे सांगितलं होतं तेच तिनं पुन्हा त्या लोकांना ऐकवलं. मार्गरिटचा विषय निघाल्यावर तिला रडू आवरेना.

''असं रडताना मला बरं वाटत नाहीये. पण काय करू? मी नाही विसरले अजून ते सगळं. तिला नीट पुरलं की नाही, तिचा बाप्तिस्मा झाला की नाही, काही समजलं नाही.''

''या चार-पाच बाळंतपणांमुळे मी अगदी पिचून गेले बघा. माझ्या मार्गरिटसाठी काही करण्याचं त्राण माझ्यात उरलं नाही. बिच्चारी माझ्यापायी नरकात तर गेली नसेल ना?'' मॉम स्फुंदत म्हणाली.

क्विनलिव्हन खुर्चीवरून उठले. ''बसा, या खुर्चीवर बसा. शांत व्हा.''

उरलेले दोघंही कावरेबावरे झाले. ''आम्ही तुम्हाला एक कूपन देतो. ते दाखवलं की पर्नेल स्ट्रीटवरच्या मॅकग्रा शॉपमधून तुम्हाला एक आठवड्याचा किराणा मिळेल. चहा, साखर, कणीक, दूध, बटर एवढं सामान तिथं मिळेल. आणखी एक कूपन देतो, त्यावर कोळसा मिळेल. ते तुम्ही डॉक रोडवरच्या सटन कोल यार्डमध्ये दाखवा.'' एक जण म्हणाला.

''हे कूपन दर वेळी मिळणार नाही. आम्ही तुमच्या घरी पाहणी करायला येऊ. खरोखर गरज असली तर तुम्हाला असं कूपन पुन्हा मिळेल.'' दुसरा एक जण म्हणाला.

मॉमनं डोळे पुसले आणि ते कूपन घेतलं. तिनं त्यांचे आभार मानले. त्यांनी मान हलवली. त्याचं त्यांना फारसं काही वाटलं नसावं. त्यांनी मॉमला पुढच्या बाईला आत पाठवायला सांगितलं.

बाहेर आल्याबरोबर तिच्यावर सूचनांचा मारा झाला. 'मॅकग्रा शॉपमधून वस्तू घेताना काळजी घ्या. त्याची मालकीण महावस्ताद आहे. वजन-मापात फसवते. ती दुष्ट चेटकीण वजनकाट्यावर पेपर ठेवते. त्यावर काहीतरी जड वस्तू ठेवते. काउंटरच्या आतल्या बाजूने ती हे करते. तुम्हाला ते दिसत नाही. तुमच्या कूपनमध्ये लिहिलं आहे त्याच्या निम्मंदेखील तुम्हाला मिळत नाही. तुम्ही तिचं दुकान पाहाल तर मेरी आणि येशूचे मोठे फोटो लावलेले दिसतील. गुडघ्यावर बसून मान लववून प्रार्थना करत असते. हे म्हणजे 'सौ चूहे खा के बिल्ली चली हज.'

नोरानं मॉमबरोबर दुकानात जाण्याची तयारी दाखवली. तिचं कूपन तिथलंच

होतं, त्यामुळे तिला त्या चेटकिणीच्या लांड्यालबाड्या माहिती होत्या.

त्या दोघी लगेच दुकानाकडे निघाल्या. अमेरिकन कोट घातलेली ग्राहक बघून दुकानाची मालकीण खूश झाली. मॉमनं कूपन दाखवल्यानंतर तिचा चेहरा पडला. ''सोसायटीतर्फे दिल्या जाणाऱ्या कुपनांवरचा माल मी संध्याकाळी सहा वाजेनंतर देते. सकाळी बोहनीच्या वेळी मुळीच देत नाही. पण तुम्ही नव्या दिसता. आजच्या दिवसापुरतं सकाळी देईन, मग मात्र हा नियम लक्षात ठेवा.''

''तुम्हीसुद्धा कूपनवाल्या का?'' तिनं नोराला विचारलं.

''नाही, मी यांच्याबरोबर दुकान दाखवण्यासाठी आले आहे. सोसायटीकडून पहिल्यांदा कूपन मिळालंय त्यांना, कसं वापरायचं यासाठी मदत करते आहे.'' नोरा म्हणाली.

वजनकाट्यावर एक पेपर ठेवून मिसेस मॅकग्रानं पीठ ओतलं. ''हे घ्या अर्धा किलो पीठ.'' ती मॉमकडे बघत म्हणाली.

''नाही, हे अर्धा किलो वजनाचं पीठ नाहीये, मिसेस मॅकग्रा.'' नोरा म्हणाली, ''मला वाटतं, तुमच्याकडून एक लहानशी चूक झालीये. तो कागद तुमच्या अंगाखाली अडकला त्यामुळे त्यावर तुमचं वजन पडलं. तो पेपर ओढला जात होता. अरे! अरे! हे तुम्हाला शोभत नाही. परमेश्वरासमोर सदैव नतमस्तक होणाऱ्या तुमच्यासारख्या व्यक्तींना आम्ही आदर्श मानतो. अगंबाई, त्या पिठात तुमचे पैसे पडले का?''

पैशाचं नाव ऐकताच त्या ताडकन उठल्या. त्याचबरोबर वजनकाटा हलला. ''कुठेत पैसे?'' तिनं नोराकडे बघितलं. ती हसली. मिसेस मॅकग्रा काय ते समजली. ''सावली पडल्यानं मला चुकीचं दिसलं असेल.'' ती वजनकाट्याकडे बघत म्हणाली. पीठ कमी असल्याचं तो दाखवत होता.

''हा काटा मला हल्ली फार त्रास देतो.'' ती म्हणाली.

''हं, तो बिघडला असेलही.'' नोरा म्हणाली.

''पण माझ्या प्रामाणिकपणाबद्दल शंका यायचं कारण नाही हं. मी सच्ची कॅथलिक आहे.''

''खरंय ते. सोसायटीमधले सगळे जण तुमचं कौतुक करतात.''

''म्हणजे माझी धडपड असते चांगलं वागण्याची.''

''धडपड! अहो, तुमच्या सज्जनपणाबद्दल कुणीही पुसटशी शंकादेखील घ्यायला नको. आता हेच पाहा ना, या चिमुरड्यांसाठी थोडी चॉकलेट्स... ती तुम्ही न मागता द्यालच.''

''तसे काही आम्ही फार श्रीमंत नाही; पण तुम्ही म्हणताय तर देते.''

''हे जरा अतिच होईल, पण जाता जाता काही सिगारेट्स मिळाल्या तर...''

"नाही, नाही, कूपनवर तसं म्हटलेलं नाहीये, असल्या चैनीच्या वस्तू पुरवण्यासाठी मी इथं बसले नाहीये."

"तसा काही आग्रह नाही, पण दिल्यात तर मी तुमचं नाव काढेन- सोसायटीच्या सभासदांकडे."

"ठीक आहे, पण एकदाच मिळतील. पुन्हा कधीच नाही."

"देव तुमचं भलं करो आणि हो, तो वजनकाटा- जरा बिघडलाय ना तो? तुम्हाला त्रास होतो त्यामुळे." नोरानं शेवटचा टोला हाणला.

घरी येताना आम्ही बागेत थांबलो. मी आणि मलाची आमचं चॉकलेट चोखत होतो. मॉम आणि नोरा सिगारेट ओढत होत्या. नोराला जोरात ठसका लागला. "हे व्यसन मला संपवेल बघ एक दिवस..." ती खोकत खोकत म्हणाली, "आमच्याकडे दीर्घायुष्य नावाचा प्रकार नाहीच बघ. सगळे अकालीच गेले. केस पांढरे होईपर्यंत कुणी जगल्याचं मला आठवत नाही. वयस्कर माणसं केस पांढरे होण्यापूर्वी पुढच्या मुक्कामाला गेली. काही थोडे जण अटलांटिकच्या पलीकडे रेल्वे बांधण्याच्या कामावर आहेत, तर अगदी मोजके काही जण पोलीस म्हणून काम करताना दिसतील.

तुम्ही सुदैवी आहात, थोडंतरी जग पाहिलंत. मला न्यूयॉर्कला जाण्याची फार इच्छा आहे. ब्रॉडवेवर नाच-गाण्यात मश्गूल असणाऱ्या लोकांना पाहायचंय एकदा. किती सुखी असतील ना ते सगळे! मी पॉल मॉलीसारख्या दारूड्याच्या प्रेमात पडले काय, त्याची कसली मोहिनी माझ्यावर पडली कोण जाणे! मी जेमतेम सतरा वर्षांची असेन, लग्नही करून बसले त्याच्याशी. काही अक्कल नव्हती. लिमरिकसारख्या लहान गावात राहून जगाचं ज्ञान कितीसं असणार? तरुणपण, स्त्री होणं म्हणजे काय हे अनुभवण्यापूर्वी आईपण नशिबी आलं. पाऊस आणि जपमाळ ओढणाऱ्या चेंगट म्हाताऱ्या याखेरीज या गावात आहे तरी काय? अमेरिका समजा नाही, मला इंग्लंडला जायला मिळालं तरी मी स्वतःला भाग्यवान समजेन. माझा पेताड नवरा सदा नशेत बुडालेला असतो. निर्वाहभत्तासुद्धा तो काही वेळा दारूमध्ये उडवून टाकतो. मग माझ्यावर अशी उपासमारीनं वेड लागण्याची वेळ येते."

सिगारेट ओढताना तिला खोकल्याची प्रचंड उबळ आली. तिचा जीव अगदी घाबरा झाला. सगळा कफ बाहेर पडला तेव्हा तिला जरा मोकळं वाटलं. "आता निघायला हवं. घरी जाऊन औषध घेते." ती म्हणाली. "सोसायटीत पुढच्या आठवड्यात भेटू या. मध्ये तुम्हाला काही मदत लागली तर विझच्या शेतात निरोप पाठवा. पीटर मॉलीची बायको म्हणून विचारलं की कुणीही सांगेल. माझ्या दारूबाज नवऱ्याला सगळे जण ओळखतात तिथं."

युजेन बेडवर झोपलाय. त्यानं कोट पांघरलाय. डॅडी फायरप्लेसजवळ बसले आहेत, ऑलिव्हरला मांडीवर घेऊन. ते त्याला कुचुलेनची गोष्ट सांगताहेत. कशाला कोण जाणे! खरंतर त्या माझ्या आवडत्या गोष्टी. इतरांना सांगितलेल्या मला आवडत नाही. पण जाऊ दे, ऑलीला- ऑलिव्हरला सांगितलं तर चालेल मला. त्याचे गाल कसे गुलाबी दिसताहेत. त्याचं मुळी त्या गोष्टीकडे लक्षच नाहीये. तो एकटक त्या विझलेल्या फायरप्लेसकडे बघतोय.

मॉम त्याच्याजवळ गेली. तिनं त्याच्या कपाळावर हात ठेवला. "मला वाटतं याला ताप आलाय." ती पुटपुटली. "आज घरात कांदे असते तर?... दुधात ते उकळून किंचित मिरपूड भुरभुरून दिले तर ताप उतरेल याचा. अर्थात दूध तापवायचं तर कोळसे तरी कुठेत? सगळा खडखडाट आहे." ती स्वतःशी म्हणाली.

कोळसे खरेदीसाठीचं कूपन देऊन तिनं मला डॅडींबरोबर पाठवलं. डॉक रोडवर आम्ही गेलो खरं; पण रात्र होत आली होती. कोळसे मिळाले नाहीत.

"आता काय करायचं?" मी डॅडींकडे बघितलं.

"काय करणार?" ते म्हणाले.

आमच्या समोरच काही बायका-मुलं रस्त्यावर पडलेले कोळशाचे तुकडे गोळा करत होते. "तो बघा डॅडी!" मी डॅडींना खाली पडलेला कोळसा दाखवला.

"छे छे, काहीतरीच काय! आपण भिकारी आहोत का रस्त्यावरचा कोळसा उचलायला?" ते चिडून म्हणाले.

आम्ही घरी आलो. कोळसा मिळाला नसल्याचं डॅडींनी मॉमला सांगितलं. "दूध-ब्रेड खाऊ या आज," ते म्हणाले. तेवढ्यात मी रस्त्यावर पडलेल्या कोळशाबद्दल तिला सांगितलं. त्याबरोबर तिनं युजेनला डॅडींजवळ दिलं आणि ती उठली.

"एवढा कसला आलाय मोठेपणा! मी जाते रस्त्यावर पडलेला कोळसा उचलायला. मला नाही लाज वाटायची."

ती तरतरा बॅग घेऊन निघालीही. मी आणि मलाचीही निघालो. डॉक रोडच्या पलीकडे मधूनच काहीतरी चमचमताना दिसलं. ती नदी... शेनॉन नदी. "मला अमेरिकेत सगळ्यात उणीव भासली ती या नदीची," ती म्हणाली. "तिथं हडसन नदी आहे. पण ती नदीसारखी वाहत असते. ही शेनॉन कशी वाहताना गात असते जणू."

मला तसं गाणं ऐकू आलं नाही. पण मॉमला ते ऐकू आलं आणि ती खूश झाली हे नक्की. मघाशी दिसलेल्या बायकांपैकी आता कुणीच दिसेना. लॉरीतून पडलेले कोळशाचे तुकडे कुठं दिसताहेत का, हे आम्ही शोधलं.

"जे जे जळू शकेल असं काहीही चालेल आपल्याला. कोळसा, लाकूड, पुठ्ठे, कागद काहीही. घोड्याची लीद जाळणारेही काही जण आहेत; पण अजून तशी वेळ

आली नाहीये आपल्यावर.'' ती म्हणाली. बॅग भरेपर्यंत आम्ही सरपण गोळा केलं. ''आता कांदा कुठं मिळेल बरं?'' ती म्हणाली.

''मी कांदा शोधतो.'' मलाची म्हणाला.

''अरे बाळा, कांदा असा रस्त्यावर मिळणार नाही. दुकानात जाऊन आणावा लागेल.'' तिनं त्याला समजावलं.

पहिलं दुकान दिसल्यावर लगेच मलाची ओरडला, ''हे पाहा दुकान.'' —तो दुकानात धावत गेला. ''-कांदा हवा, ऑलिव्हरसाठी कांदा हवाय आम्हाला.'' त्यानं ओरडून सांगितलं.

मॉम त्याच्या मागोमाग धावत गेली. ''माफ करा हं.'' ती काउंटरच्या मागे बसलेल्या बाईंना ओशाळून म्हणाली.

''अहो, त्यात काय एवढं, किती लोभसवाणा मुलगा आहे तुमचा! हा अमेरिकन आहे का?'' त्यांनी विचारलं.

''अं हो.'' मॉम म्हणाली.

''छान सोनेरी कुरळे केस! काय हवंय बाळाला? चॉकलेट का?'' त्यांनी मलाचीला विचारलं.

''नाही, कांदा हवाय.'' मॉमनं उत्तर दिलं.

''कांदा? नवलच आहे. लहान मुलानं कांदा मागितलेला मी पहिल्यांदाच बघतेय. अमेरिकेतली मुलं चॉकलेटऐवजी कांदे खातात का?'' तिनं आश्चर्यानं विचारलं.

''मला माझ्या धाकट्या मुलासाठी कांदे हवेत. तो आजारी आहे. कांदा दुधात उकळून दिला की ताप उतरतो ना?''

मॉमनं खुलासा केला.

''हो, खरंय ते. खूप उपयोग होतो अशा कांद्याचा. बाळ, हे घे चॉकलेट. एक तुझ्यासाठी अन् हे दुसरं त्याच्यासाठी. भाऊ का रे तो तुझा? साम्य तर वाटतंय.''

''अरे, थँक्यू तरी म्हणा.'' मॉमनं दटावलं.

''-आणि हा घ्या कांदा. तुमच्या आजारी बाळासाठी.'' त्यांनी कांदा दिला.

''पण पैसे नाहीत हो माझ्याजवळ.'' मॉम त्यांना केविलवाण्या स्वरात म्हणाली.

''अहो, मी हा तसाच दिलाय. पैसे नकोत याचे मला. लिमरिक शहरातली माणुसकी अजून इतकी संपली नाही की आजारी मुलासाठी कांदादेखील मिळू नये. मिरपूड भुरभुरायला विसरू नका हं. मिरपूड आहे नं तुमच्याकडे?'' त्यांनी विचारलं.

''नाहीये. पण आणेन मी शेजाऱ्यांकडून.'' मॉम त्यांना म्हणाली.

''हे घ्या. मिरपूड आणि हे मीठ. तुमच्या बाळाला लवकर बरं वाटू दे.''

''तुमचे आभार मी कसे मानू?'' मॉमचे डोळे भरून आले.

आम्ही घरी पोचलो तेव्हा डॅडी ऑलिव्हरला कडेवर घेऊन येरझारा घालत होते. युजेन एका रिकाम्या पातेल्यात चमचा घालून हलवत होता. तो अगदी तल्लीन होऊन खेळत होता.

''काय झालं? कांदा मिळाला का?'' त्यांनी विचारलं.

''मिळाला. कांदा, कोळसा बरंच काही मिळालं.'' आम्हाला मॉम म्हणाली.

''मी सेंट ज्यूडची प्रार्थना करत होतो इकडे. संकट निवारण करणारा देव आहे तो,'' ते म्हणाले.

''सेंट ज्यूडनं काही केलेलं नाही. आम्ही कोळसे आणले. आम्ही कांदे आणले. सगळी खटपट आम्ही केली.'' ती कडवटपणानं म्हणाली.

''तुझं वागणं मला मुळीच आवडलं नाहीये. असं रस्त्यावर पडलेलं उचलून भिकाऱ्यासारखं आणणं बरं दिसतं का हे? मुलंही उद्या असंच करतील तुझं पाहून.''

''मग तुमच्या सेंट ज्यूडला पाठवायचं होतंत की डॉक रोडवर!'' ती फणकाऱ्यानं म्हणाली.

''भूक लागली. खूप भूक लागलीये मला.'' मलाची कुरकुरत म्हणाला.

''आधी ऑलिव्हरसाठी कांदे दुधात उकळायचे. मग इतरांसाठी काय ते.'' मॉमनं त्याला दटावलं.

तिनं शेगडी पेटवली. कांदे चिरून त्याच्या फोडी केल्या. त्या उकळत्या दुधात घातल्या. थोडंसं बटर घातलं. नंतर मिरपूड घातलेल्या दुधाचा शिपका त्यावर मारला. ऑलिव्हरला मांडीवर घेऊन ती ते भरवू लागली. पण तो काही खाईना. त्यानं मान फिरवली. तो एकटक त्या फायरप्लेसकडे पाहत होता.

''अरे सोनुल्या, घे रे माझ्या राजा. खा थोडंसं. बरं वाटेल तुला. मोठ्ठं व्हायचंय ना माझ्या बाळाला?'' मॉम लडिवाळपणानं त्याला म्हणाली.

''ऊं हूं.'' त्यानं तोंड घट्ट मिटून घेतलं. शेवटी मॉमनं त्याला खाऊ घालण्याचा नाद सोडून दिला. तिनं हलके हलके जोजवून त्याला झोपवलं. ''त्याला झोपू देत शांत. गप्प बसा सगळे जण. नाहीतर एकेकाची चांगली खरडपट्टी काढेन मी.'' तिनं दटावलं. मग तिनं उरलेला कांदा-बटर-ब्रेडचे तुकडे परतून आम्हाला खायला दिले.

फायरप्लेसशेजारी बसून आम्ही ते खाल्लं. मस्तपैकी गोड दूध प्यायलं. उजेड भरपूर होता. मॉमच्या सूचनेप्रमाणे आम्ही गॅसलाइट विझवला; कारण वीजमीटर मिळेपर्यंत तो आम्हाला पुरवायचा होता.

फायरप्लेसमुळे खोली उबदार झाली होती. ज्वाळांचा नाच मनोरंजक दिसत होता. कधी चेहरा, कधी पर्वत, कधी दरी, तर कधी एखादा प्राणी! खाली झोपलेल्या युजेनला उचलून डॅडींनी ऑलिव्हरशेजारी ठेवलं. मॉमनं ते ऑलिव्हरसाठी केलेलं औषध सुरक्षित ठिकाणी ठेवलं. उंदरांच्या हाती लागू नये अशा ठिकाणी. सगळा दिवस अतिशय

धावपळीत गेला होता. व्हिन्सेंट डी पॉल सोसायटीतली खेप, मॅकग्राचं दुकान, कोळसा-कांद्यासाठी केलेली धावाधाव... बिच्चारी मॉम विलक्षण थकली होती. इतकं करूनही ऑलिव्हरनं ते खाल्लं नाही ही काळजी! त्याचा ताप असाच राहिला तर उद्या मी त्याला दवाखान्यात नेईन, तिचा मनोदय जाहीर करून ती झोपली.

सगळीकडे सामसूम झाली. मी त्या ज्वालांचा नाच पाहत होतो. भिंतीवर-छतावर कधी लाल-कधी काळा प्रकाश पडत होता. आम्ही सगळे एकत्र झोपलो होतो. ढेकूण चावले तरी आज त्याची पर्वा नव्हती. शांतता. फक्त छोट्या ऑलीच्या कण्हण्याचा अधूनमधून आवाज येत होता.

सकाळी जाग आली तर समोर डॅडी. चहा करता करता ते ब्रेडही कापत होते. ते बाहेर जायच्या तयारीत दिसले. मॉमलाही घाई करत होते. "फ्रान्सिस, ऑलिव्हरला बरं वाटत नाहीये. आम्ही त्याला दवाखान्यात नेतोय. तू तुझ्या लहान भावांना सांभाळायचंस. आम्ही लवकर परत येऊ." ते म्हणाले.

"आणि हो, साखर फस्त करू नका हं. आपण श्रीमंत नाही हे लक्षात ठेवा," मॉम म्हणाली.

तिनं ऑलीला उचललं त्याबरोबर युजेन रडू लागला. "ऑलीला नेऊ नका. मला त्याच्याशी खेळायचंय."

"तू आता या दोघांशी खेळ. आम्ही परत आलो की मग तू ऑलीबरोबर खेळ. त्याला किनई बरं वाटत नाहीये, म्हणून आम्ही त्याला दवाखान्यात नेतोय." मॉमनं त्याची समजूत घातली.

ते गेले अन् आजी आली. "बाळाला घेऊन ते दोघं जण कुठं गेले?"

"ऑलिव्हरला बरं नाहीये. त्याला दवाखान्यात घेऊन गेलेत. त्यानं काहीही खाल्लं नाही. औषध म्हणून मॉमनं त्याला दुधामध्ये उकळलेला कांदा दिला; त्यानं तोसुद्धा खाल्ला नाही."

"तुमच्याकडे कोण लक्ष देतंय मग?"

"मी-" मी पुढे होऊन सांगितलं.

"ते बाळ तिथं काय करतंय? काय बरं त्याचं नाव?"

"तो युजेन आहे. जुळ्यांपैकी आहे तो एक. दुसरा ऑली- त्याची आठवण येतेय युजेनला."

"मी ओळखते त्याला! एवढं सविस्तर सांगायची गरज नाही. तो जुळ्यांपैकी आहे माहितीये मला. त्याचं पोट किती खपाटीला गेलंय! दूध, खीर काही करून ठेवलंय का मॉमनं?"

"खीर?... म्हणजे काय?" मलाचीनं ओरडून विचारलं.

"अरे देवा! खीर म्हणजे खीर! सगळा नुसता वेड्यांचा बाजार आहे. एवढी बुद्दू मुलं कधी बघितली नव्हती. अंगभर कपडे घाला अन् चला माझ्याबरोबर. ॲगी मावशी, पा किटिंग काका राहतात तिकडे- रस्त्याच्या त्या बाजूला. आपण तिकडे जाऊ या, मग मावशी खीर करून देईल."

आजीनं युजेनला तिच्या शालीमध्ये गुंडाळलं. आम्ही रस्ता ओलांडून मावशीकडे आलो. आता ती अंकलबरोबर राहत होती. ती म्हशीसारखी जाड नाहीये, असं त्यांनी कबूल केल्यानं समेट झाला होता.

"थोडीशी खीर असली तर बघ," आजी तिला म्हणाली.

"खीर? यांच्यासाठी? मी हे लटांबर का पोसायचं?"

"अगं असं काय करतेस? दिली समजा थोडीशी खीर तर बिघडलं कुठे?"

"तेवढ्यानं भागेल असं वाटतंय का तुला? त्यावर त्यांना दूध-साखर लागेल. शिवाय अंडी वगैरे दिली तर बरंच आहे. मला हे कळत नाही की अँजेलाच्या चुकांची किंमत आपण का द्यायची?"

"अरे देवा! कसं समजावू तुला?" आता पुढे काय बोलायचे हे न सुचल्यानं मावशीला ओलांडून आजी आत गेली. तिनं युजेनला तिथल्या खुर्चीवर बसवलं. खीर केली. बाजूच्या खोलीतून एक गृहस्थ आले. त्यांचे कुरळे केस आणि काळा रंग पटकन मनात ठसला. त्यापेक्षाही लक्षात राहिले ते निळे बोलके डोळे. पाण्यासारखे निर्मळ! हेच ते ॲगी मावशीचे मिस्टर. त्या लिमरिकमधल्या पहिल्या रात्री ढेकूण घालवण्याच्या आमच्या उद्योगात आम्ही बाहेर रस्त्यावर आलो तेव्हा भेटलेले! ढेकूण आणि सापाबद्दल सांगणारे. हेच ते- युद्धात सतत धूर पोटात गेल्यानं कायमचा कफ मागे लागलेले गृहस्थ.

"तुमचा रंग काळा कसा?" मलाचीनं त्यांना विचारलं. ते हसले. काही बोलणार तोच त्यांना जबरदस्त खोकला आला. "त्याचं असं आहे बच्चेकंपनी." - त्यांनी सिगारेट ओढत सांगायला सुरुवात केली.

"मी काम करतो तिथं- लिमरिक गॅस स्टेशनमध्ये- मी कोळसा ने-आण करण्याचं काम करतो. तो कोळसा मी भट्टीत नेऊन टाकतो. त्याआधी मी फ्रान्समध्ये होतो, तिथेही असंच काम करत होतो. म्हणून मी हा असा काळूराम झालो." ते म्हणाले.

त्यांची चहाची वेळ झाली. मी आणि मलाची त्यांना जागा करून देण्यासाठी टेबलाजवळून उठलो. पा किटिंग काकांनी (ते माझ्या मावशीचे मिस्टर म्हणजे माझे काका) युजेनला उचलून घेतलं. ते म्हणाले, "हे पिल्लू- हा छोटू मोठा मजेशीर आहे. तोंड वेडंवाकडं करतो, चित्रविचित्र आवाज काढतो." त्यांनी त्याला आपल्या मांडीवर घेतलं. आम्ही हसलो. युजेन मात्र गप्प होता. त्यानं त्यांच्या काळ्या

हातावरून हात फिरवला. हाताचा काळा राप बोटांमध्ये पकडण्याचा प्रयत्न केला. त्यांनी त्याचा चिमुकला हात पकडून चावण्याची नक्कल केली तेव्हा मात्र त्याची कळी खुलली. तो खुदुखुदू हसला. मग सगळेच हसले. मलाचीनं त्याला आणखी हसवण्याचा प्रयत्न केला. त्याबरोबर त्यानं पा किटिंगच्या शर्टमध्ये तोंड लपवलं.

"मी त्याला आवडलोय." पा किटिंग म्हणाले. नेमका तेव्हा अॅगी मावशीचा चहा पिऊन संपला. कप विसळताना तिच्या लालबुंद चेहऱ्यावर अश्रू घळले.

"आता तुला रडायला काय झालं?" आजीनं विचारलं.

"बघ कसं मांडीवर घेऊन बसलेय त्याला! आमचं स्वतःचं मूल नाहीये ना, हौस भागवताहेत."

"हे बघ, रडू नकोस. लहान मुलांसमोर असं काहीतरी बोलू नये. देवाला सगळ्यांची काळजी असते. तुझ्या घरीही बाळ येईल बरं."

"ती अँजेला बघ. पाच-पाच मुलं झाली तिला. जगलं असतं तर सहावंही असतं आता. काही उरक आहे का तिच्याजवळ? नाहीतर माझं बघ. सगळं काम नीटनेटकं-जागच्या जागी. स्वयंपाकपाणीसुद्धा चवीचं करते मी. तिला साधं घर नीट ठेवणं तरी जमतं का?"

"आपण याला आपल्याकडे ठेवून घेतलं तर?" काका म्हणाले.

"नाही. मुळीच नाही, तो माझा भाऊ आहे." मलाची धावत त्याच्याजवळ गेला. "तो आमचा आहे." मीही त्याच्या सुरात सूर मिळवला.

आपले गालांवर ओघळलेले अश्रू पुसत मावशी म्हणाली, "मला अँजेलाचं काहीही नको. असं अर्धं लिमरिकचं आणि अर्धं अमेरिकन असं तर मुळीच नको. तुम्ही खुशाल तुमच्या भावाला घेऊन जा बरं. मला माझं स्वतःचं बाळ केव्हातरी होईल."

"चला मुलांनो, खीर खाऊन झाली, आता घरी परत जायचं. तुमचे मॉम-डॅडी आले का बघा बरं." आजी तरतरा निघालीसुद्धा.

तिनं शाल पांघरली. युजेन काही काकांना सोडायला तयार नव्हता. आजीनं त्याला ओढून घेतलं. आम्ही बाहेर पडलो तरी तो काकांकडे बघत होता.

आम्ही आमच्या घरी पोचल्यानंतर आजीनं युजेनला थोडंसं पाणी पाजलं. "ऑली लवकरच परत येईल. मग ते दोघंही खेळतील नेहमीसारखं." त्याला बेडवर झोपवत ती म्हणाली.

पण तो झोपला नाही. खिडकीच्या बाहेर एकटक पाहत राहिला.

आजीनं आम्हाला दोघांना खेळण्याची परवानगी दिली. अट एकच, मोठा आवाज करायचा नाही. ती तिची प्रार्थना म्हणणार होती. पण मूड आमचा नव्हता.

मलाची युजेनजवळ जाऊन काहीतरी कुजबुजत राहिला. मीही टेबलाजवळ जाऊन त्यावर अंथरलेल्या पेपरवरचे शब्द वाचत राहिलो. मला झोप केव्हा लागली हे कळलंच नाही.

"ऊठ, लवकर ऊठ." डॅडींनी मला जागं केलं. "तू या दोघांना जरा नीट सांभाळायचं आहेस बरं का." बेडच्या कडेला बसून मॉम मुसमुसत होती. एखाद्या घायाळ पक्ष्यासारखा करुण आवाज येत होता तिचा. आजीनं तिची शाल मॉमला पांघरली. "मी थॉम्प्सनना विचारून बघते. ते शवपेटी आणि शववाहिकेची काहीतरी सोय करतील असं वाटतंय मला. व्हिन्सेंट डी पॉल सोसायटी मदत करते अशा वेळी." ती लगबगीनं गेलीसुद्धा.

डॅडी फायरप्लेसच्या भिंतीकडे तोंड करून उभे होते. ते 'चुक चुक' असं काहीतरी पुटपुटत होते. त्यांनी हात पाठीमागे दुमडले होते. ते मध्येच हात चोळत होते. उसासे टाकत होते. काहीतरी बिघडल्यासारखं वाटत होतं.

ते असं वागले किंवा मॉम असं मुसमुसताना दिसली की मला फार भीती वाटायची. काय करावं हे सुचायचं नाही.

फायरप्लेस अजून पेटवलेली का नव्हती? चहाची तयारी दिसत नव्हती. खीर खाऊन बराच वेळ झाला होता. कडकडून भूक लागली होती. मनात आलं. डॅडी बाजूला झाले तर मी फायरप्लेस पेटवेन. सोप्पं तर आहे. एक पेपर, काहीतरी ज्वालाग्रही कोळसा- लाकडाचा तुकडा वगैरे, अन् काड्यापेटी की झालं काम.

मी त्यांच्याजवळ गेलो. "भूक लागलीये." ते भेसूर हसले. "भूक? अरे वेड्या तुझा भाऊ ऑलिव्हर मरण पावलाय. आधी तुझी बहीण गेली. आता तुझा भाऊ गेलाय." ते कसंतरी बोलत होते

त्यांनी मला जवळ घेतलं आणि घट्ट आवळलं. गुदमरल्यासारखं झालं. मी ओरडलो. ते पाहून मलाची रडू लागला. मॉमला रडू आवरेना. डॅडी रडू लागले. मीही रडू लागलो. एकटा युजेन मात्र रडत नव्हता.

घोगऱ्या आवाजात डॅडी म्हणाले, "चल, जरा बाहेर जाऊ या." त्यांनी मॉमला सांगितलं. तिनं लक्ष दिलं नाही. मलाची-युजेन तिला बिलगलेले होते. आम्ही निघालो. रस्ताभर वणवण भटकलो. दुकान दिसलं की डॅडी आत जाऊन सांगायचे, "एका गरीब कुटुंबाला मदत केली तर बरं होईल बघा. वर्षभरात दोन मुलं गेलीयेत त्यांची. एक अमेरिकेत, एक इथं- लिमरिकमध्ये. अन्न-पाणी मिळालं नाही तर उरलेली मुलंही याच वाटेनं जातील बहुधा." कुणीही मदत केली नाही. सोसायटी मदत करू शकेल, असं काही जण म्हणाले.

जेव्हा डॅडींनी भूतदयेचा हवाला दिला तेव्हा काही जण म्हणाले की, उत्तरेकडील

अमेरिकन उच्चार असलेल्या माणसाचं बोलणं त्यांना मुळीच ऐकायचं नाहीये. शिवाय स्वतःच्या लहानग्या मुलाला ओढत, फरपटत पुढे करून भीक मागत फिरणाऱ्या धडधाकट व्यक्तीनं दयेच्या गोष्टी बोलू नयेत.

काही कनवाळू दुकानदारांनी थोडा ब्रेड दिला. काहींनी बटाटे दिले. काही जणांनी मटारचे दाणे दिले.

"आपली आजची गरज भागेल. चल, घरी." डॅडी म्हणाले, आम्ही निघालो. वाटेत पा किटिंग भेटले.

"मला तुमच्याबद्दल सहानुभूती वाटते. चला, पबमध्ये जाऊन थोडं दुःख हलकं करू या," काका म्हणाले.

पबमध्ये गर्दी होती. काळपट रंगाचं काहीतरी पेय सगळे जण पीत होते. ग्लासेस एकदम भारी होते. डॅडींनी आणि अंकलनी तेच पेय घेतलं. आपापले ग्लासेस त्यांनी हळूच उचलले आणि ओठाला लावले. ओठांना लागलेला पांढरा फेस त्यांनी चाटून घेतला. काकांनी मला लेमोनेड दिलं. डॅडींनी ब्रेडचा तुकडा दिला. मला जरा बरं वाटलं. पण मला त्या दोघांची आठवण आली. आम्ही घरी केव्हा जाणार? मलाची आणि युजेन ते उपाशी आहेत ना. खीर खाऊन बराच वेळ झालाय. युजेननं तर तीही नीट खाल्लेली नाही.

डॅडींनी आणि अंकलनी ग्लासेस पुन्हा एकदा भरून घेतले. अंकल पा माझ्याकडे वळून म्हणाले, "फ्रंक, हे खरं आयुष्याचं सार आहे. सगळ्या दुःखावर उतारा!" ते दोघेही हसले. मीसुद्धा हसलो. अशा वेळी काय करायचं ते मला समजेना. अंकल पां नी विनोद केला होता म्हणून मी हसलो!

मग गंभीरपणे त्यांनी शेजारच्या माणसाला ऑलीच्या मृत्यूबद्दल सांगितलं. त्या माणसानं आमचं सांत्वन केलं आणि डॅडींना एक पिंट दिला. आता मात्र त्यांचा तोल सुटला. त्यांनी मोठ्यानं गाणी म्हणायला सुरुवात केली. त्यांना मार्गरिट आणि ऑली या गेलेल्या मुलांची आठवण आली. ते रडत होते. हसत होते. भेसूर दिसत होते. मला कानकोंडं वाटू लागलं. हा तमाशा कधी संपणार? मला घराची- माझ्या मॉमची, दोन भावांची- आठवण आली.

पबचा मालक शेवटी डॅडींना म्हणाला, "पोटचं पोर गेल्याचं दुःख होणं अगदी स्वाभाविक आहे. आम्हालाही वाईट वाटतंय. पण आता पिणं पुरे झालं. हा लहान मुलगा आहे तुमच्याबरोबर. त्याची आई वाट पाहत असेल. तिच्या दुःखाची तर कल्पना करवत नाहीये. तुम्ही आता घरी जा पाहू लवकर."

डॅडी त्याचं ऐकेनात. ते मागत राहिले. तो नाही म्हणत राहिला. 'मी आयर्लंडच्या स्वातंत्र्यासाठी त्याग केलेला आहे...' डॅडी बरळत राहिले. तो जवळ आल्यावर त्यांनी त्याला धक्का मारला.

आता काका पुढे आले. "तुमची बायको घरी वाट पाहत असेल, इतर दोन लहान मुलं घरी आहेत, उद्या ऑलीचा दफनविधी आहे." त्यांनी डॅडींना आठवण करून दिली.

शेवटी पबमधल्या काही जणांनी धक्के मारून डॅडींना बाहेर ढकललं. पा काकादेखील चालताना डगमगत होते. त्यांनी अन्नपदार्थ ठेवलेली बॅग धरली होती. "चला, तुमच्या घरी जाऊ या." ते म्हणाले.

डॅडी अजूनही घरी जायला तयार नव्हते, त्यांना आणखी दारू प्यायची होती. पैसे संपल्याचं काकांनी सांगितलं तेव्हा ते म्हणाले की, त्यांचं दुःख ऐकून लोक त्यांना फुकट दारू पाजतील. पण, 'असं वागणं बरं नव्हे,' काकांनी त्यांची समजूत घातली. "काळ हे सगळ्यावर मोठं औषध आहे. तुम्ही या दुःखातून काही दिवसांनी बाहेर पडाल." ते म्हणाले. डॅडींनी नकारानं मान हलवली. "नाही, ते अवघड आहे." ते पुटपुटले.

दुसरा दिवस अगदी वाईट होता. एका घोडागाडीतून आम्ही हॉस्पिटलमध्ये गेलो. एक पांढऱ्या रंगाची पेटी आमच्याबरोबर गाडीत होती. त्यात ऑलिव्हरला ठेवलं. तिथून आम्ही दफनभूमीत गेलो. तिथल्या लोकांनी एका खड्ड्यात ती पेटी ठेवली. त्यावर माती ढकलली. मॉमनं अगदी आकांत केला तेव्हा. मावशीलाही रडू आवरेना. आजी रडत नव्हती; पण चेहरा कमालीचा गंभीर होता तिचा. पा किटिंग काका आणि पॅट शीहान मामाही आमच्यासोबत होते. त्यांचे चेहरे उदास होते. माझ्या मनात आलं, तुम्ही पुरुष असलात की गळे काढून रडायचं नसतं; पबमध्ये जाऊन दारू प्यायलात की तुमचं दुःख हलकं होतं.

तिथं दफनभूमीतल्या झाडांवर कावळे बसलेले होते. मला ते मुळीच आवडले नाहीत. काही कावळे थडग्यांवर बसले होते. या सगळ्या भयाण वातावरणात एकट्या ऑलीला- आमच्या ऑलिव्हरला सोडून जायचं? मला ती कल्पना पटली नाही. मी त्यातल्या एका कावळ्याला दगड मारला. तो नेमका ऑलिव्हरच्या थडग्याजवळ घरंगळत गेला. "ते कुणाचे तरी आत्मे असतील. असं दुखवू नये त्यांना." डॅडी माझ्याकडे वळून म्हणाले. मला त्याचा अर्थ कळला नाही. तो विचारावा असंही वाटलं नाही. मी ठरवलं, मोठं झाल्यावर इथं बॅगभर दगडधोंडे घेऊन यायचं. या सगळ्या कावळ्यांना मरेपर्यंत मारायचं. सगळीकडे यांच्या प्रेतांचा खच पडला पाहिजे.

दफनविधी पार पाडून आम्ही घरी परत आलो. डॅडी लेबर एक्स्चेंजमध्ये गेले. त्यांना या आठवड्याचा निर्वाहभत्ता मिळणार होता. एकोणीस शिलिंग्ज आणि सहा पेन्स.

“लवकरात लवकर परत येतो. ऑलिव्हरच्या स्मरणार्थ अंडी, बीफ आणि चहा असा बेत करू. जमलं तर काहीतरी गोडसुद्धा आणेन.” ते घराबाहेर पडताना म्हणाले.

दुपार झाली; संध्याकाळ झाली; त्यांचा काही पत्ता नव्हता. मागून आणलेले बटाटे उरले होते, ते उकडून आम्ही खाल्ले. रात्री सगळे पब्ज बंद झाले तेव्हा त्यांची स्वारी मोठ्याने गाणं बरळत घराशी आली.

सारी पश्चिमा अधीन होती निद्रादेवीच्या
अश्रू ढाळून आयर्लंडने सोसल्या ठेचा
एक एक मोहरा सांडला मातृभूमीसाठी
इंग्लंड आणि अमेरिकेला हरवण्यासाठी
उंच डोंगर अन खोल कडे
नदी तलाव अन सरोवरे
समुद्र आणि सुसाट वारे
स्वातंत्र्याचे गीत म्हणा रे

त्यांचा तोल जात होता. घरात तर डोकंही भिंतीवर आपटलं. दारूचा भयानक दर्प येत होता. शी... तळहातानंच त्यांनी नाक पुसलं. तोंडातल्या तोंडात काहीतरी बोलले. नीटसं कळत नव्हतं. जा, लवकर झोपा, असं काहीतरी बोलल्यासारखं वाटलं. मॉमनं त्यांना धारेवर धरलं. “मुलं केव्हाची भुकेली आहेत. पैसे कुठेत? काहीतरी मटण-मासे वगैरे आणले तर पोट भरेल त्यांचं. भरल्यापोटी झोपू देत आजतरी त्यांना.”

ती त्यांच्या खिशात हात घालण्यासाठी धडपडली. त्यांनी तिला दूर ढकललं. “अगं, मुलांसमोर नीट वाग जरा.” ते ओरडले.

तिनं पुन्हा पैसे शोधण्याचा प्रयत्न केला. “कुठेत पैसे सगळे? दारूत उडवले का? काही लाज? मुलं उपाशी आहेत, त्यांची काही आठवण? त्या दिवशी ब्रुकलीनलाही असंच केलं ना?” ती संतापानं थरथरत होती.

“गरीब बिचारी अँजेला! बिचारी मार्गरिट! बापडा ऑलिव्हर! सगळे बिच्चारे.” त्यांनी रडायला सुरुवात केली.

मग त्यांनी मला जवळ ओढलं. त्यांचे अश्रू, नाकातोंडातलं पाणी सगळं माझ्या डोक्यावर पडत होतं. अमेरिकेत यायचा तसा विशिष्ट वास त्यांच्या तोंडाला येत होता. मी गडबडलो. काही कळेनासं झालं.

नंतर त्यांनी मलाचीकडे मोर्चा वळवला. आता त्याला घट्ट पकडून ठेवलं. गेलेल्या सगळ्यांची आठवण काढून झाली. असलेल्यांनी- आम्ही कसं चांगलं

वागलं पाहिजे, मॉमचं ऐकलं पाहिजे, असं काहीतरी बरळत राहिले. शेवटी म्हणाले, "तुम्ही उद्यापासून शाळेत जा. शिक्षण हेच खरं तारणहार आहे. शिकलात तर लोक तुम्हाला विचारतील. शिक्षणामुळेच तुम्हाला आयर्लंडसाठी काहीतरी करता येईल."

विंडमिल स्ट्रीटवरच्या त्या घरी राहणं यापुढे जमणार नाही, असं मॉमनं सांगून टाकलं. ऑलिव्हरच्या आठवणी तिला बेजार करत होत्या. आम्हालाही त्याची खूप आठवण यायची. बेडवर झोपलेला ऑली, खेळणारा ऑली, फायरप्लेसजवळ डॅडींच्या मांडीवर बसलेला ऑली... चित्रं काही डोळ्यांसमोरून जात नव्हती. युजेनचा तर तो जुळा भाऊ! त्याला पदोपदी ऑलीची उणीव भासणार. त्यापेक्षा हे घर बदलू या, असा हट्ट मॉमनं धरला. हार्टस्टोंग स्ट्रीटवर तिनं एक घर बघितलं होतं. तिथं दोन बेड मिळणार होते. इथं एकाच बेडवर सहा जण, तिथं दोन बेडवर सहा जण- नाही पाचंच जण- ऑली कुठं होता आता आमच्यात? गुरुवारी निर्वाहभत्ता मिळण्याच्या वेळी मॉमही डॅडींबरोबर जाणार, रांगेत उभं राहणार आणि तो मिळताक्षणी त्यांच्याकडून काढून घेणार, असं तिनं जाहीर केलं. लेबर एक्स्चेंज ही जागा महिलांनी येण्यासारखी नाही; जर मॉमनं असं केलं तर डॅडींचं नाक सर्वांसमोर कापलं जाईल- ते चिडले.

"जर तुम्ही ते पैसे दारूत उडवणार नसाल तर मी कशाला येऊ? ब्रुकलीनलाही तेच झालं ना?" तिनं चिडून विचारलं.

"अगं, तू असं काही केलंस तर मला जन्मभर मान खाली घालावी लागेल." ते काकुळतीनं म्हणाले.

"मला पर्वा नाही." तिनं ठणकावून सांगितलं.

ते घर दमट नव्हतं. तिथं ढेकूण नव्हते. मुख्य म्हणजे संडास हॉलला लागून होता. फार दूर नाही. सगळ्यात महत्त्वाचं म्हणजे त्या रस्त्यावरच लेमीज नॅशनल स्कूल होतं. तिथं ती मला आणि मलाचीला पाठवणार होती. मधल्या सुटीत घरी येऊन चहा-ब्रेड खाणं आम्हाला सोईचं होईल यासाठी तिला ते घर हवं होतं.

मॉमनं आपलं म्हणणं शब्दशः खरं केलं. तिच्या वागण्यानं रांगेतले इतर पुरुष चकित झाले. निर्वाहभत्ता ही सर्वस्वी पुरुषाची बाब. तो घरात देईल, दारूत घालवेल, नाहीतर घोड्यांच्या रेसवर उधळेल... बाईचं तिथं काय काम? डॅडींचा चेहरा रागानं आणि अपमानानं लाल झाला. तिचं अनुकरण करून इतर जणीही असं वागल्या तर पब्ज बंद पडतील, घोड्यांचे तबेले ओस पडतील, अशी भीती सगळ्यांना वाटली. पण पैसे मॉमच्या हातात आले म्हणून आम्ही ताबडतोब नव्या घरी आलो. तिच्या कडेवर युजेन, हाताशी आम्ही दोघं, असे लगेच आम्ही शाळेत गेलो. मुख्याध्यापक स्कॅलन सरांशी

तिचं बोलणं झालं. दुसऱ्या दिवशी वही, पेन्सील, चांगली निब असलेलं पेन घेऊन त्यांनी आम्हाला शाळेत बोलावलं. "डोक्यात उवा नकोत, पोशाख स्वच्छ हवा, नाक स्वच्छ असलं पाहिजे, नाक पुसायला रुमाल हवा, नाहीतर इतरांना संसर्ग होतो." ते म्हणाले. "तुम्ही शहाणी मुलं आहात ना?" या प्रश्नावर आम्ही 'हो' म्हटलं तेव्हा ते म्हणाले, "हे तर यांकी वाटतात."

मॉमनं मग त्यांना आमच्या देवाघरी गेलेल्या भावंडांबद्दल सांगितलं. "अरेरे. दुर्दैवी! सगळं त्याच्या हाती आहे. मागे उरलेल्यांनी चालत राहायचं असतं." ते म्हणाले. मलाचीला शिशुवर्गात, तर मला पहिल्या इयत्तेत प्रवेश मिळाला. "सोमवारी सकाळी बरोब्बर नऊ वाजता यायचं." मुख्याध्यापक म्हणाले. आम्ही त्यांचा निरोप घेतला.

आमचं बोलणं ऐकल्यावर शाळेतल्या मुलांना कुतूहल वाटलं. "तुम्ही यांकी आहात का?" एकानं विचारलं. इथंही हा शब्द आमची पाठ सोडणार नाही तर!

"आम्ही अमेरिकन आहोत."

"म्हणजे गँगस्टर किंवा काउबॉय, यांपैकी कुणीतरी ना?" दुसरा म्हणाला.

मी गप्प राहिलो.

"मी तुला काय विचारलं? समजलं नाही का?" त्या मुलानं माझ्या तोंडावर फटका मारला.

"मला समजलं नाही."

त्यानं माझ्या छातीवर जोरात ठोसा लगावला.

त्याबरोबर मलाची ओरडला, "हो, मी गँगस्टर आहे अन् हा काउबॉय आहे."

"बघ, तो लहान असून त्याला तुझ्यापेक्षा जास्त अक्कल आहे." तो हसला.

आता इतर मुलांनाही चेव आला. "चला, ठोकायचं का?" एकानं विचारलं. "मारो, ठोको." बाकीची मुलं ओरडली. त्यानं मला इतक्या जोरात ढकललं की मी खाली पडलो. डोळ्यांसमोर अंधारी आली. मग मात्र मी तयारीनं उठलो आणि त्याला बदडायला सुरुवात केली. दिसेल तिथं मारत सुटलो. त्याला खाली पाडलं आणि आता केस ओढून त्याचं डोकं जमिनीवर आपटणार तोच मागून माझ्या पायांवर सपकन काठीचा फटका बसला. कळवळून मी बाजूला झालो.

मिस्टर बेन्सन, माझे शिक्षक समोर उभे. माझ्या पायांवर सपके बसले आणि कानावर शब्द आदळले, "तुम्ही अमेरिकन कार्टी, हीच तुमची वागण्याची पद्धत आहे का? मूर्ख कुठले! तू तुझं वागणं सुधारलं नाहीस तर माझ्याशी गाठ आहे, याद राख!"

त्यांनी मला हात समोर करायला सांगितलं. फट, फट हातावर फटके बसत होते. "घरी जा आणि मॉमला कर्तबगारी सांगा आपली. मी चुकीचं वागलो, असंही

सांग. अमेरिकन यांकी! चल, म्हण माझ्या मागून, मी वाईट मुलगा आहे.''

''मी वाईट मुलगा आहे.'' मी म्हणालो.

''आता म्हण, मी मूर्ख यांकी आहे.''

''मी मूर्ख यांकी आहे.'' मी म्हणालो.

मलाचीला आता राहवेना. तो पुढे झाला, ''तो दुसरा मुलगा वाईट आहे. तोच आम्हाला गँगस्टर आणि काउबॉय म्हणाला.''

''हे खरंय का हेफर्नन?'' त्यांनी विचारलं.

''सर, मी गमतीनं म्हणालो.''

''पुन्हा असं म्हणायचं नाही. ते यांकी आहेत हा त्यांचा दोष नाहीये.''

''हो सर.''

''आणि हे बघ, रोज रात्री परमेश्वराची प्रार्थना करताना म्हण, देवा आभारी आहे की, तू मला यांकी बनवलं नाहीस. हेफर्नन, लक्षात ठेव, तू जर यांकी असतास तर नक्कीच मोठा गँगस्टर झाला असतास, समजलं? अल कॅपोननं तुझ्याकडे येऊन धडे गिरवले असते. पुन्हा या दोघांना त्रास द्यायचा नाही, समजलं ना?''

''हो.'' तो म्हणाला.

''जर म्हणालास तर तुझी चामडी लोळवेन, ध्यानात ठेव.''

लिमीज नॅशनल स्कूलमध्ये एकूण शिक्षक सात. चामडी पट्टे, वेताच्या काठ्या, शिवाय जोडीला एका काटेरी झाडाच्या फांद्या ही त्यांची साधनसामग्री. तिचा प्रयोग अर्थातच आमच्यावर व्हायचा.

हात, पाय, पाठ सगळीकडे मार बसायचा. हातांवर छड्या मारायला सगळ्यांनाच आवडायचं.

बोललं की छडी! हसलं की छडी! उशीर झाला की छडी बसलीच समजा!

जग कसं निर्माण झालं हे सांगता आलं नाही की मार! बेरीज-वजाबाकी आली नाही तरी मार! एकोणीस अधिक सत्तेचाळीस- किती? नाही येत? हातांवर छडी बसलीच समजा आणि एकोणीस उणे सत्तेचाळीस- किती? तेही सांगता येत नाही? आता पायांवर छडी खा. नकाशावाचन, सामाजिकशास्त्र सगळ्या विषयांमध्ये एक धागा समान होता- शिक्षा!

आयरिश भाषा बोलता येणं गरजेचं होतं... नाहीतर फटके!

एका सरांच्या तासाला एमन डे वलेरा ही व्यक्ती थोर होती; तर दुसऱ्या सरांच्या तासाला मायकेल कॉलिन्स ही व्यक्ती थोर होती. ते ध्यानात ठेवून उत्तर द्यायचं. चुकलात की चोप बसलाच.

मिस्टर बेन्सनच्या तासाला अमेरिकेला वाईट म्हणायचं.

मिस्टर ओडीच्या तासाला इंग्लंडला वाईट म्हणायचं.

आणि सगळ्यात महत्त्वाचं, ऑलिव्हर क्रॉमवेल दोघांच्याही तासाला वाईट, हे विसरायचं नाही हं.

वरच्या वर्गातली मुलं टीप द्यायची- कोण कसं आहे ते. त्यानुसार तयारी करायची.

हातांवर कितीही फटके खाल्ले तरी रडायचं नाही. शीऽ असं मुलींसारखं रडूबाई कोण आहे? इतर मुलं चिडवणार नाहीत का? जे चिडवतात ते आज सुपात आहेत तुम्ही जात्यात; इतकाच फरक! एक दिवस ती मुलं मार खातील. ती मार खाताना रडली तर तुम्ही त्यांना चिडवा, त्यात काय एवढं! तुम्ही रडलात की काही शिक्षकांना समाधान वाटायचं. समजा रडला नाहीत तर तो त्यांचा अपमान! मग पुढच्या वेळी इतका मार की अश्रू आणि रक्त दोन्ही आलं पाहिजे.

पाचवीच्या वर्गातली मुलं तर सांगायची, ओडी मुलांचे केसांचे कल्ले चिमटीत पकडून ओढतात. तुम्ही वर्गाकडे तोंड करून उभं राहायचं. ते मागे उभं राहून ही शिक्षा करणार. आणि मग ते ओरडणार, ताठ उभा राहा; की कमालीच्या वेदना होतात. डोळ्यांतून पाणी आलंच समजा- तुमची इच्छा असो नसो. ओडीची इच्छा आहे ना, तुम्हाला सगळ्यांसमोर रडवण्याची आणि अपमानित करण्याची.

पण शिक्षा कितीही कठोर असली तरी मुलं डोळ्यांमधून पाणी काढायची नाहीत. रडणं म्हणजे विद्यार्थी जातीचा पराभव, तर मास्तर जातीचा विजय समजला जाई.

घरी तक्रार करण्याची सोय अजिबात नव्हती. आपल्या मुलांची तीच लायकी आहे अशी सगळ्याच पालकांची धारणा होती.

ऑलिव्हर आता दिसणार नाही हे मला आणि मलाचीला समजलं होतं; पण लहानगा युजेन? त्याचं काय? मृत्यूचा अर्थ समजण्याचं त्याचं वय नव्हतं. त्यानं त्याच्या ऑलीचा ध्यास घेतला जणू. घरभर हाका मारत हिंडायचा. बेडखाली वाकून शोधायचा; खिडकीतून डोकावून बघायचा. बिच्चारा! रस्त्यावर खेळणारी मुलं दिसली की रुपेरी केसांच्या मुलाला ऑली समजून हाका मारायचा. त्या दोघांचे केस रुपेरी होते ना! अशा वेळी मॉमला अश्रू आवरायचे नाहीत. ती त्याला उचलून जवळ घ्यायची, त्याचे पापे घ्यायची, रडायची. त्याला कसं समजवावं हे तिला कळायचं नाही. तिची घालमेल व्हायची. तिला रडताना पाहून युजेन तिच्याजवळून सुटण्यासाठी धडपडायचा.

'ऑलिव्हर स्वर्गात आहे, मजेत आहे, कधीतरी भेटायला येईल तो' मॉम-डॅडींनी त्याला अनेकदा समजावलं. पण अवघ्या दोन वर्षांच्या युजेनला ते कसं

कळणार? त्याला ना स्वर्गातली सुंदरता ठाऊक, ना मृत्यूची भीषणता ठाऊक!

मलाचीनं आणि मी त्याला रमवण्याचे आमच्या परीनं प्रयत्न केले. घरभर पळलो, धपकन पडलो.

एकदा मलाचीनं डोक्यावर एक भांडं ठेवलं, पाडलं. उचलून पुन्हा ठेवलं. पुन्हा पाडलं. युजेनला हसू यावं यासाठी सगळा खटाटोप!

कधी आम्ही चित्रविचित्र चेहरे केले.

कधी त्याला बागेत घेऊन गेलो. फुलं, पानं दाखवली, गवतावर लोळलो.

हळूहळू तो ऑलीचं नाव घेईनासा झाला. पण त्याच्यासारखं कुणी दिसलं की तो बोट दाखवायचा. त्याच्या अंतर्मनात ऑली होताच. जुळे होते ना ते शेवटी!

डॅडींना आमच्या प्रयत्नांचं कौतुक वाटायचं.

पण याचा काहीही उपयोग झाला नाही.

आपल्या जुळ्या भावाला भेटण्याकरिता युजेनही निघून गेला, आमच्यापासून लांब.

ती सकाळ उगवली ती वाईट वार्ता घेऊनच. डॉक्टर ट्रॉयना बोलावण्यात आलं. त्यांनी युजीला तपासलं. 'काही उपयोग नाही' त्यांनी खेदानं मान हलवली. त्याला न्यूमोनिया झाला होता.

"तुम्ही त्याला हॉस्पिटलमध्ये का नेलं नाही?" त्यांनी विचारलं.

"न्यूमोनियाचं आमच्या लक्षात आलं नाही," डॅडी-मॉम म्हणाले.

"तेच होतं. हे दुखणं आई-वडिलांना समजत नाही. मग अशा दुर्दैवी घटना घडतात." ते चुकचुकत म्हणाले.

"उरलेल्या दोघांपैकी कुणाला जरा सर्दी-खोकला झाला किंवा घसा खवखवला तरी लगेच त्यांच्याकडे न्यायचं, वेळ कोणतीही असली तरी," त्यांनी बजावलं. "तुमच्या घराण्यात हे दुखणं आनुवंशिक दिसतंय. या मुलांना गारठ्यापासून जपा." मॉमकडे वळून ते म्हणाले, "तुमच्यासाठी एक औषध सांगतो. ते घ्या म्हणजे त्रास जरा कमी होईल. मला तुमचं दुःख बघवत नाहीये. देव तरी अगदी तुमचा अंत पाहतोय."

ते गेल्यावर आजी आली. मावशीही बरोबर होती. आजीनं युजेनला अंघोळ घातली. मावशी पांढरा गाउन आणि रोझरी बिड्सचा सेट आणायला गेली. त्याला गाउन घालून त्यांनी खिडकीजवळ झोपवलं. त्याच खिडकीतून तो त्याच्या लाडक्या ऑलीची वाट बघायचा! त्याचे चिमुकले तळवे त्यांनी एकावर एक ठेवले. डोळ्यांवरचे केस मागे केले. "किती मऊसूत आहेत ना याचे केस?" आजी म्हणाली.

त्याबरोबर मॉम उठली. तिनं त्याला ब्लँकेट पांघरलं. आजीनं मावशीकडे पाहिलं. मावशीनं आजीकडे. दोघी गप्प राहिल्या. डॅडी तिथंच होते.

“ही शेनॉन नदी सगळ्याला कारण आहे. युजेन, सोन्या, तुला तिनंच आमच्यापासून नेलं रे! आधी ऑलीला अन् आता तुला, आमच्यापासून हिरावलं.” ते भेसूर स्वरात बोलले.

आजीनं त्यांना दटावलं, “आता गप्प बसा पाहू. मुलं कावरीबावरी होतात, तीही रडते. शांत व्हा आता.”

तिनं मला जवळ बोलावलं. “ही डॉक्टरांनी दिलेली चिठ्ठी त्या केमिस्टला दाखव. तो औषध देईल ते घेऊन ये. तो पैसे मागणार नाही. जा लवकर.”

मी निघालो. “मीही जातो त्याच्याबरोबर. तिकडूनच चर्चमध्ये जातो दोघं, प्रार्थना करून येतो गेलेल्या सगळ्यांसाठी.” डॅडीही पाठोपाठ आले.

आम्ही परत आल्यावर आजीनं डॅडींना थोडे पैसे दिले. स्टाउट म्हणजे बार्लीपासून तयार केलेलं गडद रंगाचं मद्य आणण्यासाठी. मॉम तिच्यावर उचकली. तेव्हा आजी म्हणाली, “तुझ्यासाठी औषध आहे बाई, त्यांनी दुःख कसं सहन करायचं? मद्यानं विसर पडेल थोडासा.” नंतर डॅडींकडे वळून ती म्हणाली, “हे बघा, उद्या शवपेटी आणि शववाहिका घेऊन यायचं काम तुमचं बरं का. त्यासाठीही पैसे राहू द्यात थोडे.” तिनं मला त्यांच्याबरोबर पिटाळलं.

त्यांना ते आवडलं नाही. “अहो, तो लहान मुलगा. त्याला पबमध्ये कशाला पाठवता?”

“अहो, नाहीतर तुम्ही रात्रभर पबमध्येच मुक्काम ठोकाल. तुमचा काही भरवसा नाही.” ती ठाम राहिली.

आम्ही पबमध्ये पोचलो. डॅडींनी मला परत जायला सांगितलं. मी ‘नाही’ म्हटलं. बेशिस्त, उर्मट, आगाऊ- अनेक विशेषणांचा आहेर मला मिळाला. मी जागेवरून हललो नाही. दारूचा एक पिंट रिचवून डॅडींची स्वारी तिथून बाहेर पडली. स्टाउट विकत घेतली होतीच.

आम्ही घरी पोचलो तेव्हा पा किटिंग काका व्हिस्कीची बाटली घेऊन हजर होते. त्यांनीही स्टाउट आणली होती. आणखी एक व्यक्ती तिथं आली- पॅटमामा. आम्हाला पाहिल्यावर त्यानं त्याच्या पुढ्यातल्या स्टाउटच्या बाटल्या जवळ ओढल्या. त्या हातानं झाकून तो लहान मुलासारखं ओरडायला लागला, “माझं आहे, माझं आहे, कुणाला देणार नाही.”

आजीनं त्याला गप्प केलं. “हो बाबा, तुझंच आहे सगळं, कुणी घेत नाहीये.” ती म्हणाली. आजी-मावशी युजेनच्या शेजारी बसल्या. मॉम फायरप्लेसजवळ. तिच्या मांडीवर मलाची. त्याचे केस कुरवाळत ती म्हणाली, “याचे केस अगदी युजेनसारखे आहेत.”

“मुळीच नाही.” ॲगी मावशी पटकन बोलून गेली. आजीनं तिला कोपरानं

ढोसलं. गप्प राहण्यास खुणावलं. तिथून जवळच डॅडी उभे राहिले. स्टाउट पिता पिता- युजेनकडे बघत. अंकल पा किचन टेबलपाशी बसले. सगळा सरंजाम मांडून. बाकीच्यांना एकेक घोट घेण्याचा आग्रह करीत. त्यांनी एक विनोद सांगितला. त्या वातावरणात हसणं योग्य नव्हतं; पण हसू आवरणं कठीण झालं.

"ऐका मंडळी, मी इंग्लिश आर्मीत होतो. फ्रान्समध्ये लढत होतो. जर्मनांनी सोडलेला विषारी धूर नाकातोंडात गेल्यानं मी आजारी पडलो. मला खंदकामध्ये पाठवण्यात आलं. लढाई संपली. इंग्लिश सैनिकांनी परत गेल्यावर आयरिश सैनिकांबद्दल काहीही सांगितलं नाही. ते मेले की जिवंत त्यांच्याबद्दल काही माहिती समजली नाही. इकडे खंदकात मी बरा झालो. खंदक म्हणजे सततची ओल. माझ्या शरीरात इतका गॅस साचलेला होता की..." त्यांना हसू आवरेना, "मी तिथल्या सैनिकांना सांगितलं की, मागच्या बाजूने एक पाइप माझ्या शरीरात घाला. आपण तो गॅस वापरू या. त्यांनी- त्या सैनिकांनी शब्दशः तसं केलं. काडी ओढताच एका सेकंदात तो गॅस पेटला! चहा करण्यासाठी मग तिथल्या सगळ्यांनी रांग लावली. त्यांना गरज असली की मला हवे तेवढे पैसे देऊन लोक गॅस पेटवायचे. मालदार झाल्यावर मी जनरलना लाच दिली. सैन्यामधून बाहेर पडलो. पॅरिसला गेलो. मद्य-कलावंत-मॉडेल्स सगळी रंगीन दुनिया अनुभवली. पैसे संपल्यावर लिमरिकला आलो. आता मला सांगा, माझ्यासारखा माणूस कोळसे हलवण्याखेरीज दुसरं काय काम करू शकेल?"

"ही कहाणी सांगण्यासाठी ही वेळ योग्य नव्हे." ॲगी मावशीनं तोंड वाकडं केलं.

"लांब तोंडं करून बसण्यापेक्षा ठीक आहे." आजी म्हणाली.

आता पॅटमामाला उत्साह आला. "मी गाणं म्हणतो."

"मी तुला साथ करतो." अंकल पा म्हणाले.

दोघांनी 'द रोड टू राशीन' हे गाणं म्हटलं. त्यातलं कोणाला फारसं काही कळलं नाही.

"छान." आजी म्हणाली.

डॅडी बेडजवळ गेले. बाटली खाली ठेवली. हातांनी तोंड झाकून ते करुण स्वरात रडू लागले. "फ्रँक, इकडे ये, माझ्याजवळ ये." त्यांनी हाक मारली. मलाची मॉमला चिकटून बसला होता. डॅडींजवळ मला जाणं भाग होतं. आता मला ते जवळ घेऊन... माझ्या अंगावर काटा आला. त्या दारूच्या वासानं युक्त प्रेमवर्षावाला सामोरं जाण्यासाठी मी कसाबसा उठलो.

आजी म्हणाली, "आम्ही निघतो आता. उद्या सकाळी दफनविधी आहे. जराशी विश्रांती घेतो."

प्रत्येकानं युजेनजवळ जाऊन प्रार्थना केली आणि त्याचं हळुवार चुंबन घेतलं. ते सगळे जाईपर्यंत डॅडी गप्प होते. ते गेल्याबरोबर त्यांनी त्या स्टाउटच्या बाटल्यांवर झडप घातली. अधाशासारखं गटगटा पिऊन त्या संपवल्या. बाटलीत बोटं घालून तीसुद्धा चोखली. ते आमच्याकडे वळून म्हणाले, ''आज आपण सगळे खालीच झोपू या. बेडवर युजेनला शांतपणे झोपू देत.'' त्यांनी टेबलावरचा लँप विझवला. मध्यरात्रीचा तो सन्नाटा नको वाटत होता. बेडवर युजी एकटाच झोपला होता. आमचा लाडका युजी! चांदण्यात त्याचे मऊसूत सोनेरी केस आणखी चमकत होते!

उजाडल्यावर डॅडींनी चहा केला. ब्रेड भाजला. ते मॉमजवळ गेले. तिनं तोंड फिरवलं. तिला काहीही नको होतं. त्यांनी मला आणि मलाचीला हाक मारली. गुडघ्यावर बसून युजीसाठी प्रार्थना कशी करायची हे त्यांनी आम्हाला शिकवलं. काल आजीसकट सगळ्यांनी अशाच पद्धतीनं प्रार्थना केली होती.

''चर्चमधले बिशप आणि कार्डिनल्स यांच्यापेक्षा लहान मुलांनी केलेल्या प्रार्थनेचं मोल स्वर्गात अधिक आहे.'' ते म्हणाले. बोलता बोलता त्यांना गहिवरून आलं. ''परमेश्वरा, आता किती अंत पाहतोस आमचा? झालं तेवढं पुरे. आधी आमची एकुलती एक लेक मार्गारेट देवाघरी गेली. नंतर लहानगा ऑलिव्हर आम्हाला सोडून गेला आणि आता हा युजेनही चालला. हे सगळं त्या शेनॉन नदीपायी! तुझ्या इच्छेपुढे कुणाचंही चालत नाही रे बाबा, पण आता हात जोडून विनंती आहे, ही दोन लेकरं तरी आमच्यापाशी राहू दे. घर अगदी उजाड करू नकोस. प्रभो, आमच्यावर एवढी कृपा कर.'' ते अगतिकपणानं बोलत होते.

मग त्यांनीच आमचं आवरायला मदत केली. हात-पाय-चेहरा स्वच्छ धुतला. आम्ही अमेरिकेहून आणलेल्या टॉवेलनं अंग पुसलं. त्याच टॉवेलच्या टोकानं त्यांनी आमचे कानही कोरले. जरा दुखलं; पण आम्ही ओरडलो नाही. आमचा युजी झोपलेला होता ना! त्याला जाग आली की तो ऑली-ऑली करत घरभर ऑलीला शोधत बसेल; त्यापेक्षा तो झोपलेलाच बरा.

तेवढ्यात आजी आली. ''असं अश्रू गाळत बसून चालणार नाही. चल ऊठ पाहू. थोडा चहा घे. त्या गोळ्याही घे. डोकं दुखणं जरा कमी होईल. हे बघ, जे आपले नव्हते ते गेले. या दोघांकडे पाहा बरं. तू असं वेड्यासारखं वागलीस की ती कावरीबावरी होतात.'' ती मॉमच्या पाठीवरून हात फिरवत म्हणाली.

''आज गुरुवार आहे ना, मला लेबर एक्स्चेंजमध्ये जायला हवं. या आठवड्याचा भत्ता मिळेल आज. शिवाय शवपेटी आणि घोडागाडीची व्यवस्था करायला हवी.'' डॅडी आजीला म्हणाले.

''तुम्ही एकटे जाऊ नका. याला- फ्रँकला बरोबर न्या.'' -आजी.

"तो घरी राहिलेला बरा. मलाचीकडे लक्ष देईल. युजेनसाठी प्रार्थना करेल." -डॅडी.

"हे बघा, माझ्यासमोर बनवाबनवी करू नका. तो तुमच्याबरोबर असलेला बरा. म्हणजे पैसे मिळाल्यावर तो तुम्हाला सरळ घरी घेऊन येईल. नाहीतर तुम्ही लगेच पबमध्ये जाल. मी तुम्हाला चांगली ओळखून आहे." आजीच्या स्वरात जरब होती. डॅडींनी रागानंच कॅप चढवली. तरतरा ते बाहेर पडले. पाठोपाठ मीही निघालो.

लेबर एक्स्चेंजमध्ये आमच्यापुढे मोठी रांग होती. काउंटर सुरू झाल्यावर तिथल्या माणसानं डॅडींना सर्वांत पुढे बोलावलं. तो म्हणाला, "हे घ्या. आज रांगेत उभं राहू नका. तुमच्या दुःखात आम्ही सहभागी आहोत." त्यानं निर्वाहभत्त्याचे पैसे डॅडींकडे सुपूर्त केले. रांगेतल्या अनेक जणांनी आपापली कॅप डोक्यावरून उतरवली. मान लववून त्यांनी सहानुभूती व्यक्त केली. काही जणांनी माझ्या हातावर पैसे ठेवले. अरेच्या, बरेच पैसे जमा झाले की! दोन शिलिंग्ज, चोवीस पेनीज इतके पैसे होते ते.

"जा. चॉकलेट घे तुझ्यासाठी. मी जरा पाच मिनिटांत जाऊन येतो." डॅडी कुठे जातील हे मला चांगलं ठाऊक होतं. त्यांनी तसं करू नये म्हणून तर आजीनं मला त्यांच्याबरोबर पाठवलं होतं. पण माझ्या हातात पैसे खुळखुळत होते. कितीतरी दिवसांनी चॉकलेट खायची संधी चालून आली, तिचा मला मोह झाला. जवळच्या दुकानात जाऊन मी मोठ्ठी टॉफी विकत घेतली.

मी टॉफी चोखत होतो. डॅडी पिंट रिचवत होते. माझी एक टॉफी संपली. तोंड गोड झालेलं. ती चव इतकी छान होती की मी पुन्हा दुकानात गेलो. तिथं पैसे देत असताना माझ्या हातावर जोरात फटका बसला. मी मागे वळून पाहिलं अरे देवा! मावशी? होय, मावशीच होती ती. आधीच ही बया कजाग. त्यात अगदी 'रंगे हाथ' पकडलं तिनं मला. आता काही खैर नाही. "वा! बरं दिसतंय का हे? काही लाज वाटते की नाही? तिकडे तुझा भाऊ- वेळ कशी अन् तू इथं गोड खात बसलास? आणि आपले पिताजी? ते महाशय कुठायेत?"

"ते- ते तिकडे म्हणजे तिथं, पबमध्ये..."

"हे आणि यांचे पिताजी- जोडी शोभते अगदी. ते उत्तर अमेरिकन वळण लगेच कळतं. यांची वागणी असलीच!" मावशीनं शक्य तितक्या वाकड्या तोंडानं त्या दुकानदार बाईंना आमच्याबद्दल सांगितलं.

"जा, जाऊन सांग तुझ्या बापाला. थोडीफार शरम असली तर आवरा म्हणावं आता. मी तसल्या जागी मुळीच पाय ठेवणार नाही. ही दारूच या दुर्दैवी देशाच्या विनाशाचं कारण आहे." तिनं मला पिटाळलं.

पबमधलं दृश्य पाहून माझ्या अंगावर काटा आला. डॅडी एका गलिच्छ

माणसाबरोबर दारू घेत बसले होते आणि त्या दोघांनी त्यांचे ग्लासेस एका पांढऱ्या पेटीवर ठेवलेले होते. ती पेटी- ती युजेनची शवपेटी असणार. नक्कीच. कारण ऑलीसाठी अशीच पांढरी पेटी आणलेला- हो, मला आठवलं. आपल्या गेलेल्या मुलाच्या शवपेटीवर चक्क दारूचा ग्लास ठेवायचा? शीऽ मला डॅडींची घृणा आली.

मला स्वतःचीही विलक्षण लाज वाटली. तिकडे माझा लहान भाऊ- कालपर्यंत जो आमच्याबरोबर होता; आज जो या जगातच नाहीये, त्याची मला आठवण आली. खूप कसंतरी वाटलं. त्या माझ्या भावाच्या शवपेटीवर चक्क दारूचे ग्लास. शक्य असतं तर मी ते खाल्लेलं चॉकलेट पोटातून काढून त्या बाईंना परत केलं असतं.

डॅडींना कशाचंही भान नव्हतं.

"खरंय तुम्ही म्हणता ते. एकदा माझ्या बाबतीत असंच झालेलं. मी पबमध्ये एक ग्लास दारू टाकावी म्हणून आलो. बाहेर घोडागाडीत शवपेटी ठेवलेली. बाहेर आलो तर काय घोडागाडी रिकामी! नशीब की ती शवपेटी रिकामी होती, नाहीतर आफतच ओढवली असती. आपल्या देशात जगणं महाकठीण झालंय." बोलता बोलता डॅडींबरोबर बसलेल्या त्या माणसानं त्याचा ग्लास एका दमात संपवला. तो रिकामा ग्लास त्यानं शवपेटीवर आपटला. टणकन त्याचा आवाज आला. मला कसंतरी झालं.

डॅडींनी त्यांचा रिकामा ग्लास तिथं आपटण्यापूर्वी धावत जाऊन मी ती शवपेटी बाजूला ओढली.

"डॅडी, अहो ही युजेनची शवपेटी आहे; टेबल नव्हे. मी मॉमला सांगणार आहे, तुम्ही पबमध्ये दारूचा ग्लास असा शवपेटीवर-"

"नाही बाळा, असं नाही हं करायचं."

"आपल्या लाडक्या युजीच्या शवपेटीवर दारूचा ग्लास?"

डॅडी काही बोलण्यापूर्वी त्या माणसानं विचारलं, "आणखी एकेक ग्लास प्यायचा का?"

डॅडी माझ्याकडे वळून म्हणाले, "जा, बाहेर जाऊन थांब. मी आलोच पटकन."

"नाही."

"असं काय ते? शहाणा मुलगा आहेस ना तू?"

"नाही." मी निक्षून सांगितलं.

त्या माणसानं माझ्याकडे पाहिलं. डॅडींकडे वळून तो म्हणाला, "माझ्या मुलानं असा उर्मटपणा केला असता तर मी इतकं ठोकून काढलं असतं ना, की तो जन्मभर विसरला नसता. हा कोण दीडशहाणा तुम्हाला दारू पिताना हटकणारा? गेलेल्या मुलाचं दुःख विसरण्यासाठी दारू प्यायची नाही तर केव्हा प्यायची?"

"अहो, त्याच्याकडे लक्ष देऊ नका."

अखेर त्या दोघांनी आणखी एकेक ग्लास रिचवला. त्या शवपेटीवर पडलेले काळपट डाग त्यांनी शर्टाच्या बाहीनं पुसून टाकले. तो माणूस घोडागाडीत चढला तेव्हा माझ्या डोक्यात प्रकाश पडला की तोच ही गाडी चालवणार आहे. आम्हीही गाडीत बसलो. डॅडींनी ती शवपेटी मांडीवर धरली होती.

घरी माणसांची खूप गर्दी होती. इतके जण आमच्या घरी पहिल्यांदाच आलेले. आजी, मावशी, पा किटिंग काका, पॅटमामा एवढे लोक तिथं होते. मॉमचा सगळ्यात मोठा भाऊ- टॉममामाही आला होता. आज पहिल्यांदाच. त्याला उत्तर अमेरिकन लोकांबद्दल घृणा असल्यानं तो आमच्याकडे येत नसे. बरोबर त्याची बायकोही होती. जेन तिचं नाव. ती गॅलवे प्रांतातली असल्यानं स्पेनच्या रानटी जमातीतल्या रहिवाशांसारखी दिसायची. तिच्याशी कुणीही बोलायचं नाही.

त्या गाडीवानानं डॅडींच्या हातून ती शवपेटी घेतली. त्यानं ती घरात आणल्याबरोबर मॉमनं हुंदके द्यायला सुरुवात केली. "आपण एक मिनिटात निघू या. मी बाहेर थांबतो," तो म्हणाला. त्याच्या तोंडाला दारूचा भयानक दर्प येत होता.

"तुम्ही आला नाहीत तरी चालेल. हे आमचं पिल्लू- युजेन बाळ... फार यातना सोसल्या त्यानं. त्याला अखेरचा निरोप देताना त्याची जाणीव ठेवायला हवी. त्याला सन्मानानं निरोप देण्याची आमची इच्छा आहे. तुमच्यासारख्या दारूड्या माणसाच्या हातात जर घोडागाडीचे लगाम असतील तर त्याची शवपेटी त्यात कितपत सुरक्षित राहू शकेल कोण जाणे!" आजी फटकळपणानं म्हणाली.

"आजी, तुम्ही बिनघोर राहा. मी अशी डझनावारी मुलं दफनभूमीपर्यंत पोचवलेली आहेत, कोणताही अपघात न करता." तो बेदरकारपणे म्हणाला.

जमलेले सगळे पुरुष स्टाउट पिण्यात मश्गूल होते. महिला वर्ग शेरी नावाची वाइन अधूनमधून चाखत होता. पॅटमामा मध्येच ओरडला, "ही माझी स्टाउट आहे, माझी बाटली आहे ही. मी कुणालाही देणार नाही."

"हो बरं का पॅट, तुझ्या वस्तूंना कुणीही हात लावणार नाही. ओरडू नकोस." आजी म्हणाली.

"मी आता गाणं म्हणणार आहे, द रोड टू राशीन. सगळ्यांनी ऐका." तो म्हणाला.

"अरे, हे गाणं अंत्ययात्रेच्या आदल्या रात्री म्हणण्याची प्रथा आहे. ते आज म्हणायचं नसतं." पा किटिंग काका त्याला म्हणाले. पण तो हटून बसला. त्यानं गाणं म्हणायला सुरुवात केली. तो जरा वेडसर असल्यानं सगळ्यांनी दुर्लक्ष केलं.

आजीनं त्या रिकाम्या शवपेटीचं झाकण उघडलं. त्याबरोबर मॉमनं हंबरडा

फोडला. “अरे देवा, आमच्याकडचं हे मृत्यूचं थैमान कधी थांबणार? एवढ्या मुलांना जन्म देऊन शेवटी माझी झोळी रिकामी राहणार का? ‘मॉम’ अशी हाक मारणारं कुणीतरी जिवंत राहू दे रे बाबा.”

त्या सगळ्या गोंधळाचा परिणाम असा झाला की पॅटमामाचं गाणं थांबलं.

मॉमकडे बघवत नव्हतं. ती युजेनच्या चेहऱ्यावरून हात फिरवत होती. “माझा राजा तू. कसा मला सोडून गेलास? तुझ्या देखणेपणाची आठवण काढू की सोनेरी केसांचा स्पर्श आठवू? तुझ्यासारखं रूप तर साऱ्या पृथ्वीतलावर शोधूनही सापडणार नाही. असं परत न येण्यासाठी कुठं निघून गेलास, माझ्या सोन्या?”

ती पुनःपुन्हा हुंदके देऊन रडत होती. “तुला तुझे भाऊ-बहीण तिकडे भेटतील. पण आमचं काय?”

आपल्या पूर्वी गेलेल्या दोन मुलांची आठवण तिनं काढल्यानंतर तिथं असलेल्या सगळ्या बायकांना शोक अनावर झाला. त्याही रडू लागल्या.

“आता रडणं पुरे. उशीर झाला तर दफनभूमीत पोचायला रात्र होईल.” पा किटिंग काका तिच्याजवळ जाऊन म्हणाले.

“मूल शवपेटीत कुणी ठेवायचं?” आजी हळूच मावशीच्या कानात कुजबुजली.

“मी- मला नाही जमणार तसलं काही. आईनंच ठेवायचं असतं.” ती घाबऱ्या स्वरात म्हणाली.

पॅटमामानं ऐकलं. तो म्हणाला, “मी त्याला शवपेटीमध्ये ठेवीन.” तो मॉमजवळ गेला. त्यानं हात पसरले. “दे त्याला माझ्याजवळ. मी त्याला शवपेटीत ठेवतो. मी अलगद ठेवेन हं त्याला आतमध्ये. अँजेला, तू अजिबात काळजी करू नकोस. मला स्वतःचं मूल नाही. एवढं लहान मूल सांभाळण्याची मला सवय नाहीये. पण मी त्याला व्यवस्थित धरतो. दे माझ्याजवळ.”

“अं - हो.” मॉम स्फुंदत म्हणाली.

“मी गाणंही म्हणणार नाही. अगदी खरंच सांगतो.”

“पॅट, पुरे. नको रे असं बोलूस.” मॉम रडत म्हणाली.

युजेनला जिथं ठेवलं होतं तिथं तो गेला. मॉमनं आपल्या लाडक्या युजीला थंडी वाजू नये म्हणून पांघरलेलं ब्लँकेट मामानं दूर केलं. त्याचं अंग पांढरंफटक पडलं होतं. निळ्या शिरा उठून दिसत होत्या. पॅटमामानं त्याला उचलून छातीजवळ धरलं. हळुवारपणे त्याच्या कपाळाचा पापा घेतला. त्याबरोबर सगळ्यांनी युजीच्या कपाळाचं चुंबन घेतलं. मामानं त्याला हळूच शवपेटीत ठेवलं. तो दूर सरकला. आम्ही सगळे शवपेटीभोवती जमलो, आमच्या लाडक्या युजेनला शेवटचं बघण्यासाठी!

“बघितलंस ना अँजेला, मी त्याला नीट ठेवलं ते?” मामानं मॉमजवळ जाऊन विचारलं.

“हो.” मॉमनं त्याच्या चेहऱ्यावरून हात फिरवला.

मावशीनं पबमध्ये जाऊन गाडीवानाला बोलावून आणलं. डॅडी, मॉम, मी आणि मलाची असे चौघंच आत बसू शकणार होते. “आम्ही घरी थांबतो,” आजी म्हणाली.

आम्ही निघालो. खूप उदास वाटत होतं. हे असं का होतं? कधी माझा लहान भाऊ, तर कधी माझी तान्ही बहीण, असे अचानक देवाघरी जातात. मॉम रडते. आम्हालाही वाईट वाटतं. असं या पांढऱ्या शवपेटीत ठेवून आम्ही त्यांना पोचवून येतो. मला फार भीती वाटते. हे थांबणार तरी कधी? कुणाला विचारावं बरं?

केवळ घोड्याच्या टापांचा आवाज येत होता. सगळे गप्प होते. मलाचीच्या बोलण्यानं माझी तंद्री मोडली. “आपण ऑलीला भेटायला चाललोय का?” त्यानं विचारलं.

“नाही. तो कसा भेटणार? तो तर स्वर्गात आहे. कृपा करून स्वर्ग म्हणजे काय ते विचारू नकोस. ते मला ठाऊक नाहीये.” डॅडी चिडून म्हणाले.

“हे बघ, स्वर्ग म्हणजे जिथं मार्गारिट, ऑलिव्हर आणि युजेन मजेत एकत्र खेळताहेत ती जागा. आपण एकदा तिथं जाऊ तेव्हा ते भेटतील हं.” मॉम खोल आवाजात म्हणाली.

“हे! घोड्यानं रस्त्यावर डू-डू केली! आवाज आला! वासही आला.” मलाचीच्या बोलण्यानं आमच्या तिघांच्या चेहऱ्यावर हलकी स्मितरेषा उमटली.

गाडीवानानं दफनभूमीत गाडी थांबवली. दार उघडून तो म्हणाला, “द्या माझ्याजवळ. मी दफनभूमीपर्यंत शवपेटी पोचवून देतो.” त्यानं शवपेटी धरली. त्याचा तोल गेला. तो चालताना अडखळला. ते पाहून मॉम त्याला म्हणाली, “तुम्ही अशा अवस्थेत माझ्या मुलाला खाली पाडाल.” ती डॅडींना म्हणाली, “तुम्ही धरा पाहू ती शवपेटी.”

“तुम्हाला काय करायचं ते करा.” तो चिडून पुन्हा आपल्या जागेवर जाऊन बसला. डॅडींच्या हातात ती पांढरी शवपेटी जास्तच चमकत होती. मॉमनं आमचा दोघांचा हात धरला. आम्ही डॅडींच्या पाठोपाठ चालू लागलो. तिथल्या झाडांवर कावळे बसलेले होते. अंधारून आल्यानं ते स्तब्ध होते. विचित्र शांतता होती तिथं! सकाळी उजाडल्यावर ते पुन्हा पंख फडफडवत आपल्या कामाला लागतील.

एका छोट्या खड्ड्याजवळ दोन जण आमची वाट पाहत होते, हातात फावडी घेऊन. “फार उशीर केलात तुम्ही. छोटं मूल आहे म्हणून थांबलोय.” त्यातला एक जण म्हणाला. दुसरा आत उतरला. “द्या ते माझ्याकडे.” डॅडींनी शवपेटी त्याच्याकडे दिली.

त्या पेटीवर त्यानं थोडा भुसा पसरला. तो बाहेर आला. त्याबरोबर पहिल्या

माणसानं त्या खड्ड्यात माती लोटली.

मॉमनं टाहो फोडला. त्याबरोबर एक कावळा ओरडला, काव-काव. माझ्या मनात आलं, एक दगड घ्यावा अन् जोरात त्याच्या अंगावर भिरकवावा.

सगळी माती लोटून झाल्यावर ते दोघं कपाळावरचा घाम पुसत आमच्यासमोर उभे राहिले. "गेलेल्या जीवाच्या नावानं दानधर्म करण्याचा संकेत असतो." ते म्हणाले.

"अरे, विसरलोच." डॅडींनी घाईनं खिशात हात घातला. काही पैसे त्यांना दिले.

"देव तुम्हाला दुःख सहन करण्याची शक्ती देवो." ते निघताना पुटपुटले.

अंधार पडू लागला. आम्ही घरी जायला वळलो. पण, अरेच्या! ज्या घोडागाडीतून आम्ही आलो ती जागेवर नव्हतीच. तो गाडीवान अट्टल दारूबाज होता अगदी. "बेजबाबदार माणूस." मॉम त्रासिकपणे म्हणाली.

आम्ही पायी निघालो. घरापर्यंतचं अंतर लवकर संपेना. सगळेच विचित्र मनःस्थितीत होतो. मनावर मळभ दाटून आलेलं.

"मुलं दुःखानं कोमेजली आहेत आणि आता त्यांना भूकही लागलीये." मॉम हळूहळू एकेक शब्द उच्चारत होती.

"सकाळच्या भत्त्यामधले काही पैसे तुमच्याजवळ उरले आहेत. त्यातून काहीतरी घेऊ या. पबमध्ये जायचा विचार आजतरी डोक्यातून काढून टाका. आजचा दिवस निराळा आहे." तिचे डोळे भरून आले.

आम्ही नॉटनमध्ये गेलो. डॅडींनी फिश मागवलं. मग आम्ही चिप्सही खाल्ल्या. नंतर लेमोनेड! घशाला मिरमिरत होतं नंतर बराच वेळ.

आम्ही घरी पोचलो. घरं रिकामं होतं. सगळे जण निघून गेले. युजेनला अखेरचा निरोप देण्यापूर्वी सगळ्यांनी प्यायलेल्या स्टाउटच्या रिकाम्या बाटल्या अस्ताव्यस्त विखुरलेल्या. फायरप्लेस निवलेली. भकास वाटत होतं. डॅडींनी पॅरफीनचा कंदील लावला. माझं बेडकडे लक्ष गेलं. युजेनच्या डोक्याचा ठसा अजूनही उशीवर दिसत होता. तेवढा भाग दाबला गेला होता. काही फुलं चुरगळलेली.

मला त्याची आठवण आली. याच खिडकीतून तो ऑलीची वाट पाहायचा- त्याला हाका मारायचा. त्याला बिचाऱ्याला ठाऊक नव्हतं की ऑली आता कधीही येणार नाही. आम्हाला तरी तेव्हा कुठं ठाऊक होतं की, युजेनही लवकरच हाकेच्या पलीकडे निघून जाणार आहे!

"जरा पाय मोकळे करून येतो." डॅडी म्हणाले.

"काही नको." मॉमनं अडवलं. आज त्यांनी तिचं ऐकलं. मॉमनं थोडा चहा केला. नंतर आम्ही झोपलो.

बेडवर पडल्यावर माझं विचारचक्र सुरू झालं : युजेन- तो काय करत असेल?

त्याला थंडी नाही का वाजणार? त्या पांढऱ्या शवपेटीत- आमच्यापासून लांब...एकटाच! मग मला आठवलं- देवदूत अशा लहान मुलांना मुळी एकटं ठेवतच नाही. आम्ही इकडे आल्याबरोबर देवदूतानं त्याला आपल्याबरोबर स्वर्गात नेलं असेलही. तिथं त्याला ऑलिव्हर अन् मार्गारिट भेटतील. ते तिघंही एकत्र खेळतील. फिश खातील. चिप्स खातील. तिकडे लेमोनेडसुद्धा असेल, नाही का?

शेनॉन नदीमुळे पसरणारा भयानक गारठा तिथं नक्कीच नसेल. वसवस करणारी मावशीही नसेल तिथं. आणि तिथले डॅडी कसे बरं असतील? आमच्या डॅडींसारखे? छे, छे! मी सांगतो तुम्हाला, तिथले डॅडी लेबर एक्स्चेंजमधून थेट घरी येत असतील.

त्यांच्या मुलांवर गल्लोगल्ली पबमध्ये जाऊन स्वतःच्या डॅडींना शोधण्याची वेळ नक्कीच येत नसेल.

तीन

यापुढे आपण या घरात राहणार नाही, असं मॉमनं जाहीर केलं. ते स्वाभाविक होतं. युजेनच्या आठवणी तिला बेजार करत होत्या. खिडकीतून डोकावून ऑलिव्हरला शोधणारा युजेन तिला सतत डोळ्यांसमोर दिसायचा. काही वेळा इकडे युजी आणि पलीकडे ऑली- दोघांचाही तिला भास व्हायचा. ते दोघंही एकमेकांबरोबर मजेत असायचे. पण तो निव्वळ भास होता. वास्तव कटू होतं. ते विसरायचं, तर जागा बदलणं भाग होतं. खरंतर शाळा इथून इतकी जवळ होती की, दुसऱ्या घरी जाणं मलाही जिवावर आलं. पण मॉमची नाजूक मनःस्थिती पाहता, आणखी काही दिवस आम्ही इथं राहिलो तर ती वेडी झाली असती. शेवटी आम्ही हे हार्ट्स्टोंग स्ट्रीटवरचं घर सोडलं.

रॉडेन लेनमधल्या बराक हिल्स या ठिकाणी आम्ही राहायला आलो. चाळच होती ती. एका ओळीत सहा घरं. समोर एक घर. त्यातलं आमचं घर शेवटचं. वर-खाली दोन दोन खोल्या. टू अप-टू डाउन असं त्याला म्हणायचे. आमच्या घरापलीकडे एक शेड होती. मग सार्वजनिक स्वच्छतागृह आणि त्यापलीकडे गोठा.

सेंट व्हिन्सेंट डी पॉल सोसायटीत जाऊन मॉमनं फर्निचर मिळवण्यासाठी थोडी खटपट केली. सोसायटीनं एक कूपन दिलं.

"आयरिश टाउनमधल्या जुन्या फर्निचरच्या दुकानातून तुम्हाला थोडं फर्निचर मिळू शकेल. ते घरी आणण्याची जबाबदारी तुमची." तिथला माणूस म्हणाला.

मॉमनं त्यावर नामी उपाय शोधला.

"आमच्याकडे बाबागाडी आहे. आम्ही त्यातून फर्निचर घेऊन जाऊ." ती म्हणाली. जुळ्यांच्या आठवणीनं तिच्या डोळ्यांच्या कडा पाणावल्या.

"त्या फर्निचरमध्ये बेड मिळेल ना?" तिनं विचारलं.

"हो, मिळेल." तो म्हणाला.

"पण जुनाच बेड का? - म्हणजे दुसऱ्यांनी वापरलेला?" तिनं विचारलं.

"अर्थात. तुम्ही नव्याची अपेक्षा तरी कशी करताय?" त्यानं वस्तुस्थितीची जाणीव करून दिली. आम्ही याचक होतो. जे आणि जसं मिळेल तसं स्वीकारणं आम्हाला क्रमप्राप्त होतं.

मॉमला निराळीच काळजी होती. साथीच्या आजारामुळे त्या बेडवर कुणाचा मृत्यू झालेला असेल तर त्याची लागण आम्हाला होऊ शकते, ही भीती तिला सतावत होती.

ते फर्निचरचं दुकान लिमरिकच्या दुसऱ्या टोकाला होतं. आमच्या छोट्याशा बाबागाडीतून ते घरी आणण्यात एक अख्खा दिवस गेला. ती गाडी तरी धड होती का? तिच्या चार चाकांपैकी एक चाक वेगळ्याच दिशेला वळायचं. मोठ्या मुश्किलीनं ती सरळ चालायची. हुश्श! एकदाचं ते सामान घरी आलं. दोन बेड, एक आरसा, एक टेबल आणि दोन खुर्च्या. लगेच घर भरल्यासारखं झालं. वर आणि खाली. जिन्यानं ये-जा करताना श्रीमंत असल्यासारखं वाटलं अगदी. डॅडींनी फायरप्लेस पेटवल्यावर मॉमनं चहा केला. मॉम-डॅडी टेबल-खुर्च्या घेऊन समोरासमोर बसले. आम्ही अमेरिकेहून एक ट्रंक आणली होती. मी आणि मलाची त्या ट्रंकेवर बसलो. आमच्या नवीन घरातला पहिला चहा. मस्तपैकी पहिला घोट घेणार तोच आमच्या घरासमोरून एक माणूस बादली घेऊन जाताना दिसला. त्यानं ती बादली स्वच्छतागृहात ओतली. त्याबरोबर घाणेरडा दर्प नाकात घुसला. मॉम तावातावानं बाहेर गेली.

"कोण तुम्ही? खुशाल आमच्या स्वच्छतागृहाचा वापर करताना लाज नाही का वाटत?"

"आमचं स्वच्छतागृह? मॅम, आपला काहीतरी गैरसमज होतोय. हे सगळ्यांसाठी आहे बरं का. एकूण अकरा कुटुंबं हे वापरतात." तो म्हणाला.

"मग याच्या स्वच्छतेची जबाबदारी कुणाची?"

"स्वच्छता? याचं बांधकाम केव्हा झालंय माहितीये का? व्हिक्टोरिया राणीच्या काळात. एवढ्या वर्षांत क्वचित कुणीतरी स्वच्छ केलं असेल ते. भाग्य समजा की आता ख्रिसमसचे- थंडीचे दिवस आहेत, म्हणून इतपत बरंय. उन्हाळ्यात इतकी दुर्गंधी येते की नाकाला मास्क लावल्याशिवाय या घरात राहणं मुश्कील होईल. बघाच तुम्ही." आत जाता जाता त्यानं मॉमला आणखी चिडवलं.

ती तरतरा घरात आली. "या घरात मिनिटभरही राहायचं नाही. सगळी मरायची लक्षणं!"

"हे बघ. तमाशा पुरे. सहा शिलिंग्जमध्ये एवढं मोठं घर तुला कुणी देईल

का?'' डॅडींनी अखेर तोंड उघडलं. ''आपण स्वच्छ करत जाऊ. त्यात काय एवढं? पाणी उकळायचं आणि बादल्या नेऊन ओतायच्या की झालं!''

''ओहो, म्हणे पाणी उकळायचं! कोळसा कोण देणार? की बिनविस्तवाचं उकळणार पाणी?'' मॉमला संताप आवरेना. नव्या घराच्या आनंदावर क्षणात विरजण पडलं.

डॅडी काहीही बोलले नाहीत. त्यांनी हातात एक चित्र घेतलं. ते भिंतीला अडकवण्यासाठी त्यांना खिळा हवा होता. त्या चित्रातल्या व्यक्तीचा चेहरा जरा वेगळाच होता. निमुळता होत गेलेला. त्यांनी स्कल कॅप घातली होती. त्यांच्या अंगात काळा झगा होता. छातीवर क्रॉस!

''हे पोप, लिओ द थर्टीन, कामगारांचा मित्र. कष्टकरी जमातीबद्दल तिळमात्रही संवेदना नसणाऱ्यांनी हे सुंदर चित्र बाहेर फेकून दिलेलं. मला सापडलं, ते मी जिवापाड जपून पार अमेरिकेहून इथपर्यंत आणलं आहे.'' डॅडी म्हणाले.

''पुरे झाली तुमची वटवट,'' मॉम म्हणाली.

''तू गप्प बैस. मुलांसमोर सारखा माझा उपमर्द करू नकोस.'' ते ओरडले.

तेवढ्यात त्यांना एक खिळा सापडला. आता हातोडा हवा.

''जा, शेजाऱ्यांकडून मागून आणा.'' मॉमनं सुचवलं.

''ओळखपाळख नसताना कशाला कुणाच्या दारात जायचं?'' ते फणकाऱ्यानं म्हणाले.

आमच्याकडे एक जॅम भरून ठेवलेला काचेचा जार होता. त्याचा हातोड्यासारखा वापर करून डॅडींनी तो खिळा ठोकला. सगळ्या खटाटोपात तो जार फुटला. डॅडींच्या हाताला जखम झाली. रक्ताचा एक थेंब त्या चित्रातल्या पोपच्या डोक्यावर उडाला. डॅडींची बरीच धांदल झाली.

''अगं, लवकर ये इकडे. तो डाग कोरडा होण्याआधी पूस पाहू लवकर.'' त्यांचा हात त्यांनी नॅपकीनला पुसला. घाईगडबडीत मॉमनं ते रक्त तिच्या बाहीनं टिपण्याचा प्रयत्न केला. पण हाय! ती बाही लोकरीनं विणलेली होती. तो डाग टिपला जाण्याऐवजी आणखी पसरला. त्या चित्रातला पोपचा चेहरा सगळा रक्तानं माखला.

''अरे देवा! तुला सांगितलं काय अन् तू केलंस काय! सगळा सत्यानाश केलास.'' डॅडी वैतागून म्हणाले.

''पुरे झालं तुमचं विव्हळणं. थोडासा रंग आणून लावला की झालं काम.'' ती म्हणाली.

''अगं, हे एकमेव पोप कनवाळू, कामगारांच्या बाजूचे होते. तू हे चित्र इतकं खराब केलंस की उद्या सेंट व्हिन्सेंट डी पॉल सोसायटीतून समजा कुणी आलं तर

हे बघितल्यावर ते काय म्हणतील बरं?''

''मला त्याच्याशी काही देणं-घेणं नाही. तुमच्या हाताला कापलं, त्याचा त्या फोटोवर डाग पडला. माझा काय संबंध? एक साधा खिळा भिंतीत ठोकायचा तर तेसुद्धा तुम्हाला जमू नये? तुमच्यासारख्या धसमुसळ्या माणसानं शेतात जाऊन कुदळ-फावडं हातात धरणं उत्तम. बाकी नाजूक कामांसाठी तुमचा उपयोग शून्य! चला, जाऊन पडते जरा. माझी पाठ दुखतेय.'' मॉम तिथून उठली.

''आता या चित्राचं काय बरं करावं?'' डॅडी विचारात पडले.

''जिन्याखाली कोळसे ठेवलेत. त्यात दडवून ठेवा. कुणालाही पत्ता लागायचा नाही.'' मॉमच्या सूचना सुरू होत्या.

''छे, छे, काहीतरीच काय? मला ही कल्पनासुद्धा सहन होत नाहीये.''

''तर मग उडत जा. तुम्हाला करायचं ते करा.''

''होय, मी माझं बघून घेईन.'' ते फणकाऱ्यानं म्हणाले.

लिमरिकमधला हा आमचा पहिला ख्रिसमस. मुली दोरीवरच्या उड्या हा खेळ खेळताना आनंदानं गाणी म्हणायच्या.

बदके झाली जाडजूड- नाताळचा सण आला
घेऊन जा लवकर- एक बदक एका पेनीला
एक नसली तर अर्धी द्या
नाहीतर मात्र प्रभुनाम घ्या!

मुलंही त्यांना काहीतरी म्हणून चिडवायची. खरंतर ख्रिसमससाठी काहीतरी चमचमीत छान जेवण तयार करावं, असं मॉमला वाटत होतं. पण काय उपयोग? ऑलिव्हर आणि युजेन गेल्यामुळे आम्हाला मिळणाऱ्या निर्वाहभत्त्यात कपात झाली होती. मिळणाऱ्या सोळा शिलिंग्जपैकी सहा घरभाडं देण्यात खर्च झाले की उरले फक्त दहा शिलिंग्ज! त्यात चार माणसांचं कसं भागवायचं? रोजचा खर्च भागवताना मॉम इतकी मेटाकुटीला येत होती की, चमचमीत जेवणाची वगैरे बातच दूर!

डॅडींना अद्यापही काम मिळालं नव्हतं. ते रोज सकाळी लवकर उठायचे. फायर पेटवून चहासाठी आणि त्यांच्या दाढीसाठी पाणी गरम करायचं असा त्यांचा रोजचा नेम. आवरून झालं की ते शर्ट चढवायचे. त्याला कॉलर जोडायची. टाय लावायचा आणि कॅप घालून ते लेबर एक्स्चेंजमध्ये निर्वाहभत्त्यासाठी सही करायला जायचे. टाय आणि कॅपखेरीज ते कधीही बाहेर पडले नाहीत. डॅडींच्या मते तो सभ्यतेचा मोठा संकेत होता. शिवाय अचानक तिथल्या क्लार्कनं सांगितलं की, रँक्स फ्लोअर मिलमध्ये काम मिळू शकतंय किंवा लिमरिक सिमेंट कंपनीकडून तुम्हाला बोलावणं

आलं तर, तुम्ही तयारीत असायला नको का, असा त्यांचा युक्तिवाद होता. त्यांना जे काही काम मिळालं असतं ते अंगमेहनतीचंच मिळालं असतं; तिथं टाय-कॅपला बिलकूल महत्त्व असणार नव्हतं. पण त्यांना ते मान्य नव्हतं.

त्यांच्या झकपक राहण्यामुळे त्यांचा प्रभाव लोकांवर पडायचा. काही जण त्यांना कामही देऊ करायचे. पण त्यांनी बोलण्यासाठी सुरुवात केली की, त्यांचा पत्ता कट व्हायचा. त्यांच्या बोलण्यावर उत्तर आयर्लंडमधल्या बोलीभाषेचा प्रभाव होता, त्याचा हा परिणाम. हे कळल्यावर मॉम म्हणाली, "त्यापेक्षा तुम्ही कष्टकरी लोकांसारखे कपडे का नाही घालत? म्हणजे तरी तुम्हाला काम मिळेल."

"नको रे बाबा, मग तर हे लोक मला फारच हलकं काम देऊ करतील." ते म्हणाले.

"तुम्ही लिमरिकमध्ये बोलली जाणारी भाषा का शिकत नाही?" तिनं विचारलं.

"छे, छे, मुळीच नाही." ते तुच्छतेनं म्हणाले, "माझ्या मुलांना आता इथल्या भाषेचा संसर्ग होणार आहे; तेच माझं मोठं दुःख आहे."

"असलं फालतू दुःख कुरवाळत बसा फक्त, त्याखेरीज तुम्ही दुसरं काय करणार म्हणा!" मॉमच्या स्वरात पुरेपूर उपरोध भरला होता.

"तू बघच. दैवदयेनं एक ना एक दिवस असाही येईल की, या लिमरिकला आणि इथल्या शेनॉन नदीला कायमचा निरोप देऊन आपण दुसरीकडे निघून जाऊ. घाणेरडी नदी, तिच्यापायी मरण यायचं!" ते पुटपुटले.

"डॅडी, संसर्ग म्हणजे काय?" मी विचारलं.

"बाळा, संसर्ग म्हणजे आजारपण, नको असलेल्या सवयी- तुम्हाला न शोभणाऱ्या." ते म्हणाले.

रोजगार शोधण्याचा कंटाळा आला की, ते मैलोन्‌मैल चालायचे. एखाद्या शेतकऱ्यानं काम दिलं तर ते टाय, कॉलर आणि कॅप घालूनच काम करायचे. ते इतकी ढोरमेहनत करायचे की, शेवटी लोक त्यांना म्हणायचे, आता बास्स. पुरे. तळपत्या उन्हात अन्न-पाण्यावाचून एखादी व्यक्ती एवढं काम कसं करू शकते, असा प्रश्न त्यांना पडायचा. या कामातून मिळालेले पैसे आमच्या वाट्याला कधीही आले नाहीत. हे पैसे त्यांचे एकट्याचे; निर्वाहभत्त्याचे पैसे घरातल्या सगळ्यांचे- त्यांच्या डोक्यात हिशेबाचा मुळीच गोंधळ नव्हता. ते पैसे घेऊन ते सरळ पबचा रस्ता धरायचे. संध्याकाळी सहाचे ठोके पडल्यावरही त्यांची स्वारी घरी परतली नाही की मॉम काय ते समजायची. कधीतरी त्यांची पावलं पबकडे न वळता सरळ घरी यावीत, असं तिला मनोमन वाटायचं; पण ते वाटणं कधीही प्रत्यक्षात आलं नाही. किमान ते काम करत असलेल्या शेतातला भाजीपाला- बटाटे, कोबी, मुळा, गाजर यांपैकी काही जिन्नस त्यांनी मुलांसाठी घरी आणावेत, अशी वेडी आशा धरून ती

वाट बघायची. पण असं काही कुणा शेतकऱ्याकडे मागणं म्हणजे लाजिरवाणं; हे डॅडींचं ठाम मत होतं. मग, मी सेंट व्हिन्सेंटमधून डॉकेट मागून आणते तेव्हा ही पत, हा मोठेपणा कुठे जातो? त्यापेक्षा चार पैसे खिशात टिकवले तर काही बिघडणार आहे का, असा तिचा सवाल होता. त्यावर बाईच्या जातीला ते ठीक आहे. पुरुषानं आपला आब राखून, प्रतिष्ठा सांभाळून (म्हणजे टाय-कॉलर-कॅपसह!) राहणंच त्याला शोभून दिसतं, असा त्यांचा युक्तिवाद होता. 'तुमचा शहाणपणा तुम्हाला लखलाभ होवो,' शेवटी मॉम हताशपणे म्हणायची. बिचारी, फार हतबल होती ती!

असं पबमध्ये दारू पिऊन डॅडी आले की, ते मोठमोठ्यानं गाणी म्हणत यायचे. 'रॉडी मॅककोर्ली' हे गाणं त्यांनी म्हटल्यावर समजायचं की, एक किंवा दोनच पिंट पिण्याइतपत पैसे मिळाले. 'केविन बॅरी' हे गाणं ऐकू आलं याचा अर्थ भरपूर दारू रिचवलेली आहे. 'आज आयर्लंडसाठी बलिदान करण्याचं वचन द्यावं लागणार आहे,' असं बरळत ते आम्हाला बेडवर इकडून तिकडे सरकवायचे, स्वतःला जागा करण्यासाठी. त्यांचं बरळणं थांबलं नाही की मॉम काही वेळा त्यांच्यावर ओरडायची. मला आठवतंय, 'आता गप्प बसला नाहीत तर या काठीनं डोस्कं फोडीन तुमचं,' असं ती ओरडली की ते म्हणणार, 'असं चिडू नकोस गं अँजेला.'

त्या दिवशीही असंच झालं. शेवटी मॉम खेकसून म्हणाली,

"तुम्ही गप्प बसला नाहीत तर खरंच काठीनं मार बसेल. झोपा आता."

"झोपा आणि उठा. उठा आणि झोपा. या असल्या घाणेरड्या वातावरणात- ही शेनॉन नदी पाण्यापेक्षा विषानं भरली आहे. ते विष दव अन् धुक्याच्या रूपात घेऊन येते आणि आजारपण देऊन जाते." ते कडवटपणानं पुटपुटले.

दणादणा ते भिंतीवर पाय आपटत होते. गाणंही इतकं करुण स्वरात म्हणत होते की ऐकावंसं वाटेना. लवकरच ते गाढ झोपले. ते सकाळी लवकरच उठले. उजाडलं की झोपायचं नाही असा त्यांचा नियम होता. त्यांनी मलाचीला आणि मला हाक मारली. आमच्या डोळ्यांवर झोप होती. रात्री त्यांची बडबड आणि गाणी संपेपर्यंत आम्ही जागे होतो ना! पण ते कसले ऐकताहेत. त्यांनी आमचं पांघरूण ओढलं. आम्हाला बेडवरून खाली ओढलं. हू! हू! हू! कोण ही थंडी! पाय गारठले जाम. पटकन आवरून आम्ही जिन्याकडे वळलो. फायरप्लेस पेटलेली होती. दाराजवळ बेसिन होतं. तिथली जागा ओलसर होती. नळ, भिंत, तिथली जमीन- सगळीकडे ओल आलेली. नळाचं पाणीही गारेगार! हात गारठून गेले. "आता कसं, पुरुष शोभलात खरे. गार गार म्हणून भित्र्यासारखं मागे पळालेलं मला अजिबात आवडत नाही." बोलता बोलता त्यांनी स्वतःच्या चेहऱ्यावर गार पाणी उडवलं, ते कसे शूर आहेत ते दाखवण्यासाठी. आम्ही जरा वेळ फायरप्लेसपाशी थांबलो. मग

तयारीला लागलो. शाळा होती ना! चहा प्यायला. ब्रेड खाल्ला. खाताना सावकाश खायचं आणि खाऊन झाल्यावर कसं उठायचं ते डॅडींनी पुन्हा समजावलं. या संकेतांबाबत ते आग्रही होते.

"शाळेतही नीट वागा. शिक्षकांची अवज्ञा करू नका. प्रभू वरून सगळं पाहत असतो. चुकीचं वागलात तर नरकात जाल." ते म्हणाले, "अर्थात तिकडे नरकात थंडी वगैरे नसते बरं." शेवटी ते डोळे मिचकावून हसले.

ख्रिसमसचा सण जवळ येत होता. खूप पाऊस पडला त्या दिवशी. शाळा सुटल्यावर मी अन् मलाची नेहमीसारखं घरी आलो. दार ढकलून घरात शिरलो अन् बघतो तर काय, सगळं घर रिकामं! फर्निचर नाही की माणसंही नाहीत. टेबल, खुर्च्या, ट्रंक सगळं गायब. फायरप्लेसही विझलेली. कुठं गेले सगळे? तेवढ्यात तो सुप्रसिद्ध पोपचा फोटो, त्याकडे माझं लक्ष गेलं. तो मात्र जागेवरून हललेला नव्हता. हुश्श! मी निःश्वास सोडला. ज्या अर्थी तो फोटो जागेवर होता त्या अर्थी आम्ही हे घर सोडलेलं नव्हतं. डॅडी तो फोटो सोडून कुठंही जाणार नाहीत याची मला खात्री होती. स्वयंपाकघरात पाण्याचं तळं साचलं होतं. सगळ्या भिंती ओल्या दिसत होत्या. तेवढ्यात वरून आवाज आला. आम्ही धावतच वर गेलो. बघतो तर काय! डॅडी, मॉम सगळ्या सामानासकट वर होते. फायरप्लेस धडधडत होती. मॉम निवांत बेडवर बसलेली. डॅडी बाजूला सिगारेटचे झुरके घेत 'द आयरिश प्रेस' वाचत होते.

मग मॉमनं सगळी हकिगत सांगितली. "अरे, एवढा पाऊस झाला की गल्लीतून पाण्याचे लोट वाहिले. आपलं घर सगळ्यात शेवटी असल्यानं पाण्याचा लोंढा आपल्या घरात शिरला. जाड रग टाकून आम्ही ते थोपवण्याचा प्रयत्न केला पण जोर इतका होता की तेही पुरेना. लोकांनी त्यांच्या घरातलं पाणी बादल्यांनी बाहेर टाकलं, सगळी चिखलमाती घेऊन ते आपल्या घरात शिरलं. मग काय घाण, वास काही विचारायलाच नको." बोलता बोलता ती थांबली. "आता पावसाळा संपेपर्यंत इथं वरच राहू या. पुढे हिवाळ्यात कोरडं झालं तर खाली जाऊ." ती म्हणाली.

"हे म्हणजे सुटीसाठी दुसऱ्या देशात सहलीला गेल्यासारखं वाटतंय, नाही का? म्हणजे इटलीला वगैरे. क्या बात हैं! आजपासून हे आपलं इटलीच समजायचं बरं का रे मुलांनो." डॅडी हसत हसत म्हणाले.

"पण आपला पोपचा फोटो खालीच राहिला. त्यांना थंडी नाही का वाजणार?" मलाची त्यांना म्हणाला.

"तो आहे तिथंच बरा आहे." मॉम तटकन म्हणाली. "ब्रुकलीनहून बेलाफास्ट, तिथून डब्लिन, तिकडून लिमरिक- आपण फिरतोय; आपल्याबरोबर तो फोटोही. गाड्याबरोबर नळ्याची यात्रा! मला नकोय तो फोटो वर. आपल्याकडे सारखं कुणीतरी रोखून पाहतंय, असं वाटतं मला. जरा निवांत राहू देत काही दिवस तरी."

मलाची आणि मी मॉमसोबत सेंट व्हिन्सेंट डी पॉल सोसायटीत रांगेत उभे होतो. ख्रिसमस साजरा करण्यासाठी बदक किंवा हॅम मिळतंय का हे बघण्यासाठी आम्ही आलो होतो. तिथून आम्हाला मॅकग्रा शॉप आणि मटणाच्या दुकानासाठी कूपन्स मिळाली.

"बदक नाही की हॅम नाही. यातलं काहीही मिळणार नाही. एकीकडे तुम्ही सोसायटीकडून मदत मागता आणि दुसरीकडे हे जिभेचे फाजील चोचले कशाला हवेत? तुम्हाला ब्लॅक पुडिंग आणि डुकराचं मांस मिळेल. फार तर मेंढीचं मांस मिळू शकेल. मस्तपैकी मसाला लावून मुलांना द्या. बघा, खूश होतील की नाही! आता हे मात्र खरंय की, त्याची चव काही अमेरिकेत मिळणाऱ्या कोंबडीसारखी नसेल. तिथं काय कोंबड्यांना अजिबात तोटा नाहीये, वाट्टेल तेव्हा, वाट्टेल तितक्या मिळतात." मटणाच्या दुकानातला माणूस म्हणाला.

मॉम काही बोलेना.

"हे पाहा, यापेक्षा वेगळं काही म्हणजे सॉसेजेस किंवा बेकनची अपेक्षा करू नका. मी जे देतोय ते लवकर न्या. लिमरिकमधल्या गरीब माणसांच्या झुंडी यावर इतक्या तुटून पडल्या आहेत की, बघता बघता तेही लवकरच संपून जाईल. लवकर काय ते ठरवा." तो रागावून म्हणाला.

"अं नको, ख्रिसमससारख्या सणासाठी डुकराचं मांस नको वाटतं मला." मॉम ते घ्यायला तयार नव्हती.

"ज्या येशूच्या सणासाठी तुम्ही हे नको म्हणताय त्या येशूच्या कुटुंबानंसुद्धा इतके नखरे केले नसते."

"त्यांनी नखरे केले नसतेही; पण त्यांनी हे खाल्लंही नसतं. ते ज्यू होते ना!" मॉम त्याला म्हणाली.

"त्याचा इथं संबंध येतोच कुठं?"

"फार जवळचा संबंध आहे. डुकराचं मांस खाणं ज्यू लोकांच्या धर्माच्या विरुद्ध आहे."

"तुम्ही ज्यू समाज आणि डुकराचं मांस या विषयातल्या तज्ज्ञ आहात का?" त्यानं चक्रावून विचारलं.

"छे, छे, तसं काही नाही, पण लिबोवित्झ म्हणून आमचे एक शेजारी होते, त्यांची फार मदत व्हायची आम्हाला. ते नसते तर..." मॉम आठवणीत बुडाली.

त्यानं शेल्फवरून ते डुकराचं डोकं काढलं. ते पाहिल्यावर मलाची ओरडला, "मॉम, हा कुत्रा कसा काय मेला?" त्याचं बोलणं ऐकून त्या दोघांनाही हसू आवरेना.

त्यानं ते कागदात गुंडाळून मॉमकडे दिलं. त्याच्याकडची थोडी सॉसेजेसही

त्यानं तिला दिली.

"नको, नको, हे मला परवडणार नाही," ती म्हणाली.

"अहो, मी तुम्हाला याचे पैसे मागत नाहीये. घ्या, मेरी ख्रिसमस. मजेत घरी जा. तुम्ही खा, मुलांना द्या. सण साजरा करा. बदक आणि हॅम तर मी देऊ शकत नाही."

मॉमची पाठ भयंकर दुखत होती. ते सामान मला धरावं लागलं. शीऽ भयानक उग्र वास होता त्याला. तो गुंडाळलेला कागद निघाला आणि ते डुकराचं डोकं सगळ्यांना दिसलं. मॉमला ते फार अपमानास्पद वाटत होतं. पण तिचा निरुपाय होता. बिचारी! तेवढ्यात माझ्या शाळेतली काही मुलं दिसली. आमची यात्रा बघून त्यांना चेव आला.

"मंडळी, मॅककोर्ट कुटुंबाची ख्रिसमस मेजवानीची तयारी बघा तरी." एक जण ओरडला.

"ख्रिस्ती, डुकराचं डोकं कसं खातात माहितीये का तुला?" पॅडीनं मोठ्यानं विचारलं.

"नाही बुवा." ख्रिस्ती उत्तरला.

"या मॅककोर्ट कुटुंबीयांची कमाल आहे हं. काय मिळेल ते खात सुटतात." सगळे फिदीफिदी हसले.

मी हातातल्या वस्तूकडे पाहिलं. त्या प्राण्याचा काय दोष होता? तो बिचारा प्राणाला मुकलेला. त्याची अशी चेष्टा व्हावी? माझे लहान बहीण-भाऊ मला आठवले, देवाघरी गेलेले. त्यांची जर कुणी चेष्टा केली असती तर मी बुकलून काढलं असतं. दगड मारले असते.

डॅडी बरोबर हवे होते. मॉम थोडंसं अंतर चालून झालं की आधारासाठी टेकायची. मला प्रश्न पडला, बराक हिल्स ती कशी चढणार? अर्थात डॅडी बरोबर असते तरी त्यांचा उपयोग शून्य. असं सामान, पिशव्या धरणं त्यांना आवडत नाही. ते म्हणतात, त्यामुळे तुमचा रुबाब संपतो. आम्हालाही ते म्हणतात, मोठे झालात की टाय वापरा. सामान हातात धरू नका.

माझ्या आठवणीत फक्त एकदा त्यांनी ऑलिव्हर-युजेनला कडेवर घेतलं होतं आणि हो, एकदा तो पोपचा फोटो धरला होता. हे असं डुकराचं डोकं वगैरे छे! ते मुळी हातदेखील लावणार नाहीत.

आम्ही घरी पोचलो. ते 'द आयरिश प्रेस' वाचत आरामात बसले होते. सिगारेटचे झुरके सोडत. 'डी वॅलेरा' हे त्यांच्या दृष्टीनं महानायक! त्यांनी चालवलेला पेपरही त्यामुळे आवडीचा. त्यांनी एकदा माझ्याकडे बघितलं. "अरे अरे, या लहान मुलाच्या हातात एवढं ओझं देऊन तू त्याला चालवत आणलंस? लिमरिकच्या

लांबलचक रस्त्यावरून? काय हे अँजेला?'' ते मॉमला म्हणाले.

तिनं कोट उतरवला. बेडवर आडवं झाल्यावर ती शांतपणे म्हणाली, ''आपण असं करू या, पुढच्या वर्षी ख्रिसमसच्या पार्टीसाठी तुम्ही तयारी करायची. मी घरी थांबेन. मला उपदेश करण्यापेक्षा जरा ते धूर सोडणं बंद करा आणि चहा करा थोडासा. चहा-ब्रेड खाल्लं की मुलांनाही जरा तरतरी येईल.''

ख्रिसमसची सकाळ उगवली ती डॅडींच्या आवाजानं. ते फायरप्लेसपाशी होते. मस्तपैकी सॉसेजेस, ब्रेड आणि चहा असा ब्रेकफास्ट झाला. मॉमनं मला आजीकडे पिटाळलं, मोठं पातेलं आणण्यासाठी.

''कशाला हवंय मोठं भांडं?'' तिनं विचारलं.

''डुकराचं मांस शिजवण्यासाठी.''

''हे प्रभो, आता मात्र हद्द झाली रे बाबा! तुमच्या बापाला आजच्या दिवसासाठीसुद्धा काही चांगलंचुंगलं आणता आलं नाही का? कसला जावई आमच्या नशिबी आला कोण जाणे! आमची लेक अन् तिची लेकरं कुठलं नशीब घेऊन आलीयेत कोण जाणे!''

मॉमनं आमचा मेन्यू पातेल्यात पाणी घालून शिजवत ठेवला. आम्ही डॅडींबरोबर चर्चमध्ये सामूहिक प्रार्थनेसाठी गेलो. अहाहा! तिथं आनंद ओसंडून वाहत होता. फुलं-मेणबत्त्या-वातावरणात सुगंध भरून राहिलेला. तिथं येशू बाळ, त्याची मॉम मेरी आणि डॅडी जोसेफ यांच्या प्रतिमा होत्या. ते बाळ अगदी आमच्या मलाचीसारखं होतं. कुरळ्या केसांचं. फक्त ते गुटगुटीत दिसत होतं. लांब दाढीच्या जोसेफना पाहिल्यावर मलाचीला मजा वाटली.

''ते रडताहेत का?'' मी विचारलं.

''हो, कारण त्यांना माहितीये की लवकरच त्यांचा पुत्र येशू मरणार आहे.'' डॅडी गंभीरपणानं म्हणाले.

''का मरणार आहे?'' मी विचारलं.

''असं विचारायचं नाही.'' ते चिडून म्हणाले.

''का विचारायचं नाही?'' मलाचीनं विचारलं.

''चूप.'' त्यांनी त्यालाही दटावलं.

आम्ही घरी आलो. आता जेवायचं. कसलं काय? मॉमचा चेहरा रडवेला. कोळशांअभावी तो आमचा खास पदार्थ शिजलाच नव्हता. आता? कोळसे हवेत. कुणी आणायचे? कसे? डॅडींना या प्रश्नाशी जणू सोयरसुतक नव्हतं. डॉक रोडवर फिरून लॉरीतून पडलेले कोळशाचे तुकडे, चुरा आणणं त्यांना शोभलंही नसतं! आम्हा भावंडांची पाठवणी या कामगिरीवर झाली. खरंतर आज तरी सगळं सुरळीत व्हावंसं वाटत होतं. सगळे जण आपापल्या घरी आनंदात होते. कुणाला विवंचना

नव्हती, रस्त्यावर वणवण फिरायचं नव्हतं. पण...

शेजारच्या मिसेस हॅननकडून एक कॅनव्हास बॅग घेऊन आम्ही निघालो. रस्त्यावर शुकशुकाट होता. डॉक रोड आमच्या घरापासून बराच लांब होता. खूप चालायचं होतं. पण आज निदान आमचं पोट रिकामं नव्हतं. आम्ही कोळसे शोधत हिंडत होतो. लोक घरात बसून चमचमीत पदार्थांचा आस्वाद घेत होते. अधूनमधून आम्हाला कोळसा, काही रबराचे तुकडे मिळाले. डॉक यार्डच्या कंपाउंडवर चढून आम्ही थोडसं सरपणही मिळवलं. काड्या, वाळकं गवत, कागद, पुठ्ठे- जे दिसेल ते आम्ही उचलत होतो. काही गोष्टी आग पेटवण्यासाठी, तर काही आग टिकवण्यासाठी उपयोगाच्या होत्या. आमचा हा उद्योग सुरू असताना आम्हाला पा किटिंग काका येताना दिसले. ते गोरेपान दिसत होते. युजेन गेला त्या दिवशी तर त्यांचा चेहरा काळवंडलेला होता. मग आज? बरोब्बर! ख्रिसमसनिमित्त आज त्यांनी अंघोळ केली असावी. त्या वेळी आम्ही तिथं का गेलो होतो हे कळल्यावर त्यांनी कपाळावर हात मारला.

"चला, माझ्या मागे या." ते म्हणाले.

साउथ पबमध्ये आम्ही प्रवेश केला तो मागच्या दारानं. आज तो बंद होता. पण पा किटिंग काका तिथलं नेहमीचं गिऱ्हाईक. त्यांच्यासारखे आणखीही काही जण होते, बाळ येशूचा जन्मोत्सव दारू पिऊन साजरा करणारे. काकांनी त्यांच्यासाठी एक छोटा पेग आणि आमच्यासाठी लेमोनेड मागवलं. तिथल्या नोकराला त्यांनी विचारलं, "थोडे कोळसे मिळतील?"

तो आश्चर्यचकित झाला. "कोळसा? अहो महाशय, आमच्याकडे लोक दारू मागतात. गेल्या २० वर्षात मी इथं कुणालाही कधीही दारूशिवाय काहीही दिलेलं नाहीये. एक वेळ आकाशीचा चंद्र मागाल तर तो आणून देईन."

पण काकांनी त्याला परिस्थिती समजावून सांगितली. मग तो आम्हाला जिन्याखाली घेऊन गेला आणि म्हणाला, "घ्या, तुम्हाला किती हवे तेवढे कोळसे घ्या."

तो खरोखर कोळसा होता. तुकडे, चुरा, काटक्या, रबर असलं कोळशासारखं ज्वलनशील काहीबाही इतका वेळ आम्ही शोधत होतो. आता?- जमेल तेवढा कोळसा पिशवीत भरला. पिशवी जड झाली तर ओढत न्यायची.

घरी परत जातानाचा रस्ता आणखी मोठा वाटला. पिशवी जड होती. तिला भोक होतं. गोळा केलेलं सरपण त्यातून गळत होतं. मलाची ते उचलायचा, पिशवीत ठेवायचा. पुन्हा दुसरं काहीतरी त्या भोकातून बाहेर यायचं. भरीस भर म्हणून पाऊस सुरू झाला. कुणाच्या दारासमोर उभं राहायचं तरी पंचाईत. आमच्याजवळ कोळसा, त्यातून वाहणारं पाणी काळं. कोळसे वेचताना मलाचीचे हात काळवंडलेले, चेहरा काळपट झालेला. कोळशाची बॅग पकडून मीही काळा झालेलो. त्यामुळे आमच्या अंगावरून वाहणारे पाण्याचे ओघळही काळे. एका दुकानासमोर जरा

थबकलो तर तिथली मालकीण वसकन अंगावर आली, "ए कारट्यांनो, इथून तोंड काळं करा पाहू. आज ख्रिसमसच्या दिवशी मला इथं आफ्रिका आलेली नकोय." एवढं का आम्ही काळे दिसत होतो?

दमलो होतो, चिडचिड होत होती. आमच्या बरोबरीची मुलं घरात मजेत होती आणि आम्ही मात्र कोळशाची बॅग ओढत वणवण हिंडत होतो. कोळसे तर हवेच होते. त्या आमच्या खास पदार्थाबरोबर मॉम बटाटे आणि कोबीही शिजवणार होती. चला, घाई करायला हवी. आमची वरात अशी जात असताना ओकनेल ॲव्हेन्यूमधल्या काही मुलांचं लक्ष आमच्याकडे गेलं. 'ते पाहा, काळोबा चाललेत. अरेच्या, हे झुलू लोक इकडे कसे आले?' त्यांच्या चिडवण्यामुळे मलाची जाम खवळला. त्यानंही त्या मुलांना वेडावून दाखवलं. तो कोळसा फेकून मारायच्या बेतात आला तेव्हा मी त्याला आवरलं. "अरे वेड्या, आपल्याला घरी जळणासाठी कोळसा कमी पडेल. मग जेवायचं काय?" तेवढाही कोळसा वाया घालवून चाललं नसतं. मग तो शांत झाला.

आमच्या घरापाशी पोचलो तर मोठं तळं झालेलं. एवीतेवी आम्ही भिजलेलो होतोच मग काय त्या गढूळ पाण्यातून घरात शिरलो. डॅडी लगबगीनं पुढे आले. आमच्याकडून कोळशाची बॅग घेतली.

"वा! झकास काम झालं की. तुम्ही सगळा डॉक रोड झाडून आलेला दिसताय." ते हसून म्हणाले.

आम्हाला पाहून मॉमलाही हसू आवरेना. "काय तरी अवतार झालाय," ती म्हणाली. दुसऱ्या क्षणी ती पुढे सरसावली. भराभर आमचे ओले कपडे काढले. स्वतः खसाखसा चोळून आम्हाला लागलेला काळा रंग धुतला. डॅडींकडे वळून ती म्हणाली, "जेवण काय नंतर शिजवता येईल. आधी या पिल्लांसाठी गरम चहा करू या. भिजलीत बिचारी. जरा तरतरी येईल."

खाली पाणी वाढतच चाललं होतं. पण वरती इटलीत वातावरण उबदार होतं. खालच्या गारठ्याचा मागमूस इथं नव्हता. चहा प्यायल्यावर तर आम्हाला दोघांना डुलकी आली आणि आम्ही पांघरूण घेऊन झोपलोच, अगदी डॅडींनी हाक मारून उठवेपर्यंत. अजूनही आमचे कपडे वाळले नव्हते. मॉमचा लाल अमेरिकन कोट मलाचीनं घातला. आजोबांचा एक ओव्हरकोट मी अंगाभोवती गुंडाळला.

अहाहा! अन्नाचा सुवास घरात दरवळत होता. जेवायला बसल्यावर मलाचीला काय झालं कोण जाणे! "हे असं डुकराचं मला नाही खायचं." तो रुसला.

"हे काय असं? पुढे आलेल्या घासाला नाही म्हणू नये. तुला भूक लागलीये ना! खा मग आता." मॉमनं त्याची समजूत घातली. पण तो ऐकेना.

शेवटी डॅडींनी युक्ती केली. आजूबाजूचा भाग वेगळा काढला. त्याला मीठ-मसाला लावला. "हे घे हॅम. आता बघ आवडतंय का?" मग स्वारीनं खुशीत

सगळं संपवलं.

जेवण रुचकर होतं. कोबी आणि बटाट्यामुळे लज्जत आणखी वाढली. आम्ही बटाटे सोलून खाल्ले. डॅडींनी सालीसकट खाल्ले. ''जीवनसत्त्वं सालीतूनच मिळतात.'' ते म्हणाले.

''हो तर, अंडी खातानाही त्यांची साल खाल तुम्ही. तुम्ही काय जगावेगळे. आम्ही आपली सर्वसामान्य माणसं.'' मॉम तडकली.

''सगळे आयरिश बटाट्याची साल काढतात. त्यामुळे कुपोषणची मोठी समस्या या देशापुढे आहे. तशीच वेळ आली तर मी अंड्याचं कवचही खाईन. वाया घालवणं हे पाप आहे.'' चेव आल्यासारखं ते त्यांचा मुद्दा पटवत होते. शेवटी मॉमनं त्यांना गप्प बसवलं.

सगळ्यांचं खाऊन झाल्यावर डॅडींनी चहा केला. चहा, ब्रेड आणि जॅम खाऊन आम्ही ख्रिसमसच्या जेवणाची सांगता केली. जॅममुळे सणाच्या दिवशी गोड खाल्ल्याचं समाधानही मिळालं.

पावसाची रिपरिप अजूनही सुरू होती. अंधार पडला. डॅडी-मॉम सिगारेट पीत बसले होते. फायरप्लेस धडाधडा जळत होती. मलाही पेंग यायला लागली. डॅडींनी त्यांची नेहमीची कुचुलेनची गोष्ट सांगायला सुरुवात केली. ती ऐकताना केव्हातरी झोप लागली. झोपेत मला चित्रविचित्र स्वप्नं पडली. दिवसभरातल्या घडामोडी अंतर्मनात नोंदल्या जातात म्हणे. तसंच झालं असावं. स्वप्नात मला तो बाळ येशू, ते डुक्कर आणि कुचुलेन सगळे एकत्र दिसले. एक जण मला चर्चमध्ये प्रतिमेच्या रूपात भेटलेला. दुसरं आम्ही चट्टामट्टा करून संपवलेलं डुक्कर आणि तिसरा गडी युद्धात वीरगती मिळवलेला. केवळ, मरण हा सगळ्यांमधला एकमेव समान दुवा! रोजच्या कटकटींपेक्षा फार निराळी गोष्ट आमच्या आयुष्यात घडली; अद्‌भुत म्हणावी अशी. आमच्या घरातून वर इटलीला जाणाऱ्या जिन्याच्या सातव्या पायरीवर देवदूतानं एक छानसं बाळ आणून ठेवलं.

'हे कसं?' हा प्रश्न मला अन् मलाची, दोघांना पडला.

''मार्गारेट, ऑलिव्हर आणि युजेन यांना देवदूतानं असंच सातव्या पायरीवर आणून ठेवलेलं.'' डॅडी म्हणाले.

''पण ज्यांच्या घराला जिना नसतो त्यांचं काय?'' मलाचीचा पुढचा प्रश्न.

''सारखं प्रश्न विचारणं बरं नाही बाळा, याला भोचकपणा म्हणतात.'' डॅडी वैतागले.

''भोचकपणा म्हणजे काय?'' मलाचीनं पुन्हा विचारलं.

डॅडी काहीच बोलले नाहीत. त्यांनी कॅप चढवली. मॉमला भेटण्यासाठी त्यांना बेडफोर्ड रो हॉस्पिटलमध्ये जायचं होतं. मायकेलची- नवीन बाळाची तब्येत ठीक

आहे की नाही हे तपासण्यासाठी मॉम तिकडे गेली होती.

हे नवीन बाळ आल्यापासून गंमत-जंमत होतेय बरं का. डॅडी मोकळेपणानं काही सांगत नाहीयेत. सकाळी उठलो तर मॉम घरात नाही. अचानक नवीन बाळाची बातमी. आता काय तर म्हणे बाळाची तब्येत तपासण्यासाठी ती हॉस्पिटलमध्ये गेलेली. देवदूतानं बाळ धडधाकट आहे की नाही हे बघूनच त्याला सातव्या पायरीवर नाही का ठेवायचं? कोणाला विचारावं बरं? मॉम-डॅडींना मुळीच नको. ते म्हणतील, तूही त्या मलाचीसारखं भोचकपणा करायला लागलास का? जा खेळायला पळ पाहू.

मोठ्या माणसांची तऱ्हाच न्यारी. ते तुम्हाला सतरा प्रश्न विचारून भंडावतील. शाळेत गेलास का? नीट वागलास ना? प्रार्थना म्हटलीस का? ...एक ना अनेक. तुम्ही प्रार्थना म्हणलीत का, असं जाऊन विचारा बरं, जोरदार तडाखा बसला नाही, तरच नवल!

निळ्या डोळ्यांच्या मायकेलला घेऊन मॉम घरी आली. "भुरभुरणारे काळे केस आणि घनदाट भुवया. तो अगदी मार्गारिटची प्रतिमा आहे." मॉम म्हणाली. तिची पाठ दुखायची. त्यामुळे तिनं अजून घरात कामाला सुरुवात केली नव्हती.

सातव्या पायरीचा घोळ काही संपत नव्हता.

"खालून सातवी की वरून सातवी पायरी?" न राहवून मी डॅडींना विचारलं.

या वेळी त्यांनी उत्तर दिलं, "देवदूत आभाळातून येतात की नाही? म्हणजे अर्थातच वरून सातवी पायरी, हो की नाही?"

मी मान डोलवली.

अशा रीतीनं सातवी पायरी मला सापडली.

मायकेल बाळाला खूप सर्दी झाली. त्याला श्वास घेता येईना. मॉम घाबरली. तो दिवस नेमका रविवार. मोफत दवाखान्याचा सुटीचा वार. आता काय करायचं? महागड्या दवाखान्यात गेलात तर तुमचे कपडे बघून तिथले सेवक म्हणतील, 'डॉक्टर घोडदौडीसाठी गेलेले आहेत.' हात हलवत परत येण्याखेरीज तुम्ही काय करणार?

मॉम रडू लागली. मग डॅडींनी बाळाचा ताबा घेतला. त्याचं नाक स्वच्छ केलं.

मायकेलच्या आगमनाचा फायदा म्हणजे निर्वाहभत्त्याच्या रकमेत झालेली छोटीशी वाढ. ती तुटपुंजी असल्याने मॉमने पुन्हा एकदा व्हिन्सेंट डी पॉल सोसायटीचा रस्ता धरला. ती तिथं जाऊन मागणी नोंदवून आली. एक दिवस दारावर थाप पडली. मी खाली जाऊन दार उघडलं. दोन जण दारात उभे. त्यांना मॉम-डॅडना भेटायचं होतं.

"ते इटलीला आहेत." मी घाईघाईत बोललो.

"काय!" ते आश्चर्यचकित.

"अं म्हणजे वर- तिथली जागा कोरडी आहे, म्हणून सध्या आम्ही वर राहतो." मी म्हटलं.

आमच्या घराच्या अगदी समोर स्वच्छतागृह आहे, हे दिसल्यावर त्यांनी विचारलं, "असं का बरं? त्याची जागा मागच्या बाजूला हवी."

"जे आहे ते ठीक आहे. नाहीतर लोक टमरेल हातात घेऊन आमच्या स्वयंपाकघराभोवती घुटमळले असते. त्याचा जास्त त्रास वाटला असता."

"सगळ्या गल्लीसाठी मिळून फक्त एक स्वच्छतागृह?" त्यांना खरं वाटेना.

"हो."

"बापरे, कित्ती वाईट!"

"कोण आलंय?" मॉमनं डोकावून विचारलं.

"व्हिन्सेंट डी पॉल सोसायटीतून दोन जण आलेत."

ते माझ्यापाठोपाठ वर यायला निघाले. स्वयंपाकघरातल्या तळ्यातून ते अगदी जपून पावलं टाकत होते. 'शीऽ काय ही परिस्थिती आहे, नाही का!' ते आपसात बोलत होते.

अचानक येण्याबद्दल त्यांनी डॅड-मॉमची माफी मागितली. सोसायटीतर्फे दिली जाणारी मदत खरोखर जे गरजू आहेत त्यांनाच मिळतेय की नाही हे बघण्यासाठी ते आले होते. मॉमने त्यांना चहाबद्दल विचारलं. पण आमची बिकट परिस्थिती अन् सगळीकडची अस्वच्छता पाहून ते नको म्हणाले.

मला विचारलेलेच प्रश्न त्यांनी पुन्हा एकदा त्या दोघांना विचारले. मोठ्या माणसांचं बरं असतं. ते स्वतःला हवं तसं वागू शकतात. शिवाय तुम्ही टाय लावून सुटाबुटात असलात की तुम्ही काहीही केलेलं चालतं. मायकेल किती महिन्यांचा आहे... डॅडींना निर्वाहभत्ता किती मिळतो... त्यांची पहिली नोकरी केव्हा सुटली... दुसरी मिळण्यासाठी त्यांनी काय प्रयत्न केले... त्यांना कोणती भाषा, कितपत बोलता येते... असेही प्रश्न त्यांनी डॅड-मॉमना विचारले.

त्या सार्वजनिक स्वच्छतागृहापायी आमच्या आरोग्याचं वाटोळं झालं आहे, पुराचं पाणी घरात शिरल्यानं त्यात भर पडली, हेही डॅडींनी त्यांना सांगितलं. शेनॉन नदीमुळे हवा सतत ओलसर, दमट, रोगट असते; शहरातल्या रोगराईला आणि आमच्या घरातल्या मृत्यूंना तीच जबाबदार आहे, हे त्यांचं पालुपदही त्यांनी आळवलं.

हे बोलणं सुरू असताना मलाची मध्येच म्हणाला, "आम्ही इटलीला राहतो." तेव्हा ते दोघंही हसले.

सगळा रागरंग बघून मॉम पुढे सरसावली. "या मुलांसाठी बूट हवेत."

"त्यासाठी तुम्हाला ओझनाम हाउसमध्ये येऊन अर्ज द्यावा लागेल." ते

म्हणाले.

"या बाळंतपणामुळे माझी पाठ फार दुखते. मी अजून बाहेर पडत नाही."

"नियम सगळ्यांना सारखे. आयरिश टाउनमधल्या एका बाईला तिळं झालंय, तरी ती रांगेत उभी राहिली." कोरडेपणानं सांगून त्यांनी आमचा निरोप घेतला. जाण्यापूर्वी त्यांनी आमचे आभार मानले.

तेवढ्यात मलाची पुढे सरसावला, सातव्या पायरीवर सापडलेल्या मायकेलबद्दल सांगण्यासाठी. डॅडींनी त्याला बाजूला केलं. त्यानं भोकाड पसरलं. त्यांच्यापैकी एक जणानं टॉफी काढून मलाचीच्या हातावर ठेवली. मला वाटलं, आपण रडलो तर आपल्यालाही टॉफी मिळेल.

त्या दोघांना स्वयंपाकघरातल्या तळ्यातून सुखरूप मार्गी लावण्याची जबाबदारी पुन्हा एकदा माझ्यावर आली. कपाळावर आठ्या आणून ते चालत होते. पाय ओले होऊ नयेत याची खूप काळजी घेत. 'म्हणे इटली! इटली कसलं, कलकत्ता आहे ते! बकालपणात कलकत्त्याशिवाय कुठल्याही शहराचा हात धरणार नाही ही सगळीच वस्ती!' ते आपसात कुजबुजले.

मी इटलीला (कलकत्त्याला?) पोचलो तर डॅड-मॉमचं भांडण रंगात आलेलं.

"तुला अक्कलच नाहीये. जो दिसेल त्याच्यासमोर हात पसरतेस, भिकाऱ्यासारखे." डॅडी ओरडले.

"कसली भीक?"

"बूट मागण्याची काही गरज होती का?"

"ओहो, म्हणे गरज होती का? तुम्ही आणून देणार आहात का बूट? की मुलांनी अनवाणी जायचं?"

"अनवाणी कशाला? मी दुरुस्त करीन त्यांचे फाटके बूट."

"जरा जपून बोला. साधी कामं नीट करता येत नाहीत; चाललेत बूट दुरुस्त करायला. तुमचा काहीही उपयोग नाहीये, समजलं? तुम्ही एक निरुपयोगी गृहस्थ आहात." मॉम संतापानं थरथरत होती.

बाण वर्मी लागला असावा. बूटदुरुस्तीचं डॅडींनी खरोखर मनावर घेतलं. दुसऱ्या दिवशीच त्यांनी सायकलच्या जुन्या टायरचा तुकडा विकत आणला. शेजारच्या हॅनन यांच्याकडून बुटाच्या मापाचे पातळ पत्रे आणि हातोडा मागून आणला. ते कामाला लागले. स्वयंपाकघरातून त्यांनी सुरी घेतली. त्या रबरी टायरचे बारीक तुकडे केले. आमच्या तुटक्या बुटांचे तळवे, ते पातळ पत्रे असं त्या रबरी तुकड्यांनी झाकलं आणि खिळे ठोकून ते रबर पक्कं बसवलं.

"तुम्ही जे बरं आहे तेही बिघडवताय. असंच राहिलं तर मुलांना बूट ईस्टरपर्यंत सहज पुरतील. मग सोसायटी देईलच." मॉमची टकळी सुरू होती; पण ते बधले

नाहीत.

बूट मापात आहेत का, हे बघण्यासाठी त्यांनी आम्हाला हाक मारली तेव्हा आम्ही जरा नाखुशीनेच गेलो.

"बघा तर खरं. आता तुम्हाला आपल्या पायांची काळजी करायला नको." ते हसत म्हणाले.

बूट म्हणून त्यांनी जे काही तयार केलेलं ते अगदी ओबडधोबड होतं. ते टायरचे तुकडे वेडेवाकडे कापलेले होते. ते सगळ्या बाजूंनी लोंबकळत होते. हॅनन यांच्या वस्तू परत करण्यासाठी मी गेलो तेव्हा त्या नवरा-बायकोची हसून पुरेवाट झाली. मिस्टर हॅननंनी ज्या तऱ्हेनं मान हलवली ते पाहून मी लाजेनं शरमिंदा झालो. डॅडींच्या कारागिरीचा पुरता फज्जा उडाला होता. त्याबद्दलची शेरेबाजी मला उगीचच ऐकून घ्यावी लागली.

ते तसले बूट घालून शाळेत जाणं माझ्या जिवावर आलं. पोटात दुखण्याचा बहाणा करून मी पडून राहिलो. पण डॅडींसमोर माझी मात्रा चालली नाही. ब्रेकफास्ट करून मी ते बूट घातले तेव्हा माझी नाराजी त्यांच्या लक्षात आली.

ते म्हणाले, "हे बघ, तुला निदान काहीतरी आहे पाय झाकण्यापुरतं. एवढ्या थंडीत काही मुलं अनवाणी पायांनी शाळेत येतात. समजलं?"

स्वतःला सावरत अडखळत्या पायांनी मी शाळेच्या रस्त्यावर चालत असताना टारगट मुलांनी माझी यथेच्छ टिंगल केली.

"अरेच्चा! याची उंची एकदम वाढली कशी!" एक जण म्हणाला.

टायरचे तुकडे जाड होते. त्यामुळे नेहमीपेक्षा बुटाची उंची वाढली होती. मात्र जी मुलं अनवाणी होती, ती काही बोलली नाहीत. मला प्रश्न पडला, हे असले बूट घालणं योग्य की अनवाणी चालणं योग्य? एकवेळ अनवाणी गेलो असतो तर त्या मुलांनी तरी माझी बाजू घेतली असती. पण आता म्हणजे माझी अवस्था ना घर का ना घाट का अशी झाली. शाळेत पोचल्यावर एका बाकावर बसून मी बूट-मोजे काढून टाकले. वर्गात गेलो तर मास्तरांनी विचारलं, बूट का घातले नाहीस? अखेर नाइलाजानं मी ते बूट घालून वर्गात आलो. माझी अवस्था त्यांच्या लक्षात आली.

"एखाद्याचं दैन्य, दुरवस्था, अगतिकता यावर हसणं अतिशय अयोग्य आहे. तुमच्यापैकी असं कोण आहे की जो परिपूर्ण आहे, ज्याच्यात काहीही कमतरता नाहीये, अशा मुलांनी हात वर करावा." ते वर्गातल्या मुलांना उद्देशून म्हणाले.

कुणीही हात वर केला नाही.

"इथल्या श्रीमंत मुलांपैकी असं कोण आहे की जो इतरांसाठी बूट घ्यायला तयार आहे? हात वर करावा."

कुणीही हात वर केला नाही.

"गरिबी फार वाईट असते, मुलांनो. फाटकेतुटके बूट दुरुस्त करून घालणं अथवा अनवाणी चालणं कुणालाही आवडत नाही, समजलं? ते करावं लागतं केवळ नाइलाजानं. अशा मुलांची त्यात काहीही चूक नसते. मग त्यांनी त्याची लाज का बाळगावी? अरे, आपल्या येशूनं तरी चप्पल-बूट घातले होते का? सांगा बरं, क्रुसाला टांगलेल्या येशूनं स्पोर्ट शूज घातल्याचं तुमच्यापैकी कुणी पाहिलंय का कधी?"

"नाही." मुलं उत्तरली.

"जर यापुढे या बाबतीत कुणी मॅककोर्ट बंधूंना चिडवताना मला दिसलं तर छडी बसलीच समजा. काय म्हणतोय मी?"

"छडीचा मार मिळेल..." मुलं एकसुरात ओरडली.

"बरोबर. सपकन छडी पाठीवर बसली की वळ उमटतील. काय होईल?"

"वळ उमटतील..." मुलं म्हणाली.

त्यानंतर पुन्हा आम्हाला त्रास झाला नाही. ईस्टरच्या थोडंसं आधी आम्हाला सेंट व्हिन्सेंट डी पॉल सोसायटीकडून नवे बूट मिळाले. मनावरचं खूप ओझं उतरलं.

मध्यरात्री जाग आली की मी जिन्यावर जागत बसायचो. सातव्या पायरीवर बाळाला ठेवून जाणारा देवदूत मला कधीतरी पाहायचा होता. "बाळाला मॉम-डॅडींकडे सोपवलं की देवदूताचं काम संपलं! खरंच असं होतं का?" मी मॉमला एकदा विचारलंही.

"नाही रे वेड्या, त्या बाळाचं संगोपन नीट होतंय की नाही यावर देवदूताचं बारीक लक्ष असतं." ती हसून म्हणाली.

देवदूत येणार की परी, याबद्दल माझ्या मनात धाकधूक होती. देवदूत आलेलाच बरा. म्हणजे काहीही विचारायला सोपं! पण परी आली तर? मुलीशी कसं बोलायचं? पण मी ठरवलं, परी तर परी. आपण ठरवलेलं तिला विचारू या. ती उत्तरं देईल. परीला बोलता येत नाही असं कधी ऐकलेलं नव्हतं.

मला परी भेटल्यावर काय काय सांगायचं त्याची मी यादी केलेली होती. शाळा! सगळ्यात मोठा बागुलबुवा होता तो. ते कडक मास्तर! सगळा भर मारपीट करण्यावर. आता मला आयरिश समजत नाही ही माझी चूक आहे का? इतर मुलं माझ्या एक वर्षभर आधीपासून जी भाषा शिकताहेत ती मला त्यांच्याइतकी सफाईदार कशी जमणार? पण हे त्या कडक पंतोजींना कोण समजावणार?

थंडी सहन होईनाशी झाल्यावर मी तिथून उठायचो. काही वेळा डॅडींना जाग आल्यावर ते मला झोपण्यासाठी न्यायचे. असंच एकदा त्यांनी मला ओढून अंथरुणावर नेलं. त्यानंतर ते मॉमच्या कानात काहीतरी कुजबुजले. देवदूत, सातवी पायरी, बाळ... असं काहीतरी. मग ते दोघंही खुदूखुदू हसले. ही मोठी माणसं

म्हणजे लहान मुलांच्या प्रश्नांना उत्तरं द्यायचं सोडून हसतात का, ते मला कधीच कळलं नाही.

अहाहा! ईस्टर जवळ आलेला. सूर्यकिरणांची एक कोवळी तिरीप स्वयंपाकघराच्या खिडकीतून आत येऊ बघत होती. प्रसन्न वाटलं अगदी. वरून इटलीहून आम्ही आता खाली आयर्लंडला राहायला आलो. कोरड्या हवेमुळे इथं आता सुखकर वाटायचं. भिंतींची ओल गेलेली. स्वयंपाकघरातलं तळंही सध्या कोरडं पडलेलं.

वातावरणातल्या बदलामुळे सगळे उल्हसित असायचे. पुरुषमंडळी सिगारेट ओढत अंगणात आरामात बसलेली. आमचा खेळ रंगात यायचा. मॉमही इतर बायकांच्यात गप्पा मारत उभी असायची. मला एक जाणवायचं- बायका कधी बसल्या नाहीत. उभ्यानंच गप्पा मारायच्या. त्यांना कामही असणार. स्वयंपाक, घरकाम, मुलांचं खाणं आणि हो, त्यांनी बसायचं ठरवलं तरी कुठे बसायचं? खुर्च्या सगळ्या पुरुषांनी घेतलेल्या! बिचारे पुरुष! किती दमायचे. निर्वाहभत्ता आणायला जायचं, मटक्यावर पैसे लावायचे, लायब्ररीत जाऊन पेपर वाचायचे, कितीतरी कामं करून ते दमलेले असायचे ना! म्हणून ते खुर्चीवर बसणार! घरात काहीही होवो; जगात काय चाललंय हे त्यांना माहिती असलंच पाहिजे. नाहीतर चारचौघात तुमचं अज्ञान उघडं पडलं तर लोक तुम्हाला हसतील ना!

निर्वाहभत्ता मिळाला की काय करायचं हे बायकांनी ठरवलेलं असायचं. कित्येक जणी (खरंतर प्रत्येक जण) त्याची वाट पाहायच्या. घरातली अनेक कामं खोळंबलेली असायची. अन्नधान्याचा तुटवडा असायचा. पण घरधन्याला याची मुळी काळजी नसायची. पैसे मिळाल्यावर तो त्याच्या मर्जीचा मालक. आज-उद्या-परवा-वाटेल तेव्हा घरी येणार, बायकोनं तत्परतेनं चहा-सिगारेट पुढे करायची. चौकशी करायची नाही की तक्रारही नाही. तो मात्र खुर्चीत बसून हिटलर-मुसोलिनी-चीन वगैरे बाबींवर बोलणार! ते मुकाट्यानं ऐकायचं. उभं राहून! बसायचं नाही.

ईस्टरचे दिवस जरा बरे गेले. ख्रिसमसपेक्षा नक्कीच बरे. डॅडींनी आम्हाला चर्चमध्ये नेलं. सगळे धर्मगुरू एकजात पांढऱ्या पोशाखात होते. प्रार्थना म्हणत होते. पाळण्यासारख्या वस्तूत एक मूर्ती ठेवलेली होती.

"ते बाळ गेलेलं आहे का?" मी विचारलं.

"नाही, तो वर्षाचा होऊन गेला." ते म्हणाले.

ती मूर्ती जखडलेल्या अवस्थेत होती. हात-पाय-डोकं, सगळीकडे खिळे ठोकलेले होते. रक्त आल्यासारखं दिसलं.

"हे असं काय आहे? कुणी केलं असं." मी गोंधळून विचारलं.

"समजेल तुला ते. थोडा मोठा हो म्हणजे सगळं समजेल." आताशा ते नेहमी

असं म्हणतात. मी त्या दिवसाची आतुरतेनं वाट पाहतोय. कधी बरं तो उगवेल? मी मोठ्ठा झालेला असेन. सगळं सगळं समजेल मग मला.

सामुदायिक प्रार्थनेनंतर सगळे मोठे लोक चर्चमधल्या मोठ्या टेबलापाशी गेले. धर्मगुरूंनी त्यांना काहीतरी खायला दिलं. ते आपापल्या जागी बसल्यावर फार गंभीर दिसत होते.

"मलाही भूक लागलीये. खायला हवं." मलाची रडवेल्या आवाजात म्हणाला.

"शूऽऽ ते मागायचं नाही हं. येशूचं शेवटचं जेवण आहे ते." डॅडी म्हणाले.

"पण डॅडी." तो ऐकेना.

"शूऽऽ गप्प बसायचं, तुला समजणार नाही ते बाळा अजून." ते कुजबुजले.

मला नेहमी या सगळ्या वाक्यांचं आश्चर्य वाटतं. ती तोंडपाठ झालीयेत अगदी.

"हे बघ, मोठा हो मग समजेल सगळं तुला. मोठा झालास की सांगेन तुला. जा बघू खेळायला, सारखी टकळी सुरू- हे काय नि ते कसं? वैताग आणलाय या कारट्यानं."

अखेर डॅडींना लिमरिकमधली पहिलीवहिली नोकरी मिळाली. मॉम इतकी खूश होती म्हणून सांगू! सेंट व्हिन्सेंट डी पॉल सोसायटीच्या आवारात रांगेत आता उभं राहायचं नाही, मुलांसाठी कपडे-बूट असलं काही मागण्यासाठी हात पसरायचे नाहीत, या कल्पनेनं ती उल्हसित झाली. डॅडी म्हणत असले तरी ती काही भीक नव्हती. गरजूंसाठी मिळणारी मदत असायची. तरी याचना करण्यामागे यातना लपलेली होतीच! काही पैसे साठले तर कॅथलीन ओकनेलच्या दुकानाची उधारी तिला चुकती करायची होती. शिवाय आजीकडून घेतलेल्या कर्जाचं तिला फार ओझं वाटायचं. तेही परत करता आलं असतं. बिचारी, स्वप्नरंजनात गुंगली.

डॅडींना जिथं जायचं होतं ती सिमेंट फॅक्टरी लिमरिकपासून काही मैलांवर होती. एवढी पायपीट करायची तर त्यांना पहाटे उठून निघावं लागणार. मॉमला फार वाईट वाटलं. सायकल असती तर?... डॅडींनी वर्षभर ही नोकरी केली तर तेही जमेल. तिनं आदल्या रात्री थर्मासभर चहा, सँडविच आणि उकडलेलं अंडं अशी डब्याची तयारी करून ठेवली.

शुक्रवार उगवला, मॉम प्रसन्न मूडमध्ये होती. उठली ती गुणगुणत. घर आवरताना हसत होती.

आमच्या या घरी फारसं सामान नव्हतं. तरी तिनं खालचं, वरचं घर धुतलं. स्वयंपाकघरातली भांडी घासली. डॅडींची नोकरी टिकली तर कपबश्या, बेडशीट्स, ब्लँकेट्स आणता येईल, नाही का? फार माफक अपेक्षा होत्या तिच्या. मायकेलच्या प्राममधलं ब्लँकेटही तिनं खसाखसा धुतलं. तिला इतका उत्साह वाटत होता की

बस्स! कारणही होतं तसं. डॅडी आठवड्याचा पगार घरी आणणार होते ना!

"आपण मस्तपैकी चहा करू या." ती हसून म्हणाली.

संध्याकाळ. ही कामावरून पुरुषमाणसं घरी यायची वेळ. वाहनांचे सायरन आणि भोंगे यांच्या आवाजानं वातावरण दुमदुमून जायचं. मी अन् मलाची डॅडींची आतुरतेनं वाट पाहत होतो. आज आम्हाला एकेक पेनी मिळेल ना! आमच्या मित्रांकडून आम्ही ऐकलेलं- शुक्रवारी डॅडी घरी पगाराचे पैसे घेऊन आले की चहा झाल्याबरोबर पेनी घेऊन कॅथलीन ओकनेलच्या दुकानाकडे धूम ठोकायची. आज आम्हीही मॉमसारखं स्वप्नरंजनात गुंगलो. मी तर ठरवलं बुवा! मॉमची मेहेरबानी झाली तर उद्या सिनेमासुद्धा बघायचा.

शुक्रवारची रात्र वेगळा मूड घेऊन यायची. आठवड्याच्या कामाचं चीज झाल्याचे भाव सगळ्यांच्या चेहऱ्यावर असायचे. पुरुषमाणसं घरी आली की अंघोळ, जेवण उरकून पबचा रस्ता धरणार. बायकांची पावलं कोलेसियम किंवा लिरिक सिनेमाकडे वळणार. मिठाई-गोडधोड खाऊन आणि महागडी वाइल्ड वूडबिन सिगारेट ओढून बायका आनंद साजरा करणार. ज्यांचे नवरे बराच काळ नोकरीत टिकून आहेत, त्या नवऱ्यांसाठी प्रेमानं ब्लॅक-मॅजिक चॉकलेटचा बॉक्स घेऊन जाणार.

प्रेमकहाणीनं सजलेले सिनेमे त्यांना प्रचंड आवडायचे. नायिकेला मिळवण्याच्या नादात नायकाचा शेवट झाला तर त्या बायका ओक्साबोक्शी रडायच्या. या सगळ्यांचा आनंद साजरा करण्याची पद्धतही ठरावीक होती. पण एरवीच्या शुष्क जीवनात शुक्रवार मोठे मौजेचे रंग भरायच, हे मात्र खरं!

अजूनही डॅडी आले नाहीत म्हटल्यावर आमचा धीर खचला. आसपासच्या घरातले अन्नाचे सुग्रास वास नाकाजवळ रेंगाळायला लागले. आम्ही तर चहाही प्यायला नव्हता.

"चहा, ब्रेड, चीझ हे अन्नसुद्धा रुचकर आहे नाही का, बाळांनो? बेकन किंवा सॉसेजेस खाल्ली म्हणजेच शुक्रवार साजरा केला असं नाही." मॉम नक्की कोणाची समजूत घालत होती?

रात्रीचा अंधार वाढला. आजूबाजूचे पुरुष पबमध्ये गेले. स्त्रिया सिनेमाला गेल्या. सामसूम झाली.

"डॅडी का आले नाहीत? ते केव्हा येतील? जाम कंटाळा आला. सिमेंटची फॅक्टरी इथून खूप लांब आहे. डॅडी खरंतर भरभर चालणारे! पण अंतर इतकं आहे की तेही दमले असतील." मॉमचे डोळे भरून आले. ती फायरप्लेसजवळ विमनस्क अवस्थेत बसली होती. सिगारेटचा धूर... ती तुटक वलयं तिच्या अर्धवट-धूसर आशा-आकांक्षांचं प्रतीक होतं जणू. वाइल्ड वूडबिनची सिगारेट- तिनं कॅथलीन ओकनेलच्या दुकानातून उधार आणलेली.

चहाचं आधण उकळत होतं. मॉमनं ते वैतागून बंद केलं. असा कडवट चहा पिऊन आनंद कसा साजरा होणार? मलाचीची भुणभुण थांबवण्यासाठी तिनं त्याला चीज लावून थोडासा ब्रेड दिला.

''ही नोकरी टिकली तर थोडे पैसे गाठीशी जमा होतील. तुमच्या डॅडींच्या उत्तर अमेरिकन भाषेमुळे त्यांचे उच्चार इथं कुणाला नीटसे समजत नाहीत. ही नोकरी टिकली नाही तर...'' बरं-वाईट जे मनाला येईल ते ती बोलत होती.

सिनेमाला गेलेले, पबमध्ये गेलेले लोक परतले तरी डॅडींचा पत्ता नव्हता. भुकेनं जीव कळवळला. आता मी आणि मॉमनंही खाऊन घेतलं. मॉम दारात जाऊन उभी राहिली, डॅडींच्या वाटेकडे डोळे लावून. ब्रुकलीनला असताना आम्ही पगाराच्या दिवशी डॅडींना कसं शोधायला जायचो, त्याची आम्हाला आठवण आली.

''हेही दिवस जातील बरं. एक दिवस आपण अमेरिकेला जाऊ. आपलं टुमदार घर असेल, सगळ्या सोई-सुविधांसह स्वतंत्र. अशी लोकांची घाण सहन करावी लागणार नाही.'' मग तिचा आवाज कापला. आमच्या घराजवळ सार्वजनिक स्वच्छतागृह आहे याचा सल तिला कायम असायचा.

''मध्यरात्र झाली. चला, झोपू या. आता वाट पाहून उपयोग नाही.'' मॉम काय ते समजली. आता ते घरी आले तरी खिसे रिकामे असतील. पबमध्ये दारूवर पैसे उडवल्यावर घरी काय आणणार? कसला चहा, कसलं चॉकलेट अन् कसलं काय! मायकेलला कुशीत घेऊन ती आडवी झाली. तो जुना कोट तिनं चेहऱ्यावर ओढून घेतला. मला तिचं मुसमुसणं ऐकू आलं. पण मी तिचं सांत्वन केलं नाही. काय समजवणार होतो मी? आज सकाळ झाली तेव्हा तिला किती आनंद झालेला!

तेवढ्यात- डॅडींची चाहूल लागली. त्यांची ती ठरावीक देशप्रेमाची गाणी दारू प्यायलेल्या भसाड्या आवाजात बेरात्री ते मोठ्यानं गायचे. ओरडायचेच. काही लोक मग खिडकीतून वाकून सांगायचे, 'अहो, महाशय, घरी जाऊन गा ती गाणी. आम्हाला सकाळी लवकर उठून कामाला जायचं आहे. जरा निवांत झोपू द्या.'

गल्लीच्या मध्यभागी उभं राहून मोठमोठ्यानं ते लोकांना ओरडून सांगायचे की, ते आयर्लंडच्या स्वातंत्र्यासाठी लढायला, वाटेल तो त्याग करायला तयार आहेत. ते लिमरिकमधल्या लोकांपेक्षा वेगळे आहेत. लिमरिकच्या लोकांनी सॅक्सन टोळीवाल्यांबरोबर अखेर जुळवून घेतलं; विरोध केला नाही! आमच्या घराचं दार दणकन त्यांनी लाथेनं उघडलं.

सारी पश्चिमा अधीन होती निद्रादेवीच्या
अश्रू ढाळून आयर्लंडने सोसल्या ठेचा
एक एक मोहरा सांडला मातृभूमीसाठी

इंग्लंड आणि अमेरिकेला हरवण्यासाठी

गाणं अजूनही सुरू होतं.

"अँजेला- ए अँजेला, चहाचा घोट तरी शिल्लक आहे का माझ्यासाठी?"

मॉमनं दुर्लक्ष केलं.

"फ्रान्सिस, मलाची, खाली या रे पोरांनो, तुम्हाला तुमची हक्काची फ्रायडे पेनी नको का?"

क्षणभर वाटलं धावत जावं आणि पेनी घ्यावी. गेले वर्षभर मी या क्षणाची वाट पाहत होतो. पण माझी मॉम, ती अजूनही रडत होती. मी घुटमळलो. मलाचीनं तर सपशेल नकार दिला.

कसंतरी अडखळत डॅडनी पायऱ्या चढल्या. त्यांचा तोल जात होता. त्यांनी मेणबत्ती पेटवली. अरे देवा! आता मध्यरात्री ती डोक्यावर धरून ते मार्च साँग म्हणू लागले, तालावर पावलं टाकत.

पहा पहा ते कोण आले
लाल लाल झेंडे वाले
ताठ मान आणि ताठ कणा
स्वातंत्र्याच्या यायायाच खुणा

सगळ्या गोंधळामुळे घाबरून तान्हा मायकेल उठला. तो जोरजोरात रडू लागला. आमचे शेजारी हॅननसुद्धा जागे झाले. त्यांनी रागानं दार वाजवलं.

"तुम्ही म्हणजे या घरासाठी कलंक आहात कलंक. जा, तोंड काळं करा इथून. चालते व्हा." मॉम किंचाळली.

डॅडी आणखीनच चेकाळले. खिशातून एक पेनी हातात नाचवत ते मलाचीला म्हणाले, "इकडे पाहा तर खरं. दोघंही माझ्याजवळ या. देशभक्त सैनिकासारखे. इथं रांग करा बघू. आयर्लंडच्या मुक्तीसाठी लढण्याची शपथ घेतलीत तर ही फ्रायडे पेनी तुम्हाला बक्षीस!"

आम्ही दोघंही जागचे हललो नाही. "आम्हाला नको तुमची पेनी." आम्हीसुद्धा त्यांच्यावर चिडलो होतो.

आमचा आविर्भाव बघून ते गांगरले. ते लडखडत मॉमच्या दिशेनं निघाले. "माझ्याजवळ आलात तर खबरदार!" ती किंचाळली.

ते मागे वळले. कसंबसं पायऱ्या उतरून खाली गेले. तिथल्या खुर्चीवर बसले. बसल्या-बसल्याच झोपले असावेत. सकाळी त्यांना वेळेवर जाग आली नाही. ते कामावर गेले नाहीत.

त्यांची नोकरी आठवडाभरात सुटली.

चार

कम्युनियम म्हणजे एक असा धार्मिक समारंभ ज्यात चर्चमध्ये जाऊन पवित्र ब्रेड आणि वाइन याचं सेवन करायचं असतं. येशू ख्रिस्तानं सुळावर जाण्यापूर्वी आपल्या शिष्यांबरोबर असं शेवटचं जेवण केलं होतं. त्याची आठवण म्हणून हा समारंभ. कन्फर्मेशन म्हणजे तुम्ही पूर्णपणे चर्चचे अनुयायी होणं आणि कन्फेशन म्हणजे आपण केलेल्या चुकांची कबुली चर्चमध्ये जाऊन धर्मगुरूंजवळ देणं.

'फर्स्ट कन्फेशन आणि फर्स्ट कम्युनियमसाठी तुम्ही आता तयार व्हायचंय. ख्रिश्चन धर्माची शिकवण सांगणारी प्रश्नोत्तरं वाचून पक्की पाठ करा. प्रत्येकानं उत्तम कॅथलिक होण्याचा प्रयत्न करा. म्हणजे पुढे आयुष्यात बऱ्या-वाइटाची निवड करताना या धर्मशिक्षणाचाच तुम्हाला उपयोग होईल,' असं एक दिवस शिक्षकांनी वर्गात जाहीर केलं.

'वेळप्रसंगी धर्मासाठी बलिदान करायलाही कचरू नका,' या वाक्यानं मात्र मी जरा गोंधळात पडलो. कारण डॅडी हे वाक्य दुसऱ्या संदर्भात सांगायचे. वेळप्रसंगी आयर्लंडसाठी मरणही पत्करण्याची तयारी ठेवा, असं ते म्हणायचे. जो तो मरणाची भाषा करत होता. जगण्याबद्दल कोणीच काहीच म्हणत नव्हते!

माझ्या मनात तऱ्हेतऱ्हेचे विचार आले. म्हणजे माझे बहीण-भाऊ जे स्वर्गवासी झाले होते ते नेमके कोणत्या कारणानं मरण पावले? धर्म किंवा देश... कशासाठी?

माझ्या मॉमच्या मते त्यामागे निराळीच कारणं होती, म्हणजे उपासमार, रोगराई, बेरोजगारी इत्यादी. बरं, ही कारणं खरी समजायची तर डॅडींना ती कधीच मान्य नव्हती. कारण जेव्हा आमच्या घरी या सगळ्यांच्या मृत्यूबद्दल चर्चा व्हायची तेव्हा मॉमच्या बोलण्यानंतर डॅडी काहीही न बोलता हॅट अडकवून बाहेर निघून जायचे. निषेध व्यक्त करण्याचा तो मार्ग होता.

फर्स्ट कम्युनियम आणि फर्स्ट कन्फेशनसाठीच्या ग्रंथांसाठी आम्ही प्रत्येकी तीन पेनी न्यायच्या होत्या. पाचवीच्या वर्गातल्या मुलांनी फर्स्ट कन्फर्मेशनसाठी सहा पेनी न्यायच्या होत्या. त्यांचं पुस्तक लाल कव्हरचं होतं तर आमचं हिरव्या कव्हरचं.

खरंतर पुढच्या वर्षी मला लाल कव्हरचं पुस्तक मिरवत घेऊन जायला जास्त आवडलं असतं. पण ही सगळी मृत्यूबद्दलची उलटसुलट चर्चा कल्यामुळे मला भीती वाटू लागली- मी पाचवीत जाईपर्यंत जगलो नाही तर..?

मनात प्रश्नांचं काहूर होतं. पण कोणीही समाधानकारक उत्तर देणार नाही याची आजवरच्या अनुभवामुळे खात्री होती. उगीच मार खाण्यापेक्षा गप्प बसलेलं बरं. मी कोणालाही काहीही विचारलं नाही.

मिकी मॉली हे एक अजब प्रकरण होतं. अकरा वर्षांचा माझा हा दोस्त अगदी टग्या म्हणावा असाच. त्याला फीट येई. त्यात त्याला अंतर्ज्ञान व्हायचं म्हणे. त्याच्या माघारी सगळे त्याला 'मॉली द फीट' म्हणायचे. मॉली महाशयांचा मुलींबाबत विशेष अभ्यास होता.

"फ्रँकी, तू थोडा मोठा झालास की सांगेन सगळं. तसा काही तू बाळबोध वळणाचा नाहीयेस, समजेल तुला पटकन." मॉली डोळे मिचकावून म्हणाला.

त्यानं माझं नाव घेतलं त्यामुळे तो माझ्याशी बोलतोय हे माझ्या लक्षात आलं. एरवी त्याचे डोळे तिरळे होते. त्यामुळे तो नक्की कुठे पाहतोय हे कळत नाही. नुसतं तेही नाही. समजा, तो मलाचीला काही विचारतोय आणि मी उत्तर दिलं की बिनसलं. लगेच त्याला फीट येतं. असं डोळे तिरळे असणं चांगलं असतं. एका वेळी तुम्हाला अनेक ठिकाणी लक्ष ठेवता येतं. रोमन साम्राज्यात अशा लोकांना मान होता. नोकरी देताना त्यांना प्राधान्य असायचं... मॉलीचा हा आवडता सिद्धान्त. फुरसतीच्या वेळी तो पुस्तकं वाचायचा. कार्नेजी लायब्ररीतून त्याचे वडील पुस्तकं आणायचे. त्याची आई मात्र या वाचनवेडापायी वैतागायची.

"आधीच डोळ्यांची ही तऱ्हा. भरीस भर हा मुलगा सतत पुस्तकात डोकं घालून बसतो. ऑपरेशन केलं तर याचे डोळे सरळ होतील खरं; पण खर्च कोण करणार? तू माझं ऐकलं नाहीस तर डोळ्यांवर ताण पडून काहीतरी विचित्र होईल बघ." ती सारखं ओरडायची.

त्याचे वडील त्याला सायक्लोप्स म्हणायचे. सायक्लोप्स हा ग्रीक योद्धा होता. त्याला कपाळाच्या मध्यभागी एक डोळा होता.

नोरा मॉली- त्याची मॉम आणि माझी मॉम मैत्रिणी. सेंट व्हिन्सेंट डी पॉल सोसायटीच्या आवारात तासन्तास रांगेत उभं राहावं लागायचं. तेव्हा कधीतरी मॉमची तिच्याबरोबर ओळख झालेली. तिला आपल्या मुलाचा फार अभिमान होता.

"माझा मिकी आहे अकरा वर्षांचाच; पण त्याचा आम्हाला फार आधार आहे.

एखाद्या कर्त्या पुरुषासारखा आहे तो.'' ती म्हणायची. ''त्याच्या वडिलांना काम मिळालं नाही तर मिकी एडन फरेलकडून हातगाडी घेतो. घरोघर जाऊन कोळसा, सरपण कुणाला हवंय, हे विचारतो. मग डॉक यार्डमध्ये जाऊन ते विकत आणतो आणि घरोघर पोचवतो. पैसे किती मिळवतो हे महत्त्वाचं नव्हे; चूल पेटते हे माझ्या दृष्टीनं महत्त्वाचं. काही वयस्कर माणसांना चालवत नाही. अशा लोकांसाठी तो निरोप्याचं काम करतो. दर वेळी पैसे हवेतच असं नाही. ज्यांना शक्य नाही त्यांचे आशीर्वाददेखील पुरेसे आहेत माझ्या लेकरासाठी.'' ती मॉमला एकदा म्हणाली.

एकूण काय, मिकी हा त्याच्या मॉमच्या काळजाचा तुकडा होता. त्याच्याबद्दल बरंवाईट बोललेलं तिला मुळीच चालायचं नाही. अशा वेळी तिला वेडाचा झटका यायचा, जो तीव्र स्वरूपाचा असायचा.

त्याचे डॅडी पीटर यांची कथा आणखी न्यारी. त्यांची खासीयत दिसायची ती पबमध्ये. दारूचे पेगच्या पेग रिचवण्याच्या पैजा ते लीलया जिंकायचे. बेसुमार दारू पिऊन झाली तर ती बाहेर टाकून पुन्हा दारू पिण्याचं कसबही त्यांनी प्रयत्नांनी मिळवलं होतं. अशा पैजा मारल्या तर त्यांना आर्थिक प्राप्तीही व्हायची. पण तो पैसा पुन्हा पैजांवर उडवला जायचा. इतकंच नाही, तर ते काही वेळा आमच्या डॅडींसारखं निर्वाहभत्ता पबमध्ये घालवून यायचे. नोरा मॉलीला वेडसरपणाचे झटके नेमके या वेळी यायचे. ते एक परी बरंच. मग वास्तवाचे चटके कमी बसतात. तुम्ही त्या जगाला भेडसावणाऱ्या समस्यांपासून लांब राहता. पाच पोरांचं लटांबर पोसायचं कसं या काळजीपासून ती अलिप्त राहायची. ती वेड्यांच्या हॉस्पिटलमध्ये दिवस-दिवस असायची. शेवटी तिला हट्टानं घरी आणायचे. मग तिचं डोकं ताळ्यावर यायचं. इतर वेड्यांना दमदाटीनं हॉस्पिटलमध्ये पोचवावं लागतं; इकडे सगळा कारभार उलटा!

तिचा वेडेपणा, हॉस्पिटलमध्ये भरती होणं याचीही पुढे सगळ्यांना सवय झाली. तिची मुलं पिठानं माखलेली दिसली की समजायचं- पीटर महाशयांनी घरी पैसे दिलेले नाहीत. मग ती सगळ्या गावभर पीठ मागत हिंडणार. चर्च, नन्स, धर्मगुरू, प्रॉटेस्टंट्स जे दिसतील त्यांच्याकडे ती जायची. पिठाच्या गिरणीत जाऊन झाडझूड करण्याचीदेखील तिची तयारी. त्यातूनही पीठ मिळायचं ना! पीठ मिळालं की स्वयंपाक करायचा. ब्रेड, केक बनवून ठेवायचा. मग ती दिवसरात्र तेच करायची. शेवटी पीटर तिच्यावर ओरडायचा. पण छे! तो ब्रेड शिळा, खराब होईल याचीही तिला पर्वा नसायची. शक्य झालं असतं तर तिनं सगळ्या लिमरिकमधलं पीठ गोळा केलं असतं इतकं ते भूत तिच्यावर स्वार व्हायचं. शेवटी वेड्यांच्या हॉस्पिटलमधले लोक येऊन तिला घेऊन जायचे.

तिच्या पाच मुलांची चंगळ असायची. खा खा- ब्रेड खाऊन तेच ब्रेडच्या

लादीसारखे फुगले होते. शिळा झालेला ब्रेड वाया घालवणं मिकीच्या जिवावर यायचं. एका बाईंकडून तो पुडिंगची रेसिपी शिकला. कडक झालेला तो ब्रेड पाण्यात बुडवून मऊ करायचा. मग दूध आणि साखर शिंपडलं की पुडिंग तयार! मॉली पंधरा दिवस जरी वेड्यांच्या हॉस्पिटलमध्ये राहिली तरी मुलं त्यावर भागवायची.

डॅडी एकदा म्हणालेही की, नेमकं कशामुळे काय होतं? ती वेड्यासारखे ब्रेड बनवत बसते म्हणून ते तिला हॉस्पिटलमध्ये नेतात, की ते नेतील म्हणून ती ब्रेड बनवून ठेवते?

पुन्हा घरी परत यायची तेव्हा इतकी टवटवीत की जणू समुद्रकिनारी सहलीसाठी जाऊन आलीये! आल्यावर पहिला प्रश्न, ''मिकी कुठे? तो जिवंत आहे की नाही?'' मिकीला फीट यायची, त्यामुळे तो लवकर देवाघरी जाण्याचं भय सतत तिच्या मनात होतं. त्याचं फर्स्ट कम्युनियन झालं नव्हतं. दर वेळी पवित्र ब्रेड आणि वाइन सेवन करण्याची वेळ आली की त्याला फीट यायची. धर्मगुरू, आई-बाप सगळ्यांनी प्रयत्न केले; पण व्यर्थ! त्यामुळे तो देवाघरी गेला तर मुक्ती मिळेल की नाही याचा घोर सतत तिच्या जिवाला होता. जो मुलगा चॉकलेट, बन, ब्रेड खाऊ शकतो, त्याची फर्स्ट कम्युनियनच्या वेळी ब्रेड खाताना बोबडी का वळते, देवाचा प्रसाद तो का खात नाही, यामागे काही परमेश्वरी योजना आहे का... असे अनेक प्रश्न मॉलीला पडले. धर्मगुरूंनी त्याची यथाशक्ती उत्तरं दिली. 'परमेश्वरानं पाठवलेला तो देवदूत आहे,' असं ते तिला म्हणाले. पण तिच्या मनातली भीती गेली नाही.

खुद्द मिकीनं तिला समजावलं. ''मॉम, ज्यानं मला जन्माला घातलं त्यानंच मला फीट येण्याचं दुखणं दिलंय. मग त्यात माझी काय चूक? माझा काय अपराध?''

''तू म्हणतोस ते पटतंय मला; पण तरी-'' ती अविश्वासाने म्हणाली.

''मॉम, मी पुस्तकात वाचलंय तेच सांगतोय तुला. माझ्या मनातलं नव्हे.'' तो म्हणाला.

गल्लीतल्या दिव्याखाली बसून आम्ही गप्पा मारत होतो. मिकीही आमच्यात होता. त्याच्या फर्स्ट कम्युनियनच्या वेळची गंमत सांगताना त्याला हसू आवरेना. ते जे काही त्याला खाण्यासाठी दिलेलं ते त्याच्या घशाखाली उतरलं नाही. पण घरी परत येताना मॉली सगळ्यांना सांगत सुटली की, हा त्याचा फर्स्ट कम्युनियनचा काळा सूट आहे. काही लोकांनी कौतुकानं त्याला पैसे दिले. त्यावर तिचा युक्तिवाद असा की, ''फर्स्ट कम्युनियन झालेलं नाही असं सांगून मी त्यांना नाराज का करू? मी खोटं बोलत नाहीये; पण मी खरंही सांगणार नाही.''

त्यावर पीटर, त्याचे वडील त्याला म्हणाले, ''सायक्लोप्स, काही काळजी करू नकोस. खुद्द जीझसनं पवित्र ब्रेड आणि वाइन घेतली तेव्हा तो तेहेतीस वर्षांचा होता.''

"तुम्ही त्याला सायक्लोप्स का म्हणता? माझ्या मुलाला दोन डोळे आहेत आणि तो ग्रीक नाही." मॉली उसळून म्हणाली पीटर मॉली काय किंवा पा किटिंग काका काय, दोघंही एका माळेचे मणी! जगाला भीक न घालणारे! आणि लपवू कशाला, मलासुद्धा तसं बेडर होणं आवडेल.

ज्या मिकी मॉलीवरून हे चाललेलं तो मात्र अगदी निवांत. "फर्स्ट कम्युनियनच्या दिवशी महत्त्वाचं काय तर नातेवाईक आणि शेजाऱ्यापाजाऱ्यांकडून मिळणाऱ्या भेटवस्तू आणि पैसे! आपल्याला बुवा ते भारी आवडलं. लिरिक थिएटरमध्ये जाऊन मस्तपैकी सिनेमा पाहायचा. बस्स. फक्त तुमची मॉम बरोबर असली पाहिजे. म्हणजे भेटवस्तू मिळतात. एकटे गेलात तर लोक धुडकावून लावतील." तो म्हणाला.

मिकीला फर्स्ट कम्युनियनच्या दिवशी पाच शिलिंग्जची कमाई झाली. लिरिक थिएटरमध्ये त्यानं सिनेमा बघितलाच, शिवाय इतकी चॉकलेट्स खाल्ली की तो कागद-कचरा पाहून तिथल्या माणसानं त्याला दोन रट्टे दिले. तो म्हणाला, "आपली काय चूक. पैसे होते आपल्याकडे. तुला सांगतो फ्रँकी, सॅव्हॉयला आपण आणखी एक सिनेमा पाहिला त्याच दिवशी. कॅडबरी खाल्लं, लेमोनेड प्यायलं. पोटाला तडस लागली, यार!"

"आता कन्फर्मेशन डेची वाट बघतोय मी. त्या दिवशी पुन्हा कमाई. तेव्हा तर सिनेमा पाहायचा तो गल्लीतल्या पोरींशेजारी बसून. मज्जा करायची राव, आहेस कुठे?" तो मिस्कील हसत म्हणाला.

बायकांबद्दल बोलताना तो म्हणाला, "माझी मॉम आवडते मला. सगळ्याच बायका वाईट नसतात. पण लग्न वगैरे लफडं नकोच वाटतं बघ. बायको वेडसर निघाली तर पंचाईत! सिनेमा पाहताना मुलींशी लगट करायला मिळतंय म्हटल्यावर लग्न हवं कशाला? बायको, मुलं, खाणं-पिणं, जबाबदारी नकोच. शिवाय मुलं तिरळी झाली तर?" तोही कळीचा मुद्दा होता! "त्यापेक्षा एकटं राहणं बरं. डॅडींसारखं पबमध्ये जायचं, मनसोक्त दारू प्यायची, मॉमला पैसे मात्र देणार, म्हणजे तिची वणवण होणार नाही." तसंही हे वागणं अक्षम्य होतं; कारण तो काही बाप्तिस्मा घेतलेला कॅथलिक नव्हता. "आणखीही बरंच सांगण्यासारखं आहे, दोस्ता, पण तू थोडा मोठा हो. बच्चा आहेस अजून." हसत तो म्हणाला.

धार्मिक पाठ देणारे मिस्टर बेन्सन सर हे एक भयानक प्रकरण होतं. सारखं पचापच थुंकायचे. पहिल्या रांगेतल्या मुलांना संसर्गाची भीती वाटायची. पण बोलायची टाप नव्हती कुणाची. ख्रिश्चन धर्मातली तत्त्वं, टेन कमांडमेंट्स, सेव्हन व्हर्च्युस... सगळं आम्हाला तोंडपाठ हवं, असा त्यांचा आग्रह असायचा. आयरिश भाषेतून तर ते पाठ हवंच, शिवाय इंग्रजी भाषेतूनही आलं पाहिजे, असा त्यांचा आग्रह होता. मात्र

आयरिश भाषेमधून सांगताना एखादा इंग्रजी शब्द वापरला तर हमखास छडी बसणार!

या सगळ्यावर कहर म्हणजे त्यांना शक्य झालं असतं तर त्यांनी आम्हाला लॅटिन भाषा शिकायला भाग पाडलं असतं. आमच्या ख्रिश्चन पूर्वजांची अस्सल भाषा लॅटिन. आयरिश भाषा देशभक्तिपर गीतं गाण्यासाठी, इंग्रजी भाषा चोर आणि खबऱ्यांसाठी, लॅटिन भाषा स्वर्गात जाण्यासाठी- क्रम कसा बरं लक्षात ठेवायचा?

पॅडी क्लोहेसी हा एक दुर्दैवी मुलगा होता. गरीब तर आमच्याकडे सगळेच होते. पण त्यातही प्रतवारी होती. उवांचा त्रास नको म्हणून त्याच्या आईनं त्याच्या डोक्यावरचे सगळे केस कापून टाकले होते. कित्येकदा शाळेत यायचा तो अंघोळ न करताच. नाक वाहत असायचं. गुडघ्याला जखमा, खरूज; घरी भावंडांचं लटांबर होतं. शाळेत येताना त्यांच्याशी मारामारी करून कपडे मिळवावे लागत. कधी कधी त्या भांडणाच्या खुणा ताज्या असत. नाकातून रक्त, डोळा सुजलेला.

त्याला शाळा मुळीच आवडत नव्हती. वर्गातला सगळ्यात मोठा मुलगा. सातवं संपून आठवं लागलेलं. सतराव्या वर्षी पळून जाऊन इंडियन आर्मीत दाखल होण्याचं स्वप्न तो बाळगून होता. तिथलं हवामान एकतर इतकं गार नसतं, शिवाय तिथं असणाऱ्या मुली, हे मोठं आकर्षण होतं. रंगानं काळीसावळी आणि कपाळाला मोठं लालभडक कुंकू लावणारी एखादी मुलगी शोधून तिच्याबरोबर तंबूत राहण्याचा महाशयांचा विचार होता. तिथं मस्तपैकी अंजिरं खात लोळत पडायचं. ती सकाळी स्वयंपाक करेल- डाळभात आणि रात्री गाणी म्हणेल; याच्याजवळ पैसे साठले की तो घरी पाठवणार होता. मग कुटुंबीयांनी, विशेषतः त्याच्या डॅडींनी सुखात राहायचं असा त्याचा मानस होता. त्याला उनाडपणे फिरताना बघितलं की मॉम म्हणायची, 'कशी लक्तरं घातली आहेत बघ बिचाऱ्यानं. त्यातून कसा हाडांचा सापळा दिसतोय. कुपोषणावर एखादी फिल्म करायची ठरवली तर याला सगळ्यात आधी घेतलं पाहिजे.'

गरीब मुलांना एक बेदाणा लावलेला बन आणि दूध द्यायची योजना सरकारनं जाहीर केली. शाळेच्या तळघरात आम्हाला एकत्र बोलावलं. नेली अरन- आमच्या झाडूवालीनं दूध आणि बन वाटले. त्यात बेदाणे नव्हते. ते दूधही गोठलेलं होतं. काही मुलांनी दोन मांड्यांच्या मध्ये धरून बाटली गरम करण्याचा प्रयत्न केला. त्यावर फालतू विनोद झाले. सरांनी दरडावल्यावर टारगट मुलं गप्प झाली.

बनमध्ये बेदाणे नाहीत हे पाहिल्यावर आम्ही कुरकुर केली.

"जो माणूस हे आणून देतो, त्याला मी तुमची तक्रार सांगेन." नेली म्हणाली.

आम्ही रोज बेदाणे शोधायचो. अखेर एकदा माझ्या बनमध्ये बेदाणा सापडला!

झालं, सगळी मुलं माझ्याभोवती गोळा झाली. कुणी पेन्सिल, कुणी दुधाची बाटली, कॉमिक बुक... सगळं द्यायची तयारी दाखवली. कहर म्हणजे, टॉबी मॅकी म्हणाला, ''बेदाण्याच्या बदल्यात माझी बहीण घेऊन टाक.'' मिस्टर बेन्सनननी हे ऐकलं अन्, त्याला सडकावून काढलं. तो बेदाणा माझ्या हातात होता. पॅडी क्लोहेसीकडे माझं लक्ष गेलं. तो थंडीनं एखाद्या कुत्र्यासारखं कुडकुडत होता. मला त्याची दया आली. मी तो बेदाणा त्याला दिला. सगळ्यांनी माझी खिल्ली उडवली. मीही जरा गोंधळलो. बेदाणा परत घ्यावा असं वाटलं; पण तोवर पॅडीनं तो मटकावलासुद्धा!

तो काहीही बोलला नाही. मिस्टर बेन्सन बघतच राहिले. नोरा मात्र म्हणाली, ''पोरा, धन्य आहेस तू!''

आमची परीक्षा घेण्यासाठी धर्मगुरू येणार, असं आमच्या सरांनी जाहीर केलं. होली कम्युनियन कसं स्वीकारायचं याचं प्रात्यक्षिकही त्यांनी करून दाखवलं. त्यांच्या हॅटमध्ये त्यांनी 'लिमरिक लीडर'च्या पानांचे तुकडे केले. ते पॅडी क्लोहेसीला सांभाळायला दिले. ते गुडघ्यावर टेकले, एक तुकडा त्यांनी त्यांच्या जिभेवर ठेवायला सांगितला. त्यांनी वर पाहत डोळे मिटले, प्रार्थना म्हटली, तो तुकडा गिळून टाकला. ''थँक गॉड.'' ते म्हणाले.

त्या प्रात्यक्षिकापेक्षा त्यांची जीभ कशी जांभळी आहे, याकडेच आमचं लक्ष होतं. काही मुलं हसली, त्यांना सरांनी भरपूर झापलं. ''पुन्हा हसलात तर कम्युनियनऐवजी लास्ट राइट्स- म्हणजे अंत्यसंस्कार करण्याची वेळ येईल हं.'' त्यांनी बजावलं. मग मुलं गप्प झाली.

''काय फ्रँक मॅककोर्ट, त्या सेक्रामेंटला काय म्हणतात?'' त्यांनी डोळे वटारून विचारलं.

''Extreme Unction सर.'' मी उत्तर दिलं.

''अरे वा, अमेरिकेतून आलास तरी फार बिघडलेला नाहीस.'' ते म्हणाले.

''हे पाहा मुलांनो, फादर येतील तेव्हा वात्रटपणा करू नका. तो वेफर (पवित्र कागदाचा तुकडा) तुमच्या जिभेवरून पडला तर त्यांना गुडघ्यावर रांगत जाऊन तो स्वतःच्या जिभेनं उचलावा लागेल. तो जमिनीवर इकडेतिकडे उडाला तर त्यांना उचलताना किती त्रास होईल? ही तुम्ही घाण केलेली फरशी त्यांनी पुसायची का? ख्रिस्ताच्या क्रॉसचे जे अवशेष आहेत, त्या खालोखाल कम्युनियन वेफर पवित्र समजला जातो.''

एकूणच ते खूप उत्तेजित झाले होते. हातातली काठी गरगरा फिरवत ते पुढे म्हणाले, ''फर्स्ट कम्युनियन झालं की, तुम्ही दोन हजार वर्षं जुन्या रोमन कॅथलिक चर्चचे सभासद व्हाल. मुलांनो, फार लोकांनी यासाठी रक्त सांडलं आहे. सच्च्या

आयरिश लोकांना याचा अभिमान वाटला पाहिजे. खरंच आमच्या पूर्वजांनी प्रॉटेस्टंट लोकांच्या आक्रमणाला लढून तोंड दिलं आहे, नाही का? मानेवर कुऱ्हाड चालली तरी बेहत्तर पण आमचा धर्म सोडणार नाही, असं म्हणत बलिदान केलेलं आहे की नाही? मृत्यूला न घाबरता बेडरपणे ते सुळावर चढले की नाहीत? हो की नाही?''

''होय सर.'' आम्ही एका सुरात ओरडलो.

''काय केलंय आपल्या पूर्वजांनी?''

''मानेवर कुऱ्हाडी चालल्या तरी...'' आम्ही वाक्य पूर्ण केलं.

''आणि काय केलं?''

''बेडरपणे सुळावर...'' पुन्हा एकदा आम्ही वाक्य पूर्ण केलं.

''शाबास! तुमच्यातही तशी क्षमता आहे. पण पोरांनो, तुम्ही ना मुलखाचे आळशी आहात. माझ्या वाटेला आलेला सगळ्यात चुकार वर्ग!'' ते म्हणाले.

पुढे ते आणखीही बरंच काही बोलत राहिले- ''तुमच्यासारखे नग जन्माला घालण्यातही त्याचा काहीतरी हेतू असतोच. हा आपला विसरभोळा क्लोहेसी बूट घालायचे विसरतो, हा क्वेश्चन किंग्जले सतत प्रश्न विचारत असतो, हा बिचारा मॅककोर्ट इकडे येताना अमेरिकेतल्या पापांचं ओझं बरोबर घेऊन आलेला... तो एक प्रभू सुळावर गेला ते लक्षात असू द्या. त्याच्या त्या एका कर्मामुळे तुमच्या सगळ्यांची पापं धुतली जातात. फर्स्ट कम्युनियम कसंबसं उरकून तुम्हाला घाई कसली, तर कलेक्शनची. मूळ उद्देशाकडे तुमचं लक्षंच नाही. काय, मी म्हणतोय ते खरंय ना?''

''हो, सर.''

आणखी किती वेळ हे ऐकावं लागणार आहे, असे कंटाळवाणे भाव आमच्या चेहऱ्यावर होते. सरांच्या लक्षात आलं असावं.

''पळा आता.'' ते किंचित हसून म्हणाले.

मिकीची अवस्थाही आमच्यासारखीच होती. त्याचे वडीलही निर्वाहभत्ता घरी देत नव्हते. स्वारी सरळ पबमध्येच जायची. मग मेणबत्ती किंवा पॅरॅफीन ऑइलची चैन कशी परवडणार? तोही मग आमच्यासारखं गल्लीच्या टोकाशी असलेल्या दिव्याखाली येऊन बसायचा. त्याचे वडील नशेत नसले की कार्नेजी लायब्ररीतून पुस्तक आणायचे. त्याला कोणतंही पुस्तक वाचण्याची मुभा होती. मिकीजवळ आता कुचुलेनची माहिती असणारं पुस्तक होतं. ते वाचून तो सर्वज्ञ असल्यासारखं बोलत होता. मी सावध झालो. कुचुलेन- माझा कुचुलेन. त्याच्यावर माझा हक्क आहे. त्याला सांगावं का, अरे, तू काय कुचुलेनच्या गप्पा मारतोस? मी फार तर चार वर्षांचा असेन; तेव्हा डब्लिनला मी त्याचा केवढा तरी पुतळा पाहिला आहे. माझ्या डॅडींनी मला त्याच्याबद्दल किती नि काय सांगितलेलं आहे. पण मिकी जी

गोष्ट सांगत होता ती मी आजवर ऐकलेली नव्हती. शीऽ ती घाणेरडी होती.

कुचुलेनच्या लग्नाची कथा. एमर त्याची बायको कशी झाली ती कथा. ते वर्णन ऐकून मी अस्वस्थ झालो. मला नाही वाटत मलाचीला काही कळले असावे; पण त्यातले काही शब्द ऐकून तो हसला. मिकी नंतर म्हणाला, "आता तुला कन्फेशन द्यायला हवं, असलं घाणेरडं ऐकल्याबद्दल." मलाचीनंही त्याच्या म्हणण्यात होकार मिळवला.

मी विचारात पडलो. फर्स्ट कन्फेशनला असलं काहीतरी सांगायचं? सगळी मुलं आपापल्या चुकांचा पाढा वाचतील. त्या चुकाही ठरावीक असतील. मी खोटं बोललो, मॉमचं ऐकलं नाही, लहान भावाला मारलं, एक पेनी चोरली इ. मग त्यांचं फर्स्ट कम्युनियनही सरळ होईल. पैसे मिळतील. कौतुक होईल. गोड खायला मिळेल. सिनेमालासुद्धा जातील.

आणि मी? असली गोष्ट ऐकल्याचं फादरना सांगितलं की, लगोलग ते मला कन्फेशन बॉक्समधून बाहेर काढतील. हाकलून देतील. मग लहान मुलांना त्यांची आई माझ्याकडे बोट दाखवून सांगेल, त्या मुलाचं फर्स्ट कम्युनियन झालेलं नाही.

या विचाराने माझी तहान-भूक उडाली. आजारी पडलो. "हे काय, हा असं काय करतोय?" मॉमला काळजी वाटली.

"अगं, त्याचं फर्स्ट कम्युनियन आहे ना! धसका घेतलाय पोरानं उगीचच," ते म्हणाले.

वाटलं, असंच जावं, त्यांच्या मांडीवर बसावं आणि मन मोकळं करावं. मिकीनं मला कसं बनवलं आणि मला आता भीती वाटतेय म्हणून. पण मी आता मोठा झालोय ना? आणि हा मलाची सदा असतोच माझ्यामागे. लगेच जाऊन गल्लीभर सांगत सुटेल, फ्रँक अजूनही डॅडींच्या मांडीवर बसतो, असं.

कुणाला बरं सांगावं? त्या सातव्या पायरीवरच्या यक्षाला? पण तो तर सगळ्या आयांना मुलं वाटत फिरत असतो. तो कसा भेटणार?

"डॅडी, सातव्या पायरीवरच्या देवदूताला आपण काही अडचण सांगितली तर तो ती सोडवतो का?"

"हो." ते हसले.

तशी संधी मला लगेचच मिळाली. डॅडी संध्याकाळी बाहेर गेले. मलाची खेळायला गेला होता आणि मॉम आजीकडे. मी एकटाच घरी होतो.

मी लगेच सातव्या पायरीवर गेलो. ती इतर पायऱ्यांपेक्षा उबदार होती. म्हणजे देवदूत नक्की तिथं येत असणार. मी डोळे मिटून बसलो. त्याला माझी व्यथा सांगितली. 'घाबरू नकोस' असा आवाज आला. मला दिव्य प्रकाश पडल्याचाही भास झाला.

तरी खात्री करण्यासाठी मी म्हणालो, ''मला नीट समजलं नाही.'' पुन्हा आवाज आला, 'घाबरू नकोस.' मी निश्चिंत झालो.

दुसऱ्या दिवशी मी डॅडींना हे सांगितलं तेव्हा त्यांचा आधी विश्वास बसला नाही. पण मी इतक्या खरेपणानं सांगितलं की, त्यांना ते पटलं. मग मी त्यांना घाबरण्याचं कारण- कुचुलेन आणि एमरची कथा- तेही सांगून टाकलं. खुद्द देवदूतानं 'घाबरू नकोस' असं म्हटल्यावर आता कसली भीती?

डॅडींनी मला थोपटलं. ''तू जे काही ऐकलंस ते म्हणजे पाप नव्हे. कन्फेशन देण्याची आवश्यकता नाही.'' ते म्हणाले.

''पण डॅडी, सातव्या पायरीवरच्या देवदूतानं सांगितलंय की न घाबरता सगळं सांग. मग आता काय करायचं?''

''हे बघ फ्रँकी, तू हे सगळं याआधीच मला न घाबरता सांगितलं असतंस तर देवदूताला सल्ला विचारण्याची वेळ आली नसती. मी एवढा हाडामांसाचा धडधाकट माणूस सांगतो ते खरं की दिव्य प्रकाश आणि तुला झालेला भास हे खरं?'' त्यांनी मला अगदी कोंडीत पकडलं.

''तुम्ही म्हणता ते जास्त खरं.'' माघार घेऊन मी चर्चेला पूर्णविराम दिला.

फर्स्ट कन्फेशनला जाण्यासाठी आम्ही सगळे रांगेनं निघालो. गडबड न करता, रांग न मोडता जायचं अशी ताकीद आम्हाला मिळालेली होतीच. तरी गडबड झालीच. आपापल्या पापांबद्दल काही मुलांनी कुजबुज करायला सुरुवात केली. विली हेरॉल्डनं त्याच्या बहिणीला कपडे बदलताना पाहिलं होतं. पॅडी हार्टिगननं आत्याच्या पर्समधले शिलिंग चोरून आइस्क्रीम आणि चिप्स खाल्ल्या. क्वेश्चन क्विगले घरातून पळून गेला आणि मेंढ्यांसाठी खणलेल्या चरात राहिला. मी त्यांना माझं पाप सांगायला गेलो तेव्हा नेमकं सरांनी पाहिलं. मला एकट्याला मार बसला.

कन्फेशन बॉक्समध्ये मात्र या लोकांनी चुकांची कबुली दिली नाही. माझा नंबर आल्यावर मी आत गेलो.

''मी खोटं बोललो, भावाला मारलं, चोरी केली.''

''आणखी काही?''

''कुचुलेन आणि एमरबद्दल वाईट कथा ऐकली.''

''कुणी सांगितली?''

''मिकी मॉलीनं.''

''त्याला कुणी सांगितलं?''

''एका पुस्तकातून त्यानं वाचून दाखवली.''

''असली पुस्तकं वाचू नयेत. सेंट जोसेफ आणि सेंट फ्रान्सिस यांच्या कथा

वाच हं, बाळ.''

''हो, फादर.''

''आता प्रार्थना कर पाहू.''

''पण, फादर हा गंभीर गुन्हा नाही ना?''

''नाही माझ्या लेकरा. परमेश्वर तुझं कल्याण करो.''

फर्स्ट कम्युनियनचा दिवस म्हणजे चैनीचा दिवस. 'कलेक्शन' म्हणजे त्या दिवशी लोक हातावर पैसे ठेवतात. खाऊ मिळतो, सिनेमाला जाता येतं. म्हणजे लिमरिकमधला पॅटर्न तरी हा होता. मी तेच करणार होतो. सकाळ कधी होतेय या प्रतीक्षेत रात्री झोपलो.

''कुठं आहे तो? अजून उठला नाही का? आजच्या शुभ दिवशी गाढवासारखं लोळत का पडलाय अजून?'' आजीच्या खडखडाटानं मला जाग आली. तिनं मला थेट गार पाण्याच्या टबमध्येच टाकलं. मॉम आणि ती दोघींनी माझा ताबा घेतला. खसाखसा चोळत होत्या. अंग सोलवटून निघालं. मग माझं अंग पुसलं. आजीनं माझे केस विंचरले. सरळ वागेल ती आजी कसली?

''हे-हे असे राठ केस, हे उत्तरेकडच्या लोकांमुळे झालेत. फार हौस होती तुझ्या मॉमला प्रेम करण्याची! त्याची ही फळं. जरा बऱ्या माणसाशी लग्न केलं असतं तर भलं झालं असतं तिचं आणि तुमचंही!'' तोंडाचा पट्टा सुरू होता.

धावतपळत आम्ही चर्चमध्ये पोचलो तर शेवटचा मुलगा तिथं उभा होता. फादरनी माझ्याकडे रागानं पाहिलं आणि मला बोलावलं. तो पवित्र कागद- वेफर त्यांनी माझ्या तोंडात ठेवला.

मी तो गिळण्याचा प्रयत्न केला. ते जमेना. तोंडातून विचित्र आवाज आला. ''जा जागेवर बस.'' ते म्हणाले.

अखेर तो तुकडा मी गिळला आणि पवित्र चर्चचा सभासद झालो.

बाहेर आलो तर मॉम-आजी वाट पाहत होत्या. त्यांनी मला जवळ घेतलं. ''आता कलेक्शनसाठी जायचं?'' मी मॉमला विचारलं तर आजी म्हणाली, ''आज आमच्या घरी न्याहारी करू या.'' आम्ही सगळे तिकडे गेलो. तिची नेहमीची चिडचिड चालूच होती. 'म्हातारी बरी आहे आपली कामं करून घ्यायला. माझं काय वय आहे का कुणाची ऊठबस करण्याचं?' एकीकडे बडबड सुरू होती. मी अंडी आणि सॉसेजेस खाल्ली. चहासाठी साखर घ्यायला मी गेलो तर तिनं माझा हात झटकन बाजूला केला. ''तुला काय वाटलं, आजीचं घर साखरेच्या पोत्यांनी भरलेलं आहे का? तुम्ही अमेरिकन असलेच. मी श्रीमंत नाहीये बरं का. जरा बेतानं वागायला शीक आता.''

माझं डोकं फिरलं. तिनं स्वतःहून बोलावलं होतं. मग आता इतकं जिवावर का आलं तिच्या? संतापानं मला पोटात ढवळल्यासारखं झालं. मी मागच्या दारी गेलो आणि सगळं बाहेर पडलं.

जीव घाबरा झाला. मला पाणी द्यायचं सोडून आजीला काळजी भलत्याच गोष्टीची. तो पवित्र वेफर आता मी पुन्हा सेवन करायचा का? तिनं मला फरपटत चर्चमध्ये नेलं. रस्ताभर ती बडबडत होती. मला अस्सा राग आला म्हणून सांगू! सगळ्याचा विचका झाला या आजीमुळे. पुन्हा कन्फेशन बॉक्समध्ये माझी रवानगी झाली. पण 'त्याची काही गरज नाही' असं फादर म्हणाले. आजीला आणखीही शंका होत्या; पण ते म्हणाले, 'आता त्यांना वेळ नाही.'

''चला, सुटका झाली. आता कलेक्शनसाठी जाऊ? सिनेमाही बघायचा आहे.''

''काही नको. तू काही सच्चा कॅथलिक नाहीस. तो पवित्र वेफर तुला सांभाळता आला नाही.'' आजी म्हणाली.

''पुरे आता.'' मॉम मध्ये पडली. ''किती मागे लागतेस? त्याला जाऊ दे आता.''

''मी जाऊ देणार नाही.'' आजी ओरडली.

''तो माझा मुलगा आहे. तो जाईल.''

आजी तरतरा निघून गेली.

''फ्रँकी, खूप उशीर झालाय. कलेक्शनला जाण्याऐवजी सिनेमाला वेळेत पोचण्याचा प्रयत्न करू या.'' मॉम मला समजावत म्हणाली. मी खट्टू झालो. पण ठीक आहे, सिनेमा तर मिळतोय.

वाटेत आम्हाला मिकी मॉली भेटला. ''काय जेम्स कॅगने का?'' त्यानं विचारलं.

''अं हो, बघतोय प्रयत्न करून.''

''का? पैसे नाहीत?'' मी नाही म्हणालो. कलेक्शन हुकल्याचं मला पुन्हा वाईट वाटलं.

''चल, मी फीट आल्याचं नाटक करतो. तू माझ्या मदतीला आत ये. मग तिथंच थांब. आम्ही नेहमी असंच करतो. तो तिकीट क्लार्क इतका घाबरतो की तुला काही म्हणणार नाही तो.''

मॉमला ते पटेना. ''अरे, आज फर्स्ट कम्युनियनच्या दिवशीच असा खोटेपणा करायचा?''

''अहो, पाप मला लागेल. मी खोटेपणा करतोय ना?'' मिकी म्हणाला.

ती शेवटी तयार झाली.

सगळं नाटक बेमालूम वठलं. मी आत गेलो. सिनेमा बरा होता. म्हणजे शेवट करुण होता. हिरो मरतो आणि त्याच्या आईला जबरदस्त धक्का बसतो. मला वाईट वाटलं.

असा पार पडला माझा फर्स्ट कम्युनियन डे!

पाच

आजीचा माझ्यावरचा रोष अजूनही गेलेला नव्हता. मी तिच्या घरी असलेल्या देवाबद्दल अनुदार उद्गार काढले होते, ते ती विसरली नव्हती. पण हे कमीच म्हणता येईल असे राग-रुसवे आमच्या नातेवाइकांकडे होते. खुद्द मॉम तरी ॲगी मावशी आणि टॉममामाबरोबर कुठं बोलायची? ते तर तिचे सख्खे बहीण-भाऊ! माझ्या डॅडींवर मॉमच्या माहेरच्या नातलगांनी कायमचा बहिष्कार टाकला होता. ते उत्तर अमेरिकेतून आलेले आणि त्यांच्या वागण्या-बोलण्याच्या सवयी चारचौघांत न शोभणाऱ्या आहेत, असं त्यांचं म्हणणं होतं. टॉममामाची बायको- जेनमामीच्या बाबतीतही हेच झालेलं. ती मूळची गॅलवेची आणि स्पेनमधल्या खेडवळ जमातीतल्या लोकांसारखी दिसते अशी कुजबुज असायची. एक व्यक्ती मात्र सर्वप्रिय होती, ती म्हणजे पॅटमामा! तो वेडसर असल्यानं सगळे त्याचं मन सांभाळून असायचे. अब शीहान हे त्याचं टोपणनाव कसं पडलं हे मलाही कोडंच होतं. शिवाय, आमचे पा किटिंग काका- तेही या सगळ्या गोतावळ्यात अजातशत्रू म्हणायचे. आपल्याशी कुणी बोललं काय किंवा अबोला धरला काय याबद्दल त्यांना फारसा फरक पडला नसताही. दुसऱ्या महायुद्धात लढलेला हा सैनिक त्या दृष्टीनं सुख-दुःखाच्या पार गेला होता. मला त्याच्यासारखं व्हायला नक्की आवडलं असतं. सातव्या पायरीवरच्या देवदूताला मी नेहमी असं सांगायचो.

गेरी आणि पेगी ही आमची मामेभावंडं आमच्या बरोबरीची. पण त्यांचे आणि आमचे आईबाबा एकमेकांशी बोलत नव्हते म्हणून आम्हीही बोलायचं नाही. बाप रे! चुकून काही बोललं तर मॉम लगेच डोळे वटारणार!

जे घरी तेच बाहेरही. आम्ही राहत होतो त्या गल्लीत हाच प्रकार होता. शेजारी राहून लोक वर्षानुवर्षं एकमेकांशी बोलत नव्हते. काही कारणं तर फारच गमतीशीर!

१९२२ सालच्या युद्धामध्ये ज्यांचे वडील एकमेकांविरुद्ध लढले ती मुलं सध्या एकमेकांबरोबर बोलत नव्हती. एखाद्यानं जर इंग्लिश आर्मीत प्रवेश घेतला तर त्याचे कुटुंबीय इथली जागा सोडून जायचे. जिथं इंग्लिश आर्मीत लढणाऱ्यांची वसाहत होती तिथं त्यांना सोईस्कर वाटायचं. इंग्रज लोकांशी काही कारणानं घरोब्याचे संबंध असले तर तुम्ही लिमरिकला न राहिलेलंच बरं. डब्लिन ही तुमची जागा. सूपर्सची ही तऱ्हा, तर खबऱ्यांची त्याहून वाईट तऱ्हा! आयरिश सैन्य इंग्रज सैन्याशी लढताना जिंकण्याच्या बेतात आलं असताना एका खबऱ्यापायी नुकसान झालं. त्यामुळे खबऱ्यांचे तुम्ही वंशज आहात हे जरा कुणाला कळलं की तुम्हाला वाळीत टाकलं असं समजायचं.

अबोला, नाराजी, बहिष्कार दर्शवण्याची वेगवेगळी पद्धत होती. तोंड फिरवणं, तोंड वाकडं करणं, मान फिरवून घेणं, पांघरलेली शाल तोंडावर ओढून घेणं, डोळे मोठे करणं... ही त्यांपैकी काही लक्षणं!

आजीनं अबोला धरला की मात्र आमची पंचाईत व्हायची. एरवी साखर-दूध यांसारख्या वस्तू संपल्या की तिचं घर म्हणजे मोठा आधार! पण कट्टी असली की नो साखर, नो दूध. फक्त मिठाची गुळणी! ॲगी मावशीचा अबोला नव्हता; पण ती इतकी कर्कश होती की तिच्याशी न बोललेलं बरं. वसकन अंगावर धावून येणार! त्यापेक्षा दुरून रामराम बरा. डॅडींवर तर इतका राग की विचारूच नका. सदा त्यांच्या नाकर्तेपणाचा उद्धार.

तिच्या संतापी स्वभावामुळे तिचे केस लाल झाले असावेत.

आमची शेजारीण ब्रिडी हेनन म्हणजे ती आणि तिचे आई-वडील असं त्रिकोणी कुटुंब. मॉमशी तिची दोस्ती होती. डॅडी घरी नसले की दोघींचा गप्पांचा अड्डा आमच्या घरी जमायचा. चहाचे घुटके घेत अधूनमधून सिगारेट ओढत त्या तासन्‌तास गप्पा मारत बसायच्या. काही वेळा ती घरून चहा करून आणायची.

दोघींची मैत्री अगदी घट्ट म्हणावी अशी. गप्पा, कुजबुज, एकमेकींच्या हातावर टाळ्या देणं- दोघी अगदी रंगात यायच्या. आम्ही जवळपास थांबायचं नाही अशी ताकीद असायची. काही वेळा मी जिन्यात बसून ऐकण्याचा प्रयत्न करायचो. आम्हाला बाहेर पिटाळण्याचा दुसरा हेतू म्हणजे डॅडी येताना दिसले की आम्ही येऊन सांगायचं.

काही वेळा मॉम ब्रिडीला विचारायची, "तुला ती कविता ठाऊक आहे का, जणू काही मी आणि माझा नवरा यांना उद्देशून केलेली?"

"नाही, कोणती कविता?"

"गोष्ट उत्तरेकडल्या माणसाची!"

"अगंबाई, म्हणून दाखवा ना."

जरी तो परदेशातून आला, अबोल आणि लाजाळू
खरेपणाची छाप उमटली, स्वभाव त्याचा कनवाळू
डोळ्यांमधले प्रेम समजले, वेड लावले मज त्याने
संसारास्तव बद्ध जाहली, प्रेमवेडी दोन मने
कठोर टीकेचा धनी तो झाला, परका उपरा सतत हिणवले
जखम उरातील झाकून त्याने, प्रेमभराने मजला जपले
मम देशीचे कितीक प्रेमिक, आजूबाजूला बागडले
परदेशी जादूगाराने परी, प्रेमामध्ये गुंतवले
सीमा करते तुकडे आणि दोन देश होती परके
परी मनांना ठाऊक नाही, नियम जगाचे हे कडवे
उत्तर आणि दक्षिण ऐसी, जरी जाहली विभागणी
खेळ मनांचे कधी न थांबले, अन् डोळ्यांमधले पाणी

तिसरं कडवं म्हणताना तिचा आवाज कातर व्हायचा. काही वेळा ती भेसूर हसायची.

या दोघींच्या गप्पा सुरू असताना डॅडी आले तर ते म्हणायचे, 'काय मग, कुणाबद्दल कुटाळक्या चालल्या आहेत?' मग ब्रिडी हसून पाय काढता घ्यायची.

तसे आमचे आमच्या गल्लीतल्या लोकांबरोबर सलोख्याचे संबंध होते. सरकारी कामासाठी अथवा वेळप्रसंगी नातेवाइकांना पत्र लिहून घेण्यासाठी लोक आमच्या घरी यायचे. डॅडींच्या इंग्रजी भाषेवरच्या प्रभुत्वाचं त्यांना कौतुक वाटायचं. केलेल्या कामाबद्दल ते सहा पेनी देऊ करायचे. डॅडींनी ते हसून नाकारले की लोक ते मॉमजवळ सोपवायचे. त्या लोकांची पाठ वळली नाही तोच डॅडी ते पैसे घेऊन आम्हाला कॅथलीन ओकनेलच्या दुकानात पिटाळायचे, सिगारेट्स आणण्यासाठी.

आजीच्या घरी वरच्या मजल्यावर तिच्यासाठी एक बेड आहे. सेक्रेड हार्टचा फोटो आणि पुतळा तिथं जवळच आहे. गॅसलाइटचे दिवे जाऊन वीज घरात येण्याची आजी वाट बघतेय. मग त्या फोटोखाली एक छोटासा लाल दिवा लावण्याचं तिचं स्वप्न आहे. तिचा धार्मिक स्वभाव आसपासच्या सगळ्यांना माहीत आहे.

त्याच खोलीत दुसऱ्या कोपऱ्यात पॅटमामाचा बेड आहे. रात्री झोपण्यापूर्वी त्यानं प्रार्थना म्हटली की नाही हे त्यामुळे आजीला समजतं. तो वेडसर आहे, शिकलेला नाही, काही वेळा दारू पिऊन घरी येतो- सगळ्याला सूट आहे. मात्र त्यानं प्रार्थना म्हटलीच पाहिजे, यावर आजीचा कटाक्ष असतो.

"एका माणसाला राहण्यासाठी जागेची गरज आहे. दोन वेळेचं जेवण, चहा, रात्री टेकायला छप्पर इतकी माफक अपेक्षा आहे त्याची. बिल गाल्विन त्याचं नाव. तो वीटभट्टीवर काम करतो. त्याचं अंगही धुळीनं माखलेलं असतं. पण कोळशापेक्षा धूळ परवडली." एक दिवस पॅटमामा आजीला म्हणाला.

आजीला तिचं बस्तान दुसऱ्या खोलीत हलवावं लागणार होतं आणि तिचं ते सुप्रसिद्ध छायाचित्रही. पुतळ्याची जागा आहे तिथंच राहणार होती, मामा आणि नवा पाहुणा यांच्यावर नजर ठेवण्यासाठी.

संध्याकाळी काम संपवून बिल खोली पाहण्यासाठी आला तेव्हा तो म्हणाला, "मी प्रॉटेस्टंट आहे, हा पुतळा इथं नको." आजीनं मामाकडे एक जळजळीत कटाक्ष टाकला. इतकी मोठी गोष्ट त्यानं कशी लपवली?

"असं पेहरावावरून किंवा रंगरूपावरून कुणी प्रॉटेस्टंट आहे की कॅथलिक हे कळत नाही." मामानं सारवासारव केली.

"माझी बायको नुकतीच वारली. ती कॅथलिक होती. तिच्याजवळही असे फोटो आणि पुतळा होता. हे पाहून मला तिची आठवण होईल." तो पाहुणा म्हणाला.

"अरे, अरे, हे कारण असेल तर मी तो पुतळा हलवते बरं." आजी पुढे होऊन म्हणाली.

बिल लवकर उठून कामावर जायचा. आजी त्यानंतर उठून स्वयंपाक करायची. त्याचा डबा पोचवून यायची.

"मॉम, तू कशाला एवढी उस्तवारी करतेस? त्याचा तो नेईल की डबा!" मॉम आजीला म्हणाली.

"आता या वयात लवकर उठून काम करणं होत नाही बाई!" आजी कुरकुरत म्हणाली.

"हे पाहा, पुढच्या आठवड्यात फ्रँकची परीक्षा संपेल. तू जर आठवडाभराच्या सहा पेनी त्याला दिल्यास तर तो डबा पोचवण्याचं काम करू शकेल. बघ, विचार कर." मॉम माझ्याकडे पाहत म्हणाली.

खरंतर हे काम करणं माझ्या जिवावर आलं. पण मॉमनं सज्जड दम दिला की, हे काम जर मी केलं नाही तर माझं मित्रांबरोबर खेळणं बंद! शिवाय सहा पेनींचं मोल होतंच! जरा नाराजीनंच मी तयार झालो.

"इकडेतिकडे उंडारत बसायचं नाही. मित्रांबरोबर टवाळक्या करायच्या नाहीत. इथून निघालास की थेट वीटभट्टीवर पोचायचं. डब्यातलं अन्न गरम राहिलं पाहिजे, अशी बिलची अट आहे, समजलं?" आजीनं पहिल्या दिवशी बजावलं.

कामाचा पहिला दिवस उजाडला. आजीनं डबा भरून दिला. मी जायला निघालो. गरम अन्नाचा दरवळ सुटला होता. आजीनं काय दिलंय हे पाहण्यासाठी

मी डबा उघडला. अहाहा!

मस्तपैकी बेकनचे वाफाळलेले तुकडे, त्यावर भुरभुरलेला कोबी आणि जोडीला दोन मोठे तुरेवाले बटाटे- उकडलेले. माझ्या तोंडाला पाणी सुटलं. असं सुग्रास अन्न मी गेले कित्येक दिवस पाहिलेलंसुद्धा नव्हतं.

बटाट्याचा तुकडा चाखून पाहावा का? आजीनं किती दिलंय हे बिलला कुठं ठाऊक आहे? अर्धा बटाटा कमी झाल्यानं असा काय फरक पडणार आहे? मी तो तुकडा हळूच तोंडात घातला. क्षणात तो विरघळला.

मग मी ठरवलं, उरलेला अर्धा बटाटाही खाऊन टाकावा. म्हणजे बिलला काहीच कळणार नाही. उगाच अर्धा शिल्लक का ठेवायचा? मग मी उरलेला तुकडाही फस्त केला.

आता माझी भूक आणखी खवळली. बेकन आणि कोबीच्या पानांचा मोह मला आवरेना. मी तेही थोडंसं खाल्लं.

असं करता करता सगळा डबा संपला आणि मला दरदरून घाम फुटला. आता बिलला काय द्यायचं? आणि आजी?... तिला तोंड देणं महाकठीण काम. शिवाय मॉमनं तिची धमकी खरी केली तर वर्षभर मित्रांबरोबर खेळता येणार नाही. काय बरं करावं? बराच विचार केल्यानंतर मला एक युक्ती सुचली.

''मी वीटभट्टीवर पोचलो. अहो, काय सांगू तुम्हाला, भटक्या कुत्र्यांनी माझा पाठलाग केला, डबा पडला, अन्न सांडलं, त्यांनी त्यावर ताव मारला. मी कसाबसा निसटलो त्यांच्या तावडीतून.'' बिल दिसल्यावर मी कसंबसं शब्द जुळवीत म्हणालो.

''असं काय! कुत्र्याच्या बरोबरीनं तूही थोडीशी चव घेतलेली दिसतेय; हे शर्टवर सांडलंय ते काय आहे? लबाड, खोटारडा कुठला! जा पळ घरी, आजीला जाऊन सांग, मी वाटेतच खाऊन टाकला डबा. तुझं पोट भरलंय आणि मी इथं भुकेपायी तळमळतोय.'' बिलच्या डोळ्यांतून अंगार बाहेर पडला.

''बापरे! आजी बदडून काढेल मला.''

''खाताना लाज नाही वाटली? जातोस की नाही? याद राख, आजीकडे जाऊन माझ्यासाठी डबा आणला नाहीस तर मी तुला इथं या वीटभट्टीत फेकून देईन. बघ मग, तुझं नखही तुझ्या मॉमच्या दृष्टीला पडणार नाही.''

माझ्या अंगावर भीतीने शहारा आला.

घरी पोचलो. मला पाहून आजी आश्चर्यचकित झाली. ''अरेच्या! हे काय? त्याचा रिकामा डबा तू परत नाही आणायचास हं. त्यानं आणायचा.''

''आजी, अगं त्यांना न आणखी खायला हवंय.''

''हा माणूस आहे की सैतान? असली कसली भूक?''

''आजी, अगं ते भुकेने कासावीस झाले आहेत. तळमळून पडले वगैरे तर?

त्यातच ते वीटभट्टीजवळ काम करतात. उगीच चटका बसला म्हणजे.''

''मी काहीही देणार नाही. मी व्यवस्थित डबा दिला होता.''

''पण तो त्यांना मिळाला नाही.''

''का बरं?''

''तो मी खाल्ला.'' मी तोंड लपवत म्हणालो.

''कार्ट्या, अरे.'' काय म्हणावं तिला सुचेना. संतापानं ती थरथरली.

''आजी, मला भूक लागली होती गं. मला मोह आवरला नाही.''

आजीनं इतक्या जोरात डोक्यात थप्पड मारली की डोळ्यांसमोर चांदण्या चमकल्या. एखाद्या डाकिणीसारखं विचित्र ओरडत ती म्हणाली, ''चांडाळा, कुठं फेडशील हे पाप?''

ब्रेड कापतानासुद्धा तिनं माझ्यावर सुरी उगारली. डुकराचं गोठवलेलं मांस आणि बटाटे घालून तिनं सँडविचेस तयार केली.

''आता ही नीट पोचव. काही गडबड केलीस तर कातडी सोलीन तुझी.'' आजी मोठे डोळे करत अंगावर धावून आली.

माझी पाठ वळते न वळते तोच आजीनं आमचं घर गाठलं हे सांगायला नकोच. माझा हा घोर अपराध तिनं मॉमच्या कानावर घातला. मग मला बोलावून शिक्षा सुनावण्यात आली. पंधरा दिवस मी डबा पैसे न घेता पोचवायचा होता. त्या शिक्षेचं गांभीर्य मला जाणवलं ते रोज दुपारी.

बिल चाखत-माखत डब्यातले पदार्थ मटकवायचा.

मला चिडवायचा.

एक दिवसही त्यानं कणदेखील दिला नाही.

जाम चिडचिड व्हायची.

शिवाय, आजीच्या घरी रोज तिच्या त्या प्रसिद्ध छायाचित्रासमोर गुडघे टेकून माफी मागावी लागली.

एका प्रॉटेस्टंट व्यक्तीसाठी!

तो त्रास निराळाच.

आपल्या धूम्रपानाच्या सवयीबद्दल मॉम आणि डॅडींना बिलकूल खंत नव्हती. किंबहुना अभिमानच होता. घरात एक वेळ खायला नसेल; पण सिगारेट विकत घेणं कधी चुकलं नाही. वाइल्ड वूडबिन्स हा त्यांचा आवडता ब्रँड! चहाच्या जोडीला सिगारेट हवीच. गंमत म्हणजे आम्हाला मात्र सतत उपदेश, 'सिगारेटचं व्यसन फार वाईट असतं, एकदा लागलं की सुटत नाही. घसा खराब होतो. छातीचा पिंजरा होतो. तुमची वाढ खुंटते-' हे सगळं धुराची वलयं सोडत.

"जर तुझ्या खिशात सिगारेटचं थोटूक सापडलं तर थोबाड फोडेन." मॉमनं मला एकदाच सज्जड दम भरलेला.

डॅडींचे स्वतःचे दात सिगारेट्स ओढून खराब झालेले. काही किडले, काही पडले. त्यांनी कवळी लावल्यावर ते अगदी अमेरिकन दिसायला लागले. तेही आम्हाला सारखं सांगायचे, सिगारेटमुळे दात किडतात, काळपट दिसतात. लवकर पडतातही. काही वेळा ते फायरप्लेसजवळ बसून आम्हाला रंगवून रंगवून भुता-खेतांच्या गोष्टी सांगायचे. तेव्हा त्यांचे नवे दात चमकले की भीती वाटायची.

मॉमच्या दातांची इतकी दुर्दशा झाली की बॅरिंग्टन हॉस्पिटलमध्ये जाऊन तिला एकाच वेळी सगळे दात काढावे लागले. ती घरी आली तर तोंडाचं बोळकं आणि आत रक्ताने माखलेला कापसाचा बोळा. बघवत नव्हतं. त्या रात्री तिला झोपताही आलं नाही. सकाळी तिनं निश्चय जाहीर केला की ती यापुढे सिगारेट्स ओढणार नाही. पण सिगारेट काय किंवा दारू काय; एकदा तल्लफ आली की सगळे निश्चय विरून जातात. तिचंही तसंच झालं. तसंही सगळ्या काळज्या, दुःख विसरून जाण्यासाठी त्या धुरात हरवून जाणं गरजेचं असावं.

उधारीवर सिगारेट्स आणण्याची कामगिरी मलाचीची. त्याच्या लाघवी बोलण्यामुळे कॅथलीन ओकनेलची दुकानदारीण विरघळायची. जोडीला त्याचा भुरळ पाडणारा चेहरा- तोही इथे उपयोगी पडायचा. तो गेला आणि काम झालं नाही तर नवलच.

"तुला आणि तुझ्या डॅडींना ते कधीच जमणार नाही. तिथं माझा मलाचीच हवा." मॉम कौतुकानं म्हणायची.

तिनंही कवळी बसवली. पण हिरड्यांना जखमा झालेल्या. कवळी घासली गेली की वेदना व्हायची. मग सिगारेट ओढली की बरं वाटतं म्हणून ती पुन्हा सिगारेट्सकडे वळली.

जेव्हा ते दोघंही फायरप्लेसजवळ बसून सिगारेट्स ओढायचे, तेव्हा बोलताना त्यांचे कवळीचे दात घासले जायचे. त्याचा विचित्र आवाज यायचा. मग कवळी तयार करणाऱ्या डेन्टिस्टला शिव्या, मूळ दात ज्यानं दिले त्या परमेश्वराला शिव्या- तेव्हा मात्र दोघांचं अगदी एकमत.

या कवळ्या खरंतर डब्लिनमधल्या श्रीमंत लोकांसाठी तयार केल्या आहेत. त्यांना नीट बसल्या नाहीत म्हणून आपल्याला- लिमरिकच्या लोकांना देऊन खपवतात, हा डॅडींचा लाडका सिद्धान्त. "गरीब लोकांना चावता आलं काय किंवा न आलं काय, त्यांच्याकडे मुळी खाण्यासाठी असतं तरी काय, नाही का अँजेला?" ते म्हणायचे.

रोज रात्री ते काचेच्या बरणीत पाणी घालून त्यात कवळी काढून ठेवायचे. मलाचीला त्याचं नवल वाटायचं.

"-म्हणजे ते स्वच्छ होतात." डॅडी म्हणाले.

"अरे बाबा, कवळीसकट झोपल्यावर ती घशात अडकली तर थेट स्वर्गाचा रस्ता धरावा लागेल." मॉमनं हसून त्याला सांगितलं.

या दात आणि कवळीपायी मी आणि मलाचीनं स्वतःवर आफत ओढवून घेतली त्याची ही कथा.

असं झालं की, मध्यरात्री जाग आल्यावर मलाचीनं मला उठवलं. "चल, कवळी लावून बघू या?" त्यानं विचारलं. आम्ही पावलांचा आवाज न करता खाली गेलो. डॅडींच्या कवळीचे वरचे दात त्यानं लावण्याचा प्रयत्न केला. ते त्यानं तोंडात कोंबले खरे; पण बाहेर काढता येईनात. फार विचित्र झालं सगळं. वरचा ओठ आत दुमडला गेला. जिवणी फताडी झाली. आमचा गोजिरवाणा मलाची- त्या वेळी राक्षसासारखा दिसायला लागला. फारच भयंकर! ऑकऽऑकऽऽ तो केविलवाणा होऊन ओरडू लागला अन् मला हसू आवरेना. डॅडींना जाग आली. मलाची त्यांच्याकडे धावत सुटला. ते ध्यान पाहिल्यावर मॉम-डॅडी दोघंही खो खो हसायला लागले.

त्याला त्रास होतोय हे दिसल्यावर मात्र दोघांनी त्याच्याकडे धाव घेतली. ती अडकलेली कवळी काढण्याचा प्रयत्न केला. पण मलाचीचा जीव घाबरा झाल्यावर तेही गडबडले.

"याला हॉस्पिटलमध्ये न्यायला हवंय." मॉम किंचाळली.

"चल रे गधड्या, तूही माझ्याबरोबर चल. हा फ्रँक मोठा आहे, यानंच सुरुवात केली असेल. मलाचीला कुठं एवढी अक्कल?" डॅडी मला म्हणाले.

आम्ही रस्त्यावरून धावत सुटलो. डॅडींच्या कडेवर बसलेला रडवेला मलाची... त्याच्या तोंडातून ते दात अर्धवट लोंबकळताहेत... मी त्यांच्या मागून धावत त्यांना गाठण्याची धडपड करतोय... अशी आमची वरात अखेर बॅरिंग्टन हॉस्पिटलमध्ये पोचली.

"घाबरू नका."

डॉक्टरांनी हळूच त्याच्या तोंडात तेल सोडलं. दुसऱ्या मिनिटाला ती कवळी निसटून बाहेर आली.

हुश्श! मी सुटकेचा निःश्वास सोडला. इतक्या वेळ डॉक्टरांचं माझ्याकडे लक्ष नव्हतं. आता इकडे वळून त्यांनी विचारलं, "हा मोठा मुलगा का? याचं तोंड असं उघडं का?"

"ते नेहमी असंच असतं- आ वासल्यासारखं," डॅडी म्हणाले.

"जरा इकडे ये पाहू." त्यांनी माझं नाक-कान-घसा-डोळे सगळं तपासलं. "टॉन्सिल्स वाढले आहेत याचे. ताबडतोब ऑपरेशन केलं पाहिजे. नाहीतर हा

बावळट दिसेल.'' ते पुढे म्हणाले.

दुसऱ्या दिवशीच माझं ऑपरेशन करण्यात आलं. मी विव्हळत बेडवर पडलो होतो. मलाची खुदूखुदू हसत माझ्याकडे पाहत होता. त्याचा आदल्या दिवशीचा अवतार मला आठवला. पण आज तो मजेत होता, चॉकलेट चघळत- माझ्याकडे पाहत.

एका शनिवारी मॉमनं मला उठवलं ते एका धक्कादायक बातमीनं. ती चहा पीत होती. हसत हसत ती म्हणाली, ''आजपासून डान्स क्लासला जायचंस.''

''असं अचानक?''

''सात वर्षांचा झालास की आता. फर्स्ट कम्युनियनही झालंय. कॅथरीन स्ट्रीटवर मिसेस ओकॉनरचे डान्स क्लासेस आहेत. आयरिश पद्धतीचं नृत्य शिकवतात त्या. दर शनिवारी सकाळी तिकडे जायचं. उनाड मुलांबरोबर रस्त्यावरून उंडारत बसण्यापेक्षा काहीतरी शीक जरा.''

''आणि हो, हात-पाय स्वच्छ धू बरं का फ्रँक. केस विंचर. कान-नाकही स्वच्छ कर जरा. स्टॉकिंग्ज आणि शूज घालायचे आहेत; कुठं ठेवलेस? वेंधळ्या, काही धड ठेवत नाहीस. दगडधोंडे काही म्हणून बघत नाहीस. बूट सतरा ठिकाणी फाटले आहेत. बरं होईल जरा वळण लागेल तुला.''

डॅडीसुद्धा म्हणाले, ''आपल्या पूर्वजांच्या परंपरा जाणून घेण्याची हीच वेळ आहे.''

''कोण पूर्वज? कसल्या परंपरा?''

''गप्प बस. किती चौकश्या? तू आजपासून डान्स क्लासला जायचं आहेस, समजलं?''

आयर्लंडसाठी त्याग करायचा तर नाच-गाणी शिकणं जरुरीचं आहे, हे काही मला पटेना.

''बरंय मॉम, तुम्हाला वाटेल तेव्हा गायचं, नाचायचं; कशासाठी- तर म्हणे आयर्लंडसाठी. एकदा असंही सांगा की जरा, चॉकलेट खा, घरी राहा, पोहायला जा. त्याचाही आयर्लंडला उपयोग होईल की!''

''यापेक्षा एक शब्द जरी जास्त बोललास तर कानाखाली आवाज काढीन.'' मॉमनं तिचं हुकमी शस्त्र काढल्यावर माझा निरुपाय झाला.

सिरील बेन्सन हा माझा मित्र उत्कृष्ट डान्सर. पार नखशिखान्त पदकं मिरवत असायचा. आयर्लंडमधल्या एकजात सगळ्या स्पर्धा त्यानं जिंकलेल्या. त्याच्या त्या विशिष्ट केशरी रंगाच्या पायघोळ पोशाखात तो दिसायचाही छान. त्याच्या आईनं त्याच्या मागे लागून त्याचं हे कौशल्य वाढवलं. त्या दोघांना त्याचा अभिमान

वाटायचा आणि बक्षीस म्हणून मिळालेली काही पौंडांची रक्कम म्हणजे तर 'घी में शक्कर!'

हे सगळं मला ठाऊक होतं आणि मला त्याचं कौतुकही होतं. पण ते सांगताना मॉमनं माझा उद्धार करण्याची एकही संधी सोडली नाही.

''त्याच्याकडे बघ. तुझ्यासारखं गावभर कुटाळक्या करत फिरत नाही तो. त्या बिल गाल्विनचा डबा व्यवस्थित पोचवला असतास तर? या क्लाससाठी लागणारी फी त्यातून मिळणाऱ्या पैशांतून भागली नसती का? पण तुझी लक्षणं दळभद्री! आमचं नशीब फुटकंच!''

मी तिला म्हटलं, ''फीसाठी लागणारे सहा पेनी तुला सिगारेट्स आणि चहासाठी उपयोगी पडतील ना.''

''मोठ्ठा आलाय दीडशहाणा! मी बघेन कसं भागवायचं ते. तू हा क्लास केलास तर मी सिगारेट ओढणं सोडून देईन.'' तिनं कंगवा इतक्या जोरात फिरवला की माझे केस ओढले गेले.

एकीकडे ती ओल्या टॉवेलनं माझा चेहरा खसाखसा पुसत होती; दुसरीकडे बडबडत होती. मध्येच माझ्या कानात तिनं टॉवेलचं टोक घातलं, ''शीऽ शीऽऽ अरे, यात बटाटे उगवतील... खडे, माती- बापरे, किती घाण!''

मॉम मला डान्स क्लासला फरफटत घेऊन चालली आहे हे दृश्य जर माझ्या वर्गातल्या मुलांनी पहिलं असतं तर माझी 'छी थू' झाली असती. तुम्ही फ्रेड अस्टेअर आणि जिंजर रॉजर्स ('आय वोन्ट डान्स' या सिनेमाचे नायक) यांची नक्कल काही काळ करू शकता; पण ते आयरिश डान्ससाठी उपयोगी नाहीत. इथली पद्धत वेगळी! अंकल पा म्हणतात, आयरिश डान्सर्स पायात लोखंडी सळई घातल्यासारखे सरळसोट पाय ठेवून नाचतात; पण मॉमला कोण समजावणार?

मिसेस ओकॉनरच्या क्लासमध्ये आम्ही पोचलो. मोठं मजेशीर दृश्य होतं ते. मुलं-मुली गोल करून फिरत होती. स्वतःभोवती गिरक्या घेत होती. ओकॉनर मॅम चांगल्या गरगरीत दिसल्या. आम्ही पोचलो तेव्हा तिथं ग्रामोफोनवर एक आयरिश जिंगल (द्रुत लयीचं गाणं) सुरू होतं. त्यांनी मध्येच ते गाणं थांबवलं आणि मुलांना स्टेप्स करून दाखवल्या. तुम्हाला सांगतो, इतकं विचित्र दिसत होतं ते. त्यांच्या सर्वांगावरून इतकं मांस लोंबत होतं आणि त्यांचं ते थुलथुलीत शरीर वेडंवाकडं हलत होतं. मॉमजवळ येऊन त्यांनी विचारलं, ''हा तुमचा छोकरा, फ्रँकी का?''

''हो.''

''वा, छान! आम्ही अशा लहानग्यांमधूनच नावाजलेले डान्सर्स तयार करतो, हो किनई?'' त्यांनी मुलांना विचारलं.

''हो.'' सगळे एकजात ओरडले.

"मी तुमचे सहा पेनी आणलेत." मॉमनं पैसे पुढं केले.

"एक मिनिट थांबा." त्या एका मुलाला घेऊन आल्या. त्याचे लालभडक ओठ, ते ताठरलेले केस, काळाकभिन्न रंग- बाप रे! मी मागे सरकलो. त्यानं आ वासला होता.

"अं- असं मागे नाही सरकायचं. हे सहा पेनी तूच त्याच्या तोंडात घालायचेस. हात पटकन बाहेर काढला नाहीस तर तो चावा घेईल हं!" त्यांनी मला पुढे ढकललं. सगळ्या नजरा माझ्याकडे रोखलेल्या. प्रत्येक चेहऱ्यावर मिस्कील भाव. मला घाम आला. ही इथली प्रवेशपरीक्षा का? कसंबसं बळ एकवटून मी पैसे आत टाकले. कमालीच्या चपळाईनं हात बाहेर काढला.

सगळे हसले. ओकॉनर मॅम हसून म्हणाल्या, "आहे की नाही गंमत?"

"हो, गंमत आहे खरी." मॉम कसंनुसं हसली.

"नीट वाग. घरी येताना नाचत ये." ती घरी निघाली.

मला तिथं थांबावंसं वाटेना. मुलं-मुली एकत्र? हात सरळ करा, पाय तिरके करा, वर पाहा, मान खाली घालू नका, पाय हलवा, मागे करा, पुढे करा... त्या सगळ्यात हरवल्यासारखं झालं. तेवढ्यात तो दिसला- सिरील. त्याच्या त्या सुप्रसिद्ध पोशाखात. पदकांची भली मोठी माळ मिरवत सफाईदार हालचाली, मनमोहक हावभाव. जणू स्वर्गातला यक्ष भूलोकी उतरलेला.

"नाच फ्रँक, तुला नाचायला हवं. वन-टू-थ्री-फोर-फाईव्ह-सिक्स-सेव्हन- अं, तसं नाही, थांब. मॉरा, जरा बघ बरं. त्याला थोडी मदत कर. तो पाय नीट जुळवतोय की नाही ते बघ." मिसेस ओकॉनरनी मॉराला हाक मारली

मॉरा- दहा वर्षांची असावी. ती माझ्याजवळ आली. सोनेरी रंगाच्या ड्रेसमध्ये ती छान दिसत होती. तिचे दातही चमकत होते. तिच्या ड्रेसवर हिरव्या रंगात काही चित्रं होती. प्राचीन काळातल्या देवतांची वाटत होती.

"तुझा हात माझ्या हातात दे." सगळ्या हॉलभर तिनं मला गिरक्या घेत फिरवलं. घामाघूम झालो. दमलो. पडतो की काय असं वाटलं. मला वाटलं, आता जोरात ओरडावं, 'बस्स पुरे आता!' पण परमेश्वराला माझी दया आली असावी. तो ग्रामोफोन थांबला आणि सगळे थांबले.

"वा! मॉरा, तुझी छान मदत झाली हं. सिरील, पुढच्या शनिवारी तू त्याला काही स्टेप्स दाखव. तुझ्या खास स्टेप्स. चला मुलांनो, पुन्हा भेटू या; पुढच्या शनिवारी. सहा पेनी न विसरता आणा." ओकॉनर बाईंनी आमचा निरोप घेतला.

मी तिथून लपतछपत बाहेर पडलो. माझ्या मित्रांनी मला इथं आलेलं बघू नये असं मला वाटलं. बाकीचे सगळे घोळक्यानं गेले, मुलं-मुली एकत्र. मी एकटाच आलो.

घरी मॉम आणि ब्रिडीची मैफल जमलेली होती. मला पाहून मॉम म्हणाली, ''कसा काय झाला पहिला दिवस?''

मी तिला नाचून दाखवलं. तिनं मला घरभर नाचवलं. त्या दोघी हसत होत्या. ''ठीक आहे. महिनाभरात तू सिरील बेन्सन होशील!''

मी हिरमुसलो. ''पण मला फ्रेड एस्टर व्हायचंय.''

चहा पिता-पिता मॉमला ठसका लागला. ब्रिडीलाही हसू आवरेना.

''फ्रेड एस्टर? मोठ्ठं स्वप्न आहे हं बाळा तुझं. त्यानंही असाच दर शनिवारी सराव केला होता. तू केलास तर तुलाही सगळं जमेल.'' मॉम हसत हसत म्हणाली.

सगळं सुरळीत सुरू होतं. चौथा शनिवार उजाडला. माझा मित्र बिली कँपबेल मला बोलवायला आला.

''तो येणार नाही. त्याला डान्सच्या क्लासला जायचंय.'' मॉमनं त्याला परस्पर कटवलं.

पण तो गेला नाही. गल्लीच्या टोकाशी तो मला भेटला. ''हे काय नवीन खूळ? हे बायकी चाळे कशाला करतोस फ्रँक? मुलींसारखं नाचायचं, मुलींबरोबर नाचायचं! हे बघ पस्तावशील नंतर. मर्दानी खेळ जमणार नाहीत हं तुला. फुटबॉलची किक मारण्याऐवजी मुरक्या घेशील भर मैदानात. रग्बी वगैरेची बात छोडच यार!''

''खरं सांगू का मित्रा, मलाही कंटाळा आलाय. चल, पिक्चर टाकू या एखादा. माझ्याजवळ फीचे सहा पेनी आहेत.'' मी संधी शोधत होतोच.

आम्ही लिरिक सिनेमामध्ये गेलो. तिकीट काढून उरलेल्या दोन पेनीच्या आम्ही क्लीव्हजच्या टॉफीज घेतल्या. 'रायडर्स ऑफ द पर्पल सेज' हा सिनेमा पाहिला. घरी आलो.

मॉम-डॅड फायरप्लेसपाशी बसलेले. ''हं आज काय शिकवलं?''

'सेज ऑफ एनीस' आणि 'वॉल्स ऑफ लिमरिक' हे डान्सेस यापूर्वी केलेले. आज काय सांगावं? 'सेज ऑफ डिंगल' मी ठोकून दिलं.

''हे नाव आम्ही कधी ऐकलेलं नाही.'' मॉम म्हणाली.

मी तोंडानं या ड्ले ड्ले ड्ले ली लि लि असं म्हणत नाच केला. ते खूश झाले.

डॅड म्हणाले, ''वा! छान! तू लवकरच प्रसिद्ध आयरिश डान्सर होशील. आपल्या आयरिश पूर्वजांचे पांग फेडशील तू.''

मॉमचा दृष्टिकोन वेगळा होता. ''सहा पेनीच्या मानानं याला चांगलं शिकवतात.'' बायकी हिशेबीपणानं ती म्हणाली.

असे अनेक शनिवार आले आणि गेले. मी थापा मारल्या. त्या पचल्याही. पण शेवटी घोळ झालाच. माझ्या क्लासमधल्या एका मुलानं मला लिरिक सिनेमात शिरताना बघितलं. झालं! लगेच त्यानं ओकॉनर मॅमकडे चुगली केली. त्यांनी

तत्परतेनं माझी चौकशी करणारी चिठ्ठी घरी पाठवली. 'मी आजारी आहे का? बरेच दिवस क्लासला का गेलो नाही?' असं त्यात विचारलं होतं.

थापा पचल्यानं मी निर्ढावलो होतो. मस्तपैकी सिनेमा पाहून, चॉकलेट चघळत घरी आलो. दर शनिवारी गोड गोड खाल्ल्यानं त्या दिवशी दातही दुखत होते.

नेहमीप्रमाणे मॉम-डॅड फायरप्लेसपाशी बसलेले. "हं, आज काय शिकवलं?"

"द वॉल्स ऑफ कॉर्क." मी बेधडक सांगितलं.

"हे नाव आम्ही कधी ऐकलेलं नाही." मॉम म्हणाली.

मी तोंडानं या ड्ले ड्ले ड्ले ली लि लि असं म्हणत नाच सुरू केला.

आज सगळे गप्प गप्प होते.

"इकडे येतोस का जरा?" डॅडींनी जवळ बोलावलं. मी गडबडलो.

"खरं सांग, आज क्लासला गेला होतास का?"

माझ्या दातांमधून रक्त येत होतं म्हणून किंवा आपलं भांडं फुटलं या भीतीपायी म्हणा, मला रडू फुटलं. सपाटून मार मिळाला हे सांगायला नकोच. आणखी एक शिक्षा फर्मावण्यात आली. चर्चमध्ये जाऊन कन्फेशन देण्याची.

स्वतःच्या चुकांचा उच्चार करणं फार यातनादायक असतं.

'तू नरकात जाशील, उकळत्या तेलात...' फादर जे काही म्हणाले ते सारं काही निमूटपणे ऐकून घेतलं.

आपण चुकीचं वागतोय हे मला जाणवायचं. पण माझं वय फार अडनिडं होतं. घरात स्थैर्य नव्हतं. मायेनं जवळ घेऊन चार शब्द सांगणारं कुणी नव्हतं. त्यामुळे मी वारंवार चुकत होतो. पडत होतो. ठेचकाळत होतो.

माझ्या वयाची सात ते दहा ही वर्षं पार हलाखीत गेली. खरंतर ही आयुष्यातली फार महत्त्वाची वर्षं. पण डॅडींना नोकरी नव्हती. सकाळी आवरलं की लेबर एक्स्चेंजमध्ये जाऊन सही करायची; मग ते भटकायला मोकळे. कुठं कार्नेजी लायब्ररीत जाऊन पेपर्स वाच; तर कुठं लांबवर फिरायला जा, असा ते वेळ घालवायचे. लिमरिक सिमेंट कंपनीत ते कामाला होते. पण तीन आठवड्यांतच ती नोकरी संपली. तिसऱ्या शनिवारी अर्धा दिवस काम होतं; पण ते वेळेवर पोचले नाहीत. शुक्रवारी रात्री पगार झाल्यावर ते थेट पबमध्येच गेले. रात्री केव्हातरी घरी आले असावेत. सकाळी लवकर उठले नाहीत. कामावर पोचले नाहीत. नोकरी गेली! रँक्स फ्लोअर मिलच्या नोकरीच्या वेळीही असंच झालं.

खरंतर मॉमच्या किती माफक अपेक्षा होत्या! नवऱ्यानं नोकरी करावी, संध्याकाळी वेळेवर घरी यावं. तिनं स्वयंपाक करावा, मुलांना-नवऱ्याला खाऊ-पिऊ घालावं, बस्स! पण त्याही पूर्ण व्हायच्या नाहीत. शेजाऱ्यांचे, तिच्या मैत्रिणींचे संसार बघितले

की तिचं मन खट्टू व्हायचं. ब्रिडीला ती तसं बोलून दाखवायचीही.

शिवाय आपल्या नाकर्तेपणाबद्दल डॅडींना जराही खंत नव्हती. आयर्लंडच्या स्वातंत्र्याच्या बाता ते मारायचे तेव्हा तर संताप यायचा. देशभक्ताची जातकुळी निराळीच असते. आम्ही इकडे उपाशी असायचो अन् तिकडे पबमध्ये स्वतःला कंपनी मिळावी म्हणून दारू पिण्यासाठी डॅडी तिथं जमलेल्या लोकांना आग्रह करायचे, स्वतःचे पैसे खर्च करून. डॅडी संसारही धड करत नव्हते. ते कसले देशभक्त?

त्यांच्यासारख्या दारूबाज मित्रांकडून त्यांचं कौतुक व्हायचं. ते ऐकल्यावर तर मॉमच्या अंगाचा तिळपापड व्हायचा.

ब्रिडी मग तिला समजवायची. "भगवान के घर देर हैं, अंधेर नहीं." ती एकदा मॉमला म्हणाली.

"परमेश्वराच्या कृपाकटाक्षापासून लिमरिक शहरातलं आमचं घर तरी अद्याप दूर आहे." मॉम कडवटपणानं म्हणाली. चहा किंवा सिगारेटनं तात्पुरती मलमपट्टी व्हायची; पण मॉम सतत काळजीत असायची.

क्वेश्चन किंग्जले एक दिवस आला तो धापा टाकतच. "तुला दर शुक्रवारी चर्चमध्ये यायला सांगितलंय. मुलांची संघटना तयार करायची आहे. गल्लीतली सगळी मुलं आहेत. चल, ऊठ लवकर. ज्यांना निर्वाहभत्ता मिळतो त्यांच्या मुलांनी त्या संघटनेत येणं सक्तीचं आहे. जे मोलमजुरी करून गुजराण करतात त्यांच्या मुलांनाही बोलावलं आहे." मी काहीच बोलत नाही हे बघितल्यावर तो म्हणाला, "तसे तुझे डॅडी परदेशातून आले आहेत; पण तरी तू यायला हवंच."

लिमरिक हे धार्मिक महत्त्व असलेलं शहर.

तो मला कॉन्फ्रॅटर्निटी म्हणजे धार्मिक कामासाठी मदत करणाऱ्या एका संघटनेत बोलवत होता.

क्वेश्चन किंग्जले म्हणाला, "तू इकडे येतोस, असं तुझ्या आईनं सेंट व्हिन्सेंट डी पॉल सोसायटीत सांगितलं की तिथं तुला चांगला कॅथलिक म्हणून ओळखतील. खूप फायदा होतो राव, माझे वडील आहेत ना, त्यांना उपयोग झाला याचा. त्यांना पेन्शन असणारा जॉब मिळाला."

त्याचे वडील रेल्वे स्थानकावरची स्वच्छतागृहं साफ करतात त्याबद्दल तो बोलत होता. तो स्वतः मात्र पळून जाणार होता. रॉयल कॅनेडियन माउंटेड पोलीस सेवेत दाखल होण्याचं त्याचं स्वप्न होतं. त्याच्या शिफारशीमुळे मी जर चर्चच्या या संघटनेत सामील होण्यासाठी गेलो, तर त्याला बक्षीस मिळणार होतं. तिथला क्लार्क त्याची सेक्शनचा हेड म्हणून नेमणूक करणार होता. हेही त्याचं एक स्वप्न

होतंच. सेक्शन हेडच्या हाताखाली एकूण तीस मुलं काम करणार. प्रत्येक सेक्शनला एका संताचं नाव दिलं होतं. त्याचं चित्र असलेला बिल्ला त्या सेक्शन हेडच्या आसनाजवळ लावला होता. हेड अन् त्याचा असिस्टंट हजेरी घ्यायचे.

डॅडी माझ्या वयाचे होते तेव्हा ते टुमेतल्या चर्चच्या मासमध्ये मदत करायचे. मी आता तसं काहीतरी करावं असा त्यांचा आग्रह होता. "तू अल्टर बॉय म्हणजे चर्चमधला मदतनीस होऊ शकतोस," ते म्हणाले.

"अंगावर धड कपडे नाहीत आणि चालले अल्टर बॉय बनायला!" मॉम कडवटपणे म्हणाली.

"अगं, त्याच्या पोशाखाखाली त्याचे कपडे झाकले जातील."

"अहो, तो चर्चचा खास पोशाख स्वच्छ ठेवणं आपल्याला जमणार नाही."

"अगं, सगळं जमेल. त्याला काळजी आहे." ते वर बोट दाखवून म्हणाले.

झालं, ते फादर आणि मी अल्टर बॉय असं प्रशिक्षण सुरू झालं. त्यांचं पाठांतर जबरदस्त आहे हे जाणवायचं. गुडघ्यावर तासन् तास बसून रग लागायची. मला थोडा वेळ सूट मिळावी असा मॉमचा आग्रह होता. पण नाही, डॅडी ठाम होते.

रोज संध्याकाळी चहा झाल्यानंतर ते मला लॅटिन शिकवायचे. अचूक आल्याशिवाय सुटका नाही.

गुडघे सोलवटून निघायचे. मित्रांचे आवाज आले की चलबिचल व्हायची.

पंधरा दिवसांनी माझं हे खडतर प्रशिक्षण संपलं. स्टीफन कॅरे हे सेंट जोसेफ चर्चमधले अल्टर बॉईजचे प्रमुख. माझे कपडे, शूज, सॉक्स हे सगळं मॉमनं गरम पाण्यानं खसाखसा धुतलं. नंतर तिचा मोहरा माझ्याकडे वळला. माझे हात-पाय, मान, पाठ,चेहरा सगळं तिनं घासलं. अगदी सोलवटून निघेपर्यंत. तेल नसल्यानं गरम पाणी लावून केस विंचरले.

"जा, नीट वाग. मॅककोर्ट, माझं माहेर शीहान, माझ्या आईचं माहेर गुलीफॉइल्स... सगळे घरंदाज. जमीनदार होते. आता काही राहिलं नाही ते जाऊ दे; पण तुझा हा वारसा विसरू नकोस." तिनं बजावलं.

आम्ही रस्त्यानं जाताना लोक वळून बघत होते. कारण आम्ही लॅटिनमध्ये बोलत होतो.

आम्ही पोचलो. डॅडींनी दार वाजवलं. फादर कॅरेंनी दार उघडलं.

"हा माझा मुलगा. लॅटिन शिकलाय. अल्टर बॉय होण्यासाठी याचा विचार व्हावा." डॅडी नम्रपणे म्हणाले.

त्यांनी आधी डॅडींकडे आणि मग माझ्याकडे आपादमस्तक बघितलं. "सध्या

माझ्याकडे जागा नाही.'' कोरडेपणानं ते म्हणाले. तितक्याच कोरडेपणानं त्यांनी दार लावून घेतलं.

आम्ही परत येताना गप्प होतो. डॅडींनी माझा हात इतका घट्ट धरला होता की तो दुखायला लागला.

आम्ही घरी आलो. ते मुकाट्यानं फायरप्लेसजवळ गेले. एक वूडबिन्स पेटवली. ती ओढत बसले.

''काय झालं?'' मॉमनं विचारलं.

''तिथं सध्या जागा नाही.''

तिनं सिगारेटचा मोठा झुरका ओढला. मग ती सावकाश एकेक शब्दावर जोर देत म्हणाली, ''खरं असं आहे की सगळे समान आहेत हे फक्त पुस्तकात असतं. प्रत्यक्षात गरीब-श्रीमंत हा भेद सगळ्यांच्या मनात असतो. अगदी चर्चचीही त्यातून सुटका नाही. सगळं चकचकीत असतं, तर त्यांनी फ्रँकला घेतलं असतं.''

''तसं असेलही.''

''हा लॅटिन शिकलाय असं तरी त्यांना तुम्ही सांगितलं का?''

''जाऊ दे, पुढेमागे तो 'फादर' होईल!''

मला त्या सगळ्या गप्पांचा कंटाळा आला. माझ्या दृष्टीनं विषय मगाशीच संपला होता.

''मी खेळायला जाऊ का?''

''जा.'' डॅडी म्हणाले.

''जा. दुसरं करण्यासारखं आहे तरी काय! खेळा-धुडगूस घाला!'' मॉम कडवटपणे पुटपुटली.

सहा

शाळेत खरंतर आपल्या व्यक्तिमत्त्वाची जडणघडण होते; पण तशी स्वस्थता आम्हाला मिळालीच नाही. घरात जे अस्थैर्य होतं, तेच शाळेतही आमचा पाठलाग करत असावं. शाळा म्हणजे सतत हेलकावे, असं वाटायचं. चौथीचे वर्गशिक्षक होते मिस्टर ओनील. आम्ही खासगीत त्यांना डॉटी म्हणायचो. ते लहानखुरे होते; म्हणून डॉटी! ज्या वर्गात प्लॅटफॉर्म होता तो वर्ग त्यांचा. तिथं वर उभं राहिल्यावर सगळ्या मुलांवर लक्ष ठेवणं सोपंही. पहिल्याच दिवशी त्यांनी फळ्यावर तीन शब्द लिहिले- Euclid, Geometry and Idiot. जो कुणी ते पुसण्याचा प्रयत्न करेल त्याला पुढे आयुष्य एकाच हातानिशी काढावं लागेल, ही धमकी त्यांनी दिली. ''ज्याला युक्लिडची भूमितीची प्रमेयं सोडवता येत नाहीत तो मूर्ख,' म्हणा बरं माझ्यामागून.'' ते मोठ्यानं म्हणाले. आम्ही ओरडून ते वाक्य म्हटलं. त्यांनी मूर्ख शब्द प्रत्यक्ष उच्चारून आमचा उद्धार केला; उरलेले इतर शिक्षक आम्हाला मूर्ख समजून तशी वागणूक देत होते, इतकाच फरक! सगळ्यांच्या नजरेत आम्ही किती बिनडोक आहोत असा भाव असायचा. ब्रेडन किंग्जलेनं हात वर केला.

''सर, प्रमेय म्हणजे काय? युक्लिड कोण होता?'' त्यानं विचारलं.

आता फटके बसणार, असं आम्हाला वाटलं. पण नवल म्हणजे तसं झालं नाही. डॉटी हसले. ''चला, एका मुलाला तरी काही विचारावंसं वाटतंय हे पाहून बरं वाटलं. तुझं नाव काय?'' त्यांनी विचारलं.

''ब्रेडन किंग्जले.''

''हा मुलगा नक्की पुढे जाईल, बघा तुम्ही. कुठं जाईल?''

''पुढे!'' आम्ही तारस्वरात ओरडलो.

''ज्या मुलाला युक्लिडच्या प्रमेयातलं सौंदर्य जाणून घ्यावंसं वाटतं तो प्रगतीचं

शिखर गाठणार, यात शंकाच नको. काय गाठणार?''

''प्रगतीचं शिखर!''

''युक्लिडशिवाय गणित म्हणजे श्वासाशिवाय जगणं. युक्लिड नसता तर आपल्याला इकडून तिकडे जाता आलं नसतं. कुंभाराचं चाक फिरलं नसतं. सायकल चालली नसती. सुतारकामासाठी तर भूमिती इतकी आवश्यक असते की, युक्लिडशिवाय सुतारकामाची आपण कल्पनाही करू शकत नाही. इतकंच काय मुलांनो, आपली ही शाळा आहे ना, हीदेखील युक्लिड नसता तर बांधता आली नसती.''

पॅडी क्लोहेसी हळूच माझ्या कानात पुटपुटला, ''फ्रँक युक्लिड!''

डॉटीनं नेमकं पाहिलं.

''उभा राहा, नाव काय तुझं?''

''पॅडी क्लोहेसी.'' तो घाबरत म्हणाला.

''त्याच्या कानात काय सांगितलंस?''

''मी असं म्हणालो की, आपण खाली जाऊन युक्लिडच्या सन्मानासाठी गुडघे टेकवून प्रार्थना करू या.''

''खोटं बोलतो आहेस. दिसतंय ते चेहऱ्यावर. काय रे पोरांनो?''

''हो सर.''

''हो, काय?''

''खोटं दिसतंय सर.''

''कुठं?''

''चेहऱ्यावर सर.'' सगळे ओरडले.

''युक्लिड हा ग्रीक होता, क्लोहेसी कोण आहे?''

''तो परदेशी आहे, सर.''

''अर्धवट मुलगा!'' ते रागानं थरथरत त्याच्याकडे बघत होते.

''ब्रेडन, युक्लिड कोण होता समजलं का?''

''हो सर, तो ग्रीक होता.''

डॉटी किंचित हसला. हा! आम्ही जरा सैलावलो.

''क्लोहेसी, जरा त्या ब्रेडनकडून शीक काहीतरी. अस्सल ग्रीक कसा असतो हे त्याला चांगलं ठाऊक आहे.'' डॉटीनं क्लोहेसीला दरडावून सांगितलं.

त्यांनी फळ्यावर दोन समांतर रेघा ओढल्या. ''त्या एकमेकींना कधीच मिळणार नाहीत.'' ते म्हणाले, ''पार क्षितिजापर्यंत अगदी येशूच्या खांद्यापर्यंत नेल्या तरी त्या एकमेकींना मिळणार नाहीत.''

ते बोलत होते. ''त्या एका जर्मन ज्यूचा हट्ट आहे समांतर रेषा जोडण्याचा पण...''

ते काय बोलताहेत हे समजेना. जर्मन सेना अनेक देशांवर बॉंबहल्ले करतेय आणि वाटेत जो येईल त्याचा सफाया करतेय हे ठाऊक होतं; पण त्याचा इथं वर्गात काय संबंध ते कळेना. आमची विचारण्याची हिंमत नव्हती. ब्रेडननं विचारायला हरकत नाही, तो मर्जीतला आहे.

तास संपल्यावर आम्ही त्याला तसं सुचवलंही. पण तो पठ्ठ्या बधला नाही. ''मला त्यांचा आवडता विद्यार्थी होण्याची बिलकूल हौस नाही. मी विचारणार नाही. मास्तर काही साधा नाहीये. अंगावर धावून आला म्हणजे?'' तो म्हणाला.

''जर प्रश्न विचारला नाहीस तर आम्ही तुला ठोकून काढू.'' आम्ही सज्जड दम भरला त्याला.

बिच्चारा! दुसऱ्या दिवशी त्यानं हात वर केला. ''सर, युक्लिडचं महत्त्व नेमकं काय? त्या दोन रेघा कशासाठी? जर्मन सैन्य करत असलेल्या बॉंबफेकीचा आणि या सगळ्याचा काय संबंध?''

सर गंभीर झाले. आम्ही सावध झालो. त्यांनी हातातली काठी डेस्कवर ठेवली. डोळे मिटले. ''युक्लिडचं महत्त्व? सांगतो. मुलांनो, युक्लिडनं लावलेल्या अवकाशीय भूमितीच्या शोधामुळे विमानं तयार करणं सोपं झालं. युक्लिडनं लावलेल्या शोधाशिवाय मेसर समीट विमानं आकाशात झेपावू शकली नसती. स्पीट फायर विमानं महायुद्धात चांगली कामगिरी करू शकली नसती.''

'डौल, सौंदर्य आणि नजाकत ही सगळी युक्लिडची देणगी आहे,' हे त्यांनी आमच्याकडून घोकून घेतलं.

''युक्लिडला समजावून घ्यायचं तर आत्मपरीक्षण करायला हवं.'' त्यांनी डोळे उघडले तेव्हा त्यांचे डोळे पाण्यानं डबडबलेले होते.

दुसऱ्याच दिवशी पॅडी क्लोहेसी शाळेतून घरी जायला निघाला अन् त्याला मिस्टर ओडी यांनी थांबवलं. ''तुझं नाव काय?''

''क्लोहेसी, इयत्ता चौथी, सर.''

''युक्लीडबद्दल मास्तरांनी काय शिकवलं तुम्हाला?''

''तो ग्रीक होता. तो नसता तर शाळा निर्माण झाली नसती.''

''आणखी काय बोलला?''

''दोन रेषा काढल्या अन् म्हणाले की, या येशूच्या खांद्यापर्यंत नेल्या तरी एकमेकींना जोडल्या जाणार नाहीत.'' क्लोहेसी चाचरत म्हणाला. प्रकरण साधं नसून, आपण त्यात उगीच अडकतोय हे एव्हाना त्याच्या ध्यानात आलं.

''ठीक आहे, पळ लवकर.''

त्यानं खरोखर धूम ठोकली.

दुसऱ्या दिवशी आमच्या वर्गासमोर तमाशा! "बघूनच घेतो, बाहेर ये संधिसाधू! लपून काय बसतोस, भित्रोबा, बाहेर ये." दार मोडलेले.

"शांत व्हा पाहू आधी." हेडमास्तर ओहॉलोरन धावत आले. "असं मुलांच्या समोर मास्तरांनी भांडणं शोभतं का?" त्यांनी ओडींना बाजूला नेलं.

"त्याला सांगा म्हणावं, चौथीच्या अभ्यासक्रमात भागाकार आहे तो मुलांना शिकव. युक्लिडची माहिती पाचवीच्या अभ्यासासाठी आहे. माझा विषय शिकवणारा हा कोण आलाय दीडशहाणा? मोठे भागाकार सोडवताना कस लागतो बुद्धीचा! ते शिकव आधी." ओडी जाम खवळलेले. "स्वतःचं वागणं सुधार म्हणावं. वर्गात सफरचंद खातो आणि सालं फेकतो. मुलांनी खाल्ली तर डायरिया नाही का होणार? हे बघा सर, नाहीतर मी माझ्या पद्धतीनं त्याचा बंदोबस्त करेन मग."

ते रागानं लालबुंद झाले.

"ओनील, तुम्ही तुम्हाला नेमलेला तेवढाच अभ्यास घ्या." हेडमास्तर डॉटीला म्हणाले.

"तुम्ही त्यांच्या सांगण्यावरून माझ्या सफरचंद खाण्यावरही बंदी आणणार का?" डॉटींनी विचारलं.

"हो, मला त्याचाही विचार केला पाहिजे. पण अगोदर युक्लिडचा पेच सोडवू या. नो युक्लिड अगेन." त्यांनी डॉटींना सांगितलं. डॉटींचे डोळे भरून आले.

ओनील सरांची ती सवय होतीच चमत्कारिक. ते वर्गात सफरचंद खायचे. सालं पहिल्या बाकावर टाकणार. त्या वासानं भूक खवळायची. जर तुम्ही एखाद्या दिवशी प्रश्नांची उत्तरं बरोबर दिलीत तर तुम्हाला सालं खायला मिळायची. पण ती वर्गात फस्त केलीत तर तुमची; नाहीतर वर्गाबाहेर इतर मुलं ती हिसकावून घेणार हे नक्की.

कुणालाही उत्तर आलं नाही तर ती सालं कचऱ्याच्या बादलीत जायची. आमचे चेहरे उतरायचे. त्याहीपेक्षा वाईट म्हणजे, ओनील ऊर्फ डॉटी ताबडतोब केरवाली नेली अहर्नला हाक मारून ती न्यायला सांगायचे. वर्ग सुटला की आमचा मोर्चा नेलीकडे. ती बिचारी सगळी शाळा स्वच्छ करून वैतागलेली असायची. आम्ही सालांची चौकशी केली की वसकन अंगावर यायची, "जा रे मेल्यांनो, मला नाही वेळ सालंबिलं शोधायला."

डॉटींची सफरचंद खाण्याची पद्धतही आम्हाला खिजवणारी. सावकाश एकेक साल काढायचं. आमच्याकडे बघून मिस्कील हसायचं. "काय मग, खिडकीत येणाऱ्या कबूतरांना द्यायची ना सालं?"

त्यांनी असं विचारलं की, आम्ही एकसुरात ओरडायचो, "नाही, कबूतरांना सफरचंदाची सालं आवडत नाहीत."

क्लोहेसी एकदा न राहवून म्हणाला, "सर, कबूतरं ती सालं चोचीत घेऊन उडतील आणि मग मैदानात ती आमच्या डोक्यावर पडतील."

"मूर्खा, तुझ्या आयरिश जिभेला सांभाळ." ते रागानं लाल झाले - "उगीच नको तिथं तोंड खुपसायची खोड बरी नव्हे."

"सर, मिस्टर ओडीदेखील मला वाचाळ म्हणतात." तो चेकाळल्यासारखं बोलत राहिला.

सफरचंदाचं साल मिळवण्यासाठी विचारले जाणारे प्रश्न बहुधा सामान्य ज्ञान तपासणारे असायचे.

"अमेरिकेचे अध्यक्ष कोण?" एकदा त्यांनी विचारलं.

सगळ्यांनी हात वर केले, "रुझवेल्ट-!"

"येशू ख्रिस्ताला सुळावर चढवलं तेव्हा क्रॉसजवळ कोण उभं होतं?"

"त्याचे बारा खंदे समर्थक शिष्य!"

"तू कोण आहेस?" त्यांनी क्लोहेसीला विचारलं.

"वाचाळ, मूर्ख," तो म्हणाला.

तेवढ्यात फिंटन स्लॅटरीनं हात वर केला. "सर, मला माहितीये त्या वेळी क्रुसाजवळ कोण उभं होतं ते." मला त्यात आश्चर्य वाटलं नाही.

फिंटन स्लॅटरी हा सामूहिक प्रार्थनेला न चुकता जाणारा मुलगा. त्याची आई कमालीची धार्मिक. त्याचे वडील कामाच्या निमित्तानं कॅनडाला गेले ते गेलेच. पत्र नाही, निरोप नाही. ही मायलेकरं रोज रात्री गुडघे वाकवून प्रार्थना करायची. यच्चयावत धार्मिक पुस्तकं त्यांच्या घरी होती. कॅथलिक सोसायटीनं छापलेला प्रत्येक बारीकसारीक कागद ते जवळ बाळगून होते. न चुकता दर शनिवारी कन्फेशनसाठी जाणार म्हणजे जाणारच. ऊन असो, पाऊस असो नाहीतर मरणाची थंडी असली तरी यात खंड नाही. खरंतर रोजच्या आयुष्यात कितीतरी चुका करणारी माणसं आसपास होती. त्यांनी कन्फेशन द्यायची गरज होती. स्लॅटरी मायलेकरं त्या तुलनेत कमी पापी! पण तीच नेमानं कन्फेशनसाठी जायची.

'मी तुमच्या भल्यासाठी प्रार्थना करतो,' असं फिंटन म्हणाला की, मुलं त्याला दम भरायची. 'मी संत होणार आहे,' तो मधूनच म्हणायचा, 'बघा, आता तुम्ही माझी थट्टा करताय; पण तुमची मुलं-नातवंडं माझ्या फोटोपुढे हात जोडतील, माझे शब्द लक्षात ठेवा.' तो एकदा म्हणाला होता.

आमच्यातला एक टग्या मुलगा म्हणाला, "अरे, थुंकतील ती तुझ्या चित्रावर."

फिंटनची बहीण इंग्लंडला पळून गेली होती. तो घरात तिचे शर्ट वापरायचा हेही काही जणांनी पाहिलेलं. पापड भाजण्याच्या चिमट्यानं केस कुरळे कुरळे करण्याची त्याला खोड होती. 'कसे झकास दिसतात ना माझे केस?' सामूहिक

प्रार्थनेसाठी जाताना कुणी भेटलं की हा प्रश्न तो हमखास विचारणार. 'झकास'- तो खास त्याचा शब्द होता. इतर कुणी तो शब्द वापरायचे नाहीत.

त्यामुळे येशूजवळ त्या वेळी कोण उभं होतं, इतकंच नाही तर त्यांनी कोणत्या रंगाचे कपडे घातले होते, त्यांनी काय खाल्लं होतं हेदेखील तो सांगू शकला असता.

"हं, सांग पाहू?" डॉटी म्हणाले.

"तीन मेरीज." तो म्हणाला.

"शाबास! ये इकडे, ही सालं घे बक्षीस." घेण्यासाठी त्यांनी त्याला जवळ बोलावलं.

तो डुलत डुलत गेला. त्यानं सालं हातात घेतली. आता तो ती तोंडात कोंबणार असं वाटत असताना त्यानं सगळ्यांना एक धक्का दिला. त्यानं खिशातून सुरी काढली.

"काही जणांना यातलं थोडं सफरचंद मी देऊ का?" त्यानं विचारलं.

"सफरचंद? बाळा, मी तुला सफरचंद नाही तर त्याची सालं देणार आहे, समजलं? सफरचंद देण्याइतकी चमक मला अद्याप तुमच्या कुणातही दिसलेली नाही. काय म्हणतोस, मित्रांना देऊ का?"

"हो सर. किंग्जले, क्लोहेसी आणि मॅककोर्ट या तिघांना."

"का?"

"ते माझे मित्र आहेत."

त्यानं मित्र म्हणून माझा उगीच उल्लेख केला असं मला वाटलं. आता मला इतर मुलं चिडवतील, 'तूही कुरळे केस कर किंवा अरे, हा बघा, बहिणीचे कपडे घालतो.'

शीऽ कशाला याला माझा एवढा पुळका आला कोण जाणे. 'मला बहीण नाही, त्यामुळे मी तिचे कपडे घालत नाही,' असं सांगितलं तर मुलं म्हणतील, 'बहीण असती तर घातले असतेस.' किती मुलांना गप्प बसवायचं. नुसतं 'गप्प बसा' म्हणून उपयोग नाही. त्यांच्या जवळ उत्तराला प्रत्युत्तर असतंच. मारामारी करायची तर शाळेत येऊन दिवसभर तेच करावं लागेल.

किंग्जलेनं सफरचंदाची सालं घेऊन फिंटनचे आभार मानले. आता पाळी क्लोहेसीची. हा आमच्यातला दादा. त्यानंही थँक्यू म्हटलं. तो किंचित लाजलाही. म्हणजे मलाही तसंच केलं पाहिजे. इतर मुलांचा जळफळाट झालेला त्यांच्या चेहऱ्यावरून दिसत होता.

शाळा सुटली. मुलांचा एक घोळका फिंटनच्या मागे गेला. "काय मग घरी जाऊन केस कुरळे करणार का? च्यायला, उगीच भापतात काही लोक." तो हसला. निघून गेला.

मग मोर्चा क्लोहेसीकडे वळला. "काय मग टकलावरचे केस कुरळे कसे करणार?"

"गप्प बस की रे जाड्या." क्लोहेसी उसळला.

"कुणाला गप्प बसवतोस?" जाड्यानं एक ठोसा क्लोहेसीच्या नाकावर मारला. त्याच्या नाकातून रक्त आलं. मी त्याच्या बचावासाठी गेलो तर दुसऱ्यानं माझी मानगूट पकडली. माझ्या डोळ्यांसमोर काजवे चमकले. आमची भरपूर धुलाई करून ते टोळकं निघून गेलं.

बाहेर फिंटन भेटला. "अरे हे काय?" त्याला काही समजेना.

"काही विचारू नकोस बाबा. पुन्हा मारायला आले तर माझ्यात त्राण नाहीये त्यांचा सामना करण्याइतकं. ऊंऽऽ." क्लोहेसी कळवळून म्हणाला.

"चला, तुम्ही दोघंही माझ्या घरी चला. मॉम औषध लावेल आणि काहीतरी खाऊ देईल." आम्ही जरा आढेवेढे घेतले आणि मग राजी झालो.

त्याच्या घरी आल्यावर मला चर्चमध्ये आल्याचा भास झाला. तिथं दोन फोटो होते- सेक्रेड हार्ट येशूचा आणि माता मेरीचा. येशूचं हृदय काटे, रक्त, अग्नी यांनी भरलेलं होतं. मान डावीकडे कलंडली होती. माता मेरीची मानही एका बाजूला झुकली होती. तिच्या डोळ्यांतली करुणा लपत नव्हती. तिला आपल्या मुलाचा शेवट कळला होता ना!

दुसऱ्या भिंतीवर एका तपकिरी झगा घातलेल्या माणसाचं चित्र होतं. त्याच्या सर्वांगावर पक्षी बसले होते.

"ते कोण आहेत?" फिंटननं विचारलं.

"माहीत नाही." मी मान हलवली.

"फ्रान्सिस ऑफ असिसी! आज चार ऑक्टोबर. आजचा दिवस त्यांच्या नावानं साजरा करतात. विशेष बेत असतो जेवणाचा. अरे हे तुझे भाग्यविधाते! उपकारकर्ते! तुझं नाव फ्रान्सिस आहे ना! म्हणूनच मी तुला आज घरी आणलं."

तितक्यात त्याची मॉम मिसेस स्लॅटरी बाहेर आल्या. त्यांनी हातात माळ घातली होती. प्रार्थना किती वेळा म्हटली ते मोजण्यासाठी काही जण अशी माळ घालतात. त्यांनी क्लोहेसीच्या नाकाला ती माळ लावली. "थांबेल हं रक्त आता. पोपनी दिलीये ही माळ. अरे, नदीचा प्रवाहदेखील थांबवण्याचं सामर्थ्य यात आहे. या एवढ्याशा जखमेचं काय घेऊन बसलास?" त्या म्हणाल्या.

त्यांनी मग आम्हाला सँडविचेस दिली. "मला नको. माझा उपवास आहे. शिवाय या दोघांना ज्यानं मारलं त्याला सद्बुद्धी मिळावी म्हणून प्रार्थना करायची आहे." फिंटन म्हणाला. त्यांनी कौतुकानं त्याच्या कपाळाचं हलकंसं चुंबन घेतलं. "तू सामान्य नाहीस बाळा. निश्चित कुणीतरी संत-महात्मा आहेस." त्या म्हणाल्या.

“चीजवर मस्टर्ड सॉस घेणार का?” त्यांनी मला विचारलं. मी आजवर मस्टर्ड सॉस घालून सँडविच खाल्लं नव्हतं. खाऊन पाहू या. मी ‘हो’ म्हटलं.

“मला नको. मी सँडविच हा प्रकार आज प्रथमच खातोय. हे असंही छान चविष्ट लागतंय.” क्लोहेसी ओशाळून म्हणाला. आम्ही दोघंही हसलो. बापरे! आम्ही इतके गरीब नक्कीच नाही. बिच्चारा, सँडविचसुद्धा खाल्लेलं नाही म्हणतोय. तोही हसला. त्याचे दात किडलेले होते.

“स्वच्छतागृह कुठंय?” क्लोहेसीनं विचारलं. फिंटन त्याला घेऊन गेला. ते परत आल्यावर मीही तिकडे गेलो. फिंटन माझ्यापाठोपाठ आला. त्याच्यासमोर? मग मी तसाच परतलो. “चल, निघायला हवं. मॉम काळजी करत असेल. उगीच मार बसेल.” क्लोहेसी कावराबावरा झाला.

आम्ही निघालो. मी एका गॅरेजच्या मागे जाऊन कार्यभाग उरकला. “सँडविच जरा पोटाला जड झालं नाही का?” तो हसून म्हणाला.

“हो.” मीही हसलो.

“तसं ते दोघंही छान वागले; पण फिंटनच्या घरी नेहमी जावं असं तिथलं वातावरण नाहीये. तुला विचित्र नाही का वाटलं?” त्यानं विचारलं.

“हो वाटलं की.”

काही दिवसांनी पॅडी क्लोहेसी माझ्या कानात कुजबुजला, ‘फिंटन विचारतोय की माझ्या घरी जेवायला येणार का?... त्याची मॉम बाहेर जाणार आहे. बरोबर दूधही मिळेल असं म्हणतोय.’

फिंटन आमच्यापासून जरा लांबच्या रांगेत बसायचा. पण त्याचं आमच्याकडे लक्ष होतं. ‘या ना’ त्यानं डोळ्यांनी खुणावलं. मी ‘हो’ म्हटलं. तेवढ्यात मास्तरांचं लक्ष गेलं.

“काय चाललंय? वर्गात लक्ष नाहीये!” ते गरजले. आम्ही शांत बसलो.

आम्ही तिघं बरोबर निघालो तेव्हा काही टवाळ मुलं म्हणाली, “फिंटन आणि त्याचे चमचे चाललेत पाहा.”

“चमचे?” पॅडीला कळेना.

“जाऊ देत, लक्ष देऊ नकोस.” फिंटन म्हणाला.

आम्ही त्याच्या घरी पोचलो. टेबलावर मासिकं, पुस्तकं याचा मोठा ढीग होता. ‘द मिरॅकल अ‍ॅन्ड द ओरॅकल’ प्रेमकहाणी मला माहीत होती. फॅक्टरीमध्ये कामाला जाणारी मुलगी, तिच्या प्रेमात पडणारा मुलगा, तो श्रीमंत- ती गरीब, मग त्याच्या घरून विरोध, ती रडत रडत थेम्स नदीत जीव द्यायला जाते, मग तिला एक गरीब पण प्रामाणिक सुताराचा मुलगा वाचवतो... अशी ती कहाणी. मुळात तो ड्यूक असतो. मग ती त्याची राणी बनते असा शेवट.

फिंटननं त्याच्या डिशवरचा रुमाल काढला. मोठं पांढरंशुभ्र सँडविच आणि दाट सायीनं भरलेला दुधाचा पेला. आमच्या तोंडाला पाणी सुटलं. "याला मस्टर्ड सॉस लावलं आहे?" पॅडीनं विचारलं.

"हो." फिंटननं सुरीनं त्याचे तुकडे केले. आम्ही तिघं होतो ना! त्यातलं सॉस ओघळलं.

त्यानं टेबलावरचं एक पुस्तक घेतलं आणि खायला घेतलं. मध्येच त्यानं दुधाचा ग्लास ओठांना लावला. ओठांना लागलेली साय त्यानं बोटांनी पुसली आणि ती बोटं चाटली. बराच वेळ गेला. तो एकटाच खात होता. आम्हाला वाटलं तो केव्हातरी आमच्याकडे प्लेट सरकवेल; पण खाऊन झाल्यावर त्यानं उरलेलं झाकून ठेवलं, हात पुसले.

"चला." तो आम्हाला म्हणाला. आम्ही उपाशीपोटीच उठलो.

"भरभर चला, डब्याची सुटी संपत आली." तो म्हणाला.

आता मात्र पॅडी उचकला. "ए, तू एकट्यानं डबा खाल्ला आहेस. स्वार्थी लेकाचा! आम्ही इथं भुकेनं तळमळतोय. तुला जायचं तर जा. बरं झालं आज तुझी खरी ओळख पटली. ते येशू आणि मेरीचे फोटो नुसते देखाव्यासाठी आहेत. काढून टाक ते. वागणं एक आणि बोलणं एक! चालू आहेस तू एक नंबरचा."

तो निघून गेला.

शाळेत जाऊन उपयोग नव्हता. बन आणि दूध मिळण्याची वेळ एव्हाना टळून गेली.

आम्ही उड्या मारून एका फळबागेत शिरलो. तेवढ्यात एक कुत्रा भुंकत अंगावर आला. "जा रे बाबा! आम्ही भुकेले आहोत. तूही घरी जा आणि काहीतरी खा." पॅडी त्याला मायेनं म्हणाला. तो चक्क निघून गेला. आम्ही मस्तपैकी सफरचंदं तोडली, खाल्ली. पाणी प्यायलं.

तिकडे एक गाय होती. तिच्या आचळांना तोंड लावून पॅडीनं दूध प्यायलं. मग मीही तिथं गेलो; पण गायीनं मला सणसणीत लाथ हाणली. पॅडी माझ्या मदतीला आला.

"थांब, मी तुला दाखवतो." आम्ही दोघांनी मग आळीपाळीनं दूध प्यायलं. आमचा गलका ऐकून वॉचमन धावत आला. मग मात्र आम्ही धूम ठोकली. आम्ही सुखरूप बाहेर पडलो. माझ्या मनात आलं, जो चोच देतो तो चाराही देतो!

"बघ, तो डॉटी सफरचंदाच्या सालांसाठी आपल्याला किती तरसवतो! आज आपण अख्खी सफरचंदं खाल्ली. पुन्हा त्याच्या नादी लागायचं नाही," पॅडी म्हणाला. पण मी ठरवलं, पुन्हा अशी चोरी करायची नाही. बरोबर उत्तर सांगून डॉटीकडून साल मिळवायचं. शेवटी ते बक्षीस आहे!

आम्ही घराकडे निघालो. तेवढ्यात पाऊस पडू लागला. मग आम्ही पळत सुटलो. तो तर अनवाणी होता. माझ्या पायातले फाटके शूज अडकून मी पडेन की काय, अशी मला भीती वाटली. सपसप त्याच्या पायांचा आवाज येत होता. फटाक, फटाक माझ्या पायातल्या शूजचा आवाज येत होता. आम्हाला हसू आलं. सप, सप - फटाक, फटाक....आम्ही त्या लयीत गाऊ लागलो. चालताना मजा वाटत होती. जाम हसलो. तेवढ्यात पावसाचा जोर वाढला. मग एका घराच्या दारात थांबलो. तेवढ्यात एका बाईनं दार उघडलं, ''ए पोरांनो, पळा इथून. कोण, कुठले नसती पीडा!'' ती वसकन ओरडली. तिनं काळ्या रंगाच्या गाउनवर पांढरा एप्रन घातला होता.

तिनं आम्हाला हाकललं.

आम्ही पावसाला चुकवत धावत होतो. पॅडी धावताना काहीतरी ओरडत होता. तो इतका भिजला होता की आम्ही पुन्हा एका भिंतीच्या बाजूला आडोसा शोधून थांबलो. तो हसत होता. ओरडत होता.

''काय म्हणतो आहे?'' मी विचारलं.

''माझा पीटर काका ब्रिटिश सैन्यात नोकरी करायचा. तो भारतात असतानाचा एक फोटो त्याच्याजवळ होता. त्या फोटोत अनेक ब्रिटिश सैनिक डोक्यावर हेल्मेट, हातात बंदुका आणि खांद्याभोवती एक पट्टा गुंडाळलेला अशा वेषात उभे होते. त्यात काही काळेकुट्ट सैनिकही होते. ते ब्रिटिश राजाशी एकनिष्ठ होते. पीटर काका भारतात खूश होता. तिथं एक काश्मीर नावाचा भाग आहे. तो काकाला फार आवडायचा. आपल्या देशात तर असं ठिकाण नाहीच, असं काका म्हणायचा.'' पॅडी धावत असताना सांगतही होता. ''तुला सांगतो, मीही एक दिवस भारतात पळून जाणार आहे. काळी बायको मिळाली तरी चालेल. ती कपाळावर लाल टिकली लावेल, भारतीय स्वयंपाक करेल. आम्ही फळं खाऊ आणि झोपडीत राहू.'' हे त्याचं आवडतं स्वप्न होतं.

आम्ही सफरचंदे खाल्ली होती तरी त्यानं केलेलं वर्णन ऐकून माझ्या तोंडाला पाणी सुटलं.

हळूहळू पाऊस थांबला. पक्षी उडताना दिसत होते. ''ही बदकं असावीत, नाहीतर हंस असावेत.'' पॅडी म्हणाला. ''ते आफ्रिकेच्या दिशेनं चालले आहेत. तिकडे थंडी कमी असते. पक्षी आयरिश लोकांपेक्षा जास्त हुशार आहेत, बघ. ते फक्त सुटी घालवण्यासाठी इथं येतात. थंडी वाढली की ते उष्ण प्रदेशात जातात. काही पक्षी भारतातही जातात.'' पॅडीजवळ बरीच माहिती होती. तो भारतात असताना मी जर तिकडे गेलो, तर तो मलाही लाल टिकली लावणारी काळी भारतीय मुलगी शोधून देईल, असं आश्वासन त्यानं मला दिलं!

"ही लाल ठिपक्याची काय भानगड आहे?" मी त्याला विचारलं.

"त्याचा अर्थ, ते लोक उच्च घराण्यातले आहेत."

"पण तू लिमरिकमधल्या एका गल्लीत राहतोस आणि तुझ्याजवळ धड चपलाही नाहीत, असं जर त्यांना कळलं तर अशा उच्च कुलीन मुली तुझ्याशी बोलतील तरी का?" माझा प्रश्न अगदी गंभीर होता.

"हो, नक्की बोलतील, माझ्याबरोबर राहतीलसुद्धा ! इंग्लिश मुली मात्र आपल्याकडे ढुंकूनही पाहणार नाहीत. त्या महा चालू असतात." त्यानंही गंभीरपणानं उत्तर दिलं.

"अरे, आपली किंमत इतकी कमी वाटते तुला?" मी आश्चर्यानं विचारलं.

"अरे, म्हणजे माझे डॅडी जेव्हा असह्य कफानं खोकत असतात, तेव्हा त्यांच्या दुःखाला इंग्लिश लोक जबाबदार आहेत असंच नेहमी त्यांना वाटतं. मी अमेरिकेला जाईन तेव्हा हे पक्कं लक्षात ठेवेन." तो म्हणाला.

आमच्या गप्पा रंगात आलेल्या. तेवढ्यात क्वेश्चन किंग्जलेच्या हाका ऐकू आल्या.

"फ्रँकी, तुझी काही खैर नाही. लवकर चल. अरे, डॉटीनं तुझ्या घरी कळवलं की, 'तो मधल्या सुटीपर्यंत वर्गात होता आणि मग गेला तो गेलाच.' तुझे डॅडी गावभर तुला शोधताहेत, तुझी मॉम तुझ्या नावानं शंख करतेय."

भीतीनं मला कापरं भरलं. या क्षणी भारतात जाता आलं तर किती बरं, असं मला वाटलं. तिथं उबदार, उष्ण हवा असते म्हणे! तिथं शाळेची कटकट नसेल आणि डॅडींचा ससेमिराही नसेल.

"किंग्जले, अरे, आम्ही काही मुद्दाम उशीर केला नाही. त्या फिंटननं आम्हाला उपाशी ठेवलं. बन आणि दुधाची वेळही तोवर संपली."

माझ्याकडे वळून तो म्हणाला, "अरे, अशा चिठ्ठ्या शाळेतून येतातच. त्यांचा काय उपयोग करायचा हे ठाऊक आहे ना?" तो चावट हसला.

याला कसं समजवायचं? आमच्या घरी शाळेतून आलेल्या प्रत्येक नोटची दखल घेतली जाते.

माझा चेहरा पाहून किंग्जले हसत भरभरा सायकल चालवत निघून गेला. हा पठ्ठ्या स्वतः चार दिवस पळून गेला होता तेव्हा बकऱ्या बांधण्यासाठी खणलेल्या चरात राहत होता. पण आज माझी फजिती पाहायला अगदी उत्साहात हजर!

ताबडतोब घरी जाऊन खरं काय ते मॉम-डॅडना सांगावं; त्यांची माफी मागावी असं मला वाटलं. पण पॅडी म्हणाला, "चल, शेनॉन नदीच्या पाण्यात खडे मारू या."

आम्ही डॉक रोडनं चालत नदीच्या तीरावर पोचलो. बराच वेळ नदीत खडे मारले. तिथल्या चेनला लटकून झोकेही घेतले. रात्र झाली. झोपायचं कुठे? पावसामुळे कपडेही ओले झालेले.

परत एकदा भारतात जावंसं वाटलं. की राहण्यासाठी किंग्जलेसारखा एखादा चर शोधावा? काय करावं बरं? माझी चलबिचल पॅडीनं ओळखली.

"चल, माझ्या घरी." पॅडी म्हणाला. नदीच्या पलीकडच्या भागात असलेल्या जुन्या, मोडकळीस आलेल्या चाळवजा घरात पॅडी राहायचा. "तिकडे कधी गेलास तर थोबाड फोडेन. ते लोक रानटी आहेत. आपल्यासारख्या शहरी लोकांना मारपीट करतात. एखाद्या वेळी मारूनसुद्धा टाकतात." मला मॉमचे शब्द आठवले.

आम्ही पोचलो तेव्हा भुरभुर पाऊस सुरूच होता. लहान मुलं खेळत होती.

"सांभाळून हं. काही पायऱ्या तुटलेल्या आहेत. काही ठिकाणी घाण आहे. अरे, एकच शौचालय, तेही मागच्या बाजूला. मग, लहान मुलं घाई झाली की काही वेळा पायऱ्यांवरच..." पॅडी म्हणाला.

मला ते सगळं असह्य झालं.

"माय गॉड!"

चौथ्या मजल्यावर एक बाई शाल पांघरून बसल्या होत्या. तोंडात सिगारेट.

"पॅडी, आलास का? वाटच बघत होते." त्या म्हणाल्या.

"हो, मी आलोय." तो म्हणाला

"दमले बाबा. मग टेकले जरा इथंच. मला इथून पुढच्या पायऱ्या चढवत नाहीयेत. बाहेर चहा घेतलास का?"

"नाही."

"वर जा अन् ब्रेड उरलाय का पाहा बरं."

आम्ही वर चढून आलो. पॅडीचं घर म्हणजे एक मोठी खोली. उंचच्या उंच छत. एका कोपऱ्यात फायरप्लेस. खोलीला दोन खिडक्या होत्या. तिथून शेनॉन नदीचं दर्शन झालं. त्याचे वडील एका कोपऱ्यात खाटेवर झोपले होते. खोकत होते. तिथंच एका बादलीत घसा मोकळा करत होते. त्याची भावंडं तिथं एका चटईवर खेळत होती. एक नागडं बाळ रांगत त्या बादलीजवळ गेलं तर पॅडीनं त्याला खसकन ओढलं.

तेवढ्यात त्याची आई धापा टाकत आली. "हे प्रभू, नको झालंय सगळं मला. सोडव आता." ती पुटपुटली. त्यांनी ब्रेड शोधला. आमच्यासाठी चहा केला. चहा कसला, फुळूकपाणी होतं ते. मी निमूट उभा होतो. काय करावं समजेना. माझ्या येण्यानं काहीच फरक पडला नव्हता. अखेर कोंडी फुटली. त्याच्या वडिलांनी विचारलं, "अरे, हा मुलगा कोण?"

"फ्रँक मॅककोर्ट!"

"हे आडनाव फारसं ऐकलेलं नाही."

"आम्ही उत्तर अमेरिकेतून आलोय."

“हो का, तुझ्या मॉमचं नाव काय?”

“अँजेला.”

“कोण, अँजेला शीहान का?”

“होय.”

तेवढ्यात त्यांना खोकल्याची उबळ आली. कफ बाहेर पडल्यावर त्यांना जरा बरं वाटलं. “अरे, मग मी तुझ्या मॉमला चांगलं ओळखतो. वेंबली हॉलमध्ये मी तिच्याबरोबर नृत्यही केलं आहे. काय सुंदर नाच करायची ती!”

बोलताना त्यांना धाप लागत होती. पण किती बोलू अन् किती नको असं त्यांना झालं.

“फ्रँकी, अरे ती सर्वश्रेष्ठ नृत्यांगना होती आमच्या जमान्यातली. तुला सांगतो, तिनं लिमरिक सोडलं तेव्हा कितीतरी तरुण मुलं हळहळली बघ. तुला नृत्य येतं का?”

“अं, नाही.”

“डॅडी, तो छान नाचतो. मिसेस ओकॉनर आणि सिरील बेन्सन यांच्याकडून त्यानं धडे घेतले आहेत.” पॅडीनं माहिती पुरवली.

“थोडंसं नाचून दाखवतोस का? याच शूजवर नाच केलास तरी चालेल.”

“अहो, पण मला तितकंसं...”

“अँजेला शीहानच्या मुलाला नाचता येत नाही, हे मला पटत नाही. मी इथून उठू का तुला आग्रह करायला?”

“माझे शूज फाटके आहेत.”

“बाळा, पॅडीचे शूज घे आणि नाच पाहू. मला माझे तरुणपणीचे दिवस आठवताहेत. तुझ्या मॉमसोबत मी नृत्य करायचो ते. माझ्या हृदयाची धडधड वाढली आहे. त्यापायी खोकल्याची उबळ यायच्या आत...”

त्या खोलीत मी जमेल तसं नाचलो. ‘लिमरिकच्या भिंती ढासळताहेत... शेनॉनचं पाणी गढुळलं आहे... मी नाचतो आहे... ’ मी र ला ट जुळवून गाणं म्हटलं. त्यांची हसून पुरेवाट झाली. नाचताना एक बूट घसरला, एक पायातच राहिला.

“छान नाचतोस की तू. आणि हे गाणं कोणतं? असं कधी ऐकलं नव्हतं.” त्यांना पुन्हा खोकला आला. ते सगळं पाहून मला मळमळू लागलं. या नरकातून आपल्या घरी जावं हेच खरं. काय मार बसायचा तो बसू देत. त्या मारापायी मरण परवडलं, पण इथं... इथं थांबायला नको असं वाटलं.

पॅडी खिडकीत बसला. मीही मुटकुळं करून बसलो. तो लगेच झोपला. त्याची मॉम फायरप्लेसजवळ बसलेली. सिगारेट ओढत होती.

“तुम्ही आता सॅनिटोरियममध्ये भरती व्हा.” ती त्याच्या डॅडींना म्हणाली.

"छे, छे, मुळीच नाही. तिथं एकदा गेलं की परतीची वाट संपली."

"अहो, पण मुलांना संसर्ग होतोय त्याचं काय? की लोक बोलावून तुम्हाला जबरदस्तीनं उचलून न्यायचं?"

"जा, आत्ताच्या आत्ता मला घराबाहेर काढ." ते वैतागले.

त्या त्यांच्या शेजारी जाऊन झोपल्या. घोरायला लागल्या. ते खोकत होतेच. पण मध्येच हसतही होते... वेंबली हॉलमधले दिवस आठवून.

थंडीनं मी गारठलो. कपडेही तसेच ओले होते. पॅडीला कसली शुद्ध नव्हती. वाटलं, उठावं आणि घरचा रस्ता धरावा. पण रात्री गस्त घालणारे पोलीस हटकतील. कुठून मला दुर्बुद्धी झाली अन् इथं आलो! यापेक्षा आपलं घर बरं. त्या शौचालयाचा वास येतो, जवळ घोड्यांचा तबेलाही आहे... पण इथल्यापेक्षा खूप बरं. घरच्यांपासून मी पहिल्यांदा असं रात्री घराबाहेर होतो. भीती वाटली. पावसाळ्यात आमच्या स्वयंपाकघरात पाणी साचतं, तेव्हा नकोसं वाटतं. पण इथली रोगराई आणि घाण यापेक्षा ते कितीतरी बरं.

सकाळ झाली. प्रातर्विधीसाठी रांग, तिथं भांडणं, बहिणीला चिडवल्याबद्दल पॅडीनं मॉमकडून डोक्यावर एक रट्टाही खाल्ला. पण तो गप्प बसला. त्याच्या मॉमनं खीर केली आणि सगळ्यांना दिली. शीऽ शीऽऽ त्याच्या लहान बहीण-भावांचे चेहरे तसेच अस्वच्छ होते. झोपून उठल्यावर त्यांच्याकडे कुणी लक्ष दिलं नव्हतं. डोळ्यात घाण, चेहरा चिकट- ते तसंच पारोशा अवतारात खीर खायला बसले. तेवढ्यात त्याच्या वडिलांना खोकला आला आणि मला त्या सगळ्या वातावरणामुळे उलटी होते की काय असं वाटू लागलं. मी जिन्याकडे धावलो तर तिथंही घाण! माय गॉड!

कुठं जावं, काय करावं- काही सुचेना. घरी गेलं तरी मार, शाळेत गेलं तरी मार. त्यापेक्षा कालच्यासारखं सफरचंदं आणि गाईचं दूध यावर गुजराण करावी. संधी मिळाली की अमेरिकेचा रस्ता धरावा. 'जी शाळा आपला काही विचार करत नाही तिथं का जावं,' हा पॅडीचा सवालही विचार करायला लावणारा होता.

दाराची कडी वाजली आणि माझी तंद्री मोडली. समोर साक्षात मॉम उभी. तिच्या कडेवर मायकेल- माझा लहान भाऊ आणि बरोबर शाळेतला गार्ड- डेनी होता. तो हजेरी घ्यायचा. मॉमनं माझा अवतार पाहिला आणि विचारलं, "हे काय? एकच बूट का घातलास?"

डेनी कुचकट हसला आणि म्हणाला, "हे काय? दुसरा बूट कुठे गेला?"

मायकेलनं माझ्याकडे झेप घेतली. "मॉमनं तुला किती शोधलं!"

"रात्रभर कुठं होतास?" मॉमनं विचारलं.

"इथं."

"कार्ट्या, अरे किती काळजी करायची तुझी? तुझे डॅडी सगळं गावभर हिंडले तुला शोधत. गल्लीबोळ पालथे घातले, माहितीये?"

सगळा गलका ऐकून मिस्टर क्लोहेसींनी विचारलं, "काय झालं? कुणाचा आवाज आहे हा?"

"माझी मॉम आलीये." मी त्यांना सांगितलं.

"कोण अँजेला!" ते आनंदानं ओरडले.

त्यांनी धडपडत उठायचा प्रयत्न केला. "जरा आत येणार का, अँजेला? मला ओळखलंस का?"

त्या अंधाऱ्या खोलीत मॉमनं डोळे ताणून बघण्याचा प्रयत्न केला. पण छे!

"अगं, मी डेनिस क्लोहेसी!"

"छे, मला खरं वाटत नाहीये."

"अगं हो, खरंच! या खोकल्यानं मला ग्रासून टाकलंय अगदी. आता मी वय आणि आजारपण यामुळे वेगळा दिसतोय. पण अजूनही मला ते वेंबली हॉलमधले दिवस आठवतात. काय भन्नाट नाचायचीस तू! रात्र रात्र जागून केलेली ती नृत्यं, त्या पार्ट्या, काय काय खायचो आपण- चिप्स आणि फिश तुला आठवत नाही का?"

मॉमचे डोळे भरून आले. "ओह, डेनिस! तूही छान नाचायचास की!"

"तू उगीच अमेरिकेला पळून गेलीस, अँजेला. फ्रेड आणि जिंजर तर फिदा होते तुझ्या नृत्यकौशल्यावर." बोलताना त्यांना जोरात उबळ आली.

गार्ड डेनीला या संभाषणात रस नव्हता. "तुमचा मुलगा सापडला, मी चलतो." तो मॉमला म्हणाला. "ए पोरट्या, पुन्हा शाळेतून पळून गेलास तर खैर नाही तुझी. तुरुंगात पाठवेन, लक्षात ठेव बरं का!" त्यानं मला सज्जड दम भरला.

"हो."

"पुन्हा मॉमला त्रास द्यायचा नाही. मला आवडणार नाही." त्यानं दम दिला.

"हो, मी नीट वागेन, त्रास देणार नाही."

मॉम मिस्टर क्लोहेसींजवळ गेली. तिनं त्यांचा हात हातात घेतला. त्यांच्या चेहऱ्यावर समाधान पसरलं. कपाळावरून घामाचा एक ओघळ वाहत आला, त्यांच्या विरळ केसांमधून. त्यांची सगळी मुलं त्यांच्याभोवती उभी राहिली.

"ही अवस्था त्यांनी स्वतःच्या हातानं करून घेतलीये. हॉस्पिटलमध्ये गेले तर बरं नाही का वाटणार?" फायरप्लेसकडे जाणाऱ्या लहानग्याला आवरत मिसेस क्लोहेसी म्हणाल्या.

"कोरड्या हवेत गेल्याशिवाय मला बरं वाटणार नाही. अँजेला, अमेरिकेतली हवा कोरडी असेल नाही?" मिस्टर क्लोहेसींनी विचारलं.

"हो, डेनिस."

"डॉक्टर म्हणतात, अरिझोनाला जा. त्यांना काय जातं सांगायला. इतकं सोपं आहे का ते?" मिस्टर क्लोहेसी म्हणाले.

"तुला बरं वाटेल. मी तुझ्यासाठी प्रार्थना करेन." मॉम म्हणाली.

"तू तरी तुझं नृत्यकौशल्य जप, अँजेला. माझे दिवस तर संपले. आता कसला नाच अन् काय!"

"चला, मला निघायला हवं. मुलांना शाळेत पाठवायचं आहे." मॉम म्हणाली.

"जाण्याआधी एक छोटीशी विनंती आहे."

"काय?"

"चार पावलं नाचून दाखवलंस तर..."

"डेनिस अरे, पार विसरले रे मी."

"अमेरिकेला जायच्या आदल्या रात्री तू म्हटलेलं गाणं- ते आठवतंय?"

"अरे बापरे! ते फार अवघड आहे. इतक्या वर्षांनी मला जमेल का?"

"गेली कित्येक वर्षं मी गाण्याची ओळ ऐकलेली नाही. माझ्या घरी कुणालाही नृत्याची गोडी नाही. बायकोला नाही, मुलांनाही नाही. काही छान ऐकलं की पाय थिरकले असं या घरी कधीही घडत नाही."

"ठीक आहे, प्रयत्न करते."

मॉमनं गाणं म्हटलं. नृत्यही केलं.

मिस्टर क्लोहेसींनी गाणं म्हणण्याचा प्रयत्न केला; पण खोकला काही त्यांची पाठ सोडत नव्हता. "अँजेला, तू अजूनही छान नाचतेस की! सगळ्या आठवणी जाग्या झाल्या आज. तुझी नृत्यकला जिवंत ठेव."

"डेनिस, शुभेच्छांबद्दल धन्यवाद. तुलाही लवकर आराम वाटू दे. आणि हो, मिसेस क्लोहेसी, फ्रँकीला रात्रभर ठेवून घेतल्याबद्दल आभार."

"त्यात कसले आभार? त्याचा काही त्रास नव्हता." त्या म्हणाल्या.

"पण तो तुझ्याइतकं छान नाचू शकत नाही." मिस्टर क्लोहेसी म्हणाले.

"डेनिस, अरे एकाच पायात बूट घालून ते शक्य आहे का?"

"हो, पण हे त्याला नको का कळायला?"

"काही वेळा तो चमत्कारिक वागतो. त्या बाबतीत तो बापाच्या वळणावर गेलाय."

"हो, उत्तर अमेरिकन लोकांना हे मॅनर्स जरा कमीच असतात." ते म्हणाले.

आम्ही जायला निघालो. रस्ताभर मॉम रडत होती. तिला काय झालं? - पॅडीला आणि मला कळेना. "मॉम रडू नकोस. आपला फ्रँकी आता पुन्हा असं करणार नाही." मायकेल म्हणाला.

"फ्रँकीसाठी रडत नाहीये मी, बाळा. मला आपली आठवण आली भूतकाळाची. खरंच किती छान होते ते दिवस! त्या नृत्यात सरणाऱ्या रात्री- ते हास्यविनोद- ते खाणं-पिणं- त्या गप्पा-" मॉमला बोलता येईना.

पॅट्रिक स्ट्रीट, ओकनेल स्ट्रीट असं करत आम्ही शाळेत पोचलो. वर्गाजवळ आल्यावर ओनील सरांनी आम्हाला आत बसवलं. बाहेर ते मॉमशी बराच वेळ बोलत होते.

आत आल्यावर ते काय करणार याची उत्सुकता होती. ते चालत पॅडीजवळ गेले. त्यांनी हात वर केला आणि...

नाही, त्यांनी त्याला मारलं नाही. त्याच्या डोक्यावरून मायेनं हात फिरवला.

अनेक दिवस पॅडीच्या घरची दृश्यं माझ्या नजरेसमोरून जात नव्हती. त्यांची दुःखं, अडचणी सोडवणं माझ्या आवाक्याबाहेर होतं. त्या प्रतिकूल परिस्थितीतही त्यांनी मला एक दिवस सांभाळलं.

आणि त्याच्या त्या सतत खोकणाऱ्या आजारी डॅडींमुळे माझा मार टळला, हेही खरंच.

सात

गुरुवारचा दिवस डॅडींना निर्वाहभत्ता मिळण्याचा. तो आमच्यापर्यंत कधी पोचला नाही. ते परस्पर पबमध्ये जायचे. पैसे संपले की रात्री केव्हातरी बरळत घरी यायचे. मग मला आणि मलाचीला उभं करायचे. आयर्लंडसाठी कोणताही त्याग करण्याबद्दल ते आमच्याकडून वदवून घ्यायचे. कहर म्हणजे लहानगा मायकेलही काही वेळा यातून सुटायचा नाही. बिच्चारा, अवघ्या तीन वर्षांचा होता तो. आम्हाला दोघांना सगळी गाणी पाठ होती. त्याला काही समजत नव्हतं. आम्हाला ते फारसं आवडायचं नाही; पण सटी-सहामासी त्याबद्दल बक्षीस म्हणून आम्हाला एखादी पेनी मिळायची. त्या आशेनं आम्ही हे नाटक करायचो. डॅडी काही वेळा गंमतच करायचे. आम्ही सोडून मायकेलला पेनी मिळायची. गाणी पाठ असल्याचा मग काय उपयोग? समजा वेळ आलीच तर, त्याचा- त्या तीन वर्षांच्या मुलाचा आयर्लंडसाठी असा कितीसा उपयोग होईल? त्याच्याकडून कुणी बलिदानाची, त्यागाची अपेक्षा तरी कसं करेल? पण, आले डॅडींच्या मना, तिथं कुणाचं चालेना!

मिकी मॉलीचे वडील म्हणायचे- 'कशाला मरायचं आयर्लंडसाठी? हजारो वर्षं अनेक जणांनी बलिदान केलं. काय उपयोग झाला? देश सुधारला का?' खरं होतं ते.

डॅडींच्या अशा वागण्याचा निषेध करण्यापलीकडे मॉमच्या हातात दुसरं काय होतं? ती सकाळपासून तणतणत असायची. दोघांत अबोला. संध्याकाळी ते आले तरी ती चहा करायची नाही. ते स्वतः करून घ्यायचे. जर फायरप्लेस विझलेली असली तर फक्त पाणी प्यायचे. अबोला कायम. आम्ही मॉमच्या बाजूनं. त्यामुळे आम्हीही गप्प असायचो. सगळ्या घरावर त्याचा ताण असायचा.

आमचं जाऊ देत! मायकेल पिलूही अशा वेळी डॅडी कडेवर घेण्यासाठी सरसावले की दूर पळून जायचं. मॉमला बिलगायचं.

तेव्हा मी नऊ वर्षांचा असेन, मिकी स्पेलसे म्हणून माझा एक मित्र होता. एकापाठोपाठ एक असे त्याचे नातेवाईक क्षयानं मृत्युमुखी पडले. आम्हाला त्याचा हेवा यासाठी वाटायचा की, त्याला दर वेळी आठवडाभराची सुटी मिळायची. त्याची आई त्याला शर्टाच्या बाहीला शोकदर्शक काळी फीत लावून द्यायची. हे महाशय गल्लीभर फिरत असायचे. लोक त्याचं सांत्वन करायचे. त्याला खाऊ मिळायचा.

तर या मित्रानं एक कामगिरी आमच्यावर सोपवली. त्याची बहीण ब्रेंडा याच आजारानं मरणासन्न होती. फक्त त्याला काळजी अशी होती की, ऑगस्ट महिना सुटीचा महिना. त्यात ती गेली तर! ती सप्टेंबरमध्ये शाळा सुरू असताना गेली तर शाळा बुडवून घरी बसणं शक्य होईल. ती सप्टेंबरमध्ये जावी यासाठी मी आणि बिली कँपबेलनं सेंट जोसेफ चर्चमध्ये जाऊन प्रार्थना करावी, असा प्रस्ताव त्यानं मांडला.

"याच्या बदल्यात आम्हाला तू काय देणार?" बिलीनं सावधपणे विचारलं.

"ती गेली की सांत्वनासाठी म्हणून तुम्ही यायचं; मग तुम्हाला हॅम, चीझ, केक, शेरी- सगळं काही देईन." शिवाय गाणी आणि गोष्टींचीही लालूच त्यानं दाखवली. सौदा पटला.

आम्ही शर्थीचे प्रयत्न केले. सेंट जोसेफबरोबर सेक्रेड हार्ट ऑफ जीझस, व्हर्जिन मेरी, सेंट तेरेसा ऑफ लेसिक्स यांनासुद्धा आम्ही साकडं घातलं. मी लिटिल फ्लॉवरची प्रार्थना केली; कारण ती क्षयानं गेली होती. तिला आमचं मागणं जास्त कळलं असतं ना!

या सगळ्याला यश आलं. म्हणजे ब्रेंडा गेली तेव्हा सुटी संपून शाळा नुकतीच सुरू झाली होती. मिकीला आठवडाभराची सुटी मिळाली. ठरल्याप्रमाणे आम्ही त्याच्या घरी गेलो.

ब्रिडीनं दार वाजवलं. मिकीची आत्या बाहेर आली. "कोण आहे?"

"आम्ही मिकीचे मित्र आहोत. शोकसमारंभासाठी आम्हाला त्यानं बोलावलंय."

"मिकी, हे खरं आहे का?" तिनं विचारलं.

"छे, मी कुणालाही बोलावलं नाहीये."

"मिकी, अरे, इतक्यात विसरलास का आपलं काय ठरलं होतं-" बिलीला पुरतं बोलायच्या आत त्याच्या आत्यानं धाडकन दार लावून घेतलं. माणसानं उलटावं म्हणजे किती?

बिली म्हणाला, "चल, पुन्हा प्रार्थना करू या. याच्या घरातले उरलेले मेंबर्स उन्हाळ्याच्या सुटीत मरू देत. साल्याला एक दिवसही सुटी मिळता कामा नये."

आमची ही प्रार्थना वेगळ्या प्रकारे फळाला आली. उन्हाळ्याच्या सुटीत मिकी स्वतःच आजारी पडला! सगळी सुटी आजारपणात गेली. शाळा बुडवून घरी

राहण्याचं सुख त्या वेळी त्याला मुळीच मिळालं नाही.

एका रविवारी मी काही प्रॉटेस्टंट्सना रस्त्यावरून जाताना पाहिलं. त्यांच्यातल्या देखण्या मुली पाहून मी हळहळलो. बिच्चाऱ्या, त्यांच्या आयुष्याला काही अर्थ नव्हता! म्हणजे आमच्या चर्चमधले फादर म्हणायचे की कॅथलिक चर्च सोडल्यास इतर सगळीकडे अधोगती आहे. मला वाटलं, या मुलींना विचारावं, माझ्याबरोबर आमच्या चर्चमध्ये चला, प्रार्थना करा; तुम्हीही चांगलं आयुष्य जगू शकाल.

पुढच्या मासनंतर मी आणि बिली त्यांच्या मागे गेलो. ते सगळे त्यांच्या चर्चच्या आवारात क्रॉकेट नावाचा खेळ खेळत होते. लाकडी फळ्यांनी लाकडी बॉल मारण्याचा हा खेळ ते लॉनवर खेळत होते. भरपूर दंगामस्ती करत होते, हसत होते, खिदळत होते. मला प्रश्न पडला, ज्यांच्या आयुष्यातला अर्थ संपला आहे असे लोक इतकं आनंदात कसं राहू शकतात? मी बिलीला तसं विचारलंही, "हे लोक बुडत्या जहाजात आहेत, क्रॉकेट कसं काय खेळू शकतात?"

त्याचं उत्तर फार मार्मिक होतं. "फ्रँक, जहाज बुडणार आहे म्हटल्यावर क्रॉकेट न खेळून ते बुडण्याचं थांबणार आहे का? त्यापेक्षा हसत-खेळत बुडावं असं त्यांना वाटतंय."

आजी माझ्याशी बोलत नव्हती; पण माझ्यावर लक्ष ठेवून होती. माझं भटकणं तिच्या डोळ्यांवर आलंच. एक दिवस ती म्हणाली, "अँजेला, आपला पॅट (मॉमचा भाऊ) कितीतरी वर्षं पेपर वाटण्याचं काम करतोय. आठवीत होता तेव्हापासून बिचारा कामाला लागला. आता त्याच्या अधू पायाचे तुकडे पडायची वेळ आली. मी काय म्हणते, फ्रँक आता त्याच वयाचा आहे ना?"

"हो. नऊ वर्षांचा. पण तो शाळेत जातो." मॉमला आजीच्या बोलण्याचा रोख कळला.

"जळली मेली ती शाळा! शाळा धड नाही अन् बाप जागेवर नाही. असला तरी त्याच्या गावंढळ सवयीच मुलांना लागायच्या. उनाड मुलांबरोबर फिरण्यापेक्षा थोडं काम केलं तर? मी काय सांगते ते ऐक, शुक्रवारी 'लिमरिक लीडर' या पेपरचे जवळजवळ टनभर गठ्ठे असतात. यानं त्याला मदत केली तर तो थोडे पैसे देईल की." आजी चिकाटीनं किल्ला लढवत होती.

"पण त्याला शुक्रवारी कॉन्फ्राटर्निटीत जायचं असतं."

"गेला नाही तर काही बिघडत नाही." मला कामाला लावायचा आजीनं चंगच बांधला होता. शेवटी तिचा जय झाला.

शुक्रवारी संध्याकाळी पाच वाजता मी 'लिमरिक लीडर'च्या ऑफिसमध्ये मामाला भेटलो. तिथला माणूस मला जास्त पेपर्स ठेवू देत होता; पण पॅटमामा म्हणाला, "एका वेळी दोन्ही हातांच्या बगलेत मिळून आठ-आठ पेपर्स फक्त आणि

वेंधळ्या, खाली पाडू नकोस. ओले होतील.''

ओकनेल स्ट्रीटवरून जाताना तो म्हणाला, ''भिंतीच्या आडोशानं जा. भिजशील नाहीतर.''

हे काम म्हणजे चांगली पायपीट होती. मामा रस्त्यावर थांबायचा. मी पायऱ्या चढून पेपर देऊन यायचो. जिने चढायचे-उतरायचे. गल्ली-बोळ, मागची बाजू, कुठं कुठं लोक राहायचे. तिथं जायचं. कुठं दाराखालून पेपर सरकवायचा, तर कुठं बेल वाजवून सांगायचं. बिलाचे पैसे गोळा करायचे. मिळालेली टीप मामा स्वतःसाठी ठेवून घ्यायचा.

ओकनेल अॅव्हेन्यू, बॅलीनकुरा, साउथ सर्क्युलर रोडला वळसा घालून हेन्री रोडवरून आम्ही ऑफिसमध्ये परत आलो. मामानं टोपी घातली होती. शिवाय रेनकोट असल्यानं पेपर्स भिजले नाहीत. धावपळ मी केली; पाय त्याचे दुखले.

''चल, एक पिंट मारावीशी वाटतेय.'' आम्ही पबमध्ये गेलो. तिथं पा काका बसलेले होते.

मामानं पिंट मागवला. मी तसाच कुडकुडत उभा होतो.

''अरे अब शीहान, त्या पोरासाठी लेमोनेड मागव की जरा!'' ते चिडून म्हणाले.

''काही नको.''

''अरे, तो किती दमलाय! ए टिमी, याला एक लेमोनेड दे बरं.'' त्यांनी तिथल्या मुलाला सांगितलं.

''फ्रँकी, तुझ्याकडे रेनकोट नाही का?'' त्यांनी विचारलं.

''नाहीये.''

''अशा गारठ्यात तू रेनकोट न घालता हिंडलास तर आजारी पडशील, बाळा. तुला हा नसता उद्योग करायला कुणी सांगितलं?''

''आजी म्हणाली की, पॅटमामाला थोडी मदत होईल म्हणून.''

''म्हातारीला काय जातं म्हणायला.'' त्यांनी जीभ चावली. ''सांगू नकोस हं मी असं बोललो.'' ते डोळे मिचकावून म्हणाले.

मामाला पटकन उठता येईना. ''चल लवकर. रात्र होत आली.'' पेपर्स उचलत तो म्हणाला.

रस्त्यानं जाताना तो काहीतरी निरर्थक बडबडत होता. पण तो वेडसर आहे हे लोकांना ठाऊक होतं. मध्येच एका माणसानं हाक मारली, ''एक लिमरिक लीडर' दे. सुटे पैसे ठेवून घे तुला. पाय बरा आहे का? अरे राहू देत पैसे. विडी-काडीला होतील तुला.'' तो म्हणाला, ''तुझी कमाल आहे हं. कुठं कुठं पेपर विकत फिरत असतोस.''

''रस्ते खराब आणि मामाचा पाय अधू, मला कंटाळा आला. किती पेपर्स उरले?''

''फक्त एक.''

''जा, मिस्टर टिमोनींना देऊन ये. पंधरा दिवसांचे पैसे राहिलेत त्यांच्याकडे. ते टीपही देतील. माझ्याशी चालूपणा करायचा नाही. सगळे पैसे मला द्यायचे. नाहीतर तो गेरी- तुझा मामेभाऊ चोर कुठला!''

मिस्टर टिमोनींच्या गेटजवळ एक भला मोठा कुत्रा बांधलेला होता. तो अंगावर येणार तोच त्यांनी त्याला आवरलं. 'कोण आहे?' त्यांनी विचारलं.

''हा पेपर.''

''आज अब शीहान नाही का आला?''

''मी त्यांचा भाचा आहे, सर.''

''कोण, गेरी शीहान का?''

''नाही, मी फ्रँक मॅककोर्ट.''

''किती भाचे आहेत अबला कोण जाणे! हे घे पंधरा दिवसांचे पैसे. आण तो पेपर इकडे. नाहीतर, राहू देत. मला वाचता येत नाही. मिसेस मिनिहान आज आल्या नाहीत. मला कोण वाचून दाखवणार?''

पांढरे केस, जाड काचांचा चश्मा, अंगावर पांढरा स्वेटर आणि हातात काठी. मिस्टर टिमोनींनी विचारलं, ''तुझं नाव काय सांगितलंस?''

''फ्रँक, सर.''

''वाचता येतं?''

''हो.''

''मी पैसे देईन, मला वाचून दाखवणार?''

''चालेल की.'' मी आनंदानं म्हणालो.

''उद्या ये, फ्रान्सिस. फ्रान्सिस हेच खरं नाव ना?''

''हो.''

''मग तेच सांगत जा. फ्रँक हे गुंडाचं नाव वाटतं. ठरलं मग. उद्या सकाळी अकरा वाजता. तुला नक्की वाचता येतं ना?'' ते म्हणाले.

''हो, सर.''

''ये मग. मला मिस्टर टिमोनी म्हटलं तरी चालेल.''

''मिस्टर टिमोनी, मी उद्या ठरल्याप्रमाणे येईन.''

बाहेर आलो तर मामासाहेब चिडलेले. 'इतका वेळ? गप्पा मारत होतास का? उभं राहून इथं माझ्या पायाचे तुकडे पडतील आता.' मग आम्ही पुन्हा एका पबमध्ये गेलो. एक पिंट घेतल्यावर मामाला जरा बरं वाटलं. ''आता पायी नको. बसनं जाऊ,'' तो म्हणाला.

'तिकीट-तिकीट' कंडक्टर ओरडत आला. त्यानं मामाला विचारलं.

“तुला माझा पाय दिसत नाही का?” मामा खेकसला.

“सॉरी, अब शीहान.” कंडक्टर पुढे गेला.

ओकनेल स्मारक. आमचा बसस्टॉप आला. आम्ही उतरलो. मामा एका कॅफेत शिरला. मासे आणि चिप्स! अहाहा, इतका मस्त वास आला. तोंडाला अगदी पाणी सुटलं. पायपिटीमुळे भूकही लागली होती. आम्ही आजीच्या घरापाशी आलो.

“हे घे तुझे आजचे पैसे. आणि घरी जा.” मामानं तीन पेनी हातावर ठेवल्या आणि मला कटवलं.

माकुश्ला- मिस्टर टिमोनींची कुत्री. या वेळीही अंगावर आली. मला खाली पाडून चावणार तोच त्यांचा आवाज आला. काठी आपटत ते ओरडले, “थांब.” ती मागं हटली. “चांडाळणी, तुला खायला दिलं नाही का? माणसाला खायला बघतेस?” ते रागानं लाल झाले.

“ये बाळा, तुला लागलं का?”

“नाही.” मी जरा घाबरलोच.

“ही हिंदू कुत्री आहे. बंगलोरहून आणलीये मी. तुला कधी वेळ आलीच तर हिंदू कुत्रं पाळ. मुसलमान आणि ख्रिश्चन कुत्री मांसाहारी असतात. चल, वाच पाहू.”

“लिमरिक लीडर वाचू का?”

“नको. तो काही पेपर आहे का? टेबलावर ‘गलिव्हर्स ट्रॅव्हल्स’ आहे. ते नाही वाचायचं. त्याच्या पाठीमागं ‘मॉडेस्ट प्रपोजल’ आहे ते वाच.”

दोन-तीन पानं झाल्यावर त्यांनी मला थांबवलं. “चांगलं वाचतोस.”

सहा पेनी घेऊन मी घरी आलो. मॉम खूश! “काय वाचून दाखवलंस तू त्यांना?”

“अगं, ‘लिमरिक लीडर’ऐवजी त्यांनी एक लहान मुलांचं पुस्तक वाचायला लावलं.”

“अरे, त्यांच्या डोक्यावर परिणाम झालाय. ते ब्रिटिश सैन्यात होते. भारतात बरीच वर्षं राहिले. तिथली हवा अति उष्ण, त्याचाही परिणाम होतो. त्यांनी तिथल्याच एका बाईशी लग्न केलं होतं म्हणे. पण काहीतरी वादावादीत तिचा खून झाला. जरा चमत्कारिक वागतात ते. मिसेस मिनिहान त्यांच्या शेजारी राहते. किरकोळ काम करून देते. पण ते कॅथलिक लोकांना नावं ठेवतात; ते तिला आवडत नाही. कधी कधी शनिवारी शेरी पिण्यासाठी ती कंपनीही देते त्यांना. पण एकदा म्हणे, त्यांनी तिला बौद्ध धर्म स्वीकारण्याचा आग्रह केला. त्यांनी स्वतः स्वीकारला आहे, असं ते म्हणतात. एका झाडाखाली बसून हा धर्म स्वीकारायचा आणि कॅथलिक धर्म झुगारून द्यायचा, असं ते तिला म्हणाले.” मॉमकडे माझ्या क्लायंटची बरीच माहिती होती.

पुढच्या शुक्रवारी मामा-भाचे पेपर्स वाटत असताना डेक्लन कॉलोपीनं आम्हाला बघितलं. तो थांबला. "अरे, कॉन्फ्राटर्निटीत यायचं सोडून तू हे काय करतोस?"

"मी काम करतोय."

"अरे, तू लहान आहेस. तू न आल्यानं आपल्या सेक्शनची पूर्ण हजेरी होत नाही. तुझ्यापायी सगळ्यांचं नुकसान होतंय. पुढच्या शुक्रवारी मुकाट्यानं ये. नाहीतर ठोसे खाशील, सांगून ठेवतोय."

त्यानं दम दिल्यावर पॅटमामा उसळला. "ए, कुणाला दम देतोस रे?"

"ए वेड्या, गप्प बस. तू कशाला मध्ये पडतोस?" त्यानं मामाला भिंतीवर ढकललं. मामाचं डोकं जोरात आपटलं. हातातले पेपर्स टाकून मी मामाच्या मदतीला धावलो. त्यानं माझं मानगूट धरलं आणि मला मागून भिंतीवर फेकलं. माझं कपाळ इतक्या जोरात आदळलं...झिणझिण्याच आल्या. काही दिसेना. तरी मी त्याच्यावर चाल करून गेलो. त्याला चावण्यासाठी मी आ वासला. पण तो- एखाद्या जंगली गोरिलासारखा राकट- माझ्या हातून सुटला.

"बाहेर भेट, बघतो तुला." मला चकवून तो पळालासुद्धा.

"अरे, असं मारामारी करणं चांगलं नव्हे. आणि तू माझे पेपर्स पाण्यात टाकलेस. ते आता कोण विकत घेणार?" मामाच्या बोलण्याचा मला इतका संताप आला की वाटलं, यालाच दोन ठोसे लगावून द्यावेत.

आज मात्र काम संपल्यावर घरी जाताना त्यानं मला थोड्या चिप्स दिल्या. आणि चक्क सहा पेनी! दुप्पट! मला नवल वाटलं. "न देऊन काय करणार? आमच्या बहिणाबाईंनी कुरकुर केली मॉमजवळ. कामाच्या मानानं पैसे कमी आहेत म्हणून." तो तोंड वेंगाडून म्हणाला.

मॉम समाधानी होती. शुक्रवारी पॅटमामाकडून आणि शनिवारी मिस्टर टिमोनींकडून- अशा मला सहा पेनी दोन वेळा मिळत होत्या. आठवड्याला एक शिलिंग म्हणजे चैनच. तिनं मला दोन पेनी मजा करण्यासाठी दिल्या.

"जा, सिनेमा पाहा." ती हसून म्हणाली.

दुसऱ्या शनिवारी मी वाचत असताना मिस्टर टिमोनी हसत होते. जोनाथन स्विफ्ट हा जबरदस्त आयरिश लेखक. ते मध्येच थांबवून म्हणाले, "तुला मोठं झाल्यावर कळेल सगळं."

मोठ्या माणसांना उलट उत्तर देणं बरं नाही. पण एकूण मिस्टर टिमोनींबद्दल मला तशी भीती वाटली नाही. मला एक समजत नाही, सगळे जण असं का म्हणतात, मोठं झाल्यावर कळेल सगळं?

ते मोठा श्वास घेऊन थांबले. "खरंतर तू इतका समंजस आहेस; तुला काय झालं? असं का म्हणतोस?"

"जे आता जमत नाही, कळत नाही, करायचं नाही, ते ते सगळं मोठेपणी जमेल म्हणे! पण आत्ता काय? बोलणी खा, मार खा, कुतूहल दाबून ठेवा- असंच ना?"

"इकडे ये. असं माझ्याजवळ ये. काय झालं ते सांग पाहू."

मी आदल्या रात्री घडलेला डेक्लन-अध्याय त्यांना सांगितला. ते म्हणाले, "पा किटिंग तुझे नातेवाईक आहेत; त्यांना मी चांगलं ओळखतो. आम्ही दोघं कॉन्फ्राटर्निटीत जाऊ आणि त्या लोकांना काय ते सांगू. बौद्ध धर्म स्वीकारला तरी अंगात रग आहे अजून. वेळ पडली तर दोन हात करून टाकू. तू काळजी करू नकोस. आमच्या छोट्या दोस्ताला कोण त्रास देतंय ते पाहतोच आम्ही." इतकं आश्वासक माझ्याशी माझे वडील कधी बोलले नाहीत.

जरा सुरळीत चाललंय असं वाटलं तोच पॅटमामा रुसला. "याच्यापेक्षा कमी पैशांत काम करणारा पोऱ्या मिळेल मला. याला टिमोनींचं काम माझ्यामुळे मिळालं. खरंतर यानंच मला कमिशन द्यायला हवं." तो म्हणाला. त्याच्याकडचं काम सुटलं.

शनिवारी मी टिमोनींकडे गेलो तर कुलूप! शेजारच्या बाई आल्या, "बरं झालं, तू सुटलास. ती त्यांची कुत्री- महाभयानक! आज सकाळपासून पोस्टमन, दूधवाला, नन सगळ्यांना चावली. ननला चावल्यामुळे चर्चनं दखल घेतली. त्यांना समजावण्यासाठी माणसं गेली तर हे महाशय हसत होते. वेड्यासारखं काहीतरी बोलत होते. मग डॉक्टरना बोलावून तपासलं त्यांना. त्यांच्याच सल्ल्यावरून झाली उचलबांगडी 'ओल्ड एज होम'मध्ये. याला कारण त्यांचा बुद्धिझम! अशा माणसापासून कॅथलिक धर्माला धोका आहे असं धर्मगुरूंना वाटलं." सगळं एका दमात बोलल्या त्या.

म्हणजे शनिवारची कमाईही संपलीच की. मी ठरवलं, पैसे मिळोत अथवा न मिळोत; आपण त्यांना वाचून दाखवायचं. थोड्या काळात आमची छान गट्टी जमली होती. त्या शेजारच्या बाई घरात गेल्यावर मी मिस्टर टिमोनींच्या कंपाउंडवरून उडी मारली. खिडकीतून ते पुस्तक घेतलं. गलिव्हर्स ट्रॅव्हल्स- त्यांचं आवडतं पुस्तक. धावतपळत 'ओल्ड एज होम' गाठलं. तिथला माणूस माझ्याकडे आश्चर्यानं बघत राहिला.

"तू माझी फिरकी घेतोयस का?"

"नाही, हो, मला खरंच त्यांना हे पुस्तक वाचून दाखवायचं आहे." त्यांना समजावण्याची मी खूप धडपड केली.

"चल, पळ लवकर. नाहीतर सुरक्षारक्षकांना बोलवेन. मोठा आलाय दीडशहाणा."

"निदान हे पुस्तक तरी त्यांच्यापर्यंत पोचवाल का? दुसरं कुणीतरी त्यांना वाचून दाखवेल." तो कुचकट हसला. हताश होऊन मी तिथून परतलो.

माझा पडलेला चेहरा पाहून मॉम जवळ आली. "काय झालं, फ्रँक?"

मी माझे दोन्ही जॉब सुटल्याचं तिला सांगितलं. ती हळहळली. मग आता पहिले पाढे पंचावन्न! कॉन्फ्राटर्निटीत जायला पुन्हा सुरुवात करा. डेक्लनचं टोळकं आणि फादर गेरींना दुखवून चालणार नाही.

डेक्लन काय सोडतोय? त्यानं भरपूर शिमगा केला. त्याच्या तावडीत आयताच सापडलो होतो. "इथं येणं चुकवलं तर गंभीर परिणाम होतील," तो म्हणाला. त्याच्या 'परफेक्ट न होण्यातला' मी अडसर होतो. त्याची स्वप्नं पूर्ण करण्यासाठी कोणत्याही थराला जायची त्याची तयारी होती.

मॉमला जिने चढण्याचा त्रास होऊ लागला तसा तिनं स्वयंपाकघरात मुक्काम हलवला. आम्हाला सुटी लागली होती. लवकर उठण्याची कुणालाच घाई नसायची. उठलो की कधी घराबाहेर खेळायला पळतो असं व्हायचं. सध्या डॅडीच आमचं आवरून द्यायचे.

जुलै महिन्यात एक दिवस ते म्हणाले, "आज घरीच थांबा. इथंच खेळा."

"का बरं? एकाएकी यांना काय झालं?"

"मी सांगितलं की, खाली जा. तोवर इथंच थांबा."

आम्ही ब्लँकेट पांघरून तंबू तयार केला. रॉबिन हूड आणि त्याचे साथीदार असा खेळ खेळू लागलो. आम्ही पुरते गुंगलो होतो. अचानक आवाज आला, ट्यांहा-ट्यांहा. मलाचीनं विचारलं, "डॅडी, मॉमला बाळ झालं का?"

"हो." ते हसले.

सातव्या पायरीवरच्या देवदूतानं पुन्हा एकदा आपला प्रताप दाखवला होता.

आम्ही डॅडींपाठोपाठ किचनमध्ये गेलो. मॉम थकलेली होती. बाळ तिच्या शेजारी होतं. मोठा चेहरा आणि लालबुंद. तिथं नर्स उभी होती. बाळाला स्वच्छ करून ती जायला निघाली. "मी बाळाला घेऊ? मला त्याला हात लावायचा आहे, माझ्याजवळ द्या ना." आम्ही एकच गलका केला.

"शूऽ बाळ लहान आहे. त्याला दुरूनच बघायचं." नर्सबाईंनी दटावलं.

मग आम्ही दूर टेबलापाशी बसलो. चहा आणि ब्रेड खात खात बाळाकडे बघत होतो. आमचा तो लहान भाऊ आम्हाला त्याचं केवढं अप्रूप! तो मात्र डोळेही उघडत नव्हता. जाऊ देत, आम्ही आपलं खेळायला बाहेर पळालो.

बाळ मोठं झालं. मॉम आता फायरप्लेसजवळ येऊन बसायची. बाळ तिच्या कडेवर असायचं. गुदगुल्या केल्या की बाळ हसायचं. भारी गंमत वाटायची. डॅडीही मजेत असायचे. बाळाला जोजवायचे. एक स्कॉटिश गाणं गुणगुणायचे-

पुरे आता गुदगुल्या
हसून दमला सोनुल्या

चिमणुल्या, छकुल्या
नका हसवू, तो शिणला

ते सध्या कामावर जायचे. त्यामुळे ब्रिडी हेनन आणि मॉमच्या भेटींचा सिलसिला पुन्हा सुरू झाला. आता चर्चा बाळाच्या नावाची.

"केविन किंवा सीन ही नावं कशी वाटतात?'' तिनं विचारलं.

"छे, नको. तू मुलाला हाका मारल्या की अर्धं लिमरिक ओ देईल.'' ब्रिडीनं धुडकावून लावलं.

"रोनाल्ड किंवा एरोल कसं वाटतं?''

"अगं बयो, आयरिश नाव हवं ना. लोक उगीच लढले का? आपण काहीतरी अभिमान बाळगला पाहिजे.'' मॉम म्हणाली.

"अँजेला, तू अगदी नवऱ्यासारखं बोलतेस काही वेळा.''

"अगं, जे बरोबर ते बरोबरच म्हटलं पाहिजे ना.''

तितक्यात ब्रिडी किंचाळली, "हे बघ, बाळ असं का करतंय?''

मॉम धावत बाळापाशी गेली.

नाक चोंदल्यानं बाळाला श्वास घेता येईना. "आता काय करायचं?'' मॉम रडवेली झाली.

"थांब, मी माझ्या मॉमला बोलावते.'' ब्रिडी मिसेस हेननना घेऊन आली.

"तेल कोणतं आहे घरात? ऑलिव्ह ऑइल? कॉडलिव्हर ऑइल? कोणतंही चालेल.'' त्यांनी बाळाला हातात घेतलं. दोन थेंब त्याच्या तोंडात घातले. त्याला पालथं करून पाठीवर थोपटलं. मग त्याचा कोंडलेला श्वास मोकळा झाला.

"दूध काही वेळा घशातच अडकून राहतं. मग हा त्रास होतो. तेल घरात ठेवायचं,'' त्या अनुभवी बाईंनी मॉमला दिलासा दिला. "रडू नका आता. बाळाला जवळ घेऊन पडा जरा वेळ.'' मॉमनं त्यांचा हात हातात घेतला. कृतज्ञतेनं, डबडबलेल्या डोळ्यांनी.

सगळी गडबड संपली आणि माझं त्या खुर्चीकडे लक्ष गेलं. तिथं लाल डाग पडले होते. बापरे, मॉम आता मरणार का? माझ्या पोटात भीतीनं गोळा आला. काय करायचं? कुणाला सांगायचं? मी गप्प बसलो. उगीच कशाला लोकांची बोलणी खायची- मोठा झालास की समजेल, काहीही झालेलं नाही, तू खेळायला जा बरं. भोचकपणा पुरे! इत्यादी, इत्यादी.

त्यापेक्षा सातव्या पायरीवरच्या देवदूताला विचारलं तर? मी तिथं गेलो. या वेळी पायरी गार होती. मी डोळे मिटले. पण देवदूत काही बोलला नाही. मी मोठा झालो म्हणून का? आता मार्ग संपला.

पण नंतर सगळं नेहमीप्रमाणे सुरू राहिलं. दुसऱ्या दिवशी मॉमनं बाळाची

तयारी केली, त्याला बाप्तिस्मा देण्यासाठी.

आजी मदतीला होतीच. ''बाप्तिस्मा दिला नाही तर बाळासाठी स्वर्गाची दारं उघडणार नाहीत.''

''हो ना, नाहीतर नरकात जावं लागेल, जिथून परतीचा मार्गच नाही. असं माझ्या बाळाच्या बाबतीत झालं तर मी स्वतःला कधी माफ करणार नाही.'' मॉम म्हणाली.

''पण अशा लहानग्यांना नरकात पाठवणारा देव तरी निर्दय का?'' ब्रिडी म्हणाली.

''अगं, काहीच नियम केले नाहीत तर सगळ्यांची- प्रॉटेस्टंट लोकांची बाळंही स्वर्गात जातील ना? एवढी वर्षं त्यांनी आपल्यावर राज्य केलं, अन्याय केला, त्यांना स्वर्गात जागा का मिळावी?'' आजीनं स्पष्टीकरण दिलं.

पण प्रॉटेस्टंट असण्यात लहान मुलांचा काय दोष?

लहान मुलं स्वर्गातच जात असतील. फार हुशार लोक आहेत ते. लहान मुलांना तसं ट्रेनिंग असतं त्यांच्याकडे. आजीला हे सगळं कसं माहिती?

आम्हाला सगळ्यांना जो लेसचा ड्रेस घातला होता तोच बाळाला घातला. आम्हीही आनंदात होतो. एकतर काहीतरी वेगळ्या कारणासाठी बाहेर जायला मिळणार. शिवाय, नंतर बन आणि लेमोनेडचा लाभ होणार होता.

''मॉम आपल्या बाळाचं नाव काय ठेवणार?'' मलाचीनं विचारलं.

''अल्फांसो जोसेफ.''

''शीऽ हे नाव विचित्र वाटतं. हे काही आयरिश नाव नाही.'' मी बोललो आणि मग माझ्या लक्षात आलं की आजी घरात आहे, काही खैर नाही.

तिनं मोठे डोळे करून माझ्याकडे पाहिलं. राग नुसता ओसंडून वाहत होता त्यातून. लालबुंद डोळे! आणि मग ती बरसली, ''अँजेला, हा फार चुरुचुरु बोलतो हल्ली. फटके घातल्याशिवाय तो सुधारणार नाही बघ.''

मॉमनं मला इतक्या जोरात लगावली की मी भेलकांडत किचनमध्ये जाऊन पडलो. ''मुकाट्यानं वर जाऊन बस. मोठा आलाय दीडशहाणा.'' मला रडू आलं. पण मी रडलो नाही. डॅडी घरी नसल्यानं माझ्यावर जबाबदारी होती ना! मला डॅडींची आठवण आली. त्यांना हे नाव नक्की आवडलं नसतं.

थोड्या वेळानं खाली आवाज यायला लागले. ''बन, लेमोनेड शेरी.''

मॉमनं मला हाक मारली, ''फ्रँक, ये खाली.''

''मला काही नकोय.''

''मी वर येऊ का? मग पाठ रगडून काढेन हं. सांगून ठेवते तुला. सगळा दिवस वाया जाईल.''

"दिवस वाया जाईल म्हणजे काय?"

"जास्त गडबड नको. खाली ये पाहू." मॉमचा आवाज आणखी तापला. मी घाबरलो.

कसंबसं मी लेमोनेड संपवलं. बनही खाल्ला. आजी होतीच.

"लहान भाऊ झाल्यावर तू मोठं व्हायचंस की लहान? किती वेडपटासारखं वागतोस रे?" माझ्यावर खेकसायची एकही संधी ही बाई सोडत नाही.

माझं लक्ष आल्फीकडे गेलं. तो मजेत होता. अंगठा चोखत हसत. हातपाय हलवत. बिच्चारा. त्याच्या नावावरून एवढं रामायण झालं, ते त्याच्या गावीही नव्हतं.

डॅडींच्या आईनं- माझ्या तिकडच्या आजीनं नवीन नातवासाठी पाच पौंडांची मनीऑर्डर पाठवली. मॉमला अजून पुरतं बरं नव्हतं. अतिशय मनाविरुद्ध तिनं ती डॅडींना दिली- पोस्टात जाऊन पैसे आणण्यासाठी. मला आणि मलाचीला तिनं त्यांच्याबरोबर पाठवलं.

पैसे हातात आल्याबरोबर डॅडी आम्हाला म्हणाले, "तुम्ही पुढे जा, मी आलोच पाच मिनिटांत."

"डॅडी, तुम्ही पबमध्ये जाऊ नका. ते पैसे आल्फी बाळासाठी आहेत." मलाचीनं त्यांना अडवलं.

"अरे, मी लगेच येतो ना."

"डॅडी, ते पैसे माझ्याजवळ द्या." मी धीर करून म्हटलं.

"फ्रँक, मोठ्या माणसाचं ऐकायचं असतं. घरी जा पाहू."

आम्हाला बघितल्यावर मॉम काय ते समजली. "जा, असतील तिथून घेऊन या त्यांना. पबमध्ये मोठ्यानं ओरडून सांगा, 'बाळासाठी पाठवलेले पैसे हा माणूस दारूत उडवतोय. घरात अन्नाचा कण नाही, चूल पेटवायला कोळसा नाहीये, बाळासाठी दूध नाहीये,' जा." जोरजोरात रागाने बोलताना ती थरथर कापू लागली. मला तिचा आविर्भाव पाहून वाटलं, हिला आता काही होईल की काय?

रस्त्यानं जाताना मलाची मॉमच्या शब्दांची उजळणी करत होता. "डॅडी, तुम्ही अपराधी आहात- ते पैसे लहान बाळासाठी आहेत- घरात काहीही नाही-"

ते साउथ पबमधून गेले होते. "ते नसले तरी मी भाषण करतो." मलाची ऐकेना. "अरे, तोवर ते सगळे पैसे संपवून टाकतील ना?" मी त्याला पकडून बाहेर आणलं.

मॉम स्वतः येईल किंवा आम्हाला तरी पाठवेल, हे डॅडी जाणून होते. ते नेहमीच्या कोणत्याही पबमध्ये सापडले नाहीत. लिमरिकमधले सगळे पब पालथे घालायचे तर महिना लागला असता.

आम्ही हात हलवत परत आलो. ''अरे, काहीही करा; पण शोधून काढा त्या माणसाला. कुठून मला दुर्बुद्धी झाली! नको ते झालं. मीही अशी अंथरुणावर पडले आहे. नाहीतर, मी शोधलं असतं.'' मॉम हतबल झाली होती. ''फ्रँक, नॉटन फिश-चिप्स शॉपमध्ये पाहिलं का? तिथं असतील.'' एकदम तिला आठवलं.

एकटाच निघालो. मलाचीला जुलाब सुरू झाले. तो घरी थांबला. मी पार्नेल स्ट्रीट, रेल्वे स्टेशन सगळीकडे गेलो. स्त्रिया जिथं मद्यपान करतात तिथं शोधलं. कुठंही ते नव्हते. पायपीट झाल्यानं पार दमलो. नॉटन फिश-चिप्स शॉपमध्येही ते नव्हते. मी निघालो. तेवढ्यात एक जण खाली पडलेला दिसला. नशेत होता. त्याच्या शेजारी फिश-चिप्स कागदात गुंडाळून पडलेलं होतं. मी इकडेतिकडे पाहिलं. ते पुडकं पटकन उचललं. रेल्वे स्टेशनच्या पायऱ्यांवर बसून मी ते अधाशासारखं संपवलं. ते संपल्यावर मग पश्चात्ताप वाटू लागला. कन्फेशन द्यावं का?

मी चर्चमध्ये पोचलो. कन्फेशन बॉक्समध्ये गेलो. नेहमीच्या चुका सांगितल्या. ''आता, आज काय झालं ते सांगायचं.''

''मी फिश-चिप्स चोरून खाल्ले.''

''का?''

''मी भुकेनं कळवळलो होतो, फादर.''

त्यांनी स्वतःशीच मान हलवली.

''मग घरी जाऊन आईला का मागितलं नाहीस?''

''घरात काहीही नाही. डॅडी बाळासाठी आलेले पैसे घेऊन पबमध्ये गेले. त्यांना शोधण्यासाठी मॉमनं मला पाठवलं. त्यांना न घेता मी घरी गेलो तर ती रागवेल मला.'' विझलेली फायरप्लेस आणि धुमसत असलेली मॉम माझ्या डोळ्यांसमोर आली.

तिकडून काही प्रतिसाद येईना. फादर झोपले की काय? मला शंका आली.

पण त्यांचा आवाज आला- ''बोल बाळा, मी ऐकतोय. मी गरिबांनी केलेल्या पापांबद्दल ऐकतो. त्यांना क्षमेचा मार्ग दाखवतो. जे जे चुकले आहेत त्यांना मी माफ करतो. मीच आहे तो. ओळखलेस का मला?''

''हो.'' मी म्हटले खरे पण मी त्यांना ओळखत नव्हतो.

''जा, घरी जा, काळजी करू नकोस.'' ते म्हणाले.

त्यांनी मला लॅटिनमधून आशीर्वाद दिला आणि स्वतःशी इंग्रजीमधून बोलले. माझ्या पापाचा इतका परिणाम झाला?

डॅडी सापडावेत, निदान पौंड तरी त्यांच्या खिशात शिल्लक असावेत, मॉमला किती बरं वाटेल? असा विचार करत मी पुन्हा जोमानं त्यांना शोधू लागलो.

ओकनेल स्ट्रीट, त्याच्या आसपासच्या गल्ल्या- तेवढ्यात त्यांचं गाणं कानावर आलं. ग्लेसन पबमध्ये एकदाचे ते सापडले!

त्या नयनांची अद्‌भुत जादू, मी दिवाणा त्या नजरेचा
नका विचारू कुठे लपविला सुगंध मोहक तो प्रेमाचा
अँट्रीमच्या दऱ्याखोऱ्यातून दरवळ पसरे मस्तीभरा
वेडा झालो, धुंदीत त्याच्या, धनिक म्हणा वा फकीर मला

गाण्याचे शब्द मनाला भुरळ घालणारे होते. पण म्हणणारा दोषी होता. आपल्या लहान बाळासाठी पाठवलेले पैसे घेऊन.... वाटलं, जावं आणि त्यांच्या पेकाटात लाथ घालून पळून यावं.

मी तो विचार मनातून काढून टाकला. कितीही राग आला तरी मी असं वागायला नको. कुचुलेनच्या गोष्टी सांगणारे डॅडी मला आठवले. त्यांच्या डोळ्यांत बेचैनीची एक छटा मला जाणवली. काय शोधत होते ते? देवाघरी गेलेल्या ऑलीला युजेन शोधायचा, तेव्हा अगदी असाच दिसायचा. मी मागे वळलो.

घरी पोचलो तर सगळे झोपलेले होते. काही सांगावं लागलं नाही. नेहमीप्रमाणे पब बंद झाले की झोकांड्या खात, बरळत ते घरी येतील. आम्हाला आयर्लंडसाठी वाटेल तो त्याग करण्याची शपथ घालतील. हेही नेहमीसारखं. पेनीची लालूच दाखवतील, नेहमीप्रमाणे. त्यांच्या वागण्याबद्दल मॉम झाडाझडती घेईल. पण नेहमीपेक्षा आज तिच्या शब्दांना जास्त धार असेल.

मजुरी किंवा निर्वाहभत्त्याचे पैसे दारूत उडवणं आणि बाळासाठी आलेले पैसे उडवणं यांत फार मोठा फरक आहे. मॉमच्या दृष्टीनं नक्की.

आठ

मला अकरावं वर्ष लागलं. चर्चमध्ये जाऊन कन्फर्मेशन करण्याची ही वेळ. शाळेत मिस्टर ओडी आमची कसून तयारी करून घेत होते.

मिकी मॉली हसला. ''खुळ्यासारखं बोलू नकोस हं. बकवास आहे सगळा. म्हणे देशासाठी मरा, धर्मासाठी मरा. कुणी केव्हा मरायचं हे ठरलेलं असतं. कुणीही कुणासाठी वगैरे मरत नसतं. प्रत्येक जण स्वतःसाठी जगतो आणि मरतो. मरायचं झालंच तर मी मॉमसाठी मरेन.''

मिकीचा अधिकार मोठा होता. एकतर तो चौदा वर्षांचा. त्याला फीट यायची. त्यात त्याला दिव्यज्ञान व्हायचं.

पण सगळे मोठे तर म्हणायचे की, कन्फर्मेशन झालं की तुम्ही धर्मासाठी मरायला मोकळे. आमच्या दृष्टीनं कन्फर्मेशन महत्त्वाचं यासाठी की, तो दिवस लाभाचा. कलेक्शन व्हायचं- केक, मिठाई, पैसे.

पीटर डुले तेवढ्यात तिथं आला. क्वासिमोडो हे त्याचं आम्ही केलेलं बारसं. त्याला पाठीला कुबड होतं, नोत्रडॅमसारखं म्हणून.

त्याला बहिणी होत्या. 'मी अगदी कंटाळले होते. पण परमेश्वराची इच्छा! म्हणून हा झाला.' त्याची आई म्हणायची. तर आमचा हा दोस्त पंधरा वर्षांचा. त्यामुळे आमच्या आधी मोठा झालेला. लाल केस, हिरवे डोळे. तिरळा होता तो. त्याचा उजवा पाय डाव्यापेक्षा आखूड होता. त्यामुळे तो नाच केल्यासारखं चालायचा. केव्हा पडेल याचा नेम नाही. तो बोलण्यात शिवराळ होता. स्वतःला शिव्या, जगाला शिव्या. पण सरळ बोलला तर बी.बी.सी. रेडिओसारखं इंग्रजी बोलायचा. घराबाहेर पडताना तो आधी डोकं बाहेर काढायचा. 'मी येतोय' असं म्हणत. मग पावलं टाकत बाहेर यायचा. अधूपणाचा त्याला न्यूनगंड होता. पण त्यानं उपाय

नामी शोधला होता. तो म्हणायचा 'आपण बुवा बी.बी.सी.वर बातम्या वाचणार. पक्कं.' जिथं दिसण्यापेक्षा ऐकणं महत्त्वाचं ते काम करायचं, हे त्यानं बाराव्या वर्षीच ठरवलं होतं.

त्यासाठी लंडनला जायला हवं. त्याकरिता पैसे हवेत. बिलीला आणि मला तो भेटला तो त्या संदर्भात.

आमचं जे कलेक्शन होईल त्यातून आम्ही प्रत्येकी एकेक शिलिंग त्याला द्यायचा. त्याबदल्यात आम्ही त्याच्या घराच्या मागची भिंत ओलांडून गेलो तर आम्हाला त्याच्या बहिणींना अंघोळ करताना बघता येईल, असं तो म्हणाला. बाथरूमकडे जाणाऱ्या पाइपवरून ते दिसू शकतं. आम्ही तय्यार!

"अरे, मी तसं बघितलंय अनेकदा. या पापासाठी फादर क्षमा करू शकत नाहीत. बिशप, नको त्या खत्रूड माणसाकडे कोण जाईल?" तो म्हणाला.

ठरल्याप्रमाणे आम्ही पोचलो. जूनमधली रात्र. चांदणं होतं. शेनॉन नदीवरून वाऱ्याच्या हलक्या झुळका येत होत्या. बिली उडी मारणार तोच मिकी टपकला. "हे घे शिलिंग, आधी मी." त्यानं दम भरला. तो मोठा होता. कोळसा खाणीत काम केल्यानं काळवंडलेला. अंधारात त्याचे डोळे आणि ओठ फक्त पांढरे दिसले. भयानक!

क्वासिमोडो म्हणाला, "अरे, ते दोघं आधी आलेत. त्यांना..." त्याचं बोलणं पुरं व्हायच्या आत तो पुढे गेलाही.

"काय यार?" बिलीनं विचारलं.

"अरे, तो दर आठवड्यात येतो. त्याला नाही म्हटलं तर बदडून काढेल, शिवाय मॉमला सांगेल ते निराळंच. मग ती मला कोळसा ठेवण्याच्या कोनाड्यात कोंडून ठेवेल. उंदीर आहेत तिथं." क्वासिमोडो म्हणाला.

त्या पाइपला मिकी लटकला. "अरे, तो इतका भक्कम नाहीये. पडशील." क्वासिमोडो घाबरून म्हणाला. तोवर तो पाइप तुटला! ठोऽ ठोऽऽ बोंबलत मिकी खाली आदळला.

'मेलो, मेलो' पडताना तो ओरडला. दाणकन तो खाली आपटला. त्याच्या नाकातोंडातून रक्त आलं. क्वासिमोडोच्या अंघोळ करणाऱ्या बहिणींनी खिडकीतून वाकून पाहिलं.

क्वासिमोडोची आई धावत आली. बिलीनं चपळाईनं पळण्याचा प्रयत्न केला पण तो त्यांच्या हातात सापडला. "जा पळ, कोपऱ्यावरच्या केमिस्टकडून फोन कर. डॉक्टर, अँब्युलन्स लवकर पाठवा म्हणावं." त्यांनी बिलीला पिटाळलं. आम्हाला त्यांनी किचनमध्ये आणलं.

आता पाळी क्वासिमोडोची. त्यांनी त्याला अशी सणसणीत लगावली की तो

लांब जाऊन आदळला. त्याचं बकोट धरून त्यांनी त्याला त्या 'प्रसिद्ध' कोनाड्यात कोंडलं. ''जरा अक्कल येईपर्यंत तिथंच राहा.''

आपला बी.बी.सी. टोनचा हेका विसरून क्वासिमोडो अस्सल लिमरिकच्या भाषेत रडत होता. विनवणी करत होता. ''मॉम, मी पुन्हा असं नाही करणार. इथं उंदीर आहेत. मला भीती वाटते. प्लीज, बाहेर काढ ना. मला बी.बी.सी.वर काम करायचं आहे. मॉम, मी तुला वचन देतो, मी तिकडून तुला नक्की पैसे पाठवेन. मला बाहेर काढ ना. मी पुन्हा कुणाला पाइपवर चढू देणार नाही.'' तो अक्षरशः गयावया करत होता.

इकडे मिकीची अवस्था केविलवाणी होती. वेदनांनी तळमळत तो गडबडा लोळत होता. ओरडत होता. विव्हळत होता. तितक्यात अँब्युलन्स आली. त्याच्या खांद्याला फ्रॅक्चर झालं. जिभेलाही बरंच लागलं होतं.

या गोंधळाची बातमी एव्हाना आमच्या घरापर्यंत पोचली. बिलीची आणि माझी मॉम घटनास्थळी पोचल्या. मिसेस डुले- क्वासिमोडोच्या मॉमनं मोठ्यानं रडायला सुरुवात केली. ''परमेश्वरा, माझ्या मुलींनी आता शुक्रवारचं पवित्र स्नानही करायचं नाही का? असं जो तो डोकावून पाहायला लागला तर आम्ही काय करायचं? या दोघांनीही केलेल्या पापाचं कन्फेशन दिलं पाहिजे. उद्याच्या कन्फर्मेशनच्या आत.'' तिनं हट्ट धरला.

मॉमनं साफ नकार दिला. ''इतरांना काय करायचं ते करू देत; माझा फ्रँक मुळीच कन्फेशन देणार नाही. पोटाला चिमटा काढून मी त्याच्या कन्फर्मेशन सूटसाठी पैसे गोळा केले आहेत. एक वर्ष लागलं त्यासाठी. आता त्याचं कन्फर्मेशन पुढच्या वर्षावर गेलं तर हा सूट त्याला होणार नाही. ती तावातावानं बोलत होती. आणि हे सगळं कशासाठी, तर तो म्हणे त्या पाइपवर चढणार होता. तो खरोखर चढला होता का? त्यानं काही पाहिलं तरी का? मग कसलं पाप आणि कसलं कन्फेशन?'' तिचा युक्तिवाद बिनतोड होता.

माझा कान पकडून मॉमनं मला ओढत घरी आणलं. पोपच्या फोटोसमोर मला गुडघे टेकून बसवलं. ''खरं सांग, तू खिडकीतून डोकावून पाहिलंस का?''

''शपथ घेऊन सांगतो, नाही.''

''खोटं बोललास तर उद्या कन्फर्मेशनसाठी ताठ मानेनं जाऊ शकणार नाहीस, फ्रँक.''

''मॉम, मी खरं तेच सांगतोय.''

''बघ बरं, तसं खिडकीतून बघण्यापेक्षा, खोटं बोलणं आणखी वाईट. मग फादरकडे जाऊन चालणार नाही. बिशपकडे जावं लागेल.''

''मॉम, मी शपथेवर सांगतो, मी काहीही पाहिलेलं नाही.''

"छान. आता जाऊन झोप. पुन्हा त्या क्वासिमोडोच्या नादी लागू नकोस." ती म्हणाली.

कन्फर्मेशनचा सोहळा दुसऱ्या दिवशी पार पडला. बिशपनी मला विचारलं, "चौथी कमांडमेंट कोणती?"

"आई-वडिलांची आज्ञा पाळणं."

"वा, छान!" त्यांनी माझी पाठ थोपटली. एकदाचा मी चर्चचा सभासद झालो!

मला क्वासिमोडोची आठवण आली. बिच्चारा, त्या कोनाड्यात उंदरांच्या सहवासात काय करत असेल कोण जाणे! काल रात्री त्याला न दिलेला एक शिलिंग नेऊन द्यावा का? बी.बी.सी.त जाण्यासाठी कदाचित त्याला उपयोगी पडेल.

अखेर आमचं कन्फर्मेशन पार पडलं. कन्फर्मेशन झालेली मुलं-मुली आनंदात होती. त्यांचे आई-वडील त्यांना प्रेमानं कुरवाळत होते. माझी मॉम आली होती. तिच्या चेहऱ्यावर आनंद दिसत होता. तिनं मला जवळ घेतलं. आता कलेक्शन!

अचानक माझ्या नाकातून रक्त वाहायला लागलं. ते थांबेना. स्टीफन कॅरेंकडे धावत जाऊन तिनं एक कॅनव्हासचा तुकडा आणला. माझा सूट खराब होईल याची तिला काळजी वाटत होती. त्या तुकड्यानं तिनं रक्त पुसलं.

"कलेक्शनसाठी जायचंय?" तिनं विचारलं.

"नाही." वाहणाऱ्या नाकामुळे काही सुचत नव्हतं.

मलाची हिरमुसला. कलेक्शननंतर सिनेमाला जाऊ आणि चॉकलेट्स खाऊ, असं मी त्याला कबूल केलं होतं.

तिथंच आडवं व्हावंसं वाटत होतं. तिथून उठूच नये असंही वाटलं.

"चल, आजी झकास ब्रेकफास्ट तयार करणार आहे. तिकडे जाऊ या?" मॉमनं विचारलं.

ब्रेकफास्टच्या आठवणीनं मी उचल खाल्ली. "चल."

मी धावत सुटलो. त्यामुळे रक्त थांबेल असं वाटलं. पण छे! भळाभळा रक्त वाहत होतं.

"आधी आपल्या घरी जाऊ या. तू झोप जरा वेळ आता." तिला काळजी वाटू लागली.

कलेक्शन सोडून आम्ही घरी जातोय याचं माझ्या मित्रांना नवल वाटलं.

घरी पोचल्यावर आधी तिनं माझा सूट काढला. मग मला आडवं झोपवलं. माझ्या गळ्याभोवती गार पाण्याची पट्टी बांधली. मग रक्त वाहणं थांबलं. तिनं मला थोडासा चहा पाजला; पण तो उलटून पडला.

मिसेस हेनन मला पाहण्यासाठी आल्या. "हे लक्षण मला ठीक दिसत नाही.

त्याला डॉक्टरांकडे ने.'' त्या हळू आवाजात मॉमला म्हणाल्या.

संध्याकाळी डॅडी घरी आले. सगळं ऐकल्यावर ते म्हणाले, ''अगं, असं होतं कधी कधी. हे वाढीचं वय आहे ना.''

आजी आली. तिनंही डॅडींची री ओढली.

मी ग्लानीतच होतो. रात्री मला जाग आली तेव्हा मलाची आणि मायकेल जागे झाले होते. माझ्या अंगात ताप होता. नाकातून रक्त वाहत होतं. मग मात्र मॉम घाबरली. ''अहो, उठा, याला असं का होतंय? डॉक्टरांना बोलावून आणा.''

डॉ. ट्रॉय, आमचे नेहमीचे डॉक्टर बाहेरगावी गेले होते. दुसरे एक जण आमच्या घरी आले. ते जवळ आल्याबरोबर दारूचा भपकारा आला. ''काही नाही, थंडीमुळे झालंय.'' ते म्हणाले.

दिवसेंदिवस माझं नाक वाहणं सुरूच होतं. मला काही पचत नव्हतं. अगदी मॉमनं आणलेलं आइस्क्रीमही!

मिसेस हेननी एक दिवस येऊन सांगितलं, ''डॉ. ट्रॉय परत आले.''

मॉम तडक जाऊन त्यांना घेऊन आली. त्यांनी मला तपासलं. डोळे, कपाळ, पाठ, छाती... एकेक तपासलं. काही न बोलता ते गाडीत जाऊन बसले. मॉम धावत गेली. ''डॉक्टर, काय झालंय त्याला?''

''टायफॉइड!'' ते म्हणाले.

ती मटकन खालीच बसली. ''परमेश्वरा, किती अंत पाहतोस? माझं लेकरू... बरं होईल ना?''

मला मांडीवर घेऊन ती त्याच गाडीत बसली. रस्ताभर ती रडत होती. मला छातीशी धरत होती.

सिटी हॉस्पिटलमध्ये आम्ही पोचलो.

सगळीकडे शांतता होती. तिथल्या बेडवर पांढऱ्या शुभ्र बेडशीट्स अंथरलेल्या होत्या. नर्सेसनी पांढरा युनिफॉर्म घातला होता. नन सिस्टर रीटा आणि डॉ. हंफ्री आणि डॉ. कँपबेल हेसुद्धा पांढऱ्या कोटमध्ये होते. त्यांच्या गळ्यात काहीतरी अडकवलेलं होतं. नंतर मला कळलं, त्याला स्टेथस्कोप म्हणतात. तो माझ्या छातीवर टेकवून ते त्यांच्या कानाजवळ न्यायचे. मग त्यांनी माझ्या बेडजवळच्या खांबाला बाटल्या अडकवल्या. त्यात लाल रंगाचं काहीतरी होतं. त्या बाटलीला जोडलेली नळी मग त्यांनी माझ्या उजव्या हाताला सुईनं आत खुपसली. जोरात दुखलं. ''फ्रान्सिस, हे सार्सफील्ड बराकमधल्या शूर सरदारांचं रक्त आहे. हे तुला देतोय. तू लवकर बरा होशील.'' सिस्टर रीटा म्हणाल्या.

मी अर्धवट जागा होतो. काहीतरी कानावर पडत होतं.

'नवलच आहे हे. इथं सैनिकांशिवाय कुणावर उपचार करत नाहीत...'

'नागरी वस्तीतल्या कुणाला इथं प्रवेशही नसतो. संसर्ग टाळण्यासाठी इथं फार काटेकोर काळजी घेतली जाते.'

''तुमचा मुलगा अपवाद आहे. अगदी काठावरची केस दिसतेय, म्हणून त्याला इथं आणलंय...''

- एक नर्स मॉमला सांगत होती.

''घाबरू नका. तो लवकरच बरा होईल.'' तिनं मॉमला धीर दिला.

नंतर मला आठवतंय ते...

मॉम जवळ नव्हती. दुसरं कुणीतरी आलं. ते फादर गोरी होते. कोपऱ्यातल्या टेबलाजवळ बसून मास म्हणत होते. मग कुणीतरी मला उचललं. बेडशीट ओढून घेतलं. फादरनी माझा हात हातात घेतला. लॅटिनमधून ते जे काही म्हणत होते ते मी शिकलो होतो.

मृत्यूपूर्वी म्हणण्याची प्रार्थना ते म्हणत होते. मी मरणार आहे या विचारानं मला झोप लागली. मला जाग आली तेव्हा ते कम्युनियन घेण्यासाठी आग्रह करत होते. तो वेफर जिभेवर ठेवला तर उलटी होईल अशी मला भीती वाटली. मी तो जिभेवर ठेवून डोळे गच्च मिटले.

रात्री मी जागा झालो तर समोर डॉ. कँपबेल बसलेले. तो वेफरही जिभेवर नव्हता. म्हणजे मी तो गिळला. माझं मनगट हातात घेऊन ते नाडीचे ठोके मोजत होते. त्यांच्या दुसऱ्या हातात घड्याळ होतं. लाल केसांचे डॉ. कँपबेल चश्मा लावायचे. बोलताना हसायचे. मला तपासून झाल्यावर त्यांनी खिडकीतून बाहेर पाहिलं. मग डोळे मिटले; एक मोठा श्वास घेतला.

आरामखुर्चीवर बसून ते माझ्याकडे पाहत होते. हसत होते. मी मरणार नाही याबद्दल माझी खात्री झाली.

सिस्टर रीटांनीही माझ्या नाडीचे ठोके मोजले. त्याही हसल्या. ''फ्रान्सिस, मोठा धोका टळला. तू मरणाच्या दारातून परतलास. सगळ्यांनी केलेली प्रार्थना प्रभूच्या चरणी पोचली. तुला माहिती आहे, शेकडो मुलांनी प्रार्थना म्हटली. तुला बरं वाटावं म्हणून.''

माझा हात अवघडला होता. ती सुई केव्हा काढतील याची मी वाट पाहत होतो. त्या गेल्या. मला पुन्हा डुलकी लागली.

कुणीतरी माझ्या चेहऱ्यावरून हात फिरवत होतं. माझे डॅडी आले होते!

''पोरा, कसा आहेस?'' डबडबलेल्या डोळ्यांनी त्यांनी विचारलं.

मला तहान लागली होती. बोलण्यासाठी मी तोंड उघडलं. शब्द फुटेनात. मी खूण केली.

त्यांनी पाण्याचे थेंब माझ्या तोंडात घातले. गोड पाणी होतं. बरं वाटलं.

"खरा हिंमतबाज! माझा मुलगा शोभतोस!" त्यांनी प्रेमानं माझा हात हातात धरला.

माझे हात मोकळे होते. नळी, सुई गायब! बरं वाटलं.

तितक्यात सिस्टर रीटा येताना दिसल्या.

"तुमची वेळ संपली." त्या डॅडींना म्हणाल्या. ते नाखुशीनं उठले. मी रडायला सुरुवात केली.

"अरे, हे काय? शूरवीर रडत नाहीत. उद्या आम्ही एका माणसाला काय देणार आहोत? चहा आणि बिस्कीट! डॅडी पुन्हा भेटायला येतीलच. आता त्यांना घरी जाऊ देत."

डॅडी निघाले. मागे वळून पाहिलं. पुन्हा मागे आले. माझ्या कपाळाचं हलकेच चुंबन घेतलं. गेले. पहिल्यांदाच असं काहीतरी... कोवळं... नाजूक... डॅडींकडून! मी हे कधी विसरलो नाही.

माझ्या खोलीतले दोन बेड रिकामे होते. "तुझं बरं होणं हा चमत्कार आहे." नर्स म्हणाली.

एक दिवस माझ्या शेजारच्या खोलीतून एका मुलीचा आवाज आला, "तिकडे कोण आहे?"

ती कुणाला बोलावतेय, मला कळलं नाही.

"टायफॉइड झालेला मुलगा जागा आहे का?" तिनं विचारलं.

"हो."

"बरं वाटतं का?"

"हो."

"मग तुला इथं का ठेवलंय?"

"कोण जाणे! अधूनमधून ते मला सुई टोचतात आणि इंजेक्शन देतात."

"तू कसा दिसतोस?"

"काय सांगावं?"

"तुझं नाव काय?"

"फ्रँक!"

"माझं नाव पॅट्रिशिया मॅडीगन. तू किती वर्षांचा आहेस?"

"दहा."

"अरेरे!"

"पुढच्या महिन्यात, ऑगस्टमध्ये मला अकरावं वर्ष लागेल."

"वा! मला सप्टेंबरमध्ये चौदावं लागेल."

मी पुन्हा गप्प बसलो.

"मला इथं का आणलंय, सांग पाहू?"

"का बरं?"

"मला डिफ्थेरिया झालाय. आणखीही एक आजार आहे म्हणे."

"आणखी कोणता आजार?"

"माझे वडील आफ्रिकेमध्ये होते. तिथला अनोळखी रोग मला झाला असावा. तू कसा दिसतोस ते सांग ना!"

"अं... काळे केस... चॉकलेटी डोळे. माझ्या हातावर आणि पायावर टाके आहेत. तिथूनच त्यांनी सैनिकांचं रक्त माझ्या शरीरात घातलं."

ती हसली. "म्हणजे आता तू सदैव लेफ्ट-राईट करत सलाम करत राहणार!"

मी काही बोलणार तितक्यात सिस्टर रीटांची चाहूल लागली. "काय चाललंय? दोन खोल्यांतल्या पेशंट्सनी एकमेकांशी बोलायचं नाही, असा नियम आहे. विशेषतः एक मुलगा आणि एक मुलगी असतील तर त्यांनी अजिबात बोलायचं नाही. समजलं का पॅट्रिशिया?"

"हो."

"फ्रान्सिस?"

"हो, सिस्टर."

"मुलांनो, अरे तुम्हाला वेळ घालवायचा असेल तर प्रार्थना म्हणा. तुमच्या बेडशेजारी धार्मिक पुस्तकं ठेवलेली आहेत, ती वाचा."

नंतर माझ्या खोलीत येऊन त्या म्हणाल्या, "फ्रान्सिस, तू तर रोज तुझ्यासाठी प्रार्थना करणाऱ्या सगळ्या मुलांचे आभार मानायला हवेत."

पुन्हा आपल्याला या कारणासाठी इथं यावं लागू नये, असं बजावून त्या गेल्या.

पॅट्रिशियानं त्यांची नक्कल केली. मला हसू आलं. त्याबरोबर एक कठोर आवाजाची नर्स धावत आली. आमच्या गप्पा थांबल्या नाहीत हे आपण सिस्टर रीटांना सांगू, असा दम तिनं दिला. "तुझी तब्येत नाजूक झाली आहे. दगदग केलीस तर लवकर बरं वाटणार नाही. प्रार्थना कर."

ती निघून गेल्यावर परत पॅट्रिशियाचा आवाज आला. मी गप्प राहिलो. प्रतिसाद दिला नाही.

मग दोन दिवसांनी मॉम आली. डॅडीही आले असते तर...? एका वेळी एकाच नातेवाइकाला भेटण्याची परवानगी होती. डॅडी पुन्हा रँक फ्लोअर मिलमध्ये कामावर जात होते. "युद्ध संपेपर्यंत नोकरी टिकली तर बरं!" ती डोळे मिटून म्हणाली. तिनं माझ्यासाठी चॉकलेट बार आणला होता. म्हणजे डॅडी खरंच कामावर जात होते. निर्वाहभत्त्यातून चॉकलेट बार आणण्याइतके पैसे शिल्लक राहणं शक्य नव्हतं. डॅडींनी चिठ्ठी पाठवली होती. 'नीट वाग. डॉक्टर, नर्सेस, नन्स सगळ्यांचं ऐक. तुझे भाऊ, आम्ही सगळे जण तू लवकर बरा व्हावास म्हणून प्रार्थना करतोय. तूही

मनोभावे प्रार्थना कर. सेंट ज्यूडच्या कृपेनं तू लवकर बरा होशील.'

संधी मिळाली की पॅट्रिशिया हाक मारायची. तिच्याजवळ दोन पुस्तकं होती. एक इंग्लंडचा संक्षिप्त इतिहास आणि दुसरं कवितासंग्रह. सिमस हा तिथला सफाई कामगार. त्याच्याबरोबर तिनं पुस्तकं पाठवली.

"खरंतर मी हे चुकीचं वागतोय. या पुस्तकाच्या पानांमधून तुमचा एकमेकांना संसर्ग होऊ शकतो. आधीच तुमची दुखणी गंभीर; त्यात पुस्तक देवाणघेवाणीपायी असं काही झालं तर माझी नोकरी जाईल. मग भीक मागत हिंडण्याखेरीज पर्याय उरणार नाही. अर्थात असं हाती कटोरा घेऊन फिरावं लागलं तर आयर्लंड देशावर रचलेली भरपूर गाणी मला तोंडपाठ आहेत." तो हसत म्हणाला.

"तुला रॉडी मॅककोर्लेचं एखादं गाणं येतं का?" मी विचारलं.

"हो, येतं."

त्यानं गाणं म्हणायला सुरुवात केली. जेमतेम एक कडवं झालं आणि केरी नर्स धावत आल्या.

"सिमस? हे काय? इतर कुणाहीपेक्षा तुला हॉस्पिटलचे नियम माहीत आहेत. पुन्हा गाणं म्हणताना दिसलास तर सिस्टर रीटांकडे तक्रार करेन."

"चुकलो, असं करू नका."

"सिमस, अरे या प्रकारच्या पेशंट्सचं दुखणं गाण्यामुळे पुन्हा वाढू शकतं."

त्या गेल्यावर तो माझ्याजवळ आला. "काहीही बोलतात. अरे, गाणं हा किती चांगला विरंगुळा आहे; गाण्यामुळे आनंद मिळतो. तुझ्यासारखं ज्यांना एकटं राहावं लागतं त्यांच्यासाठी तर गाणं म्हणजे मोठी सोय आहे." मग हळू आवाजात म्हणाला, "काळजी करू नकोस. मी तुला गाणी शिकवेन."

मग पॅट्रिशियाच्या खोलीकडे पाहत तो म्हणाला, "गुणी मुलगी आहे. आईनं पाठवलेल्या चॉकलेटमधली काही चॉकलेट्स मलाही देते. मायाळू आहे."

त्यानं तिला हाक मारली. ती दाराजवळ आल्यावर तो म्हणाला, "तुझ्याबद्दलच सांगत होतो."

त्याला स्वतःचं मूलबाळ नव्हतं. हॉस्पिटलमधल्या मुलांशी तो फार मायेनं वागायचा. त्यानं माझ्या हातात तिनं दिलेलं पुस्तक दिलं. "हे घे. इंग्रजांनी आपल्यावर राज्य केलं तो इतिहास आपल्याला वाचावा लागतो. आपल्या देशाचा-आयर्लंडचा इतिहास इथं हॉस्पिटलमध्ये ठेवला पाहिजे." तो गंभीरपणानं म्हणाला.

आल्फ्रेडपासून ते एडवर्डपर्यंत सगळ्या ब्रिटिश राजांची माहिती त्या पुस्तकात होती. त्याहीपेक्षा ते पुस्तक माझ्या लक्षात राहिल, कारण शेक्सपिअरच्या ओळी मी प्रथम त्या पुस्तकात वाचल्या.

तुझे हावभाव आणि दिसणं यावरूनच मी ओळखलंय
की तू आमचा मित्र नाही तर
शत्रू आहेस

आठव्या हेन्रीची बायको कॅथरीन हिने म्हटलेल्या या ओळी. कार्डिनल वॉलसे तिचा वध करणार हे कळल्यावर ती त्याला उद्देशून असं म्हणते.

मला त्या ओळींच्या अर्थात रस नव्हता. त्या शेक्सपिअरने लिहिल्या आहेत हे माझ्या दृष्टीनं लाखमोलाचं होतं. शेक्सपिअरचं साहित्य मला वाचायला मिळालं तर माझी इथं वर्षभर राहण्याची तयारी होती.

पॅट्रिशियाला कविता जास्त प्रिय होती.

"फ्रँक, तुला त्या शेक्सपिअरचं इतकं का अप्रूप वाटतं कोण जाणे! मला तर कविता आवडतात." तिनं एक प्रेमकविता वाचून दाखवली.

"ही तुझ्यासाठी!" ती तिच्या खोलीतून ओरडून म्हणाली.

सिमसला आमच्या या लुटुपुटूच्या भांडणांचं हसू यायचं.

"पोरांनो, आता भांडण्यात जास्त शक्ती घालवू नका. पुढे लग्न झाल्यावर नवरा-बायकोची सारखी भांडणं सुरू असतात." तो म्हणाला.

शेवटी आमच्यात तडजोड झाली की कवितेतला माझा भाग ती मला वाचून दाखवणार; मी तो पाठ करायचा. हा उपक्रम रात्री- सगळा स्टाफ घरी गेला की व्हायचा.

ती कविता एक दरोडेखोर आणि एका श्रीमंत माणसाची लावण्यवती मुलगी यांच्या प्रेमाबद्दल वर्णन करणारी होती.

वादळाची रात्र होती झाड पाने हालती
किर्र अंधार होता- सावल्या भेसूर दिसती
दूर पायवाट तुडवून कोण ये घोड्यावरून?
कवडसा देई उजेड दिसे तो धाडसी तरुण-
नसे धनिक वा सरदारपुत्र- कोण हा संभ्रम पडे
वेष सांगे ओळख आणि- सुटे मग प्रश्नकोडे!
कोण हा चोर बाई? काय हा लुटण्यास आला?
कुलवतीचे हृदय चोरून खिन्न तिज करून गेला!
चांदण्याची रात्र आहे- हीच ती खूण ठरली
दोन डोळे वाट बघती- प्रियतमेने आस धरली
ये माझ्या जिवलगा तू- पळवुनी घेऊन जा
होऊ दे आपुल्या प्रीतीची- आज सुंदर सांगता !

हळूहळू मी त्या कवितेत इतका गुंतत गेलो की, नर्सेस आणि इतर मंडळी घरी केव्हा जातील, याची मी आतुरतेनं वाट पाहायचो.

तो दरोडेखोर ज्या रस्त्यानं येणार होता, तिथं पहारेकरी लपून बसले होते. 'चांदण्या रात्री मी येतो,' असं त्यानं त्या मुलीला सांगितलं होतं. आता काय होईल बरं? त्यानं वाट बदलली तर तो पहारेकऱ्यांच्या हाती सापडणार नाही. पण मग त्याची वाट पाहणारी ती- तिचं काय होईल?

मला वाटलं, आपण तो दरोडेखोर व्हावं... चांदण्या रात्री पॅट्रिशियाला भेटायला यावं...

शेवटचं कडवं कसं आहे याची मला प्रचंड उत्सुकता वाटत होती. ती मला ते वाचून दाखवणार तोच एक नर्स तिथं येऊन टपकली. झालं! सगळं अर्ध्यातच संपलं.

"आजपर्यंत किती वेळा तुम्हाला दोघांना ताकीद दिली की, डिफ्थेरिया आणि टायफॉइडच्या पेशंट्सनी एकमेकांशी अजिबात बोलायचं नाही. त्यातून ते एक मुलगा आणि एक मुलगी असतील तर नाहीच नाही. सिमस, तू याला दुसरीकडे ने पाहू." त्या कडाडल्या.

"मॅडम, अहो, एक साधी कविता बरोबरीनं म्हटली तर..." सिमसनं एक क्षीण प्रयत्न केला.

"नाही, आता क्षमा नाही. तू त्याला इथून घेऊन जा."

त्यानं खाली वाकून हळूच ते इतिहासाचं पुस्तक माझ्या शर्टाच्या आत खुपसलं. त्यानं मला पाठीवर उचलून घेतलं.

"अरे, तू तर पिसासारखा हलका आहेस," तो म्हणाला.

पॅट्रिशियाच्या खोलीजवळून जाताना मी डोकावून पाहिलं. पण मला पिवळ्या रंगाच्या उशीवर फक्त तिचं डोकं दिसलं.

वाटेत आम्हाला सिस्टर रीटा दिसल्या.

"तू माझी निराशा केलीस. जिवावरच्या दुखण्यातून तू बाहेर पडलास. देवाचे आभार मानायचे सोडून तू भलतंच काहीतरी वागतो आहेस. आता तुला शिक्षाही तशीच कठोर केली जाईल. इथले नियम डावलून आम्ही तुझ्या आई-वडिलांना तुला भेटण्याची परवानगी दिली. पण... जाऊ दे. आता तूच आत्मपरीक्षण कर. तसा वेळ तुला मिळावा म्हणून वरच्या मजल्यावर मोठ्या वॉर्डमध्ये तुला एकट्याला ठेवणार आहोत. तू याबद्दल कन्फेशन दिलं पाहिजेस." चेहऱ्यावरची रेषा न हलवता त्या बोलत होत्या.

आमच्या पाठोपाठ केरी नर्स जिना चढत होत्या. कठडे धरून चढतानाही त्यांना धाप लागली. "हे बघ रे पोरा, तू हाक मारलीस की लगेच आम्ही तुझ्या सेवेला

हजर होऊ या भ्रमात राहू नकोस.''

वीस बेड्स असलेल्या त्या भल्या मोठ्या वॉर्डमध्ये सगळ्यात शेवटी भिंतीजवळ मला झोपवण्यात आलं. काळकोठडीच वाटली ती मला!

''अनेक वर्षांपूर्वी तापाची साथ आली होती तेव्हा रुग्ण इथं ठेवले होते. बरेचसे घरी गेलेच नाहीत. एकदम वरतीच पोचले.'' केरी नर्सचं बोलणं ऐकून माझ्या अंगावर सर्रकन काटा आला. ''रात्री असे अनेक अतृप्त आत्मे फिरत असतात. रडण्याचे-कण्हण्याचे आवाज येतात.''

मला पुरतं नामोहरम करण्याचा त्यांनी चंग बांधला होता. ''इंग्रजांनी त्या साथीकडे साफ दुर्लक्ष केलं. मरणारे मरू देत, आम्हाला काही फरक पडत नाही अशा बेफिकिरीनं ते स्वतः मौजमजा करत होते. अशी साथ पुन्हा न येवो.''

सिमसवर ताबडतोब याचा परिणाम झाला. ''मी रात्री इकडे मुळीच येणार नाही.'' तो म्हणाला.

केरी नर्सनी माझा ताप मोजला.

''जरा जास्त आहे. झोप आता. न झोपून काय करशील म्हणा! इथं वटवट करण्यासाठी ती पोरगी जवळ नाहीये.'' त्यांनी जाता जाता शेवटचा टोला मारला.

काय मिळत होतं इथल्या लोकांना अशा तऱ्हेनं आम्हाला दुखवून? पॅट्रिशियाचे या जगात कमी दिवस राहिलेत हे मला सांगून? आम्हाला एकमेकांपासून दूर करून? मनाला उभारी वाटणाऱ्या चार शब्दांनी आम्ही एकमेकांचं मन रमवलं तर तो इतका मोठा गुन्हा होता का?

त्या जाताना सिमसला इथली स्वच्छता करायला सांगून गेल्या.

''हीच बाई चुगलखोर आहे. कवितांबद्दल हिनंच सिस्टर रीटांचे कान भरले. अहो, त्या काही प्रेमकविता होत्या का? दहा-अकरा वर्षांचा मुलगा तो, त्याला प्रेम वगैरे कळतं तरी का?'' तो बडबडत होता. तो असंही म्हणाला की, असं लहान मुलाला भल्या मोठ्या वॉर्डमध्ये एकटं ठेवणं हा अन्याय आहे. 'लिमरिक लीडर'मध्ये याची बातमी दिली पाहिजे. त्यानं असं केलं तर सिस्टर रीटा त्याला कामावरून काढून टाकतील.

दोन दिवसांनी तो स्वच्छता करण्यासाठी वर आला तेव्हा त्यानं पॅट्रिशियाबद्दल सांगितलं.

''तिला बेडवरून उठण्याची परवानगी नव्हती. पण जवळ कुणी नाही हे पाहून ती उठली. तोल जाऊन पडली आणि गेली!'' सिमसच्या डोळ्यांच्या कडा पाणावल्या. ''तिनं तुझी क्षमा मागितली होती. तिच्या कविता म्हणण्याच्या हट्टापायी तुला वर यावं लागलं, असं ती म्हणाली.''

''नाही रे, तिची काही चूक नव्हती.'' मी कळवळलो.

“मी तिला तसंच म्हटलं.” तो म्हणाला.

पॅट्रिशिया गेली! कवितेचा शेवट न सांगताच गेली. तो दरोडेखोर आणि ती मुलगी- त्यांचं पुढे काय झालं, हे मला कसं कळणार?

मी सिमसला त्या कवितेबद्दल विचारलं. “मला इंग्रजी कविता माहिती नाहीत. काही आयरिश कविता येतात. त्या पाठ आहेत; पण दरोडेखोर... असं कुणी त्या कवितांमध्ये नाही.” तो डोकं खाजवत म्हणाला. “एक मार्ग आहे, पबमध्ये लोक गाणी म्हणत असतात. तिथं जरा चौकशी करेन.” मला शक्य तितकी मदत तो करायचा.

आता मी त्या इतिहासाच्या पुस्तकाचं वाचन सुरू केलं. ‘विश्वासघात’ हा शब्द त्यात अनेकदा आला. मला अर्थ माहिती नव्हता. सिमसला विचारलं तर त्यालाही ठाऊक नव्हतं.

सिमस आठवड्यातून तीन वेळा यायचा. नर्सेस, डॉक्टर रोज सकाळी यायचे. ताप मोजायचे आणि स्टेथस्कोप लावून तपासायचे.

“काय, आमचा छोटा सरदार काय म्हणतो?”

एक निळ्या रंगाचा पोशाख घातलेली मुलगी माझा डिनर ट्रे घेऊन यायची. ती अजिबात बोलायची नाही. ‘मॅड आहे’ सिमसनं खुणेनं सांगितलं.

तो जुलै महिना होता. दिवस मोठा कंटाळवाणा असायचा. रात्री केवळ दोन दिवे सुरू असायचे. मला गोळ्या देऊन ‘झोप’, असं नर्सनं सांगितलं; ती खाली गेली की ते दिवेही बंद व्हायचे. मला विचित्र भास व्हायचे. उरलेल्या एकोणीस बेडवरचे पेशंट्स माझ्याकडे पाहताहेत... काहीच न मिळाल्यानं त्यांनी गवत खाल्लं आहे... त्यांचे हिरवे चेहरे... काळ्या सावल्या... तिथल्या पांढऱ्या बेडशीट्स... अरे बापरे! हे काय? त्यांनी माझ्याभोवती कोंडाळं केलं... काय मागताहेत?... काय?... चॉकलेट बार? मॉमनं माझ्यासाठी आणलेला... नाही, मी देणार नाही. मी उशीनं तोंड झाकून घ्यायचो. भीतीनं तहान लागायची... जीव घशाशी गोळा व्हायचा... मॉम...

या आठवड्यातही तिनं चॉकलेट बार आणला. पण तिला आत येऊ दिलं नाही. “तुला शिक्षा आहे ही.” सिस्टर रीटा म्हणाल्या. फक्त चॉकलेट माझ्यापर्यंत पोचलं. “तू लवकरच बरा होशील, घरी जाशील. आता चालण्याची प्रॅक्टिस कर.” त्या म्हणाल्या. सहा आठवडे मी फक्त झोपून होतो. “उद्यापासून ब्रेकफास्टनंतर!” त्या निघून गेल्या.

लहानपणी मी चालायला शिकलो की. आता नव्यानं पुन्हा... मला काही समजेना.

दुसऱ्या दिवशी नर्सने मला उभं केलं. माझा तोल गेला. मी धाडकन पडलो.

नर्सेस हसल्या.

आता मी मनावर घेतलं. एकेका बेडचा आधार घेऊन मी चालण्याचा सराव केला. मला या एकांतापासून सुटका हवी होती. इथं पॅट्रिशिया नव्हती. ती कविता नव्हती. तो दरोडेखोर नव्हता. ती मुलगी नव्हती. इथल्या अतृप्त आत्म्यांपासून मला दूर जायचं होतं.

सिमसला त्या अपूर्ण कवितेच्या उरलेल्या ओळी मिळाल्या. त्याला लिहिता-वाचता येत नव्हतं. त्यानं त्या पाठ केल्या. मग एक दिवस मला म्हणून दाखवल्या.

ऐकुनी टापा खुणेच्या हर्षली ती सुंदरी
उर आले दाटुनी मन झाले पिसापरी
राहिले न भान तिजला धावली पाहण्या पुढे
घात झाला... बार सुटला... बंदुकीने भेदिले!
बावरुनी तो तरुण मागुती परतला
कोसळे ती यौवना...डाव अर्धा राहिला-

...त्यानं गोळीचा आवाज ऐकला आणि तो बंदुकीचा नेम चुकवून पळून गेला. दुसऱ्या दिवशी तो प्रतिकार करण्याच्या तयारीनं आला. पण, लपून बसलेल्या सैनिकांनी त्याला मारलं.

लाल झाला देह सारा- लाल झाली धरणी
जाहली शकले उराची- प्राण गेला उडुनी!
एक होता राजा आणि एक होती राणी
पूर्ण नाही जाहली पण प्रीतीची त्या कहाणी !

सिमसला रडू आवरेना. "फ्रान्सिस, तुला असं पॅट्रिशियापासून तोडून इथं आणण्याचं काही कारण नव्हतं... त्या सैनिकांनी त्या दरोडेखोराला गोळ्या घालण्याचं तरी काय कारण होतं? काही लोक असं वागतात. त्यामुळे काही लोक दुःखी होतात. अरे, माझी बायको रात्रभर रडत होती. अरे, इंग्रज असंच वाईट वागले. आयरिश लोकांबद्दल त्यांना दया वाटली नाही." डोळे पुसत तो म्हणाला, "तुला आणखीही कविता हव्या असल्या तर मी आणून देईन."

अचानक त्या निळ्या पोशाखातल्या अबोल मुलीनं मला एक दिवस विचारलं, "तुला पुस्तक वाचायला हवं का?"

तिनं आणून दिलेलं पुस्तक अगदी वेगळ्या विषयावरचं होतं. एक श्रीमंत

मुलगा त्या श्रीमंतीला कंटाळतो. खाणं-पिणं-हसणं-बोलणं, कशातही त्याला रस वाटत नाही. डॉक्टर त्याला एक नामी उपाय सुचवतात- 'तू शहरातल्या पूर्व भागात जा. गरीब लोकांमध्ये राहा. आयुष्याचा अर्थ तुला समजेल.' तो खरंच तसं करतो. तिथल्या एका गरीब मुलीच्या प्रेमात पडतो. मग ते लग्न करतात.

सिमसला हे पटलं नाही. असं सुख टोचायला लागलं तर कसं व्हायचं? आयर्लंडमध्ये असं कुणी वागलं तर लोक त्याला वेड्यात काढतील. हे इंग्लंडमध्ये असं होत असेल.

मला मलाचीची आठवण आली. हे ऐकल्यावर त्याला हसू येईल.

त्या मुलीनं मला दुसरं पुस्तक आणून दिलं. मी तिलाही या गोष्टीबद्दल बोललो नाही. तिनं मला आणखी एक पुस्तक आणून दिलं. पूर्वीचे पेशंट्स पुस्तकं ठेवून गेले आहेत. हे पुस्तक जरा अवघड होतं. पी. जी. वूडहाउसच्या पुस्तकांनी माझी भरपूर करमणूक झाली. काही वेळा तर हसता हसता पोट दुखायला लागलं. आपण वाचलेलं, आपल्याला आवडलेलं इतरांना सांगावंसं वाटणं, ही नैसर्गिक भावना आहे. ती मुलगी घुमी होती आणि तिला सांगितल्याचं नर्स केरी किंवा सिस्टर रीटा यांना कळलं तर माझी रवानगी आणखी वरच्या मजल्यावर होईल. तिथं पन्नास बेडच्या वॉर्डमध्ये मी एकटा पेशंट... नको रे बाबा!

ऑगस्ट महिना सुरू झाला. या महिन्यात माझा वाढदिवस. मला हॉस्पिटलमध्ये येऊन आता दोन महिने झाले. कंटाळा आला. हे लोक मला ख्रिसमसमध्ये तरी घरी जाऊ देणार आहेत की नाही? मी केरी नर्सना विचारल्यावर त्या म्हणाल्या, "बरं वाटल्याबद्दल प्रभूचे आभार मान. कुरकुर करणं बंद कर." मी घरी जाण्याबद्दल फक्त विचारलं होतं. त्याचं उत्तर तर त्यांनी दिलं नाहीच. वर सिस्टर रीटांना नाव सांगण्याची धमकी दिली.

वाढदिवस अखेर इथंच साजरा झाला. मॉमनं दोन चॉकलेट बार्स आणले होते. आमचे शेजारी आणि गल्लीतले मित्र यांनी मला शुभेच्छा पाठवल्या होत्या. एकच आनंद म्हणजे त्यांनी मला खिडकीतून मॉमशी बोलण्याची परवानगी दिली. खिडकी इतकी उंच होती की मॉमचा चेहरा मला दिसला नाही. मग सिमसनं मला त्याच्या पाठीवर उचलून घेतलं.

"मला घरी यायचंय."

मॉमला पाहिल्यावर मला रडू आलं.

"अजून तुझ्या अंगात पुरेशी शक्ती आलेली नाही. जरा धीर धर." तिनं समजूत घातली.

सिमस म्हणाला, "अरे वा, आता आमचा फ्रान्सिस बाप्या होणार की! मिसरूड फुटेल, दाढी येईल. नोकरी लागेल; स्वारी आम्हाला कधीतरी एकदम एखाद्या

पबमध्ये भेटली तर ओळखूसुद्धा येणार नाही.''

मला हसू आलं.

मला हॉस्पिटलमधून बरोबर चौदा आठवड्यांनी घरी जाण्याची परवानगी मिळाली.

''तू चांगला मुलगा आहेस. फक्त पॅट्रिशिया प्रकरण झालं नसतं तर बरं! भरपूर खा, पी, आराम कर. आणि हो, ख्रिसमस डिनरसाठी आमच्याकडून तुला आमंत्रण!'' सिस्टर रीटांचा निरोप घेऊन मी निघालो.

मॉम मला न्यायला आली होती. युनियन क्रॉसच्या बसस्टॉपपर्यंत जाण्यासाठी आम्हाला एक तास लागला. ''काही घाई नाही, बाळा, सावकाश चाल.'' मॉमनं माझा हात धरला होता. चालताना पायात गोळे आले.

बराक रोडवर आणि रॉडन लेनमध्ये घराच्या दारात उभं राहून लोकांनी माझं स्वागत केलं. मोठ्या दुखण्यातून सुखरूप बाहेर पडल्याबद्दल त्यांनी माझं अभिनंदन केलं. मलाची आणि मायकेल तर धावत आले आणि गळ्यातच पडले. मी हळूहळू चालतोय हे पाहिल्यावर छोट्या मायकेलनं विचारलं, ''तुला पळता येणार की नाही?''

आम्ही सगळे हसलो.

तो दिवस फार निराळा होता. मोठ्या प्रतीक्षेनंतर आम्ही सगळे एकत्र होतो. डॅडी समोर बसलेले. आल्फी त्यांच्या मांडीवर.

''तो बघ, दादा आहे तुझा,'' ते त्याला म्हणाले.

ते घरी आहेत, म्हणजे... काम सुटलं की काय? पण मॉमनं सांगितलं त्याप्रमाणे ते कामावर जात होते. असो. घरी सगळं ठीक असेल असं समजून मी इतर विचार डोक्यातून काढून टाकले.

''बीफ खाल्लं की ताकद वाढते.'' मॉम म्हणाली.

''हो.'' डॅडींनी मान हलवली.

माझ्यासाठी तिनं बीफचा तुकडा घालून चहा केला. मलाची आणि मायकेलला थोडा चहा हवा होता.

''त्याला जास्त गरज आहे. सकस आणि पौष्टिक जे जे असेल ते आधी त्याच्यासाठी!'' मॉमचं म्हणणं त्यांना पटलं.

''तू लवकर झोप.'' ती म्हणाली. पण डासांचा बंदोबस्त कसा करायचा या विवंचनेत ती पडली. ''अवघड आहे. तुला चावूनही त्यांना काही मिळणार नाही.'' ती हसली.

मला हॉस्पिटलमधले दिवस आठवले. स्वच्छ बेडशीट्स, प्रशस्त बाथरूम्स, स्वतंत्र संडास, सगळीकडे कमालीची स्वच्छता! रोज पोटभर ताजं जेवण. तिथल्या स्वच्छतागृहात तुम्ही पुस्तक वाचत निवांत वेळ घालवू शकता. बराच वेळ तुम्ही

जागेवर नाहीत हे पाहून मग लोक तुम्हाला तिथं शोधायला येतील. अंघोळ करतानाही तेच. हवं तितकं गरम पाणी! पाणी अंगावर घेत बसा आणि आनंदानं गाणी गा! मला आवडणाऱ्या ओळी मला आठवल्या -

तुझे हावभाव आणि दिसणं यावरूनच मी ओळखलंय
की तू आमचा मित्र नाही तर शत्रू आहेस

माझ्या आसपासच्या परिस्थितीला हे लागू होतं! या विचारात केव्हातरी मी झोपलो.

मी सकाळी उशिरा उठलं तरी चालायचं. ते दोघं शाळेत गेले की मग मी उठायचो. मलाची आता पाचवीत होता. मिस्टर ओडी त्याला ख्रिश्चनिझम शिकवायला होते. मी गेल्याच वर्षी शिकलो होतो.

पुढे मला बेडवर पडून राहण्याचा कंटाळा आला. ऑक्टोबर महिना होता. आमच्या घराच्या समोरच्या भिंतीवर उन्हाची तिरीप पडलेली बघणं हा माझा विरंगुळा होता. मिकी मॉलीनं मला वूडहाउसची पुस्तकं आणून दिली. डॅडींनीही काही दिली.

मला बरं वाटतंय हे पाहून मॉमनं मला एक दिवस लिमीज स्कूलमध्ये नेलं. तो नोव्हेंबर महिना होता. मुख्याध्यापक नवीन होते. ओहॅलोरन त्यांचं नाव. "दोन महिन्यांपेक्षा जास्त काळ तुमचा मुलगा गैरहजर होता. त्याला मागच्या इयत्तेत बसावं लागेल." ते म्हणाले.

"अहो, तो काही दिवसच गैरहजर होता. तेही आजारपणामुळे. असं त्याचं एका वर्षाचं नुकसान करू नका. तो बुडालेला अभ्यास भरून काढेल."

"नाही, त्याला पाचवीच्या वर्गातच बसावं लागेल. तुम्ही त्याला मिस्टर ओडींच्या वर्गात घेऊन जा."

माझा तर मूडच गेला. "मॉम, मी मलाचीच्या वर्गात बसणार नाही. तो माझ्यापेक्षा एका वर्षानं लहान आहे. मला टायफॉइड झाला ही माझी चूक आहे का? मी मुळीच खालच्या वर्गात बसणार नाही."

"अरे, त्यामुळे फारसं बिघडणार नाही, फ्रँकी. असा हट्ट करू नकोस."

माझ्या नाराजीकडे दुर्लक्ष करून मॉमनं मला ओढत पाचवीच्या वर्गात नेलं. मला खूप लाज वाटत होती. मलाची त्याच वर्गात बसलेला होता. त्याचे मित्र माझ्याकडे पाहून हसत होते. सगळ्यांच्या डोळ्यात चिडवल्याचे भाव होते. मिस्टर ओडींनी मला पहिल्या बाकावर बसवलं.

"हे बघ, असं पडलेल्या चेहऱ्यानं इथं बसायचं नाही. नाहीतर लाथ मारून हाकलून देईन."

लाड संपले होते. मार खाण्याचे दिवस पुन्हा आले होते!

मला फार वाईट वाटलं. पण एक चमत्कार झाला. माझा प्रश्न सुटला.

सेंट फ्रान्सिस हा माझा आवडता देव. त्याची कृपा झाली असंच म्हणावं लागेल. त्या दिवशी घरी परत जाताना मला एक पेनी सापडली. पहिला विचार माझ्या मनात आला तो म्हणजे कॅथलीन ओकनेलच्या दुकानात जाऊन क्लीव्हजची टॉफी आणायची. पूर्वीचा मी असतो तर धावत सुटलो असतो. पण इतका अशक्तपणा आला होता की ते जमलं नाही. हल्ली मला जास्त अंतर चाललं तरी भिंतीचा आधार घ्यावा लागायचा.

या पेनीचं काय करावं बरं? सेंट फ्रान्सिसच्या पुतळ्याजवळ एक मेणबत्ती लावावी; म्हणजे आपला प्रश्न सुटेल. पण जायचं कसं? तो तर गावाच्या दुसऱ्या टोकाला आहे. तरी मी निघालो. दमल्यासारखं वाटलं की खाली बसायचो. कधी भिंतीचा आधार घ्यायचो. रस्त्यानं जातानाही शाळेचे विचार माझ्या मनातून गेले नाहीत. इतरांचं राहू देत, खुद्द माझा धाकटा भाऊ- मलाचीच मला मागच्या वर्गात बसवल्याची बातमी गल्लीभर सांगत फिरेल.

शेवटी एकदाचं तिथं पोचलो. एकदा वाटलं, फक्त मेणबत्ती पेटवावी; पण नको. देव काही इतका भोळा नाही! मग मी गुडघे टेकून त्याची मनोभावे प्रार्थना केली. 'मला सहाव्या इयत्तेत बसायला मिळू देत,' अशी मनधरणी केली. माझं नावही त्याच्या नावावरून ठेवलं आहे. माझ्या अडचणीच्या वेळी तो उपयोगी पडला नाही तर काय उपयोग?

अजूनही मी मिस्टर ओडींच्याच वर्गात बसत होतो. जे मी गेल्या वर्षी शिकलो होतो ते मला येतंय का, याची ते सारखी खात्री करून घेत होते. मुलांनी सोडवलेली गणितं मी तपासायची. आयरिश भाषेतले शब्द मी तपासायचे. मी खालच्या वर्गात बसायला नकार दिला याबद्दलचा राग त्यांच्या मनात खदखदत होता.

"आज फ्रँक मॅककोर्ट आपल्याला एक निबंध लिहून दाखवणार आहे. तो तुमच्यापेक्षा हुशार आहे. त्याला इथं बसायला आवडत नाही. त्याला साजेसा अभ्यास आज मी त्याला देणार आहे." एक दिवस ओडींनी जाहीर केलं.

'जर परमेश्वर लिमरिक शहरात जन्माला आला असता तर!' असा विषय होता. ते निघून गेले. माझ्या मनात विचारांचा भुंगा फिरू लागला. उद्याचा दिवस न उजाडला तर बरं, असं अनेकदा मनात आलं.

दुसऱ्याच दिवशी त्यांनी मला विचारलं, "निबंध लिहिलास?"

"हो."

"वाच."

"निबंधाचं नाव आहे-"

माझं वाक्य पूर्ण होण्यापूर्वी ते ओरडले, "नाव नाही, शीर्षक!"

“शीर्षक आहे, परमेश्वर आणि हवामान.”

“हं, पुढे वाच.”

“जर परमेश्वर इथं राहिला असता तर परमेश्वराला लिमरिकमधलं हवामान नक्कीच आवडलं नसतं. इथं सारखा रिपरिप पाऊस पडतो. शेनॉन नदीमुळे इथलं हवामान दमट आहे. माझे दोन भाऊ आजारपण येऊन मृत्युमुखी पडले.

चित्रात आपल्याला येशू दिसतो तो कंबरेला केवळ एक लंगोटी बांधून. पण तो इस्त्राईलमध्ये असतो. तिथं पाऊस नाही, खोकला नाही, कफ नाही आणि क्षयही नाही. त्याला तब्येतीची काळजी नाही. त्याला नोकरीचीही काळजी नाही.

जेव्हा त्याला खावंसं वाटतं तेव्हा तो अंजीर, संत्रं कोणत्याही फळाच्या झाडावर जातो; त्याला हवं ते मिळतं. अगदी दारूला स्पर्श करावासा वाटला तरी त्याला ते शक्य आहे. तो मेरी मॅगडलेन आणि मार्थाच्या घरी गेला की जेवण तय्यार! ते झाल्यावर मेरी आणि तो गप्पा मारतील आणि मार्था एकटी डिशेस विसळेल. हे अयोग्य आहे.

बरं झालं, येशू तिकडे उष्ण प्रदेशात जन्माला आला. इकडे जन्मला असता तर क्षयानं लवकरच मेला असता. मग कॅथलिक चर्च निर्माण झालं नसतं. कम्युनियन, कन्फर्मेशन काहीही करावं लागलं नसतं. त्याच्यावर निबंधही लिहावा लागला नसता.”

माझं वाचन संपलं आणि वर्गात सन्नाटा पसरला. ओडींनी माझ्याकडे ज्या नजरेनं पाहिलं, ती मी पुढे कधीही विसरलो नाही. पोटात गोळा आला. कोणतीही शिक्षा भोगण्यासाठी मी सज्ज झालो.

“निबंध कुणी लिहिला?”

“मी.”

“की वडिलांनी?”

“नाही, मीच लिहिला.”

“इकडे ये.”

ओडी मुकाट्यानं चालत होते. मी त्यांच्यापाठोपाठ चालत होतो. ते थांबले. मीही थांबलो. वर बघितलं तर आम्ही मुख्याध्यापकांच्या खोलीत होतो. त्यांनी निबंध वाचला.

“तू... तू लिहिलास?”

“हो.” हातापायाच्या तळव्यांना घाम आला.

मला मिळालेली शिक्षा फार आवडली!

माझी रवानगी चक्क सहाव्या इयत्तेत झाली. मुख्याध्यापक स्वतः त्याचे वर्गशिक्षक होते. माझे मित्र मला पुन्हा भेटले. पॅडी क्लोहेसी, क्वेश्चन किंग्जले आणि

फिंटन स्लॅटरी. घरी जाण्यापूर्वी मी सेंट फ्रान्सिसच्या पुतळ्याजवळ गेलो. पाय दुखत होते. पण मी गेलोच. त्याचे मनापासून आभार मानले.

मिस्टर ओहॅलोरन तीन इयत्तांना शिकवायचे. सहावी, सातवी आणि आठवी. त्यांचं डोकं प्रेसिडेंट रुझवेल्टसारखं होतं. सोनेरी काड्यांच्या चश्म्यातून ते आमच्याकडे पाहायचे. नेव्ही ब्ल्यू किंवा ग्रे रंगाचा सूट ते घालायचे. पँटच्या दोन खिशांना जोडणारी एक चेन त्यांच्या पोटावर लोंबकळत असायची. मजेशीर अवतार होता एकंदर! जरा लंगडत चालायचे. आम्ही त्यांना लंगडुद्दीन म्हणायचो. त्यांना ते ठाऊक होतं. त्यांच्याजवळ एक लांब छडी असायची. चुकीचं उत्तर दिल्यास दयामाया न दाखवता छडी मिळायची.

आम्ही सगळं मनापासून शिकलं पाहिजे, असा त्यांचा आग्रह असायचा. अशा लोकांचं समाधान लवकर होत नाही. ते स्वतः हुशार होते. अमेरिकेतली सगळी राज्यं त्यांना आद्याक्षरानुसार माहीत होती. ते स्वतः घरी तक्ते करायचे आणि वर्गात आणून लावायचे. व्याकरण, इतिहास, समीकरणं, सूत्रं, लढायांच्या सनावळ्या आणि बरंच काही.

काय महत्त्वाचं आहे ते सगळेच सांगायचे. ते का महत्त्वाचं आहे ते सांगणारे ओहॅलोरन हे पहिलेच मास्तर. का? शंका विचारल्या तर इतरांना अपमानास्पद वाटायचं; पण यांचा खाक्या काही निराळाच. शिकवताना मध्येच थांबून विचारायचे, समजलं की नाही? काही शंका आहेत का?

किंसेलची लढाई ही दोन्ही बाजूंनी युद्धशास्त्राचे नियम गुंडाळून लढवली, क्रूरपणाचा कळस त्यात गाठला गेला, हे त्यांनी सांगितलं तेव्हा आम्ही सगळे अवाक् झालो. त्यांपैकी एक बाजू आयर्लंडची होती आणि आजवर सगळ्या शिक्षकांनी आयर्लंड नेकीनं लढलं असंच सांगितलं होतं. त्यांनी सांगितलेल्या ओळी आजही आठवतात-

समरांगणी ते असीम लढले
शौर्यामध्ये उणे न पडले
फंदफितुरी शाप भोवला
जयमालेचा दोरच तुटला

मला फंदफितुरीबद्दल माहीत होतं, पण आयरिशांनी केलेला क्रूरपणा...?

त्यांनी निःशस्त्र कैद्यांना ठार मारलं. ओहॅलोरन पुढे म्हणाले, ''इतिहास शिकताना खरा तो शिका. विचार करा. बरं-वाईट काय ते तुम्ही ठरवा. अमक्यानं सांगितलं म्हणून नको. तुमचं मन ही अशी जागा आहे, तिथं तुमच्याखेरीज कुणीही

ढवळाढवळ करू शकत नाही. माहितीचा खजिना जमवून ठेवा.''

आमचा पेहराव, पोशाख याकडे त्यांचं बारीक लक्ष असायचं. एकदा एकेकाला समोर बोलावून त्यांनी आमचे बूट तपासले. हिवाळा जवळ आला होता.

''ज्यांना बूट नाहीत त्यांच्यासाठी आपण वर्गणी जमवू या.'' ते म्हणाले.

झालं, आम्ही रस्तोरस्ती पावत्या खपवत फिरलो. पाच पौंड देणाऱ्यांना पहिलं बक्षीस. एक पौंड देणाऱ्या पाच जणांना बक्षिसं. बरेच पैसे जमा झाले. बारा मुलांसाठी बुटाचे जोड आणले. मी आणि मलाची त्यात नव्हतो. आम्ही खट्टू झालो. इतकी धावपळ करूनही...

''अरे, निरपेक्षपणे काम करण्याचा धडा शिकवला त्यांनी!'' फिंटन हसून म्हणाला.

आम्हाला फाटके का असेनात, बूट होते. जे अगदी अनवाणी होते, त्यांना बूट मिळाले हे जास्त बरं.

डॅडींचा मला केव्हा केव्हा भारी राग यायचा. ते निर्वाहभत्त्याचे पैसे दारूत उडवून आले की मॉमचं आणि त्यांचं कडाक्याचं भांडण व्हायचं. तिला व्हिन्सेंट डी पॉल सोसायटीत कूपन मागताना फार मानसिक त्रास व्हायचा. असं अगतिक, लाचार जिणं तिला नको वाटायचं. कदाचित ती एकटी असती तर तिनं असे हात पसरले नसतेही. पण डॅडी बेज़बाबदारीनं वागले तरी तिला आमच्यासाठी ते करावं लागायचं.

असं असलं तरी मला डॅडी आवडायचे. पहाटे लवकर उठून ते फायरप्लेस सुरू करायचे तेव्हा मीही उठायचो. तो आमचा दोघांचा खास वेळ! इतर सगळे उठू नयेत म्हणून हलक्या आवाजात कुजबूज चालायची. ते चहा करायचे. गाणं म्हणायचे. पेपर वाचून दाखवायचे. हिटलर, मुसोलिनी आणि फ्रँकोबद्दल ते मला सांगायचे. युद्धाबद्दल त्यांची काही खास मतं होती. तीही ते ऐकवायचे.

मुख्य म्हणजे, आयर्लंडसाठी लढ, असं ते सकाळी चुकूनही म्हणायचे नाहीत. ते जे काही सांगायचे त्यात मुख्यत्वे इंग्रजांनी आयर्लंडवर केलेल्या जुलमाच्या कथा असायच्या. त्यांनी इथल्या कॅथलिक लोकांना मुलांसाठी शाळा काढू दिल्या नाहीत. हे लोक अडाणी राहण्यात त्यांचा स्वार्थ होता. लांबवर असलेल्या त्यांच्या शाळांमध्ये जाऊन इथली मुलं आयरिश, इंग्रजी, लॅटिन किंवा ग्रीक भाषा शिकली. त्या शिक्षणाचा रोजीरोटीसाठी तसा उपयोग नव्हता. साहित्याची आवड लोकांमध्ये निर्माण झाली इतकंच.

इथले लोक एखाद्या लहानशा बोगद्यात जमायचे आणि काही विद्वान आयरिश लोकांकडून जमेल तितकं ज्ञान संपादन करायचे. ते विद्वानही स्वतःचा जीव धोक्यात घालून अशा ठिकाणी लपतछपत जाऊन आपलं काम करायचे. चुकून जर ते

इंग्रजांना सापडले तर त्यांना क्रूर शिक्षा व्हायची. काही जणांना या कारणासाठी देशातून हद्दपार व्हावं लागलं.

डॅडी मग मला सांगायचे, 'आता तुलनेने सोपं आहे, फ्रँक. तुम्हाला असं चोरून-लपून शिकावं लागत नाही. बोगद्यात किंवा भुयारात बसून जीव मुठीत धरून गौरवशाली इतिहास शिकायचा हा केवढा विरोधाभास! म्हणून फ्रँक, शाळेत मन लावून अभ्यास कर. संधी मिळाली की अमेरिकेत जा. मोठा साहेब हो. तुझ्या अंगावर सूट आणि खिशात दोन सोनेरी पेन- अशा साहेबी थाटात तू बसला आहेस हे माझं स्वप्न आहे, बाळा.' इथल्या रोगट चिकचिक्या वातावरणातून मुक्तता, दोन वेळचं पोटभर जेवण आणि राहायला लहानसं घर. आयुष्याकडून आमच्या इतक्या माफक अपेक्षा होत्या! त्यासाठी अमेरिकेत जाणं भाग होतं.

डॅडी स्वतः माझ्याशी इतकं मनमोकळं बोलायचे तेव्हा मला ना कुचुलेनची आठवण यायची, ना सातव्या पायरीवरच्या परीचे विचार डोक्यात यायचे!

रात्री ते आम्हाला सरावासाठी मदत करायचे. मॉमच्या भाषेत होमवर्क. गणितं, पाठांतर, इतिहास, भूगोल, भाषा... सगळ्या विषयांचा अभ्यास व्हायचा. फक्त ते आमचा आयरिश भाषेचा अभ्यास घ्यायचे नाहीत. ते उत्तरेकडून आले होते. इथले उच्चार, शब्द त्यांना जमायचे नाहीत. मलाचीची त्यांना शिकवायची तयारी होती. 'पण आता वेळ निघून गेली,' असं ते म्हणायचे. जेवण झालं की, आम्ही फायरप्लेसभोवती बसायचो. 'गोष्ट सांगा'... आम्ही मागे लागलो की, गल्लीतल्या एखाद्या मुलाचं नाव घेऊन जुळवलेली गोष्ट तयार व्हायची. अतर्क्य आणि गमतीशीर. या गोष्टीतली विमानं पाण्यावर चालायची आणि जहाजं आकाशात उडायची. शार्क मासे झाडावर बसायचे, तर सालोमन मासे कांगारूच्या पिलाशी खेळायचे. दक्षिण ध्रुवावरची अस्वलं ऑस्ट्रेलियामध्ये जाऊन हत्तींशी खेळायची, तर पेंग्विन मासे न्यूझीलंडमधल्या झुलू लोकांची शिकवणी घ्यायचे.

गोष्ट संपताना आमचे डोळे पेंगुळायचे. मग आम्ही सगळे वरच्या मजल्यावर जायचो. प्रार्थना म्हणून झोपायचो.

त्यांचं वागणं पाहिलं की मला ट्रिनिटी देवतेची आठवण यायची. सकाळचं फायरप्लेसजवळचं वागणं, रात्रीची धमाल आणि दारूच्या अमलाखाली असतानाचं त्यांचं वागणं...

ते चुकीचं वागायचे तेव्हा मला त्यांचा राग यायचा. पण इतर वेळी ते मनानं फार चांगले होते. अमेरिकन मुलांसारखं थँक्यू, मला तुम्ही खूप आवडता, असं म्हणायला मला फार आवडलं असतं; पण त्यामागची भावना समजून घेणारं इथं लिमरिकमध्ये कुणी नव्हतं!

आमचं घर गल्लीच्या टोकाला होतं. त्यामुळे शेजारी असलेल्या सार्वजनिक

शौचालयात लोकांची वर्दळ असायची. त्याचा भयंकर त्रास व्हायचा. त्या दुर्गंधीपायी नको वाटायचं. माश्या, डास आणि उंदीर यांची प्रचंड पैदास व्हायची.

भरीस भर म्हणून त्याच्या शेजारी एक तबेला होता. गॅबेट्स कोल यार्डचा घोडा तिथं बांधलेला असायचा. फीन त्याचं नाव. आम्हाला त्याचं भारी कौतुक. मात्र त्याची देखभाल करणारा माणूस कामचुकार होता. त्यामुळे घाणेरडा दर्प यायचा. ते आमच्या त्रासाचं आणखी एक कारण.

उंदरांचा बंदोबस्त आम्ही थोडासा करू शकत होतो. आमचा नवा लकी कुत्रा त्यांना कोपऱ्यात पकडायचा. मग आम्ही त्यांना मारायचो. फीन घोड्यालाही उंदीर आवडत नव्हते. ते जवळ आले की तो हातपाय झटकायचा. आम्ही त्याच्याजवळ गेलेलं त्याला चालायचं. आम्ही त्याला अधूनमधून सफरचंद द्यायचो, गावाबाहेरच्या बागेतून चोरलेलं!

जिन्याखाली कोळसे साठवण्यासाठी कोनाडा होता. तिथं उंदीरमामा लपून बसायचे. तिथल्या अंधारामुळे ते सापडायचे नाहीत. मेणबत्ती घेऊन शोधायला गेलं तर त्यांनी इतकी बिळं केलेली की त्यांना हुसकावून लावणं अवघड जायचं. यावर आम्ही एक युक्ती शोधली होती. शक्य असेल तेव्हा मॉम किटलीभर गरम पाणी करून द्यायची. दाराशी लकीला उभं करून आम्ही ते पाणी बिळांमध्ये ओतायचो. पटापटा उंदीर बाहेर यायचे. लकी त्यांना अर्धमेलं करून सोडून द्यायचा. खरं त्यानं त्यांचा चट्टामट्टा केला असता तरी चाललं असतं. पण डॅडींकडून चहात बुडवलेला ब्रेडचा तुकडा मिळवण्यात त्याला जास्त रस वाटायचा. आमचे शेजारी म्हणायचे, मॅककोर्ट कुटुंबीयांचा कुत्राही त्यांच्यासारखा अवलिया आहे!

घरात उंदीर आलेले मॉमला अजिबात आवडायचं नाही. आम्ही ताबडतोब त्यांना बाहेर हुसकावून लावायचो.

जरा ऊन पडलं की दारं-खिडक्या उघडी ठेवावीत असं वाटायचं. एरवी लिमरिकमध्ये सतत गारठा! पण इतके लोक दारासमोरून जा-ये करायचे की दार बंद ठेवलेलं बरं! त्यांची चूक नव्हती. दीडशे वर्षांपूर्वी ज्यानं ही चाळ बांधली त्याची ही चूक होती. त्यानं किमान हे स्वच्छतागृह जरा लांब बांधायला हवं होतं. प्रत्येकाला मागच्या दारी जर स्वतंत्र सोय करून दिली असती तर आणखी बरं! पण...

गरीब लोकांनी कसलीही अपेक्षा करायची नसते! तक्रारही करायची नसते; हेही लवकरच अनुभवाला आलं.

या सगळ्याबद्दल आम्ही नगरपालिकेकडे तक्रार केली.

''तुम्ही जागा बदला.'' तिथला माणूस म्हणाला.

''ते शक्य असतं तर केव्हाच केलं असतं.'' डॅडी रागानं म्हणाले.

''आम्ही काही करू शकत नाही.''

''तुम्ही आणखी शौचालयं बांधली पाहिजेत. सध्या कमी संख्या आहे. हा काही भारतासारखा मागासलेला देश नाही.''

''अहो, त्या चाळी महायुद्धानंतर पाडल्या जातील. किती जुन्या आहेत त्या! त्यात राहणाऱ्या लोकांसाठी कशाला हवीत नवीन शौचालयं?''

''अहो, तिथं राहणं म्हणजे नरकयातना आहेत.''

''अहो, सगळे जण सध्या बिकट परिस्थितीचा सामना करताहेत; तुम्ही एकटेच नाहीत.''

तो विषय तिथंच संपला.

ख्रिसमस डिनरसाठी मी हॉस्पिटलमध्ये जावं, असं मॉम म्हणाली. ती स्वतः त्या तयारीला लागली. गरम पाण्यानं तिनं माझं अंग स्वच्छ धुतलं. सगळा मातीचा राप काढला. कान स्वच्छ केले.

''घरी याच्याकडे दुर्लक्ष झालं, असं सिस्टर रीटानं म्हणायला नको.'' ती म्हणाली.

मला बसभाड्यासाठी दोन पेनी देणं तिला शक्य होतं. पण ती म्हणाली, ''बोक्या, तिथं मेजवानी मिळणार आहे तुला. जरा चालत आलास तर पचन होईल.''

या वर्षीही सेंट व्हिन्सेंट डी पॉल सोसायटीच्या मेहेरबानीमुळे कमी प्रतीचं का होईना थोडं मांस आम्हाला मिळालं होतं. जोडीला थोडासा कोबी आणि बटाटे.

''पुढच्या वर्षी आपण बदक आणि हॅम आणायचं हं. लिमरिक सगळ्या जगात हॅमसाठी प्रसिद्ध आहे. निदान नववर्षाच्या सुरुवातीला तरी हॅमची चव चाखली पाहिजे.'' मॉम हसत म्हणाली. आला दिवस साजरा करायचा, परिस्थिती कधीतरी नक्की बदलेल असा विश्वास मॉमजवळ होता. म्हणून आम्ही इतक्या खडतर दिवसांमधून बाहेर पडलो.

मी हॉस्पिटलमध्ये पोचलो. ''अरे वा! आमचा छोटा सरदार अंगानं जरा भरलाय की! अजून जाड होण्यासाठी जागा आहे. पण पूर्वीपेक्षा पुष्कळ बरा दिसतोय.'' सिस्टर रीटा म्हणाल्या, ''बरं, मला सांग, तू आज 'मास'साठी गेला होतास का?''

''हो.''

''छान.''

मग त्यांनी मला एका रिकाम्या वॉर्डमध्ये नेलं.

''बस, तुझा ट्रे येईलच.'' एका खुर्चीकडे बोट दाखवून त्या म्हणाल्या.

मला काही समजेना, मी नन्स आणि सिस्टर्सबरोबर डिनर घ्यायचंय की मला

लहान मुलांच्या वॉर्डमध्ये बसवणार आहेत. थोड्या वेळानं एक मुलगी माझा ट्रे घेऊन आली. निळ्या रंगाचा युनिफॉर्म घातलेली. हिनंच मला पुस्तकं आणून दिली होती. तिनं ट्रे बेडच्या साइडटेबलावर ठेवला. तिच्या कपाळावर आठ्या होत्या.

"हे घे, आणि हो, पुन्हा मी तुझ्यासाठी पुस्तकं मुळीच आणणार नाही." ती निघून गेली.

ती असं का म्हणाली?

जाऊ देत, कशाकशाचा विचार करायचा! समोर आलेलं डिनर इतकं स्वादिष्ट होतं की, मी ट्रेवर झडपच घातली. मसाला टर्की, वाफवलेले मटार-बटाटे, जेली, कस्टर्ड आणि जोडीला चहा. अहाहा! जेली आणि कस्टर्ड तर कित्येक महिन्यांत दृष्टीस पडलेलं नव्हतं. जेवणानंतर खाण्याचे पदार्थ मी आधी मटकावले. इतकं बकाबका खाल्लं की माझी मलाच लाज वाटली. मी इकडेतिकडे पाहिलं. आसपास कुणीही नव्हतं. चला, आता टर्कीवर ताव मारायचा. तितक्यात ती मुलगी येऊन टपकली, ब्रेड घेऊन.

"काय करतो आहेस?" तिने विचारलं.

"काही नाही."

"खोटं! वेडोबा, स्वीट डिश मुख्य जेवणानंतर खायची असते. तू आधीच संपवलंस सगळं." ती पळत गेली. "सिस्टर रीटा, सिस्टर रीटा, इकडे लवकर या."

तिच्या हाका ऐकून त्या धावत आल्या. "काय झालं?"

"तो अजून पूर्ण बरा झालेला नाही. हे पाहा, त्यानं स्वीट आधी संपवलं. हे पाप आहे," ती म्हणाली.

"बरं, बरं, तू जा, मी बघते काय करायचं ते."

"त्याला बजावून सांगा हं. हॉस्पिटलमधल्या सगळ्या लहान मुलांनी असं केलं तर...? आपल्यासाठी काही उरणार नाही."

"अगंबाई, कळतंय मला. तू जा पाहू."

ती गेल्यानंतर त्या हसून म्हणाल्या, 'जरा चक्रम आहे. एखादं खूळ डोक्यात घेतलं की सोडत नाही.'

त्याही निघून गेल्या. माझं डिनर संपलं. मी एकटा आहे हे आता मला जाणवलं. आता पुढे काय? त्या सांगतील तसं करायचं. हॉस्पिटल आणि शाळा या दोन ठिकाणी तुम्ही स्वतःच्या मनानं काहीही करायचं नसतं. जशी आज्ञा मिळेल तसं वागायचं.

तीच मुलगी पुन्हा आली. "तू गेलास तरी चालेल."

सिस्टर रीटांचा निरोप घेण्यासाठी मी गेलो. त्या डिनर घेताहेत असं कळलं.

मी निघालो.

युनियन क्रॉस ते बराक हिल्स हे अंतर खूप होतं. घरी पोचलो. फार दमलो होतो. सगळे वर इटलीमध्ये होते. तेही डिनर घेत होते.

मला एकट्यालाच डिनर दिलं हे ऐकून मॉम चिडली. ''ही काय पद्धत आहे! इतर मुलांसोबत का नाही बसवलं?''

तिनं आग्रहानं मला थोडंसं खायला दिलं.

बापरे! आता तर माझं पोट तुडुंब भरलं. मी चक्क बेडवर आडवा झालो.

सकाळी मोटारीचा हॉर्न वाजला आणि काय झालं ते बघण्यासाठी आम्ही बाहेर आलो. आम्ही बराक लेनमध्ये मोटार पहिल्यांदाच पाहत होतो. सूट घातलेले काही जण फीनच्या तबेल्याजवळ गेले. आम्ही त्यांच्या पाठोपाठ गेलो.

फीन जमिनीवर उताणा पडला होता. त्याच्या तोंडातून फेस आला होता. तो निपचित पडला होता.

''आज सकाळी मला तो असा दिसला. काय झालं असावं? मी तर त्याची व्यवस्थित निगराणी करतो. मला आश्चर्य वाटलं, कारण रोज तो खाण्यासाठी वाट पाहत उभा असतो.'' रखवालदार म्हणाला.

त्या आलेल्या माणसांनी एकमेकांकडे पाहत मान हलवली. 'काही खरं नाही' अशा अर्थानं. मला ते समजलं. पण मलाचीला आता राहावेना. ''त्याला काय झालंय?'' त्यानं विचारलं.

''तो आजारी आहे.'' एक जण म्हणाला.

तो फीनचा रखवालदार मलाचीला म्हणाला, ''तो आता जगणार नाही. त्याला गोळी घालून ठार मारायचं.'' त्याच्या तोंडाला व्हिस्कीचा वास येत होता.

''फीन बरा होईल. त्याला मारू नका. फ्रँक, तू मोठा आहेस. जा, त्यांना सांग ना.'' मलाची कळवळून म्हणाला.

''जा, तुम्ही घरी जा बरं.'' तो रखवालदार म्हणाला.

मलाची चवताळलाच. तो त्याच्या अंगावर धावून गेला. त्याला नखांनी ओरबाडलं.

मग त्या रखवालदारानं मलाचीला उचलून दूर फेकून दिलं. ''ए, तुझ्या भावाला सांभाळ जरा. उगीच शहाणपणा करतोय.'' तो खेकसला.

त्यांच्यापैकी एकानं बॅगमधून पिस्तूल काढलं. फीनच्या कपाळावर ठेवलं. मोठा आवाज झाला. फीन थरथरला. सगळं संपलं...

मलाचीनं माझ्या हातातून सुटका करून घेतली. तो गोळी मारणाऱ्याच्या अंगावर धावून गेला. त्या माणसानं त्याचा हात धरून शांतपणानं समजावलं, ''अरे बाळा, त्याला जिवंत ठेवून उपयोग नव्हता. म्हणून त्याला मारलं.''

ते निघून गेले. आता आम्ही तिघं उरलो.

"याला नेण्यासाठी लॉरी येईल. तोवर लक्ष दिलं पाहिजे. नाहीतर उंदरांना मेजवानी!" तो रखवालदार फीनच्या शवाकडे बघत म्हणाला.

"तुमच्या लकी कुत्र्याला घेऊन जरा वेळ लक्ष ठेवाल का? मी जरा एक पिंट पिऊन येतो." तो म्हणाला.

आम्ही 'हो' म्हटलं.

मलाची तिथं अगदी जागरूकपणे उभा राहिला, त्याच्या उंचीएवढी काठी हातात घेऊन. उंदरांना पिटाळत होता. लकी मदतीला होताच.

रखवालदार परत आला. पाठोपाठ लॉरीत बसून तीन जण आले. त्यांनी बरोबर लाकडी फळ्या आणल्या होत्या. त्या चौघांनी मग फीनला दोरीनं बांधलं. त्या फळ्यांच्या मदतीनं ते त्याला लॉरीत चढवत होते. फार ओढाताण केली त्यांनी. त्या फळ्या कुचकामी होत्या. फीनला चढवताना त्यांचे तुकडे पडले. फीनचं रक्त इकडेतिकडे सांडलं. गल्लीतले लोक त्यांना सांगत होते, "अरे, जरा नीट चढवा. मेला असला तरी अशी त्या जीवाची हेळसांड करू नका."

"अहो, मेल्या मढ्याचं कसलं कौतुक?" तो रखवालदार ओरडला.

मग मात्र मलाचीला राहावेना. त्यानं पुन्हा रागानं रखवालदाराच्या अंगावर झेप घेतली. थोडी झोंबाझोंबी झाल्यावर मलाचीला त्यानं लांबवर फेकून दिलं. नेमकं मॉमनं ते पाहिलं. मग ती गप्प कशी राहणार? ती त्या रखवालदाराच्या अंगावर धावून गेली. जीव वाचवण्याच्या नादात तो बिचारा शेवटी त्या मेलेल्या घोड्यावर चढला, तेव्हा त्याची सुटका झाली.

लॉरी गेल्यानंतर फीनविना तबेला ओकाबोका झाला. आम्ही घरी आलो. रात्रीही रखवालदार पिऊनच आला होता. सकाळी तो गेला. थोड्या वेळानं तबेल्यातून धूर आला. बघता बघता तबेला जळून खाक झाला. त्यात आश्रय घेतलेले उंदीर जीव वाचवण्यासाठी सैरावैरा पळत होते. गल्लीतली सगळी मुलं मिळेल त्या वस्तूनं त्यांना हाकलून लावत होती. आम्ही कुणीच एकही उंदीर आमच्या घरात येऊ दिला नाही.

सगळे उंदीर श्रीमंत लोक राहत असलेल्या रस्त्यांच्या दिशेनं गेले!

नऊ

"**आ**ल्फीनंतर आता मूल नको." सततच्या बाळंतपणांना मॉम कंटाळली होती.

"जी खरीखुरी आयरिश पत्नी असते ती नवरा म्हणेल तसं करते. नवऱ्याला समर्पित असते ती." डॅड घुश्शानं म्हणाले.

"मग मी तशी नाही असं समजा."

"हे पाप आहे."

"मला मंजूर आहे." मॉम इरेला पेटली होती.

ते दिवस दुसऱ्या महायुद्धाचे. दारूगोळा फॅक्टरीत काम करण्यासाठी इंग्रज एजंट्स आयरिश माणसांची भरती करायचे. भुकेकंगाल आयरिश माणसांच्या दृष्टीनं ही सुवर्णसंधी. चांगला पगार मिळायचाच; शिवाय दूर लढाईवर लढणाऱ्या इंग्रजांच्या बायकाही पुरुष सहवासासाठी आतुरलेल्या असायच्या. त्यामुळे आपला कुटुंबकबिला आयर्लंडमध्ये सोडून जावा लागला तरी आयरिश लोक आनंदानं तयार व्हायचे. असा दोन्ही बाजूंसाठी सोईस्कर मामला होता तो.

आमच्या गल्लीतले अनेक जण असे इंग्लंडमध्ये गेले होते. त्यांच्याकडून ठरावीक दिवशी मनीऑर्डर्स यायच्या. मग घरची मंडळी पोस्टात जाऊन पैसे घेऊन यायची. बहुधा शुक्रवारी. मग काय, शनिवारी आणि रविवारी नुसती मज्जा! फॅशनेबल हेअरकट, सॅव्हॉयसारख्या महागड्या थिएटरमध्ये सिनेमा, जेवणात चविष्ट पदार्थांची रेलचेल- असा थाट असायचा. सॅव्हॉय सिनेमा थिएटरमध्ये उच्चभ्रू लोक यायचे. सिनेमातली दृश्यं पाहून त्यांनी आरडाओरडा केला तरी ते चालायचं.

असे नवश्रीमंत लोक मग मासनंतर घरी गेले की मटण, मासे, बटाटे अशा बेतावर ताव मारणार; जोडीला केक किंवा मिठाई खाणार आणि मस्तपैकी झोपणार! मग कलाकुसर केलेल्या कपबशीतून शिष्टपणा करत ते चहा-कॉफी घेणार! आता

ते लोक फिश आणि चिप्स शॉपमध्ये जात नाहीत. कारण तिथं दारूबाज लोकांचा अड्डा असतो. निर्वाहभत्ता घरी जे नेत नाहीत त्यांची बायका-मुलं इथं येऊन त्या दारूबाज लोकांना घरी चलण्यासाठी विनवतात, प्रसंगी भांडतातसुद्धा. असल्या गोंधळात जाणं आता या नवश्रीमंतांना शोभत नाही. ते एखाद्या महागड्या रेस्टॉरंटमध्ये जातात आणि परत येताना बसनं येतात, त्या बसला नावं ठेवत. त्यांना असं वागायला मुभा आहे; कारण त्यांच्याजवळ पैसे आहेत ना!

आता हे लोक अंधाराची पर्वा करत नाहीत. त्यांच्याकडे वीज आहे! रात्री ते वायरलेसवरून युद्धाचे मेसेज करतात. मनोमन हिटलरला धन्यवाद देतात. कारण त्यानं छेडलेल्या युद्धामुळे त्यांच्या घरचे पुरुष परदेशात गेले आणि घरी सुबत्ता आली.

त्या काळात आमच्याकडे एक गाणं लोकप्रिय झालं होतं.

या ई। या ई । या ई यो
या ई। या ई । या ई यो
इंग्लंड आणि फ्रान्सची ऐशीतैशी
जर्मनांची लढाईत होवो सरशी

आता या लोकांचं राहणीमान कमालीचं सुधारलं. घरात इलेक्ट्रिक वस्तू आल्या. ते थंडीत हिटर वापरायचे. युद्धाच्या बातम्या ऐकताना निरपराध इंग्रज बायका-मुलं जर्मन बॉंबवर्षावात ठार झाली की हळहळ वाटायची; पण मनात असाही विचार येऊन जायचा की हेच ते इंग्रज, ज्यांनी आठशे वर्षं आयर्लंडला छळलं. बरी शिक्षा भोगताहेत!

या नवश्रीमंत बायका इंग्लंडहून आलेल्या पैशांचा खूप तोरा दाखवायच्या. मुलांना हाका मारताना मुद्दाम इतरांना चिडवायचं.- 'मिकी, कॅथलीन, पॅडी, चला लवकर. आज आपण खाणार आहोत, गरमागरम मटार दाणे, बटाटे आणि आणखी काहीतरी- मेंढीपासून बनवलेलं. लवकर या.'

दुसऱ्या एखाद्या घरून बोलवायला आलेली बाई म्हणायची, 'घरी गेलं की काय मेन्यू आहे? मस्तपैकी चहा-ब्रेड-बटर-अंडी! इतर मुलांना यातली एक वस्तू तरी मिळते का?' ती कुत्सितपणानं हसायची.

आम्ही फक्त वर्णनं ऐकायची. पुडिंग, सॉसेजेस, शेरी आणि बरंच काही.

मॉम अशा वेळी आम्हाला घरात घेऊन दार लावून घ्यायची. असली कुचकट शेरेबाजी का ऐकायची? जे खानदानी श्रीमंत असतात ते असं प्रदर्शन मांडत नाहीत. या बायका भुंकल्यासारखं ओरडतात. त्यावरून त्यांची लायकी कळते. तुमचे डॅडी

परदेशी आहेत म्हणून हे आपल्याला हिणवतात.

डॅडींची प्रतिक्रियाही तिखट होती. "असा इंग्लंडमधला पैसा लाभत नाही. मी मुळीच जाणार नाही तिकडे. ते जिंकावेत म्हणून तर मुळीच नाही."

पण अनेकदा तेच ऐकल्यावर एकदा मॉम भडकली. "बरोबर. तुम्हाला निमित्त हवं फक्त. तुम्ही इथंच राहा. आळशासारखे. घरात खाणारी तोंडं वाढताहेत, पैशांचा मात्र खडखडाट. भत्ता मिळाला की दारूत उडवून टाका. मुलं फाटकंतुटकं घालून तोंड लपवत जगताहेत बिचारी. सगळीकडे विजेचा लखलखाट आहे. आपल्याकडे मेणबत्तीचा तुकडा सापडेल तर शपथ. तुम्ही नकाच जाऊ; मीच जाते इंग्लंडला. बायकांनाही नोकरी देत असतील ते. फक्त माझ्याजवळ जाण्यासाठी भाड्याचे पैसे नाहीत ना!"

"काहीतरीच काय, दारूगोळा फॅक्टरीत बायकांना काम देत नाहीत."

"इथं बसून तुम्ही दुसऱ्याला शहाणपणा शिकवत जा फक्त. बाकी तुम्हाला काय येतंय म्हणा!" इतर बायकांचे टोमणे ऐकून ती दुखावली होती. संधी मिळताच तिनं डॅडींना सुनावलं.

शेवटी मी मध्ये पडलो. "डॅडी, तुम्ही जर सगळ्यांच्या डॅडींसारखं तिकडे गेलात तर आपलीही पैशांची चणचण संपेल. तुम्ही का जात नाही?" मी विचारलं.

"मी इथं राहिलेलं तुम्हाला आवडत नाही का?" त्यांनी विचारलं.

"आवडतं की. युद्ध संपलं की तुम्ही परत या. मग आपण सगळे अमेरिकेला जाऊ."

"अरे बाबा, आता अमेरिकाही युद्धात उतरेल अशा बातम्या आहेत. बघू, ख्रिसमसनंतर जाईनही मी. पण अमेरिका युद्धात खरंच उतरली आहे की नाही?" ते म्हणाले.

मग ते एकदा बाहेरून घरी आले ते सगळी तजवीज करूनच. "जाणार. मीही जाणार. कॉव्हेंटरीमध्ये सगळ्यात जास्त बॉंबहल्ले झाले आहेत. तिथं माणसांची गरज आहे असं ऐकलंय. एजंट तर म्हणाला की जा, बक्कळ पैसा मिळेल. रॉकफेलर व्हाल अगदी!" डॅडी हसत म्हणाले.

"पोरा, तू आता घरातला कर्ता माणूस बरं का. जबाबदारीनं वागायचं." मला जवळ घेऊन म्हणाले.

डॅडी जाणार ही बातमी सगळीकडे पसरली. कॅथलीन ओकनेलबाईंनी ते जाण्यापूर्वीच आम्हाला आनंदानं उधारीवर वस्तू द्यायला सुरुवात केली. चहा, साखर, दूध, ब्रेड, बटर आणि अंडीही.

"अंडी डॅडींना खाऊ देत. ते लांबच्या प्रवासाला चालले आहेत." मॉम म्हणाली.

त्या उकडलेल्या अंड्याच्या डॅडींनी पाच स्लाइसेस केल्या. आम्हाला दिल्या.

"अहो, हे काय करताय?" मॉमनं त्यांच्याकडे पाहिलं.

"खाऊ देत लेकरांना." त्यांचा गळा भरून आला. मॉमचे डोळे पाणावले. ती लांब फायरपाशी जाऊन बसली. आम्ही आमचं खाणं संपवलं. तिचा ब्रेड, अंड्याची स्लाइस सगळं तसंच टेबलावर होतं. ती रडत होती. डॅडी उठले. खाणं घेऊन तिच्याजवळ गेले. तिनं आणखी तोंड फिरवलं. मग त्यांनी तिला आग्रह केला तेव्हा तिनं खाल्लं. डॅडी तिच्याशेजारी निमूटपणे बसून होते. ती मुसमुसत होती. शेवटी तिचं लक्ष घड्याळाकडे गेलं. 'चला, निघण्याची वेळ झाली.' ती उठली.

आल्फीला तिनं ब्लँकेटमध्ये गुंडाळलं. आम्ही सगळे डॅडींना पोचवायला रेल्वे स्टेशनवर निघालो.

आमच्यासारखे अनेक जण आपल्या घरच्या पुरुषांना पोचवायला आले होते. बायकांच्या कडेवर मूल, डोळ्यांत पाणी, हाताशी जरा मोठी मुलं- पुरुष सामान घेऊन पुढे- बायका मागे.

बाबागाडी घेतलेली एखादी म्हणायची, "ठेवा तुमचंही बाळ इथं. जरा हाताला आराम." एकेका बाबागाडीत पाच-पाच बाळं. ती चालताना तोल जायचा.

काही जण तेवढ्या घाईत एक पिंट घ्यायच्या मूडमध्ये होते. दोस्तमंडळींना आग्रह करत होते.

एजंटनं प्रवासखर्चासाठी दिलेले पैसे घेऊन काही जण बारमध्ये गेलेच. "आजचा दिवस खरा. युद्धभूमीवर जाणाऱ्याचं काही खरं नव्हे. मातृभूमीवर एक प्याला रिचवून घ्यावा." एक जण म्हणाला.

"हो ना यार. आठशे वर्षं इंग्रजांनी आपल्यावर जुलूम केले आणि आपण त्यांना मदत करायला चाललोय." दुसरा हळहळला.

पबबाहेर बायका आपसात बोलत होत्या. मॉमला मिसेस मिहान भेटल्या. "पहिली मनीऑर्डर आली की भरपेट ब्रेकफास्ट करणार आहोत आम्ही. अंडी वगैरे आणून." ती म्हणाली.

मी मलाचीकडे पाहिलं. माझ्या डोळ्यांसमोर दृश्य आलं. अहाहा... अंडी... प्रत्येकाला स्वतंत्र... असं बशीत घ्यायचं- टवका काढायचा- मग ओतायचं- पिवळं... पांढरं... त्यात काय बरं घालायचं?- बटर... सॉल्ट... स्वर्गसुख म्हणतात ते हेच! कल्पनेनंच तोंडाला पाणी सुटलं.

काही लोकांनी इतकी दारू प्यायली की त्यांना रेल्वेपर्यंत नेण्यासाठी माणसं बोलवावी लागली. त्या जाडजूड माणसांनी या तर्र झालेल्या लोकांना घोडागाडीत बसवून स्टेशनवर नेलं आणि रेल्वेत अक्षरशः कोंबलं.

"चला पटापट, ट्रेन चुकली तर नोकरीची संधी हुकली." एजंट्स ओरडत

होते. दारूचा अंमल चढलेल्या लोकांना काही कळत नव्हतं. काही जण गाणं म्हणत होते-

सूर्य आला, पाहा, पाहा
डोंगर-झाडाच्या मागून
विसरू नका केविन बॅरीनं
देशासाठी केलेलं बलिदान

रेल्वे आली आणि झुंबड उडाली. काही लोक अजूनही पबमध्ये होते. एजंट्सनी त्यांच्या बायकांना त्यांना आणण्यासाठी पिटाळलं. कुणी लडखडत होतं, कुणी मुलाला कवटाळून धरलं, तर कुणी बायकोचा हात धरून ठेवला. बरेच पैसे पाठवण्याची वचनं दिली गेली. हिशेबाच्या भाषेत सांगायचं तर -लिमरिकचं रूपांतर न्यूयॉर्कमध्ये होण्याइतके पैसे इथं येणार होते.

"केविन, जपून राहा, मळके शर्टस घालू नकोस."

"ओले मोजे घालू नकोस. मायकेल, चिखल्या होतील पायाला."

"पॅडी, दारू पिताना जरा जपून-"

"हो, डॅडी."

"पैसे पाठव नक्की, मुलांचे अगदी सापळे उरलेत-"

"औषध घ्यायला विसरू नकोस रे, बाळा-"

"हो मॉम, नक्की घेईन."

"लॅरी, बाँबवर्षावापासून लांब राहा-"

"ख्रिस्ती, इंग्लिश बायकांपासून दूर राहा हं, त्यांना कसले कसले रोग असतात-"

"जॅकी, नको जाऊस, भागवू इथंच कसंही. उतर खाली-"

काळज्या-सुस्कारे-उसासे... सूचना... वेगवेगळे संवाद कानावर पडत होते.

डॅडींनी आम्हाला जवळ घेतलं. "धार्मिक बंधनं झुगारू नका." मॉमच्या हातात आल्फी होता. त्याच्यासकट त्यांनी मॉमला जवळ घेतलं. काही क्षण गेले. मग आल्फी रडायला लागला. तो गुदमरला. ते दूर झाले. त्यांनी बॅग उचलली ते भरभरा रेल्वेत चढले. मागे वळून हात हलवला.

ते दिसेनासे झाले!

घरी आल्यावर सगळे गप्प होते. "आज खर्चाची पर्वा करायची नाही. चहा घेऊ या थोडा थोडा." तिनं फायर पेटवली. चहा पिताना मला-मलाचीला रडू आलं.

"रडू नका. काहीतरी बदल होईल आता." तिनं आमची समजूत घातली.

“खरंय मॉम.” मी म्हणालो.

मॉम सध्या निवांत असायची. ती आणि तिची मैत्रीण ब्रिडी हेनन इटलीत बसून वूडबिन्सचे झुरके सोडत असायच्या. गप्पा-टिंगलटवाळी.

कॅथलीन ओकनेलबाई सध्या आमच्यावर खूश होत्या. डॅडी आता तिकडे गेले होते ना! डॅडींकडून मनीऑर्डर यायची आम्ही वाट पाहत होतो. मॉम सहज बोलता बोलता ब्रिडीला म्हणाली, “पैसे आले की पहिल्यांदा मी दुसरीकडे जागा बघेन. हे सार्वजनिक शौचालय म्हणजे नरक आहे अगदी. कधी यातून सुटेन असं झालंय मला.”

पैसे आले की आम्हाला बूट, कोट सगळं विकत घेता येईल... शाळेतून आम्ही येऊ तर खाण्यासाठी अंडी-रॅशर्स- अहाहा... रविवारी मनसोक्त ब्रेकफास्ट करायचा मग... हॅम, चीझ, कोबी आणि बटाटे- वॉव... कल्पनेनं माझ्या तोंडाला पाणी सुटलं. मुख्य म्हणजे घरात वीज येईल. यायलाच हवी. फ्रँक आणि मलाची अमेरिकेत जन्माला आले. तिथं सगळ्यांकडे वीज आहे; मग इथं आमच्याकडे का नको?

हूं- अजून दोन आठवडे वाट पाहायची. डॅडींना स्वतःसाठी- कपडे, राहणं, खाणं-पिणं यासाठी काही पैसे लागतील. ते तीन पौंड पाठवतील सुरुवातीला फक्त. पण नंतर मग दर आठवड्याला- पैसेच पैसे. पोस्टमनची वाट पाहायची. बस्स. मग गल्लीतल्या इतर लोकांप्रमाणे आमच्याकडे पाच पौंड दर आठवड्याला येतील. देणी चुकती करायची... गरजेच्या वस्तू घ्यायच्या... अं हं, सगळे पैसे खर्च नाही हं करायचे. थोडी बचत करायची. मग त्या साठलेल्या पैशांमधून आधी सगळ्यांनी इंग्लंडला जायचं आणि तिथून अमेरिका! इंग्लंडमध्ये मॉमलाही नोकरी मिळेल. कसली का होईना, अगदी बॉंब बनवण्याची असली तरी चालेल. घरात पैसे भरपूर आले पाहिजेत.

“इंग्लंडमध्ये राहून आमच्या मुलांच्या बोलण्यावर- उच्चारावर तिथल्या भाषेचा परिणाम होईल. मला ते फारसं आवडणार नाही. पण इथं अर्धपोटी राहण्यापेक्षा ते पुष्कळ बरं, नाही का?” मॉम ब्रिडीला म्हणाली.

“तिथं राहा, खा, प्या, त्यांच्यासारखं बोला, फक्त त्यांनी आठशे वर्षं आपल्यावर जुलूम केला ते विसरू नका म्हणजे झालं. तर तुम्ही खरेखुरे आयरिश.” ब्रिडी त्यावर उत्तरली.

सगळा बेत तयार होता. आता पोस्टमन आला की झालं. त्यानं मनीऑर्डर आणली की...

आमच्या गल्लीतले मिस्टर डाउनेस शुक्रवारी लवकर झोपायचे. शनिवारी लवकर उठून पोस्टात जायचं. मनीऑर्डर आली असली की लगेच पैसे घेऊन घरी

यायचं. उगीच कुणाची वाट बघायला नको.

पोस्टमन- सगळे त्यांना मनीऑर्डर बॉईज म्हणायचे- आमच्या वस्तीत यायला खूश असायचे. कारण त्यांना मिळणारी टीप. लोकांना ते देवदूतासमान वाटायचे. घसघशीत टीप मिळायची त्यांना इथं... उच्चभ्रू सोसायटीत मिळते त्यापेक्षा कितीतरी पटींनी जास्त.

ज्यांच्या घरी शनिवारी मनीऑर्डर्स यायच्या ते खरे भाग्यवान. खाओ-पिओ-मजा करो. त्या रात्री येणारी झोप सुखाची. रविवार उजाडताना त्यांच्या खिशात काही शिल्लक पैसे खुळखुळत असायचे. तोही आनंदाचाच भाग. किती छान! अशा लोकांच्या चेहऱ्याकडे बघितलं की त्यांच्या सुखाची कल्पना यायची.

काही घरी मनीऑर्डर दर आठवड्याला न येता काही दिवसांनी यायची. ते लोक दर शनिवारी आशाळभूत नजरेनं मनीऑर्डर बॉईजकडे बघायचे. ते काहीच न देता गेले की हिरमुसले व्हायचे.

"बिचारी मिसेस मेगर. दोन महिने पत्र नाही की पैसे नाहीत. नवऱ्याचाही पत्ता नाही. मुलं दर शनिवारी वाट पाहतात. इतक्या वेळा मनीऑर्डर बॉईजना विचारतात की ते आता हाकलून देतात त्या मुलांना. कुणावर ही वेळ यायला नको. माझ्या नवऱ्यानं असं केलेलं मला तर मुळीच आवडणार नाही." मॉम म्हणाली.

संध्याकाळचे सहा वाजले की अंधार व्हायचा. तोवर चित्र स्पष्ट झालेलं असायचं. जिथं पैसे आले तिथं प्रकाश. जिथं आले नाहीत, तिथं घरात व घरातल्यांच्या मनात सर्वत्र काळोखाचं साम्राज्य.

एकदाचा तो दुसरा शनिवार उजाडला. आमच्या सगळ्यांच्या चेहऱ्यावर उत्सुकता होती. आज काय?... मॉम कोट घालून तयार होती. फायरप्लेसजवळ पाय हलवत बसलेली. मनीऑर्डर बॉईज यायला सुरुवात झाली. आमचे शेजारी मिस्टर मिहान आणि त्यांचा मुलगा इंग्लंडला गेले होते. त्यांचा नंबर झाला की आमचा. आम्ही दारापाशी धावलो.

पण हाय! तो आम्हाला ओलांडून मिस्टर डाउनेसकडे गेला. त्यांनी मनीऑर्डर घेतली. त्याला टीप दिली. तो सायकल चालवत निघालाही.

"अहो, आमची मनीऑर्डर नाही का? बघा जरा. मॅककोर्ट आडनाव आहे आमचं." मलाची धाप लागेपर्यंत त्याच्यामागे धावला.

"नाही." तो मुलगा ओरडला.

सगळ्यांचे चेहरे पडले. किती बेत केले होते. खायचे-खरेदीचे- सगळे आता लांबणीवर गेले. आजही घर सोडून चालणार नाही. अजूनही मनीऑर्डर बॉय येऊ शकतो.

समजा तो उद्या आला तर? मग मात्र काही खरं नाही. मनीऑर्डर हातात पण

पोस्टाला सुटी. मग काय करायचं ते सोमवारी. सगळं चांगलंचुंगलं संपून जाईल तोवर. आम्ही सगळे खट्टू झालो.

"आम्ही फक्त इतरांनी केलेली मजा बघायची का? आमच्या वाट्याला काही गंमत-जंमत नाहीच का?"

"अरे पिल्लांनो, दुपारी बारा ते दोनची वेळ जेवणाची असते. ती मुलं आता दोन वाजेनंतर येतील हं." मॉमनं अजून आशा सोडली नाही.

दोननंतर येणाऱ्या मुलांपैकी प्रत्येकाला आम्ही हटकलं. विचारलं.

'मॅककोर्ट आडनाव आहे, पाहा नं जरा-'

'आमचं नाव मॅककोर्ट- पत्ता चुकला असेल कदाचित-'

'आज खात्रीनं आमची मनीऑर्डर येणार आहे. तुमच्याकडे आहे का?-

प्लीज, जरा शोधा ना, तीन पौंडांची मनीऑर्डर असेल आमची-'

आम्ही वेड्यासारखं विचारत होतो.

"मी पोस्टात विचारतो. माझा बाप अट्टल दारूबाज आहे. तो इंग्लंडला गेलाय पण पैसे पाठवायचं नाव नाही अजिबात. फार तगमग होते वाट पाहून," एक जण म्हणाला.

मॉमनं आम्हाला आत हाक मारली. "तुम्ही वडिलांबद्दल असं बोललेलं मला चालणार नाही."

संध्याकाळी सहा वाजण्याच्या सुमारास तो मुलगा परत आला तो नकारघंटा घेऊनच. आमची उरलेली आशा संपली. फायरप्लेसमधल्या राखेकडे मॉम एकटक पाहत राहिली. तिच्या हातातली सिगारेट संपून चटका बसेपर्यंत! विलक्षण शांतता भरून राहिली सगळ्या घरभर.

"मॉम चिप्स केव्हा आणणार? मला भूक लागलीये." पाच वर्षांच्या मायकेलनं हट्ट केला. त्याला बिचाऱ्याला काही समजत नव्हतं.

मॉमनं त्याच्या डोक्यावरून हात फिरवला "सोन्या, नंतर केव्हातरी." ती खोल आवाजात पुटपुटली. तो खेळायला निघून गेला.

तुमची पहिली मनीऑर्डर आली नाही की फार दयनीय अवस्था होते. मनातले मांडे मनातच राहतात. शेजाऱ्यांकडे दरवळणारे वास तुम्हाला चिडवतात. त्यांच्या घरातले विजेवर चालणारे लाइट्स- तेही तुम्हाला चिडवतात. दातओठ खात गप्प बसायचं फक्त, आपल्या नशिबाला दोष देत.

मला आठवलं, सकाळी ब्रिडी मॉमला सांगत होती, "मिसेस मिहान शनिवारी घराच्या बाहेर पडत नाही. रविवारी 'मास'साठी जात नाही. दारं बंद करून मुलांना घेऊन बसते. बिचारी! तोंड लपवून असते. पोटात अन्न नाही. अंग झाकायला धड कपडे नाहीत अशी अवस्था आहे तिची..."

''ती तरी काय करेल? गरीबखाना किंवा अनाथालयाची पायरी चढण्यापेक्षा हे बरं.'' मॉम तिला म्हणाली.

हे सगळं कमी होतं म्हणून की काय माझ्या कपाळावर एक फोड आला. भुवयांच्या मधोमध.

''खाजवू नकोस. पसरेल ती जखम. पाणीही लावू नकोस.'' आजीनं दटावलं.

पण तो फोड पसरला. पू-घाण डोळ्यांत गेली. डोळे चुरचुरले. लाल झाले. आग तर व्हायचीच. सकाळी उठताना डोळे चिकटायचे. ते उघडताना झोंबायचं. मॉम कापडाचा तुकडा घेऊन ते बोरीक पावडरनं स्वच्छ करायची. मी जोरात रडायचो. पापण्या अगदी खलास झाल्या. आधी डोळे दुखत होते. आता पापण्या नसल्यानं सारखी घाण आत जायची.

''त्या गल्लीतल्या दिव्याखाली पुस्तकात डोकं खुपसून बसतोस ना, त्याचा हा सगळा परिणाम. त्या मलाचीला तरी थांबव आता. नाहीतर तोही डोळे फोडून घेईल.'' आजी ओरडली. ''पुस्तकांच्या नादी लागून काय हालत झाली आहे बघा जरा.''

आत ती आणखीही काही बडबडत होती. चहा घेताना तिच्या आणि मॉमच्या गप्पा व्हायच्या अधूनमधून. अचानक माझं नाव आलं म्हणून मी कान टवकारले.

''मी सांगते ते ऐक, अँजेला. सकाळी तो उठण्याच्या आधी तू ऊठ. आणि तोंड धुण्याआधी तुझी थुंकी त्याच्या डोळ्यांना लाव. त्यात फार शक्ती असते म्हणे!'' आजी कुजबुजली.

मी सावध झालो. रोज मॉमच्या आधीच मी उठायचो. ती जवळ येतेय अशी चाहूल लागली की ओढूनताणून डोळे उघडायचो, तिनं तसलं काही करण्याच्या आत.

''अरे, तू उठलास का?''

''हो, मला बरं वाटतंय. हे बघ माझे डोळे उघडले मॉम.''

''छान.'' ती परत जागेवर जाऊन झोपायची.

पण झालं उलटंच. त्यापायी माझे डोळे आणखीन बिघडले. अखेर तिनं मला धर्मादाय दवाखान्यात नेलं. ज्यांच्या घरचे पुरुष बेपत्ता आहेत किंवा मृत्यू पावले; त्यांच्यासाठी असलेल्या दवाखान्यात. मॉमच्या मनात नसलं तरी तिला अखेर मिसेस मेगरचा कित्ता गिरवावा लागला. अनाथासारखं धर्मादाय दवाखान्यात यावं लागलं. बिचारी!

एकदाचं तिथं आम्ही पोचलो. मोठ्या भिंती आणि त्याला जोडून असलेले लांबच्या लांब बेंचेस. खचाखच गर्दी. म्हातारे लोक जास्त. ते दाटीवाटीनं बसलेले.

कुणी कण्हणारं, तर कुणाला खोकल्याची ढास लागलेली. बाकी सगळे उभे. लहान मुलं रडणारी, किंचाळणारी. त्यांच्या आया हवालदिल झालेल्या. सगळीकडे निराशेचं सावट पसरलेलं. मध्यभागी एक प्लॅटफॉर्म आणि त्याच्या भोवती एक काउंटर- साधारण छातीइतक्या उंचीचा. तुम्हाला काही विचारायचं असेल तर तिथं रांगेत उभं राहायचं. लोकांच्या बोलण्यातून मला कळलं की, तिथं बसलेल्या त्या दोन व्यक्ती म्हणजे मिस्टर कॉफे आणि मिस्टर केन.

मला व्हिन्सेंट डी पॉल सोसायटीची आठवण झाली. बायका तिथं असंच रांगेत उभ्या राहायच्या. शाल पांघरून. गेलेली लाज झाकण्याची केविलवाणी धडपड करत. इथंही बायका त्या दोघांशी अदबीनं बोलत होत्या. काय करतील बिचाऱ्या! यांनीही हाकलून दिलं तर शेवटची मदतीची आशा संपली.

ते दोघंही या बायकांबद्दल विनोद करत होते. परदुःख शीतल असतं, हेच खरं! ते ठरवणार की डॉक्टरांना भेटण्याची गरज कुणाला आहे आणि पब्लिक असिस्टंट कुणाला द्यायचा. काय त्रास होतोय हे खुलेआम सगळ्यांसमोर तुम्ही त्यांना सांगायचं. की ते हसणार. एकमेकांना खाणाखुणा करणार आणि मग तुमच्याबद्दल निर्णय घेणार.

"हं नाव काय?"

"मिसेस ओशी."

"काय होतंय?"

"पोट दुखतंय."

"गार वारे वाहताहेत ना त्यामुळे असेल." एक जण म्हणाला.

"किंवा कोबी खाल्ला असेल." दुसरा फिसकन हसला.

मिसेस ओशी ओशाळवाणं हसल्या. इतर बायकाही हसल्या.

"हं, पुढे?"

"मी मिसेस मॅककोर्ट."

"काय झालंय तुम्हाला?"

"हा माझा मुलगा- याचे डोळे-"

"अरे बापरे! हे तर सूर्यगोल वाटताहेत. याला जपानला पाठवा. युद्धात उपयोग होईल याचा." ते हसले. "काय झालं? हे कशामुळे झालं? ॲसिड वगैरे सांडलं का चेहऱ्यावर?"

"नाही, गेल्या वर्षी त्याला टायफॉइड झाला होता. त्यानंतर हे असं झालं. इन्फेक्शन असावं."

"पुरे पुरे, चऱ्हाट लावू नका. हे डॉकेट घ्या आणि डॉ. ट्रॉयना भेटा." त्यांनी मॉमला आवरलं.

आम्ही तिकडच्या रांगेत बसलो. मॉमच्या शेजारी बसलेल्या बाईंच्या नाकावर मोठं गळू होतं.

"काय काय केलं नाही ते विचारा. औषध-पाणी, मंत्र-तंत्र, सगळं काही झालं करून. पण हे काही बसत नाही. मरण यावं ते हाती-पायी धडधाकट असताना. हे असलं सोंग घेऊन मी स्वर्गात कशी बरं जाऊ?" त्या मॉमला म्हणाल्या. "तुम्ही का आलात?"

"माझा मुलगा- त्याच्या डोळ्यांवर उपचार करायचेत."

"हे येशू, असले लालभडक डोळे पाहिले नव्हते कधी. आगीचे गोळे आहेत हे. माझ्याजवळ एक उपाय आहे."

"कोणता?" मॉमनं अधीरपणे विचारलं.

"जावळाची खपली."

"म्हणजे काय?"

"अहो, जन्माला येताना बाळाला केस असतात किनई? त्याला खपली असते बघा. मी सांगते तसं करा. खपली घ्या. ज्यात तीन आकडा आहे अशा दिवशी ती त्याच्या डोक्यावर ठेवा. तीन मिनिटं. त्यानं श्वास घ्यायचा नाही त्या वेळी. पवित्र जल तीन वेळा पायापासून डोक्यापर्यंत शिंपडा. मग पाहाच."

"पण, खपली...?"

"अहो, सुईणीकडे मिळेल की. त्या बायकांना हे उपाय माहिती असतात. त्यांच्याजवळ असतं हे असलं." ती मॉमच्या कानाजवळ पुटपुटली.

मॉम विचारात पडली. मग तिला आठवलं- मिसेस ओहॉलोरन नर्स माझ्या परिचयाच्या आहेत. बघते कसं जमतं ते!

तेवढ्यात आमचा नंबर आला. डॉक्टरांनी तपासलं. त्यांच्या चेहऱ्यावर ताण दिसत होता.

"काय झालंय हे? बरा होईल ना माझा मुलगा?" मॉमचा आवाज भरून आला.

"आजवर मी अनेक रोगी तपासले. पण असं इन्फेक्शन पाहिलं नव्हतं. याला डोळ्यांच्या डॉक्टरांकडे न्या. सिटी हॉस्पिटलमध्ये राहावं लागेल. हे घ्या डॉकेट."

"किती दिवस राहावं लागेल?"

"काही सांगता येणार नाही. तुम्ही उशीर केलात. जरा आधी आला असतात तर..."

मला ॲडमिट केलं तिथं पलंग होते. सगळे रोगी असेच. नाकाला फोड, डोळ्याला गळू- कुणाच्या गालांवर काळे चट्टे. बँडेज बांधलेलं. काही जण तर चालताना काठीनं चाचपडत होते.

मी गेलो तेव्हा एक जण मोठ्याने रडत होता. "हे प्रभो, माझं अवघं आयुष्य

कसं जाणार? माझी लहान बछडी- त्यांना मी आता कधीच बघू शकणार नाही. माझे डोळे का गेले? माझं वय नाही, माझ्यामागे कर्ता कुणी नाही. प्रभो, तुला दया येत नाही का?'' त्याचा आकांत ऐकवत नव्हता.

नर्सेस जरा भांबावल्या. मग एक जण जरा दरडावून म्हणाली, ''गप्प बस. देवाला दोष कशाला देतोस? तुझ्या तब्येतीला तू जबाबदार आहेस. मोठ्यानं रडू नकोस. त्या येशूला क्रॉसवर ठेवून मारलं तेव्हा तो रडला होता का?''

''येशू, जरा माझ्यावर दया करा.'' तो पुन्हा ओरडला.

मग मात्र नर्सनं त्याला दम भरला, ''असं केलंस तर तुला एकट्याला एका खोलीत ठेवू. इथं माणसं दिसत नसली तरी आवाज तर आहे ना?''

ही मात्रा लागू पडली.

माझ्या डोळ्यांचं ड्रेसिंग रोज सकाळी असायचं.

''इथं या उंच खुर्चीवर बस. डोकं मागे टेकव.'' नर्स सांगायची.

''डोळे उघड.'' डॉक्टर ब्राउन रंगाचं औषध घालायचे. जाम चरचरायचं. मेंदूपर्यंत आग व्हायची.

''हं आता दुसरा डोळा-''

मी उघडला नाही की ती नर्स स्वतः उघडायची. जोरात दुखायचं. पुन्हा तेच औषध. तीच वेदना.

''शहाणा मुलगा, पळ आता. जिन्यानं नीट वर जा.''

मला पायऱ्या अंधूक दिसायच्या. बर्फाची लादी डोक्यावर ठेवावी असं वाटायचं.

आपापले ट्रे घेऊन प्रत्येक जण जेवत असायचा. माझाही ट्रे यायचा. पण अन्नावरची वासना उडाली होती. माझ्या शेजारचा मुलगा मला विचारून माझा ट्रे संपवायचा.

मी पडून राहायचो. ''नो, नो, दिवसा झोपायचं नाही. तुझं दुखणं इतकं गंभीर नाहीये. चल, ऊठ.'' नर्सबाई उठवायच्या.

मिटलेल्या डोळ्यांनी मी बसून राहायचो. मनात नाना विचार यायचे. काळपट-लालसर असं काहीतरी वरून खाली उतरताना दिसायचं. स्वप्न होतं का ते? असेलही. प्रभू माझी समजूत घालायला आला का? काय विचारतोय तो?

''फ्रँक, कसा आहेस तू? टायफॉइड बरा झाला ना?''

''हो, पण हे डोळ्यांना काय झालं?''

''अरे, बरं वाटेल तुला. सतरा प्रकारचे रोगी तिकडे जनरल वॉर्डमध्ये असतात. त्यापेक्षा तू इथं बरा आहेस.''

''मी पूर्वीसारखा ठणठणीत होईन ना? माझं लग्न होईल ना? बायको मिळेल ना...''

“अरे अरे हो, सगळं सुरळीत होईल.” त्यानं मला समजावण्याचा प्रयत्न केला.

मी त्याला डोळे बरे होण्याबद्दल सारखं विचारायचो.

“तुला पॅट्रिशिया आणि तिची ती कविता आठवते का?” त्यानं मला विचारलं.

दोन रांगांच्या मध्ये असलेल्या जागेत सिमस उभा राहायचा. हातात त्याची बादली आणि झाडू असायचा. तो मोठ्यानं ती कविता म्हणायचा. मग सगळे रोगी कण्हणे विसरायचे. नर्सेस आणि नन्स काम थांबवायच्या. तो रंगात येऊन ती कविता म्हणायचा. सगळे जण टाळ्या वाजवून त्याला प्रोत्साहन द्यायचे. तो म्हणतो, “मला ती कविता प्रचंड आवडते. मी ती विसरणार नाही. कुठंही गेलो, कोणतंही काम केलं तरी ही कविता माझ्याबरोबर असेलच.”

पुढे तो असंही म्हणायचा की, फ्रँक मॅककोर्टला टायफॉईड झाला, तसंच पॅट्रिशियला डिप्थेरिया झाला. ते उपचारासाठी हॉस्पिटलमध्ये आले. त्यांची ओळख झाली. तिनं त्याला ती कविता म्हणून दाखवली; त्यामुळे ती मला कळली.

त्याच्यामुळे सिटी हॉस्पिटलमध्ये मी प्रसिद्ध झालो होतो.

आमचं घर इथून दूर होतं. त्यातून शक्य असतं तर मॉम रोज आली असती. पण बसनं ये-जा रोज परवडली नसती. चालत यायचं तर तिच्या पायाला कुरूप झालं होतं. तिला त्रास व्हायचा. ती अधूनमधून यायची. त्या मोजक्या वेळात तिच्याकडे कुरकुर कशाला करायची, असा विचार मी केला. ती मला बरं वाटतंय या समाधानात होती. ते डोळ्यांचे ड्रॉप्स आयोडीनचे असावेत, अशी मला शंका आली. रंग तसाच होता. जळजळ प्रचंड व्हायची. एकटेपणाचा कंटाळा यायचा. मग तिनं डॉक्टरकडून परवानगी काढली. ती माझा हात धरून खाली फिरायला न्यायची. वरच्यापेक्षा मोकळी हवा आणि भरपूर उजेड. बरं वाटायचं. शेजारी वृद्धाश्रम होता. असंच आम्ही हिंडत असताना एका व्यक्तीकडे माझं लक्ष गेलं. एकदम काहीतरी आठवलं. हो, तेच... ते मिस्टर टिमोनी होते. मला खूप आनंद झाला. मी मॉमला विचारलं, “मी त्यांना भेटून येऊ का?”

“मीही येते.”

जवळ पोचल्यावर मी हाक मारली.

“मिस्टर टिमोनी!” ते वळले.

“अरेच्चा, कोण आहे?”

“मी- फ्रँक मॅककोर्ट, सर.”

“ओहो, फ्रान्सिस!”

“आणि मी त्याची मॉम, सर.”

“वा, वा, छान. बरं वाटलं. ओळखीचं कुणीतरी भेटल्यामुळे बरं वाटलं. आता

माझी माकुशलाही (मिस्टर टिमोनींची कुत्री) नाही ना. पण तुम्ही इकडे काय करताय?''

''माझ्या डोळ्यांना इन्फेक्शन झालंय.''

''अरे, इतक्या लहान वयात?''

''मिस्टर टिमोनी, मी तुम्हाला वाचून दाखवू का?''

''अरे बाळा, दुखऱ्या डोळ्यांनी तू कसं वाचणार? माझी स्मरणशक्ती तल्लख आहे. लहानपणी वाचलेलं सगळं लक्षात आहे. लायब्ररीच आहे माझ्या डोक्यात, असं समज. सगळं आठवतं. सगळं, सगळं. माझ्या बायकोला इंग्रजांनी गोळी घातली ते... माझ्या लाडक्या कुत्रीला- माकुश्लालाला आयरिश पोलिसांनी मारलं ते...''

''अरे, अरे, फार दुर्दैवी घटना आहेत या. परमेश्वर तुम्हाला यातून सावरण्यासाठी मदत करो.'' मॉम पुटपुटली.

''परमेश्वर... तो घडवतो... तोच मोडतो... तोच तारणहार आहे. खरंय.'' त्यांनी अवंढा गिळला. ''फ्रँक, काळजी घे बरं. डोळे सांभाळ. आपण तेव्हा मजा केली, नाही का?''

''हो, सर.''

आम्ही परत जायला निघालो. ''काही वाचूनबिचून दाखवायचं नाही. ते आपले कुणी नाहीत. इतका पुळका यायचं काही कारण नाही, समजलं.'' मॉमनं मला दटावलं.

सिमस हेनी यायचा. आठवड्यातून दोन-तीनदा. तसा तो आला, नवी कविता घेऊन.

''पॅट्रिशिया दुःखी झाली... घुबड आणि पुसी कॅटची कविता तुला आवडत नाही म्हणून...'' तो म्हणाला.

''सॉरी, सिमस.''

''ती माझ्या अजून लक्षात आहे. तुला चालणार आहे का म्हटली तर?''

''हो. चालेल की.''

निशाचर तो घुबड आणि वाघोबाची मावशी ती
बोटीमध्ये बसून एका सागर सफरीला निघती
मेवा घेऊन गोड मधाचा वाटचाल दोघे करिती
परस्परांच्या सहवासाने मनोवृत्ती त्या फुलती
ताऱ्यांकडे बघून गातो, प्रेमिक, हाती गिटार त्याच्या
'तूच सखी गं प्रियतम माझी' शपथा घेऊ प्रेमाच्या,

'-सौंदर्याचा पुतळा तू तर'-लाजलाजली मनूताई
घुबडासंगे वाट चालता स्वप्नामध्ये रंगून जाई.

वॉर्डमध्ये सगळ्यांना ही कविता आवडली. तिथली सारी मरगळ कुठल्या कुठं पळाली. अनेक जणांच्या आग्रहाखातर सिमसनं ती कविता तीन वेळा म्हटली. सगळे त्याच्या सुरात सूर मिळवून गाऊ लागले.

सिमस त्याचा कुंचा आणि बादली घेऊन परत गेला तरी तो नाद ऐकू येत होता.

पुढे तो नुसताच आला. इंग्लंडला जाणार होता. बऱ्या कामाच्या शोधात. नंतर बायकोला नेणार होता. ''मला मुलं झाली की त्यांच्यासाठी या कविता गाईन,'' तो म्हणाला.

मला उगीचच डिफ्थेरियानं गेलेल्या पॅट्रिशियाची आठवण आली.

''चलो, निकलते हैं. जमलं तर पत्र लिहीन. माझी बायको आल्यावर नक्की लिहीन. आणि हो, मुलं व्हायच्या आत मीही लिहा-वाचायला शिकणार आहे. त्यांना बापाची लाज वाटता कामा नये.''

मी डोळ्यांतले अश्रू मुश्किलीनं आवरले.

महिनाभरात त्यांनी मला सोडलं. ''थोडंसं इन्फेक्शन आहे अजून, पण बरं होईल ते.'' मी निघताना ते म्हणाले, ''डोळे साबणानं रोज स्वच्छ धुवायचे. मऊ टॉवेलनं पुसायचे. हळूच हं. आणि मॉम देईल ते खजूर, बेदाणे असं पौष्टिक खायचं की झालं. डोळे बरे झाले म्हणून समज.'' ते हसत हसत बोलत होते. इतकं सोपं होतं का ते?

अज्ञानात सुख असतं हेच खरं. डॅडी पैसे पाठवत नाहीत हे आम्ही एकदा मनाशी मान्य केलं. त्यामुळे वाट पाहणं संपलं. त्यामुळे मान खाली घालावी लागली; पण माझ्या डोळ्यांच्या दुखण्यामुळे तो विषयही मागे पडला. दिवस बरे चालले होते. तेवढ्यात मिस्टर डाउनेस इंग्लंडहून परत आले. त्यांनी डॅडींबद्दल आणलेली खबर बरी नव्हती. त्यांच्याकडून मिसेस डाउनेस, तिथून ब्रॅडी हेनन असा प्रवास करून बातमी मॉमपर्यंत पोचली.

डॅडींचं दारूचं व्यसन वाढलं होतं. त्यातच पैसे संपायचे. मग घरमालक हाकलायचे. कधी बागेत, कधी दुकानाच्या आडोशाला- असं चालायचं. नोकरीतही तेच. दारूच्या अमलाखाली धिंगाणा घालायचा. आयर्लंडच्या मुक्तीची गीतं गायची. तेही एक वेळ चाललं असतं. पण इंग्रज राजाला त्याच्या कुटुंबाला नावं ठेवलेली ब्रिटिशांना कसं चालेल? वयोवृद्ध राजमातेचा अपमान?- छे, छे, कोण सहन करणार?

बातमी तिखटमीठ लावून आल्यानं आणखी त्रास झाला.

"बरं झालं, मलाची मॅककोर्ट मूळ लिमरिकचा रहिवासी नाहीये. नाहीतर मला तोंड दाखवणं मुश्कील झालं असतं. तो दिवस दूर नाही की, कॉव्हेंट्रीचे मॅजिस्ट्रेट मलाचीला देशाबाहेर हाकलून देतील." -इति मिस्टर डाउनेस.

"मी आता सगळ्याच्या पलीकडे गेलेय, ब्रॅडी. माझ्या नवऱ्याचं दारू पिणं मला नवीन नाही. खुद्द माझी मॉम पैसे उसने द्यायला कुरकुरते; मग कॅथलीन ओकनेलनं उधारी बंद केली तर नवल नाही. तीच कथा व्हिन्सेंट डी पॉल सोसायटीची. नवरा इंग्लंडला गेलाय म्हणून तेही मदत द्यायला खळखळ करतात. असे सगळ्यांनी लाल झेंडे दाखवले म्हणून मी हातपाय गाळले तर कसं चालेल? मला संसार तर चालवायचा आहेच." मॉम काहीतरी ठरवल्यासारखं बोलत होती. ती पुढे म्हणाली, "ब्रॅडी, अगं, काळजावर धोंडा कधी ठेवायचा त्याचाच मी विचार करतेय. या पिल्लांना अनाथाश्रमात ठेवून मीच इंग्लंडला जावं म्हणते. म्हणजे कुणाच्याही तोंडाकडे पाहायला नको. काय होईल ते होवो. सगळं सुरळीत झालं तर पोरांना एखाद्या वर्षात तिकडे घेऊन जाईन. समजा, बॉंबच्या वर्षावात सापडले तर... माझ्याबरोबर माझ्या प्रश्नांचीही राख होईल. सगळ्यातून सुटेन मग." ती कडवटपणे म्हणाली.

बापरे! आमची रवानगी अनाथाश्रमात होणार की काय? स्पेन्सर ट्रेसीच्या सिनेमात दाखवलंय तसं मुलांचं गाव आम्हाला मिळालं तर... वा! मज्जाच मज्जा. मात्र ग्लिनमधल्या ख्रिश्चन ब्रदर्सनं चालवलेल्या आश्रमात आम्ही नाही हं जाणार. तिथं मुलांना मारतात, उपाशी ठेवतात.

मुलांच्या अंगावरचे फाटके कपडे, तुटक्या चपला, उपासमार, धर्मादाय दवाखान्यात जाणं, गरीब म्हणून सगळ्यांच्या पुढे हात पसरणं... मॉमला जगणं नकोसं झालं होतं. पूर्णतः अगतिक झाल्यानं मरणाचे विचार तिच्या मनात आले. सगळे दोर कापले गेले होते. बिचारी! नशिबानं तो दवाखाना गावाच्या दुसऱ्या टोकाला होता. आमच्या गल्लीतल्या कुणी आम्हाला तिथं जाताना पाहिलं नव्हतं. त्यामुळे त्याबद्दल चेष्टा झाली नाही, ही समाधानाची बाब!

सकाळी तिथे गेलं तर सरकारी मदत मिळू शकते. कारण मिस्टर केन आणि मिस्टर कॉफे- दोघंही चांगल्या मूडमध्ये असतात. हे कळल्यावर आम्ही एक दिवस सकाळी लवकर तिकडचा रस्ता धरला. अंघोळ न करता, केस न विंचरता, फाटके कपडे घालून आमची वरात निघाली. एरवी मॉमला हे असं मुळीच चाललं नसतं. पण, आज याचक म्हणून जायचं होतं! तिला आणखी कोणती परीक्षा द्यावी लागणार होती कोण जाणे! आम्हाला चौघांना तिनं बरोबर घेतलं. खाणारी तोंडं किती आहेत हे दाखवण्यासाठी. इतकंच नाही तर ती मला म्हणाली, "फ्रँक, डोळे चोळ.

लाल दिसू देत. जितकी दयनीय अवस्था, तितकी मदत जास्त.'' ती खाली मान घालून म्हणाली.

''हे बाकीचे तिघंही जरा बरे दिसताहेत. नेमकं आजच. एरवीसारखं- गालफडं बसलेली, डोळे खोल गेलेले- असे दिसले असते तर बरं झालं असतं.'' मॉम अगदी इरेला पेटली होती. ''कुणी भेटलं अन् कुठं निघालात विचारलं, तरी काही सांगायचं नाही-'' तिनं धाकट्यांना दम दिला.

असा विचार करून आलेल्या तिथं बऱ्याच जणी होत्या. कुणी काखेत मुलांना घेऊन, काही जणी हाताशी एक, तर कडेवर एक. मोठी मुलं बाहेर फुटपाथवर खेळत होती. सायकल किंवा मोटार आली की मोठा गलका व्हायचा. आया ओरडायच्या, मुलं पळायची. म्हातारे स्त्री-पुरुष भिंतीला टेकून उभे. कुणी बसकण मारलेली. कुणी गप्पा मारताहेत. कुणी अगदी गप्प. 'माझ्यापासून लांब जाऊ नका' मॉमची आज्ञा आम्ही पाळली. तो मोठा दरवाजा एकदाचा उघडला. सगळ्यांनी गर्दी केली. ''अरे, त्या प्लॅटफॉर्मसमोर रांग करा.'' कुणीतरी ओरडलं. सगळे रांगेत उभे राहिले.

केन आणि कॉफे जोडगोळीची वाट पाहत. ''ते येतीलच आता. त्या पलीकडच्या खोलीत चहा पीत बसले असतील.'' एक जण म्हणाले.

''आटपा म्हणावं जरा लवकर. आमची लेकरं गारठ्यात कुडकुडताहेत. आम्ही मरायचं आणि हे चहाचे घुटके घेत बसणार.'' एक आजीबाई कुरकुरल्या.

''या आजीबाई कायम कुरकुरत असतात.'' तिसरीकडून शेरा आला.

अखेर ती दुक्कल आली. दोघंही जागेवर बसले. त्यांनी आमच्याकडे बघितलंही नाही. केननी चश्मा काढला, घातला. पुन्हा काढला, पुसला, पुन्हा डोळ्यांवर चढवला. मध्येच वर पाहिलं. कॉफेंनी पेपर हातात घेऊन वाचला. काहीतरी लिहिलं. वळून केनच्या कानात ते काहीतरी कुजबुजले. कमालीचा शिष्टपणा दोघंही करत होते. आणि ओघानंच तिथं जमलेल्या असहाय लोकांची उपेक्षा!

अखेर मिस्टर केननी रांगेत पहिल्या नंबरवर उभ्या असलेल्या व्यक्तीला बोलावलं.

''हं, तुमचं नाव काय?''

''टिमोथी क्रेग. सर.''

''क्रेग? अगदी जुनाट नाव आहे हे.''

''अं हो, लिमरिकमधल्या जुन्या नावांपैकी एक.'' ते गृहस्थ ओशाळवाणं हसले.

''इथं का आलात?''

''माझ्या पोटात दुखतंय. जरा डॉ. फिलींना भेटायचं होतं.''

"दारू प्यायल्यानं दुखत असेल."

"नाही हो, मी तसलं काही करत नाही. शिवाय घरी बायको आहे. आजारी असते ती. मला तिच्याकडेही बघावं लागतं."

"बाई असून झोपून राहते! अरेरे, किती हा आळशीपणा! बायांनो, ऐकलंत का, यांची बायको अंथरुणावर पडून असते म्हणे. मुलखाची आळशी बाई!"

"हो, मुलखाची आळशी-" तिथल्या बायकांनी एका सुरात मिस्टर केनची री ओढली.

इतका पाणउतारा झाल्यावर त्या माणसाला त्याचं डॉकेट मिळालं. आता मॉमचा नंबर.

"तुम्हाला धर्मादाय मदत हवी आहे?"

"हो."

"नवरा कुठाय?"

"ते इंग्लंडमध्ये असतात."

"वा! मग पाच पौंडांची मनीऑर्डर येत असेल!"

"नाही, आम्हाला ते पैसे पाठवत नाहीत." मॉम कसंबसं बोलत होती

"असे लोक पिकॅडिली स्ट्रीटवर काय करत हिंडत असतात ते आम्हाला चांगलं ठाऊक आहे. काय मंडळी?"

मंडळींना होय म्हणण्याशिवाय पर्याय नव्हता. नाहीतर आपला नंबर आल्यावर काम होणार नाही ही भीती होती. मदत तर प्रत्येकालाच हवी होती. मिस्टर केनना दुखावलं तर मिस्टर कॉफेंच्या समोर हात पसरावे लागले असते. तो माणूस तर सगळ्याला नाही म्हणत होता.

"माझा नवरा पिकॅडिलीला राहत नाही. तो कॉव्हेंट्रीत आहे." मॉमनं सांगण्याचा प्रयत्न केला.

"आपण इथं वाद घालायला जमलोय का?"

"नाही." मॉम पटकन म्हणाली.

"नाव काय तुमचं?"

"मॅककोर्ट, सर."

"हे लिमरिकमधलं आडनाव नाहीये."

"हो, सर."

"हे आडनाव तुम्हाला कसं मिळालं?"

"हे माझ्या नवऱ्याचं नाव आहे. तो उत्तरेकडचा आहे."

"वा, तो उत्तरेकडचा! गेलाय इंग्लंडला! आणि तुम्हाला इथं आम्ही पोसायचं! अजब न्याय आहे. एवढ्याचसाठी आम्ही स्वातंत्र्य मिळवलं का? अहो बाई, तुम्ही

तुमच्यापेक्षा आणखी गरजू माणसांच्या तोंडचा घास ओढताय. काही वाटतं की नाही?''

''हो सर- नाही सर.'' काय बोलावं ते मॉमला सुचेना. या उलटतपासणीनं ती गोंधळली.

''जरा बेलफास्टला जाऊन पाहिलंत का. तिथले प्रॉटेस्टंट्स तुमच्यासाठी काय करतात?''

''माहीत नाही सर.'' मॉम उत्तरली.

''माहीत नाही, असं म्हणणं सोपं आहे. अरे देवा, लोकांना काहीच कसं माहिती नसतं?''

त्यानं जमलेल्या लोकांकडे पाहिलं.

''लोकांना काहीच माहिती नसतं.'' इतर कुणी म्हणण्याआधी मीच म्हणालो. त्याबरोबर सगळ्यांनी माना डोलावल्या.

मिस्टर केन मिस्टर कॉफेंच्या कानात काहीतरी कुजबुजले. त्या दोघांनी मॉमकडे बघितलं. एकदा आमच्याकडे पाहिलं.

''तुम्हाला मदत मिळेल; पण एका अटीवर. तुम्हाला नवऱ्याकडून एका पेनीची जरी मदत मिळाली तरी तुम्ही इथली मदत परत करायची.''

''हो.''

तिथून मिळालेलं डॉकेट घेऊन आम्ही कॅथलीन ओकनेलच्या दुकानात गेलो. चहा, ब्रेड आणि सरपण आणलं. पटपट जिना चढून आम्ही इटलीत पोचलो. फायरप्लेस सुरू झाल्यावर बरं वाटलं. गरम चहा प्यायल्यावर आणखी तरतरी आली.

आता खरं तर बडबड सुरू व्हायची.

पण ऊं हूं, सगळे चिडीचूप.

लहानगा आल्फीसुद्धा.

मॉमचा झालेला अपमान त्यालाही समजला होता का?

दहा

हिवाळा सुरू झाला आणि वरती इटलीतला आमचा मुक्काम वाढला. ते पोपचं चित्रही आम्ही वर आणून लावावं असं मॉमनं सुचवलं.

“पोप मूळ इटलीतले ना! त्यांना इथं बरं वाटेल.” मॉम म्हणाली.

संध्याकाळपासून ती फायरप्लेसपाशी बसली होती. कुडकुडत होती. आज तिनं सिगारेटही ओढली नाही.

“काहीतरी जिभेला चरचरीत वाटेल असं प्यावसं वाटतंय. लेमोनेड मिळालं तर फारच छान,” ती म्हणाली. पण घरात पैसे नव्हते. चहा पिऊन ती परत झोपली. ब्रेड नव्हताच.

रात्रभर ती या कुशीवरून त्या- असं वळत होती. तिचा घसा दुखत असावा. सारखं पाणी मागत होती. सकाळ झाली. ती उठण्याचं चिन्ह दिसेना. शाळेला उशीर होईल अशी भीती मला वाटली. मग मी चहा केला. ती जागी झाली.

“लेमोनेड हवंय.” ती कण्हत म्हणाली.

“कुठून आणणार? मॉम, थोडासा चहा देऊ का तुला?” मी विचारलं.

ती काही बोलली नाही. तिनं सिगारेटही मागितली नाही.

आम्ही चौघांनी चहा प्यायला. एका जागी बसून राहिलो. फार भूक लागली होती. पण... घरात होता तो एकमेव ब्रेडचा छोटा तुकडा आल्फीला दिला. त्या तुकड्याला साखर लावलेली होती. ती त्याच्या तोंडाला लागली. मजेशीर ध्यान दिसत होतं ते! तो गोड हसला. आम्हाला हसू आलं. पण आम्ही तोंडावर हात ठेवला. उगीच मॉम जागी झाली तर मला आणि मलाचीला शाळेत पिटाळायची. आता इतक्या उशिरा शाळेत गेलं तर विचारायलाच नको. मारच पडेल.

काय करायचं? काही सुचत नव्हतं. पोटात भुकेनं आग पडली होती. ओकनेलबाईंचे

दरवाजे आमच्यासाठी आता बंद होते. उरला पर्याय केवळ आजीचा. पण नकोच. ती डॅडींच्या उत्तर अमेरिकन असण्याचा सारखा उद्धार करत असते. शिवाय आता ते इंग्लंडहून पैसे पाठवत नाहीत; त्यामुळे आणखी राग-राग! 'सगळी मरायची लक्षणं! असं झाल्याशिवाय तुमचा तो दारूडा बाप सुधारणार नाही. आणि ही अँजेला- फार हौस आली होती हिला प्रेम करायची. कोण शोधलं तर हा असला उत्तर अमेरिकन! वागण्याबोलण्याची पद्धत नाही की चार पैसे गाठीला नाहीत. रंगरूपही डावंच. भोगा आपल्या कर्माची फळं,' ती एकदा म्हणाली होती.

कॅथलीन ओकनेलकडे एकदा जाऊन बघावं. मॉम आजारी आहे हे सांगितलं तर तिला दया येईल कदाचित; माझ्या मनात हा विचार आला आणि मी घराबाहेर पडलो. धावत सुटलो. फेब्रुवारी महिना होता तो. गोठवून टाकणारी थंडी. हूं हूं. मी पळत सुटलो. म्हणजे थंडी कमी वाजेल. रस्त्यावर चिटपाखरू नव्हतं. सगळे जण घरात बसलेले. हिटर्स, फायरप्लेस सुरू. चमचमीत अन्न. लोकांच्या खिडकीतून विजेचा लखलखाट दिसत होता. आमच्या घरी कोळशाचा तुकडाही नव्हता. क्षणभर मी थांबलो. वाटलं तो अन्नाचा दरवळ श्वासात भरून घ्यावा. तो प्रकाश डोळ्यात साठवून घ्यावा. पण मॉमची आठवण आली - ती लेमोनेडसाठी तळमळत होती. मी पुन्हा धावत सुटलो.

तितक्यात मला पबजवळून जाणारा एक मालट्रक दिसला. बिअर आणि लेमोनेडचे क्रेट्स त्यात खचाखच भरलेले होते. मी इकडेतिकडे पाहिलं. गुपचूप दोन बाटल्या पळवल्या. जर्सीखाली लपवल्या. तिथून मी कॅथलीन ओकनेलच्या दुकानापाशी गेलो. ब्रेडचे पुडे ठेवलेली लॉरी उभी होती. दार मागून चक्क उघडे. एक चोरी पचल्यानं माझी भीड चेपली होती. मी वाकून पाहिलं. ड्रायव्हर आत कॅथलीनबरोबर चहा पीत होता. मी तिथून एक लोफ पळवला. तिथं मात्र माझे हात थरथरले. कॅथलीन आमच्याशी मायेनं वागायची. तिथं चोरी म्हणजे-

पण वेळ अशी होती की उधारीवर काही मागण्याची लाज वाटत होती. सकाळी मी असं हात पसरून तिथं गेलो तर तिचा मूड बिघडला असता. त्यापेक्षा चोरी परवडली! कन्फेशन दिलं की भागलं.

सगळ्या वस्तू लपवून मी घरी पोचलो. ते तिघंही खेळत होते. मी आणलेल्या वस्तू पाहिल्या मात्र; जाम खूश झाले.

ब्रेडचे तुकडे करण्याइतपत धीर कुणाजवळही नव्हता. आम्ही तो अक्षरशः लचके तोडत खाल्ला. चहा केला. मलाची लेमोनेडची बाटली घेऊन मॉमजवळ गेला. तिच्या ओठांना बाटली लावल्यावर तिनं ती एका दमात संपवली. मला वाटलं, तिला लेमोनेड इतकं आवडतं... आणखी आणायला हवं.

मला एकदम शूरवीर असल्यासारखं वाटलं. त्या तिघांना जवळ बसवून मी

गोष्टी सांगितल्या. अगदी डॅडींच्या स्टाइलनं. लेमोनेड आणि ब्रेड कसा पळवला ते सांगितलं. थोडा तिखटमसालाही लावला. म्हणजे दोन्हीकडे माणसं माझ्या मागे कशी लागली, मी त्यांना कसं चुकवलं, त्यासाठी चर्चच्या आवारात कसं शिरलो इ. चर्चमध्ये गेलात की अभय! चोरी, खून सगळं माफ, मी जाणकाराच्या आवेशात सांगत होतो. मायकेल आणि मलाचीला खूप आश्चर्य वाटलं. पण मलाची लगेच म्हणाला, "हे अगदी रॉबिन हूडसारखं. श्रीमंत लोकांना लुटायचं. गरिबांना मदत करायची."

मायकेल मात्र घाबरला होता. "अरे, सापडलास तर त्या मोठ्या झाडाला टांगून फाशी देतील तुला!" तो घाबऱ्या स्वरात पुटपुटला.

"अरे, फादर तिथं पोचणार नाही अशी व्यवस्था मी करेन. मग फाशी कशी देणार?" मलाची म्हणाला.

आल्फी पिलू खाली जमिनीवरच झोपलं. आम्ही त्याला बेडवर ठेवलं. पण मॉममुळे त्याला इन्फेक्शन होईल का, अशी भीतीही वाटली. तसं झालं तर खैर नाही.

आम्ही तिघंही मग आमच्या बेडवर जाऊन झोपलो. ओव्हरकोटच्या खाली स्वतःला दडवत आणि फाटलेल्या चटईच्या भोकांना चुकवत! मायकेलला आल्फीची काळजी वाटली. त्याला काही झालं तर... माझा एक भाऊ कमी होईल. मी त्याला समजावलं. तो झोपला. मलाचीही घोरायला लागला. मी मात्र चुळबुळत होतो. थोडा ब्रेड उरला होता. जॅम लावून तो खाल्ला तर? कुठं जॅमच्या बाटल्यांची व्हॅन दिसेल? मॉम गाढ झोपली होती. मी बाहेर पडलो.

आता काळजी घ्यायला हवी. शाळेतला गार्ड डेनी हा महाभयानक माणूस. त्यानं पाहिलं की संपलंच. कानाला धरून वर्गात नेईल. मग सर सगळ्यांसमोर चोप देतील.

बॅरिंग्टन रोडवरून जात असताना मला एका घराच्या दाराशी एक बॉक्स दिसला. जवळ जाऊन मी दार वाजवण्याचं नाटक केलं. त्यात दूध, ब्रेड, चीझ, टोमॅटोज आणि अहाहा, मार्मलेड जॅमची बाटली होती. सगळ्या वस्तू पाहून माझ्या तोंडाला पाणी सुटलं. पण हे लपवायचं कसं? लोक येत-जात होते. माझ्याकडे कुणाचंही लक्ष नव्हतं. मीही मेसेंजर बॉय असल्यासारखं दाखवलं. बॉक्स उचलला तर? कुणी पाहिलं तर? मॉम काय म्हणेल? 'फ्रँक, शेळी-मेंढीसारखं नरड्यावर सुरी ठेवून मारलं पाहिजे तुला? आणि माझे भाऊ? ते आधी सगळ्यावर झडप घालतील आणि मग फस्त केल्यावर म्हणतील, हे पाप आहे हं! माझं मन द्विधा झालं. एक क्षण मी थांबलो अन् मग निर्धाराने तो बॉक्स उचलला.

घरी आल्यावर काय, आनंदीआनंद! ते सोनेरी रंगाचं मार्मलेड अक्षरशः चोपडून

आम्ही तो ब्रेड लंपास केला. आल्फी तर नखशिखांत बरबटला. मग आम्ही चहा घेतला; न उकळता. कोळसा नव्हताच. पण धमाल आली.

मॉम झोपेत पुन्हा बरळली. तिनं लेमोनेड मागितलं. दुसरी बाटली मी तिच्या ओठांना लावली. ते संपलं. तिला अजून हवं होतं. मी त्यात पाणी घातलं.

ती कुशीवर वळली. पुन्हा बरळू लागली. "मार्गरिट... युजेन..." तिच्या गेलेल्या बाळांना हाका मारत होती. "जे आधीच... परिस्थितीनं गांजले आहेत... त्यांचाच अंत... का पाहतोस... रे प्रभू?" ती अडखळत म्हणाली.

"ती मरणार का?" मायकेलनं विचारलं. तो घाबरला होता.

"हट वेड्या, फादर आल्याशिवाय कुणीही मरत नाही." मलाचीनं त्याची समजूत घातली.

"फार थंडी वाजतेय. फायरप्लेस का बंद आहे? चहा मिळेल का?" मायकेलनं विचारलं. त्या जुन्यापुराण्या ओव्हरकोटखाली तो कुडकुडत होता.

"आपण प्राम घेऊन जाऊ आणि लोकांकडे कोळसा मागू या." मलाचीच्या डोक्यात कल्पना आली. "आल्फीला नेलं तर लोकांना दया येईल. नक्की मदत मिळेल." मग तो पुढे म्हणाला.

आम्ही त्याला स्वच्छ करायला गेलो तर तो किंचाळायला लागला.

"राहू देत त्याला असंच. नाहीतरी प्राममध्ये बसल्यावर त्याच्या अंगावर धूळ उडेलच." आमचा मायकेल होता लहान; पण मार्मिक बोलायचा.

पण आमची युक्ती फसली. घरातल्या मोलकरणी दार उघडायच्या आणि लगेच बंद करायच्या.

"त्या लहान लेकराला कशाला असं फिरवताय?"

"शीऽ काय अवतार आहे!-"

"डुकराच्या मांसाचा दुर्गंध येतोय. आम्ही कॅथलिक आहोत-"

लोक धडाधड दार लावून घेत होते. एका ठिकाणी मलाचीला इतक्या जोरात थप्पड मिळाली की, 'आयुष्यात कधी मी श्रीमंत लोकांना मदत मागणार नाही,' तो गाल चोळत म्हणाला.

"मागून काही मिळणार नाही, फ्रँक. चोरून मिळवलं तरंच..." मलाची कुजबुजला.

प्लॅन ठरला. मायकेलनं बेल वाजवायची. घरातली व्यक्ती दार उघडायला गेली की आम्ही मागच्या दारून कोळसा पळवायचा. तीन घरी सगळं ठरल्याबरहुकूम झालं. चौथ्या घरी कंपाउंडच्या भिंतीवरून मलाचीनं टाकलेला कोळशाचा तुकडा आल्फीला लागला आणि त्यानं भोकाड पसरलं. आम्ही लगोलग घराकडे परतण्याचा निर्णय घेतला. अर्ध्या वाटेत आम्हाला आठवलं की मायकेल बिचारा तिकडेच

राहिला. आम्ही धावतपळत घरी आलो. मग आमची चूक आमच्या लक्षात आली. कोळशाखाली बिचारं आल्फी पिलू दाबलं गेलं होतं. त्याला बाहेर काढलं तरी तो रडत-ओरडत होता. मग पुन्हा ब्रेड-मार्मलेड कामी आलं. तो शांत झाला.

मॉम अजूनही ग्लानीत होती. बरळत होती. मलाची मायकेलला आणायला गेला.

मायकेलकजवळ आम्हाला सांगण्यासारखं बरंच काही होतं. बेल वाजवल्यावर कुणी दार उघडलं, कुणी हाकलून दिलं, कोण काय म्हणालं, तो रसभरित वर्णन करत होता.

"अरे, काय सांगू तुम्हाला, एका बाईंनी अगदी हसून स्वागत केलं माझं. आत नेलं आणि केक दिला. दूध, ब्रेड, जॅमसुद्धा. मस्तपैकी ताव मारला मी. मी सांगितलं त्यांना, माझी मॉम विचित्र रोगानं आजारी आहे. त्या म्हणाल्या, 'मग तुम्ही काय करता?' मी ठोकून दिलं, 'आम्हाला जमतं सगळं. आम्ही आमची नीट काळजी घेतो. लहान भावालाही सांभाळतो.' त्या खूश झाल्या. नाव-पत्ता लिहून घेतलाय आपला." तो छाती पुढे काढून म्हणाला.

"अरे बावळटा, त्यांनी खरंच आपला शोध घेतला तर? पंचाईत होईल," मलाची म्हणाला.

तेवढ्यात दारावर थाप पडली. आमचं मन भीतीनं भरून गेलं. मी डोकावून पाहिलं. तो गार्ड डेनी होता. आमच्या शाळेचा औरंगजेब!

"ए, दार उघड." तो ओरडला.

"आमची मॉम आजारी आहे."

"वडील कुठेत?"

"ते तिकडे इंग्लंडमध्ये."

"मला मॉमला भेटायचंय."

"अहो, ती झोपून आहे."

"पण तू बरा आहेस ना?"

"नाही, आम्हालाही तिच्यामुळे इन्फेक्शन झालं आहे." मी सांगितलं.

"हे पाहा, आमच्या अंगावर पुरळ उठलंय." मलाची माझ्या मदतीसाठी धावून आला.

आम्ही बधत नाही हे त्याच्या लक्षात आलं. तो लाथेनं दार ढकलून आत आला. जिना चढून वर आला आणि दारातच थबकला. त्यानं एकवार सगळीकडे नजर फिरवली. आमच्या केविलवाण्या आणि किळसवाण्या परिस्थितीचा त्याला क्षणात अंदाज आला.

"अरे, शाळेत का आला नाहीत?"

"मॉमकडे कोण लक्ष देणार मग?"

"अरेरे, कुणी नातेवाईक नाहीत का?" तोंड झाकून घेत त्यानं विचारलं.

"हो, आहेत पण..."

"मग बोलवा की त्यांना."

"ते येणार नाहीत."

"माझं नाव सांग. जा बोलावून आण." त्यानं मला पिटाळलं.

आजी आणि मावशीच्या शिव्या खायच्या तयारीनंच मी गेलो. माझा शक्य तितका पाणउतारा करत, डॅडींच्या नावानं बोटं मोडत त्या दोघीही माझ्यापाठोपाठ आल्या. त्यांना काहीही माहिती नव्हतं. दिवसभर मी किती उस्तवारी केली, लहान भावांना कसं सांभाळलं, पोटाची खळगी कशी भरली, ते त्यांना ठाऊक नव्हतं. ते मी कसं केलं हे सांगितलं तर कौतुकाऐवजी मारच मिळण्याची शक्यता जास्त होती. मी ओठ मिटून बसलो.

मॉमला पाहताच आजीला धक्का बसला. "अरे देवा, हे काय बघतेय मी? अँजेला, अगं काय अवस्था झालीये तुझी? पोरांनी अगदी दशा करून टाकली माझ्या लेकीची!"

मॉमनं कोरड्या ओठांवरून जीभ फिरवली.

"तिला लेमोनेड हवंय. आम्ही दोन वेळा दिलं. कसं आणलं सांगू? आम्ही सगळ्यांनी कायदा मोडला. आधी फ्रँकनं, मग आम्हीही. चोरी केली आम्ही." मायकेलनं सांगून टाकलं.

डेनीला आयती संधीच मिळाली. तो मायकेलला खाली घेऊन गेला. बराच वेळ त्याच्या हसण्याचा आवाज येत होता.

"अरे कार्ट्यांनो, ही वेळ काय, तुमचं वागणं कसं, जरा विचार करा." मावशीनं दातओठ खात विचारलं.

"अहो बाई, आधी त्या बाईंना हॉस्पिटलमध्ये न्या." डेनी वर आला. तो आळीपाळीनं आमच्याकडे बघत होता. मध्येच तोंड झाकून घेत होता. 'लाजिरवाणी पोरं' तो आम्हाला चिडवत होता.

मावशी डॉक्टरना घेऊन आली. ते दोघंही डॉक्टरच्या कारमधून आले.

"यांना न्यूमोनिया झालाय. ताबडतोब ॲडमिट करायला हवं." ते म्हणाले.

"आम्ही पण कारमधून येणार." आम्ही गलका केला.

"ए, गप्प बसा. तुम्ही माझ्या घरी यायचंय. समजलं?" मावशी वसकन अंगावर आली.

"मावशी, अगं मी आता मोठा आहे. मी सांभाळेन सगळ्यांना. अंघोळ, खाणं-पिणं- सगळं करेन बघ मी." मी बोललो खरं; पण छातीत धडधडत होतं.

अगदी मला अपेक्षित तसंच झालं. पाठीत जोरात रट्टा बसला. "मोठा आलाय सांभाळणारा! चला मुकाट्यानं."

डेनी होताच बघायला. तो मिस्कील हसला. "पोरगं आता लहान आहे; पण पुढे नाव काढणार नक्की." तो जायला निघाला.

"चला. असं शुंभासारखे उभे का? कपडे घ्या." एक फाटका तुकडा घेऊन ॲगी मावशीनं आल्फीचं अंग पुसलं.

आमच्याकडे आम्ही घातलेले तेवढेच कपडे होते. काय सांगायचं आता हिला?

"अरे फ्रँक, याच्यासाठी साखरपाणी तयार कर. ते बाटलीत भर." ती कर्कशपणे ओरडली, "आणि हो, ही मोडकी प्राम तू ढकलायचीस, समजलं? यात मी माझं कुत्र्याचं पिलूसुद्धा ठेवलं नसतं."

तीनपैकी दोन ओव्हरकोट तिनं प्राममध्ये घातले. त्यावर आल्फीला झोपवलं. वरून एक कोट पांघरला.

रस्त्यानं जाताना आजी होतीच तोंडसुख घ्यायला. "नीट चालव. एक गोष्ट बरी करशील तर नवल." तिच्या तोंडाची टकळी सुरू होती.

"मी आपली माझ्या घरी जाते. ही पिलावळ मला नजरेसमोर नकोय. यांना भाड्याचे पैसे पाठवा, घर घेऊन द्या, कमी असेल तेव्हा गरजा पुरवा... किती न् काय करायचं? आभाळच फाटलं तर काय करायचं? अँजेलाला कुठं तो दारूडा भेटला कोण जाणे! तो गेला निघून आणि आमच्या मागे कटकट." आजी तरतरा निघून गेली.

बापरे! आता या कजाग बयेच्या तावडीत आम्ही चौघं उरलो!

"याला घे." आल्फीला तिनं माझ्याजवळ दिलं.

"जागेवरच उभा राहा. मी सांगेपर्यंत हलायचं नाही. तसूभरही नाही."

ती बेडरूममध्ये गेली. आम्हाला त्याही स्थितीत हसू येत होतं. आम्ही एकमेकांकडे बघून हसू आवरलं.

"समजा, आम्ही हसलो तर काय?"

"ती म्हणेल, का हसलात?"

"सहज,- मी म्हणेन."

"सहज का?- ती विचारेल."

"उगीच."

"उगीच का?-"

"समजा, हे बोलत असताना मी हललो."

"तर ती म्हणेल- का हललास?"

"माझा तोल गेला- मी सांगेन"

“कसा तोल गेला?”

“हसल्यामुळे गेला.”

असं म्हटलं की कडकलक्ष्मी पुन्हा कडाडणार.

“का हसलास?”

तितक्यात ती आलीच. आल्फी म्हणाला, “गो गो.”

आम्हाला हसू आलं. तिनं एक दणका माझ्या पाठीत घातला. मी भेलकांडलो. आल्फी माझ्या कडेवर होता. मलाची हसला. तिनं मलाचीला ओढलं. त्याला कानशिलाखाली वाजवलं. तिचा मोहरा मायकेलकडे वळला. तो धावत सुटला. ती त्याच्यामागे.

तो डायनिंग टेबलाच्या भोवती गरगर फिरला. तिला जमेना.

“आता नाहीतर नंतर, सापडशील हातात.” ती ओरडली.

आता मोर्चा आमच्याकडे.

“त्याला तिथं फायररेंजजवळ ठेव.”

मी त्याला खाली ठेवलं.

“कपडे काढा.”

“बापरे! आता आणखी काय?”

“लवकर कपडे काढा आणि बाहेर नळावर जा हातपाय धुवायला.”

“एवढ्या थंडीत? नळावर?”

“होय. नळावर. खसाखसा अंग धुवा.”

आम्ही तिघं बाहेर गेलो. बोचरी थंडी होती. पण काय करणार? हळूहळू नळ सोडला. पाणी थंड होतं. अंगावर काटा आला.

“भरपूर पाणी घ्या. अंगावर एकही डाग नकोय मला.” आतून कजाग मावशी लक्ष ठेवून होती.

मी नळ आणखी उघडला.

तितक्यात आतून अंगावर काहीतरी येऊन पडलं.

“हा ब्रश घ्या. एकमेकांची पाठ घासा.”

आम्ही जोरात घासलं. अंग लाल झालं. आणखी बोचलं.

तेवढ्यात मावशी स्वतः बाहेर आली. तिनं चक्क भरलेली बादली आमच्या अंगावर ओतली. अगदी निर्दय बाई! आम्ही तिघंही आणखी गारठलो. तिचं समाधान झाल्यावर तिनं आम्हाला आत घेतलं.

“हं, आता आत या.”

आम्ही पॅसेजमध्ये उभं राहिलो.

“हा टॉवेल घ्या.”

कुडकुडणाऱ्या थंडीत केवळ एका टॉवेलनं आम्ही तिघांनी कसंबसं अंग पुसलं.

दात कडकड वाजत होते. अगं हुळहुळत होतं.

आत फायररेंज पेटवण्याचा आवाज आला.

"आता इकडे येताय की आमंत्रण हवंय?"

आम्ही आत गेलो.

"तुमचे ते फाटके-तुटके कपडे घाला आणि हे खा." चहाचे कप अक्षरशः तिनं आदळले. बरोबर एकेक भाजलेला ब्रेड.

मायकेलने आणखी ब्रेड मागितला. मला वाटलं आता धपाटा बसणार. पण... नाही, तिनं चक्क तिघांनाही एकेक स्लाइस दिला. अर्थात, 'भुकेकंगाल लोकांना कितीही दिलं तरी कसं पुरणार?' असं म्हणत. असं कुणी वागलं की भूक असली तरी खावंसं वाटत नाही. कसाबसा मी तो ब्रेडचा तुकडा गिळला.

तिच्या मांडीवर आल्फी होता. तिनं चहात बुडवून ब्रेडचा तुकडा त्याला भरवला. तो खाईना. तिनं ब्रेडला थोडी साखर लावली. मग मात्र लबाडानं हसत हसत तो मटकावला. ताण जरा सैल झाला. आम्हीही हसलो. तितक्यात आल्फीनं मावशीच्या मांडीवर शू केली. 'शीऽ ई ई ई!' ती किंचाळत बाहेर पळाली. आम्ही एकमेकांना टाळ्या दिल्या. आल्फीनं एखाद्या वर्ल्ड चँपियनसारखी कामगिरी केली असं त्या क्षणी आम्हाला वाटलं. मावशीची भले जिरली! बरं तो लहान. त्यामुळे मारातूनही सुटका. वा! आल्फी वा!

दार उघडून पा किटिंग काका आत आले. त्यांचा चेहरा, हातपाय सगळं कोळशानं माखलं होतं. "अरेच्चा, ही मंडळी आज आपल्याकडे!" त्यांनी आश्चर्यानं विचारलं.

"आमची मॉम हॉस्पिटलमध्ये आहे." मायकेलनं सांगितलं.

"अरे बापरे! काय झालं तिला?"

"न्यूमोनिया." मलाची म्हणाला.

"बरं झालं तिला ओल्ड-मोनिया झाला नाही." ते हसत म्हणाले.

मावशी तिथं आली. "अँजेला घरी येईपर्यंत ही मुलं इकडेच राहतील."

"वा, छान!" ते हातपाय धुण्यासाठी बाहेर गेले. लगेच परत आले. ते पहिल्यासारखेच दिसत होते. पाणी गार होतं ना!

त्यांना मावशीनं ब्रेड, हॅम, टोमॅटोच्या स्लाइसेस दिल्या. काका बडबडे. त्यामुळे आम्ही तिथंच घोटाळलो. ते मधूनच एखादा तुकडा आम्हाला देत होते. मावशीला ते कसं चालणार?

"तुम्ही इथं का थांबलात? बाहेर जा पाहू."

मग ती काकांना म्हणाली, "खाऊन झालंय त्यांचं. तुम्ही स्वतः खा."

त्या दोघांना मूलबाळ नव्हतं. पण मावशी स्वभावानं कोरडी होती; काका

आमच्याशी प्रेमानं वागायचे. आताही तसंच झालं.

"अगं, दोन घास जास्त खाल्ले मुलांनी, तर बिघडतं का?" ते म्हणाले.

"एवढा पुळका यायला ती काही तुमची मुलं आहेत का?" तिनं धारदार शब्दांत विचारलं.

"खेळायला जा आता. आणि हे पाहा, साडेआठ वाजता घरी यायचं, समजलं?" ती आमच्याकडे वळून म्हणाली. बाहेर मरणाची थंडी होती. गार पाण्याने अंघोळ केल्याने आम्ही गारठलो होतो. फायररेंजजवळ उबदार वाटत होतं. पण मावशीबाईंची आज्ञा मोडण्याची आमची प्राज्ञा नव्हती.

घरी आल्यावर तिनं मला वरच्या मजल्यावर राहणाऱ्या तिच्या शेजाऱ्यांकडे पाठवलं. "जा, रबर घेऊन ये."

त्या बाईंनी दिलं नाही. मी तसंच परत आलो.

"काय झालं?"

"त्या म्हणाल्या की, त्यांना बाळ झालं की लागेल ते रबर."

"काय बाई आहे ही! बारा वर्षं झाली तिचं बाळ जाऊन. व्हायचं असतं तर आतापर्यंत नसतं का झालं? पंचेचाळिसाव्या वर्षी मूल होण्याची वाट बघतेय, मूर्ख बाई."

"पंचेचाळिसाव्या वर्षी मूल होत नाही का?" मलाचीनं विचारलं.

"तू गप्प बस रे. मोठ्यांच्या भानगडीत उगीच नाक खुपसायचं."

मग तिनं मला पुन्हा वर पाठवलं.

तो रबराचा तुकडा तिनं बेडवर मध्यभागी घातला. भिंतीच्या बाजूला ती झोपली. मध्ये आल्फी आणि कडेला पा काका.

आम्ही जमिनीवर आमचा एक कोट अंथरला. उरलेले दोन तिघांनी मिळून पांघरले.

"आता मुकाट्यानं झोपायचं. एक शब्द ऐकू आला तरी फटके मिळतील. आणि हो, उद्या लवकर उठा. 'मास'ला जा. मॉमला बरं वाटावं म्हणून प्रार्थना करा." तिनं बजावलं.

दुसऱ्या दिवशी 'ॲश वेनसडे' होता. 'ईस्टर'च्या आधी काही दिवस काही ख्रिश्चन लोक काही क्लेशकारक नियम करतात, ख्रिस्ताला झालेल्या वेदना समजून घेण्यासाठी. त्या 'ॲश वेनसडे'पासून सुरू होतात.

पहाटे जाग आली ती घड्याळाच्या गजरानं. मग दुसरा गजर वाजला- मावशीबाईंचा. आता उठलंच पाहिजे.

"चला, उठा, उठा लवकर. तोंड धुवा आणि 'मास'साठी जा पाहू." ती अजून झोपलेलीच होती.

आम्ही मागच्या दारी गेलो. नळाला हात लावावा असं वाटलं नाही. बर्फ पडला होता. आम्ही थोडं पाणी वापरून आवरलं. काल रात्रीच्या त्या ओलसर टॉवेलनं तोंड पुसलं.

''मॉम म्हणते तसं अगदी घिसाडघाईनं आपण उरकलं नाही का?'' मायकेल आमच्या तिघांत लहान. त्याला मॉमची आठवण आली.

आम्ही जेसुईट चर्चमध्ये पोचलो. मला त्यांचा चक्क हेवा वाटला. बाहेर बर्फ, आत मस्तपैकी उबदार वातावरण. मऊमऊ गादी-उशीवर झोपायचं; ब्लँकेट पांघरायचं; मास म्हणायचा. ''कन्फेशन्स करायची; त्या लोकांना रागवायचं; हेच काम. तुम्हाला आयतं जेवण मिळणार, वाचायला मिळणार, हवं तेव्हा झोपायला मिळणार- किती छान. डोक्याला कटकट नाही.''

जेसुईट होणं फायद्याचं आहे. पण, माझ्यासारखं गल्लीबोळात वाढलेल्या मुलाला ते कसं शक्य आहे? त्यासाठी तुम्ही श्रीमंत असलं पाहिजे. गरीब लोकांनी इच्छा मनात ठेवायच्या नाहीत; स्वप्नंही पाहायची नाहीत.

चर्चमध्ये लोक भक्तिभावानं कपाळाला रक्षा लावत होते. मलाचीनं मायकेलला चिडवलं. ''तुझं फर्स्ट कम्युनियन झालेलं नाही. तुला हा अधिकार नाही.'' त्यानं रडायला सुरुवात केली. रांगेतल्या एका बाईंनी विचारल्यावर त्यानं कारण सांगितलं. ''मलाचीचं आता कन्फर्मेशन होईल ना, म्हणून मला चिडवतोय तो.'' त्यानं माझं नावही घेतलं नाही. कम्युनियन. कन्फर्मेशन मी तर सगळं विसरूनही गेलो.

''हे बघ, रडू नकोस. तूही आमच्याबरोबर रांगेत ये हं.'' मलाचीला त्या रागावल्याही. इतकंच नाही तर, त्यांनी मायकेलला एक पेनीही दिली.

आम्ही घरी आलो. मावशीचा दिवस अजून उजाडला नव्हता.

''मलाची, आल्फीची बाटली साखरपाण्यानं भर पाहू. आणि फ्रँक, तू फायररेंज पेटव. सगळं साहित्य आहे तिथं. तरीही पेटली नाही तर दोन थेंब पॅरॅफीन ऑइल घाल.'' तिनं हुकूम सोडले. मी पेपर, लाकूड, कोळसा वापरून पाहिलं; पण जमेना. मग मी ऑइल घातलं. अस्सा भडका उडाला! बापरे! माझ्या पापण्यांचे केस जळाले. सगळीकडे धूर झाला. मावशी ओरडत आली.

''अरे वेडपटा, ते धुराडं उघड की. नुसताच वाढलाय. अक्कल काडीची नाही.'' आमच्या घरी फायरप्लेस होती. फायररेंज हा प्रकार माझ्यासाठी नवा होता. मी नुसता उभा राहिलो. काही सुचेना. डोळ्यांची आग झाली.

''अरे, मी काय सांगितलं? ते धुराडं उघड. पाणी उकळत ठेव. चहा कोण करणार? आयता हवा का?'' ती किंचाळली.

''अगदी बापाच्या वळणावर आहे कार्टं. आता चहा करताना जपून. नाहीतर घराला आग लावशील.''

का ही बाई असं वसवस करते? स्वतःचा फ्लॅट आहे. स्वतंत्र संडास-बाथरूम. पा काका इमाने-इतबारे नोकरी करतात. घरी पैसे देतात. दारू पितात; तीही प्रमाणात. तरी ही सदा जगावर चिडलेली.

मी मोठं झाल्यावर असं नाही वागणार बुवा- मी ठरवून टाकलं.

तिनं ब्रेड लोफच्या तीन स्लाइसेस कापल्या. त्यावर मार्गरीन लावलं. ते आम्हाला खायला दिलं.

खरं सांगू, त्या दिवशी आम्हाला मनापासून शाळेत जावंसं वाटलं. तेवढीच या बयेपासून सुटका! शाळेतून घरी आलो.

'चल, कागद-पेन घे. बापाला पत्र लिही तुझ्या. मॉम हॉस्पिटलमध्ये आहे. पैसे पाठवा. महागाई फार आहे. चार खाणारी तोंडं सांभाळायची म्हणजे सोपी गोष्ट नाही. या छोट्याला झबली-दुपटीदेखील नाहीत. तुम्ही या, पैसे पाठवा इ.' तिनं सांगितलं तसं मी लिहिलं.

ती मेकॅनिक्स इन्स्टिट्यूटमध्ये पत्ते खेळायला जायची तेव्हा तिच्या तावडीतून जरा सुटका व्हायची. मग पा काका आणि आम्ही. ते म्हणायचे, खड्ड्यात गेले ते ब्रिगेडिअर्स. ते स्वतः साउथ पबमधून स्टाउटच्या दोन बाटल्या घेऊन यायचे. जोडीला सहा बन्स. भरपूर हॅम. त्यांनी चहा केला की आम्ही सगळे फायररेंजभोवती बसायचो. सँडविचेस हाणायची. जोडीला त्यांच्या चुरचुरीत गप्पा. आल्फी कंटाळला, कुरकुरला तरी ते गंमत-जंमत करून त्याला जोजवायचे.

मावशी येण्याची वेळ झाली की आम्ही भानावर यायचो. पटापट कप विसळायचे, सगळं आवरून लख्ख! नाहीतर ती पा काकांवर चिडेल. ते किती चांगले आहेत. केवळ आमच्याबरोबर मायेने वागतात म्हणून नाही; ते वर्ल्ड वॉरमध्ये लढले म्हणूनही. मला ते अद्‌भुत वाटतात. फादर काही वेळा चर्चमध्ये सांगतात, 'तुमच्या भोवतीचं जग मोठं अद्‌भुत आहे,' अगदी त्याप्रमाणे.

पा काका माझे वडील का नाही झाले? आम्ही असंच छान मित्र झालो असतो.

मावशी माझा तर फारच तिरस्कार करायची. ''बापासारखा आहे अगदी. नाक-डोळे काही धड नाही. त्याचीच गादी पुढे चालवेल. घरी किती टिकेल कोण जाणे! जाईल पळून; अन् घेऊन येईल एखादी इंग्रज मड्डम. जसा बाप तसा बेटा.''

सारखं मनात यायचं, कुठंतरी निघून जावं. उठता-बसता तिचे टोमणे ऐकून मी घायाळ झालो होतो. रात्री मी उठून बाहेर जायचो. थंडीत उभं राहायचो. वाटे, आजारी पडलं की इथून सुटका होईल. हॉस्पिटलमध्ये राहण्याचा मला अनुभव होता. स्वच्छ बेडशीट, सात्त्विक अन्न आणि वाचायला पुस्तकं. मग हॉस्पिटलमध्ये राहावं लागलं तरी काही वाईट नाही. बाहेर चंद्र दिसायचा. ढगांशी लपंडाव खेळणारा. मी उघडं व्हायचो. झोंबरं वारं लागून मला सर्दी-कफ व्हावा असं

वाटायचं. पण-ऊं हूं, मी तसाच ठणठणीत राहिलो. आजारी पडलो नाही.

काही वेळा मावशी इतकं हाड-हाड करायची की बस्स.

"जा इथून. तोंड काळं करा."

"ए फ्रँक, ही प्राम घे, हे उरलेले दोघं- सगळे चालते व्हा डोळ्यांसमोरून. जरा वेळ मला पूर्ण शांतता हवीये."

"आता एकदम चहासाठीच घरी या. तोवर बाहेर खेळायचं. लवकर येऊ नका. उशीर करू नका."

बाहेर चिटपाखरू नसायचं. फक्त आम्ही चौघे. प्राम ढकलत चालत राहायचो. शेतात गाई, मेंढ्या दिसायच्या. आल्फी खूश व्हायचा.

एकदा मी गंमत केली. एका गाईच्या आचळाखाली आल्फीला धरलं. त्याने चुपुक-चुपुक करून दूध प्यायलं. आम्ही टाळ्या वाजवल्या. त्या गाईही आल्फीला प्रेमानं हुंगायच्या. शेतकरी पाठलाग करायचे. पण मायकेल आणि आल्फी इतके लहान होते की त्यांचा राग पळून जायचा.

असंच भटकत असताना मलाचीच्या डोक्यात कल्पना आली. आपण आपल्या घरी जायचं का? आम्ही तिकडे गेलो. इतकं बरं वाटलं म्हणून सांगू! मोकळा श्वास घेण्याचं सुख काय असतं ते कळलं. येताना शेतातून वाळलेला पालापाचोळा, काटक्या असं आम्ही आणलेलं. वर इटलीत जाऊन आम्ही फायरप्लेस पेटवली. ऊब मिळाल्याबरोबर आल्फी झोपला. एकेक करत आम्ही सगळे झोपलो.

चर्चमधल्या घड्याळाचे टोल कानावर पडले तेव्हा जाग आली. आम्ही मावशीकडे जायला निघालो.

हळूहळू तिच्या ओरडण्याची सवय झाली. अधूनमधून आम्ही आमच्या घरी जात असू; तेवढा बदलही व्हायचा. मलाची एकदा म्हणालाही, मावशीच्या घरी सुखसोई खूप आहेत; पण ती सुखी नाही. आपली खरंतर वणवण होते. पण आपण शेतात मुक्तपणे भटकतो, आपल्या घरी जाऊन थोडा वेळ घालवतो. आपण आपला आनंद शोधलाय. आपण तिच्यापेक्षा सुखी आहोत. मला ते पटलं.

गुरुवार आणि रविवार या दोन दिवशी आजी यायची. मग मावशी आणि आजी मॉमला भेटायला हॉस्पिटलमध्ये जायच्या. परत आल्यावर त्यांनी काहीतरी बोलावं, असं आम्हाला वाटायचं. पण छे! स्वतःहून काही बोलणार नाही. समजा न राहवून आम्ही काही विचारलं तर कपाळावर आठ्यांचं मोठं जाळं. 'बरी आहे. बरी होईल ती,' असं तुटक उत्तर मिळायचं. लहान मुलांनी हॉस्पिटलमध्ये जायचं नसतं. त्यामुळे मॉम गेल्यापासून आम्ही तिला भेटलो नव्हतो.

मावशी खायला द्यायची तेही अगदी मोजकं. असंच एकदा मलाचीला भूक लागली. त्यानं मावशीला सांगितल्यावर तिनं त्याला इतक्या जोरात मारलं की

त्याच्या डोळ्यांत टचकन पाणी आलं. दुसऱ्या दिवशी तो शाळेतून घरी परत आलाच नाही. 'भूक लागली की येईल बरोबर,' मावशी म्हणाली. पण झोपेची वेळ झाली तरी तो परतला नाही.

सकाळी जाग आली ती मायकेलच्या ओरडण्यानं. 'डॅडी आले, डॅडी आले' तो थेट रस्त्यावर धावत सुटला. मी त्याच्यापाठोपाठ गेलो तर काय? चक्क डॅडी समोर उभे. त्यांनी मायकेलला जवळ घेतलं. त्याचे पापे घेतले. त्यांना गहिवरून आलं. जवळ आले तेव्हा त्यांच्या तोंडाला दारूचा भपकारा आला. मला वाटलं आता मावशी काही सोडणार नाही. डॅडींची खैर नाही. पण माझा अंदाज साफ चुकला. तिनं त्यांचं हसतमुखानं स्वागत केलं. तिनं चहा केला. खायला दिलं. इतकंच नव्हे तर मला पैसे देऊन स्टाउटची बाटली आणायला पाठवलं. बापरे! मावशी इतकी मेहेरबान म्हणजे?

लवकरच कारणही कळलं.

मायकेलनं विचारलं, "आपण आपल्या घरी जायचं का?"

"हो." डॅडी म्हणाले. म्हणून मावशी खूश होती तर!

आम्ही आमच्या घरी पोचलो. निरोप देताना मावशी चक्क हसत होती. "या, कधी वाटलं तर चहासाठी." मानभावीपणानं म्हणाली. चेटकीण कुठली! मला वाटलं एखादी सणसणीत शिवी द्यावी; पण मी काही बोललो नाही. इतकंच नाही तर मी तिच्याबद्दल वाईट विचार मनात आणला म्हणून मी कन्फेशन द्यायचं ठरवलं.

घरी गेल्यावर आनंदात आणखी भर पडली. मलाची तिथंच होता. तो मासे खात बसला होता. एका दारुड्या सैनिकानं रस्त्यावर टाकलेलं पुडकं त्याला सापडलं होतं.

दोनच दिवसांत मॉमही घरी आली. फिकुटलेली दिसत होती. हळू चालतानाही तिला कष्ट होत होते. डॉक्टर म्हणाले, "चांगलंचुंगलं खा. दूध प्या. थंडी-वाऱ्यापासून जपा. विश्रांती घ्या."

"त्यांना काय माहिती आमची दैन्यावस्था!" ती उसासा टाकत म्हणाली.

डॅडींनी चहा केला. ब्रेड कडक भाजून टोस्ट तयार केले. तिला दिलं. आम्ही ब्रेड भाजून खाल्ला. मग झोपलो सगळे. आमचे आम्ही. आमच्या घरात. गाढ झोप लागली.

"मला फार दिवस राहता येणार नाही." डॅडींनी जाहीर केलं.

"पण तिकिटासाठी पैसे नाहीत. तुम्ही परत कसे जाणार?" मॉमच्या प्रश्नावर ते किंचितसं हसले.

'होली सॅटरडे'च्या दिवशी ते लवकर उठले. मला जाग आल्यानं मीही उठलो. त्यांनी चहा केला. ब्रेडचा लोफ कापून त्याचे चार तुकडे केले. ते भाजले. 'लिमरिक

क्रॉनिकल'चे चार तुकडे केले. ब्रेड त्या कागदात बांधला. दोन दोन पुडे कोटाच्या प्रत्येक खिशात ठेवले. ते निघालेसुद्धा! मॉम अजून झोपलेलीच होती. खाली गेल्यावर त्यांनी मॉमला ओरडून सांगितलं, ''मी निघतोय.''

''बरं, पोचलात की कळवा.'' ती जागेवरून उठलीदेखील नाही.

''मी त्यांना स्टेशनवर पोचवायला जाऊ का?'' मी तिला विचारलं.

''नको, ते डब्लिन रोडवर जाऊन लिफ्ट मिळतेय का ते बघणार आहेत.''

डॅडी इंग्लंडला निघालेत- मॉम निर्विकारपणे वागतेय- मला कळेना. डॅडींनी मला जवळ घेतलं. थोपटलं. ''सगळ्यांची काळजी घे हं, फ्रँक.''

ते कोपऱ्यावरून दिसेनासे होईपर्यंत मी बघत होतो. मला काय वाटलं, मी धावत सुटलो. बराक हिल्स, सेंट जोसेफ स्ट्रीट- मी त्यांच्या मागेमागे जात होतो. शेवटी त्यांच्या लक्षात आलं. ''जा बाळा, घरी जा पाहू.'' त्यांनी मला परत पाठवलं.

आठवडाभरात त्यांचं सुखरूप पोचल्याचं पत्र आलं. त्यानंतरच्या आठवड्यात चक्क एक टेलिग्रॅम आला. तीन पौंडांचा. आम्हाला अतीव आनंद झाला. डॅडी जर असेच पैसे पाठवत राहिले तर...? आम्ही सगळे मनोराज्यात दंग झालो. फिश, चिप्स, सिनेमा आणि नाजूक नक्षीची कटलरी!

पण, हाय! ती मनोराज्यं धुळीला मिळाली. आम्ही वाट पाहत राहिलो. मनीऑर्डर काही आली नाही. मॉमनं पुन्हा सेंट व्हिन्सेंट डी पॉल सोसायटीत जाऊन मदतीसाठी दाताच्या कण्या केल्या. धर्मादाय दवाखान्यात गेल्यावर केन आणि कॉफे दुकलीनं केलेली टिंगल मुकाट्यानं सहन केली.

ती आताशा विचित्र वागायची. ब्रॅडीबरोबर वूडबिन्सच्या सिगारेट्स ओढणं परत सुरू झालं होतं. पण हल्ली चहा कमी वेळा व्हायचा. शिवाय घरातही ती लक्ष देत नव्हती. सकाळी खाल्लेल्या ब्रेडचे तुकडे टेबलावर तसेच असायचे. जॅम जार, कप-न विसळता पडलेले असायचे. माश्या घोंगावत असायच्या. साखरेला मुंग्या लागलेल्या असायच्या. ती असं का करत होती? कमालीचं नैराश्य आलं होतं तिला. परिस्थितीशी लढण्याची जिद्द कमी झाली होती.

शाळेतून आल्यावर आम्हाला खेळायला जावंसं वाटायचं. पण आल्फी आणि मायकेलकडे आम्हीच लक्ष द्यायचो. तिनं तसं आम्हाला सांगितलं होतं. नाहीतर मार मिळेल असा सज्जड दमही दिला होता. आम्ही प्राम घेऊन जायचो. आम्ही एक खेळ शोधला. मी चढावरून प्राम ढकलायची. मलाचीनं दुसऱ्या टोकाला ती थांबवायची. तिथं मुलं स्केटिंगही करत असायची. मलाची एकदा ते पाहण्यात इतका गुंतला की, प्राम गडगडत लेनिस्टन पबमध्ये घुसली. तिथं शांतपणे मदिरापान करणारे खवळले. झालं. तिथला बारमन तणतणत आला.

''काय बेफिकीर लोक असतात बुवा. मुलांना नीट सांभाळत नाहीत. खुशाल

रस्त्यावर सोडून देतात. गार्डला बोलावतो आता.''

तितक्यात प्राममध्ये बसलेल्या आल्फीनं गोड हसून बडबड केली. तो बारमन विरघळला. ''अरेच्चा, या छोट्या पिल्लाची कशी तक्रार करायची बरं? याला तर खाऊ द्यायचा.''

त्यानं त्याला चॉकलेट आणि लेमोनेड दिलं. आम्हालाही लेमोनेड मिळालं. आमच्या परिस्थितीमुळे आम्ही लोकांच्या रागाचे, टीकेचे धनी असायचो. मग अशी एखादी माणुसकीची झुळूक सुखद वाटायची.

'आपण असं वेगवेगळ्या पब्जमध्ये जाऊन करायचं का? आल्फीला हळूच ढकलून द्यायचं- मग त्याच्यासोबत आपल्यालाही कमाई होईल;' मलाचीच्या डोक्यात भन्नाट कल्पना आली.

''नको.'' मला ते पटलं नाही.

''मग मला काय करायचं ते करू देत. तू जा चांगुलपणा मिरवत.'' मलाची निघून गेला.

मी खिन्न मनानं आल्फीला घेऊन या रस्त्यावरून त्या रस्त्यावर हिंडत राहिलो. लवकर घरी जाऊन मॉमचा मार खाण्यापेक्षा... विचार करत मी हेन्री स्ट्रीटपाशी पोचलो. तिथून जवळच चर्च होतं. तिकडे वळसा घालून परत यायचं. मी तिथं पोचलो तर काही लोक जमले होते. माझी उत्सुकता चाळवली गेली. मळभ दाटून आलं होतं. चर्चचा रंगही फिकट आकाशी आणि तिथं जमलेल्या लोकांच्या अंगावरचे कपडेही करड्या रंगाचे होते. मला एकदम उलगडा झाला. फादरचं जेवण झाल्यावर उरलेलं अन्न आपल्याला मिळेल या आशेनं ते लोक तिथं जमले होते.

''अरेरे, दुर्दैवी लोक! भिकारीच!''

मी परत जायला निघालो.

तितक्यात एका खोलीचं दार उघडलं आणि एकच गलका झाला. ''ब्रदर, मला द्या.''

''मला द्या, ब्रदर, माझे डॅडी आजारी आहेत.''

''मलाही थोडं द्या ना, मला, मला- घरी चार लहान मुलं आहेत.''

अचानक मला एक आवाज ओळखीचा वाटला. खात्री करण्यासाठी मी वळलो; आणि माझी खात्री झाली.

त्या घोळक्यात माझी मॉम होती! पुढे घुसून एक पाकीट तिनं मिळवलं. म्हणजे अक्षरशः हिसकावून घेतलं. ती इकडे वळली आणि मी भरभर घरी जायला निघालो. जे डोळ्यांनी बघितलं ते मन स्वीकारत नव्हतं. मॉमनं असं का केलं? यासाठीच ती आम्हाला संध्याकाळी बाहेर पाठवते. तेही उशिरा परत येण्याची तंबी देऊन. हे कारण आहे तर!

माझ्या अंगावर सर्रकन काटा आला. मॉम... भिकारी? म्हणजे आम्ही भिकारणीची मुलं?

घरी जावंसं वाटेना. पाय नेतील तिकडे मी चालत होतो. वर्गातल्या मुलांना हे कळण्याचा अवकाश, नको-नको करतील. फाटके कपडे, तुटक्या चपला, निकृष्ट दर्जाचं अन्न, डॅडींनी केलेलं दुर्लक्ष या सगळ्याबद्दल आजवर त्यांच्याकडून टोमणे ऐकले होतेच. ते तर परकेच; पण रक्ताची असलेली मावशी आणि आजी, त्यांनी केलेली उपेक्षाही आम्ही निमूटपणे सहन केली होती. पण आज? भीक मागण्याची वेळ आमच्यावर यावी? सगळे मार्ग खुंटले?

सुन्न मनानं मी पावलं टाकत होतो. डॉक रोड- सगळ्या शहरातला केरकचरा जिथं टाकला जातो ती जागा. मी तिथं येऊन पोचलो. उंदरांचा सुळसुळाट होता. मुलं त्यांच्यामागे धावत होती. का बिचाऱ्यांना छळत होती ती? ते उंदीर तुमच्या घरात येताहेत का?

आल्फी आता कंटाळला. आता घरी जाणं भाग होतं.

मॉम फायरप्लेसपाशी होती. काहीतरी शिजत होतं.

बीफ आणि बटाटे. मलाचीनं मला तिकडे बघून सांगितलं, "कॅथलीन ओकनेलकडून आणलंय."

ते मॉमनं कुठून आणि कसं आणलंय हे त्याला समजलं तर? मॉमनं भीक मागितली हे कळलं तर काय वाटेल त्याला?

तिनं हाका मारल्यावर आम्ही टेबलाजवळ गेलो. तिनं सगळ्यांना वाढलं. मी तिच्याकडे बघायचं टाळत होतो. ते बीफ नव्हतंच. दुसरंच काहीतरी होतं. करड्या रंगाचं. त्याच्या टोकाशी एक लालभडक मांसाचा तुकडा होता. तो कुणाला मिळणार बरं? आम्ही सगळ्यांनी तिकडे डोळे लावले.

"हा आल्फीसाठी. सोनुला लहान आहे ना सगळ्यात. म्हणून त्याच्यासाठी." मॉमनं तो तुकडा त्याच्यासमोर ठेवला. त्यानं तो हातात धरला, परत खाली ठेवला. मग उचलला आणि तोंडात घातला. त्याला तो आवडला नाही. दुसऱ्या क्षणी त्यानं तो तोंडातून बाहेर काढला; लकी कुत्र्याच्या दिशेनं फेकला. त्यानं तो मजेत खाल्ला.

आम्ही आम्हाला वाढलेलं अन्न संपवलं.

जणू तो मांसाचा तुकडा आपल्याला मिळाला आहे असं समजून!

अकरा

आम्ही इतकी घरं बदलली की, अनेक वस्तूंची पार मोडतोड झाली. पण, या धांदलीत एक वस्तू मात्र मॉमनं जिवापाड जपली होती. आमच्या घरातली ट्रंक. त्या ट्रंकेला, त्यातल्या वस्तूंना हात लावायचा नाही, अशी आम्हाला सक्त ताकीद होती.

त्यात कामाचे कागद ठेवलेले होते. बर्थ सर्टिफिकेट्स, बाप्तिस्मा केल्याचे कागद तर त्यात होतेच; शिवाय मॉमचा आयरिश, डॅडींचा इंग्लिश, तर आमचे अमेरिकन पासपोर्ट्स त्यात होते. आणखी एक महत्त्वाची वस्तू म्हणजे मॉमचा लालभडक रंगाचा काळी झालर लावलेला चुणीदार फ्रॉक. तरुणपणी ती उत्तम नृत्यांगना असल्याची एकमेव खूण! अर्थातच तिच्या आयुष्यातली अभिमान वाटण्याजोगी एक गोष्ट!

त्या फ्रॉकची मला आठवण येण्याचं कारण म्हणजे आमची फुटबॉल टीम. मी, मलाची आणि बिली कँपबेल तिचे संस्थापक सदस्य. युनिफॉर्म किंवा बूट घेण्याची कुणाचीच ऐपत नव्हती. टीमला ओळख द्यायची तर नाव, युनिफॉर्म हवा - बिलीचा हा आग्रह चुकीचा नव्हता.

माझ्या डोळ्यांसमोर तो लाल फ्रॉक आला.

ठरलं. 'द रेड हार्ट्स ऑफ लिमरिक' हे टीमचं नाव. सात रेड हार्ट्स प्रत्येक खेळाडूने छातीवर चिकटवायचे. मॉम फार क्वचित ती ट्रंक उघडते. त्यामुळे हा कारभार तिच्या लवकर लक्षात येणार नाही. आणि एकदा तो फ्रॉक फाडल्यानंतर ती ओरडली तरी काय फरक पडणार?

मी गुपचूप ती ट्रंक उघडली. वरचे पेपर्स उचलले. माझ्या पासपोर्टवर माझे लहानपणीचे छायाचित्र होते. दुसऱ्या कागदावर लिहिलं होतं, मॅरेज सर्टिफिकेट. मी कुतूहलाने तो कागद उचलला. मलाची मॅककोर्ट आणि अँजेला शीहान हे २८ मार्च

१९३० रोजी विवाहबद्ध झाले. मी तो हातात घेतला आणि बुचकळ्यात पडलो. हे कसं शक्य आहे? माझा जन्म १९ ऑगस्टचा. बिली कँपबेलने सांगितल्याप्रमाणे नवरा-बायको नऊ महिने एकत्र राहिल्यावर बाळाचा जन्म होतो. मग?

मी त्याच्या निम्म्या कालावधीत जन्मलो याचा अर्थ मी सामान्य नाही. कुणीतरी संत किंवा महात्मा असण्याची शक्यता आहे. पुढेमागे लोक कदाचित माझ्या नावाने उपासही करतील. मिकी मॉलीला गाठायला हवं. तो यातला तज्ज्ञ. स्त्री-शरीर आणि एकूणच असल्या गोष्टींबद्दल त्याच्याजवळ माहितीचा भरपूर खजिना आहे.

पार्कमध्ये आम्ही प्रॅक्टिससाठी जमलो तेव्हा मी ते लाल रंगाचे तुकडे सगळ्यांना दाखवले. फारसे आवडले नाहीत त्यांना. मी वैतागलोच.

"मग तुम्ही तुमच्या कुणाच्या तरी आईच्या कपड्यांचे तुकडे फाडा," मी म्हणालो.

फुटबॉल आणण्यासाठी तरी पैसे कुठे होते? एकानं फाटके तुकडे, चिंध्या यांचाच बॉल तयार केला. खेळल्यामुळे तो खिळखिळा झाला. मोडलाच.

"आपण क्रिसेंट कॉलेजमधल्या मुलांबरोबर शनिवारी सामना खेळू या." बिली म्हणाला, "जरी आपल्याला पसंत नसले तरी फ्रँकनं केलेले सेव्हन रेड हार्ट्स आपण शर्टाला पिनेनं टाचू या."

खेळ संपल्यानंतर मलाची घरी जायला निघाला. मी मागे थांबलो. मिकीला गाठायचं होतं ना! माझ्या जन्माचं रहस्य लवकरात लवकर जाणून घ्यायचं होतं. मी त्याच्या घरी पोचलो तेव्हा मिकी त्याच्या वडिलांबरोबर बाहेर जायला निघाला होता. त्याचा सोळावा वाढदिवस होता. तो साजरा करण्यासाठी- पीटर, त्याचे वडील त्याला पबमध्ये घेऊन चालले होते. त्याच्या मॉमला हे पसंत नव्हतं.

"तुम्ही गेला नाहीत तर मी पुन्हा वेडाचे झटके येऊ देणार नाही, दिवस-दिवस ब्रेड करत बसणार नाही." ती त्यांना थोपवण्याचा प्रयत्न करत होती. "जर माझं लेकरू झिंगून आलं तर पाहाच; मी स्कॉटलंडला निघून जाईन." तिनं निर्वाणीचा इशारा दिला.

त्यांनी तिच्या धमक्यांकडे किंवा रडण्या-ओरडण्याकडे मुळीच लक्ष दिलं नाही. "सायक्लोप्स, चल. प्रत्येक आईला वाटतं, आपल्या मुलानं पबची पायरीही चढू नये. याउलट, बापाला वाटतं, पिंट ओठाला लावली म्हणजे आता आपला पोरगा बाप्या झाला खरा! हे फार जुनं भांडण आहे, चल." पीटर आपल्या मुलाला आग्रह करत होते.

"आपण फ्रँकला बरोबर नेलं तर? तो लहान आहे, त्याला लेमोनेड देऊ या?" मिकीनं विचारलं.

मीही त्यांच्याबरोबर निघालो. पबमध्ये पीटर मॉलींनी मिकीला तिथं आणण्याचं कारण जाहीर केलं. तिथं एकच जल्लोष झाला. अनेक जण त्याला दारू पाजण्यासाठी

पुढे सरसावले. "अरे, अरे नको. त्याला शिसारी येईल हं. पहिल्याच दिवशी इतका आग्रह नको." पीटरनं त्यांना आवरलं.

"अरे, चव काही बरी नाहीये. पण डॅडींना तसं सांगायचं नाही." तो हळूच माझ्या कानात कुजबुजला.

नंतर, तो गुपचूप ब्रिटिश उच्चारांची प्रॅक्टिस कशी करतो तेही त्यानं सांगितलं. बी.बी.सी.वर निवेदक होण्यासाठी त्याची धडपड सुरू होती. सोळावं वर्ष लागल्यानं त्याचा मार्ग आता मोकळा झाला होता. "पुढे-मागे मला वायरलेस रेडिओ सेट ऐकायला मिळाला तर तो त्याचाच आवाज असेल." तो म्हणाला.

मग मी त्याच्या आणखी जवळ सरकलो. त्याला माझ्या जन्माचं रहस्य सांगितलं.

"अरेच्चा, असं आहे का?"

"हो ना. याचा अर्थ काय?"

"अशा मुलांना अनौरस म्हणतात." त्यानं तोंड वेडंवाकडं केलं.

"तू मला असं चिडवू नकोस."

"अरे, हाच शब्द वापरतात अशा मुलांसाठी."

"अशा?" मला नीट कळेना.

"म्हणजे लग्नाआधी झालेल्या मुलांसाठी." तो प्रत्येक शब्दावर जोर देत म्हणाला.

मग त्यानं मला स्त्री-पुरुष एकत्र कसे येतात, गर्भधारणा कशी होते त्याबद्दल सांगितलं.

"पण यात माझा काय दोष?" मी विचारलं.

"तुझा दोष नाही. चूक तुझ्या आई-वडिलांची आहे. पण तरी तू नरकात जाशील."

"यावर काही उपाय?" या क्षणी तो मला तारणहार वाटला.

"येशूची माता- मेरीची प्रार्थना कर. ती अशा बुडत्यांचा आधार असते. मेणबत्ती लाव एखादी."

"पण त्यासाठी पैसे?"

"मी आत्ता उसने देतो; तुला नोकरी लागली की परत कर."

माझा जीव भांड्यात पडला.

"चला, घरी जाऊ या." पीटर उठले.

"तुम्ही मला आता सायक्लोप्स म्हणून हाक मारू नका." मिकी लटक्या रागानं म्हणाला.

"नाही रे बेटा, मी तर यानंतर तुला मायकेल अशीच हाक मारणार... दारूच्या

थेंबाला स्पर्शही करणार नाही... आपण इंग्लंडला जायचं. तुझ्या मॉमला खंडीभर ब्रेड करावा लागणार नाही.'' ते घरी जायला निघाले.

मी चर्चकडे जायला निघालो. त्याआधी मेणबत्ती घ्यायची. दुकानात गेलो. माझं लक्ष एका पाटीकडे गेलं. 'क्लीव्हज टॉफी एका पेनीला दोन!' अहाहा! ते पाहून माझ्या तोंडाला पाणी सुटलं. मनातल्या मनात मेरीमातेची मी क्षमा मागितली. पुन्हा केव्हातरी मेणबत्ती लावण्याचं आश्वासन दिलं. नरकात जाण्याचे, डुबण्याचे विचार मनातून काढले आणि टॉफी विकत घेतली. ती संपवल्यावर मला घराची आठवण आली.

मॉम आणि डॅडी तेव्हा असं भलतं वागले; त्यापायी मी अनौरस ठरलो. स्त्री-पुरुष देहानं एकत्र कसे येतात ते मिकीनं नुकतंच सांगितलेलं. माझ्या अंगावर काटा आला.

आता जर कधी ती त्या ट्रंकमधल्या लाल फ्रॉकबद्दल रागावली तर तिला गप्प करण्यासाठी माझ्याजवळ काहीतरी आहे. मला हे गुपित समजलंय, हे तिला कळलं तर तिचा चेहरा कसा होईल? ती शरमेनं मान खाली घालेल का?

रेड हार्ट्स- आमची फुटबॉल टीम रविवारी दिमाखात चालली होती. कुणीतरी आम्हाला आव्हान देईल याची आम्ही वाट बघत होतो. पण हाय! आमचे बिल्ले ते फ्रॉकचे लाल तुकडे हा मोठा अडसर ठरला. शेवटी रागारागानं बिली एका टीमला उद्देशून म्हणालासुद्धा, ''आमच्याबरोबर खेळायचं नाही ना, मग घरी जा आणि बहिणींबरोबर बाहुल्या खेळा!''

अखेर बॅलीनकुराच्या ग्राउंडवर खेळणारी एक टीम आमच्यासोबत मॅच खेळायला तयार झाली. आठ जण होते ते. आम्ही सात जण होतो. ब्ल्यू जर्सीज आणि व्हाइट शॉर्टस, स्पोर्ट शूज घालून ते खेळत होते. ते फार छान दिसलं. त्यांच्यापुढे आम्ही अगदीच कसेतरी दिसत होतो. बेंगरूळ आणि गबाळे. त्यांच्यातल्या एकानं चिडवलंही. त्याबरोबर मलाची त्याच्या अंगावर धावून गेला. पण प्रकरण त्यावरच निभावलं. त्यांच्यातला एक जण एकाक्ष होता.

''त्याच्या अधू डोळ्याच्या बाजूला थांबा,'' बिलीनं डोळा मिचकावत सांगितलं.

''काही काळजी करू नका. आमच्या फ्रँकला तर दोन्ही डोळ्यांनी कमी दिसतं.'' तो त्यांना म्हणाला.

''अर्धा तास खेळू या. नंतर लंच अवर आहे.'' ते म्हणाले.

सगळे जण ज्याला डिनर म्हणतात; त्याला ते लंच म्हणत होते. असो. आता काही बोलून उपयोग नव्हता. ते आमच्याबरोबर खेळायला तयार झाले, हे महत्त्वाचं.

पहिल्या अर्ध्या तासात आम्ही चक्क गोल केला. ही करामत बिलीची.

''आणखी अर्धा तास खेळू या.'' त्यांनी आग्रह केला. मग त्यांनीही एक गोल केला. बॉल पुन्हा आमच्याकडे आला तो नेमका बिलीच्या हातात. त्यानं मलाचीकडे फेकण्याची कृती केली आणि फेकला मात्र माझ्याकडे. अगदी पायांशी. मी तो

अलगद नेटमध्ये ढकलला. पुन्हा एकदा गोल! माझा माझ्या डोळ्यांवर विश्वास बसेना.

"थँक यू फ्रँक." बिली ओरडला.

"थँक्स, तुझ्यामुळेच..." मी त्याला म्हटलं.

घरी परत येताना मी हवेत तरंगत होतो. ही किमया नक्कीच मेरीमातेची. मी जर पापी असेन तर बॉल नेमका माझ्या पायांजवळ कसा आला? मी ढकलल्यावर गोल कसा झाला?

मी नरकात तर जाणार नाहीच. उलट, माझ्यावर प्रभूची कृपा आहे. तो गोल हे त्याच्या आशीर्वादाचं फळ!

रस्त्यानं जाताना मॉमला ब्रिडी हेनन दिसली म्हणून ती थांबली. ब्रिडीबरोबर तिची आई होती. जॉनची मला अतिशय काळजी वाटते. पैसे मिळतात अर्ध्या दिवसाचे; राबवतात दिवसभर. त्या मिस्टर हेननबद्दल बोलत होत्या. साडेआठ ते साडेपाच ही त्यांच्या कामाची वेळ; पण त्यानंतरही काम करावं लागत होतं. बोटींसाठी लागणारं इंधन पोचवणं हे त्यांचं काम. बंदरावरून बोटींवर असे हेलपाटे मारून ते दमायचे. रात्री सायकल मारत घरी यायचे तेव्हा त्यांच्या अंगात मुळीच त्राण नसायचं. शिवाय सध्या त्यांच्या पायाला जखम झाली होती. पायाचं बँडेज सांभाळत ते काम करायचे. बिचारे, त्यांच्या कामाचं स्वरूप असं होतं की, हेलपाटे, धूळ, कोळशाची भुकटी या त्रासदायक गोष्टी ते टाळू शकत नव्हते. ते घरी येईपर्यंत ते बँडेज अगदी काळंकुट्ट व्हायचं. ते घरी आले की मिसेस हेनन नवऱ्याच्या जखमेचं ड्रेसिंग करायच्या. रोज बँडेज नवीन आणणंही परवडत नव्हतं. त्या मग ते धुऊन परत वापरायच्या.

"हे असं घरगुती उपायांवर भागवू नका. डॉक्टरांकडे न्या त्यांना." मॉम त्यांना म्हणाली.

"डॉक्टर म्हणतात की पायाला आराम द्या. काम न करून कसं बरं चालेल?"

"ब्रिडी तू थोडा हातभार लावला तर?... म्हणजे छोटंमोठं काम करून-"

"कसं शक्य आहे ते?" मॉमचं वाक्य मध्येच तोडत ब्रिडी उसळून म्हणाली, "तुला ठाऊक आहेच मला दमा आहे ते. शिवाय संधिवात- तो त्रास निराळाच. मी जिवाला जपून असते."

ती जरी मॉमची जवळची मैत्रीण असली तरी ती तिच्या दुखण्याचा जास्त बाऊ करते असं मॉमचं स्पष्ट मत होतं. अन् दमा असला तरी ब्रिडीचं विड्या फुंकणं बिनधास्त सुरू असायचं.

गप्पा लांबत गेल्या. शेवटी मिसेस हेननी मुद्द्याला हात घातला. "एक विचारू का?"

"हो विचारा ना," मॉम म्हणाली.

"तुमचा छोकरा- फ्रँक, मिस्टर हेननना मदत करू शकेल का? कोळशाची पोती इकडून तिकडे नेण्यासाठी त्यानं मदत केली तर त्यांचा बराच त्रास कमी होईल. आम्हाला फार पैसे मिळत नाहीत; पण आम्ही थोडा मोबदला देऊ त्याला. फुकट राबवून घेणार नाही."

"अहो, आत्ताशी अकरा वर्षांचा होतोय तो." मॉम गडबडून म्हणाली. तिला असल्या प्रस्तावाची अपेक्षा नसावी. "शिवाय तो नुकताच टायफॉइडमधून उठलाय. त्या कोळशाच्या भुकटीचा त्याच्या डोळ्यांना त्रास होईल." मॉम मला पाठवायला अजिबात तयार नव्हती.

"अहो, उलट तो सकाळी जाणार म्हणजे ताजी हवा मिळेल त्याला! डोळे आणि अशक्तपणा दोन्हीसाठी सकाळची हवा चांगलीच; हो की नाही फ्रँक?" त्यांनी मलाही संभाषणात ओढलं.

"अं... हो" हो म्हणण्याशिवाय पर्याय नव्हता. त्यांचं विधान खरं होतं.

खरंच असं जायला मिळालं तर मज्जा येईल. मुख्य म्हणजे शाळेपासून सुटका!

पण मॉम मला असं सहजासहजी सोडणार नव्हती. "त्याची शाळा सांभाळून जमत असेल तर या शनिवारी येईल तो."

शनिवारी सकाळी मी लवकर उठलो. भरभर आवरून मिस्टर हेननची वाट बघत दाराशी उभा राहिलो. रॅशर्स आणि अंड्यांचा वास येत होता. मिसेस हेनन नवऱ्यासाठी नेहमी चमचमीत खायला करते. त्याच्यासाठी काय करू अन् काय नको असं होतं तिला.

"ते म्हणजे अगदी 'मेड फॉर इच अदर' आहेत." मॉम हसून म्हणायची.

तेवढ्यात ते आलेच. तोंडातला पाइप एका हातानं सावरत दुसऱ्या हातानं त्यांनी सायकल बाहेर काढली.

"बस." ते मला म्हणाले.

मी त्यांच्या पुढे सायकलच्या आडव्या बारवर बसलो. त्यांच्या पाइपचा धूर माझ्या गालांना कुरवाळत जात होता. मला गंमत वाटली. त्यांच्या कपड्यांना कोळशाचा वास येत होता.

रस्त्यावर कामाला जाणाऱ्यांची गर्दी होती. बरेच जण सायकलवरून जात होते. पायी जाणारेही बरेच जण होते. कोल यार्ड, रँक्स फ्लोअर मिल आणि लिमरिक स्टीमशिप कंपनीत जाणाऱ्यांचीही गर्दी.

"आज शनिवार म्हणजे हाफ डे. सकाळी आठ ते दुपारी बारा, बस्स. मग घरी जायचं." मिस्टर हेनन म्हणाले. ते खुशीत होते.

तिथं गेल्यानंतर पहिलं काम म्हणजे घोड्याला तयार करणं. मिस्टर हेननने त्याचा खरारा करून त्याच्यापुढे ओटनं भरलेला टब ठेवला. पिण्यासाठी एका बादलीत पाणीही ठेवलं. मी सगळं बारकाईनं पाहत होतो.

"हा लगाम धर आणि चढ याच्या पाठीवर." मिस्टर हेनन म्हणाले. त्याला घोडागाडी जोडलेली होती. मी सराईतासारखं चढलो आणि एका पाटासारख्या फळीवर बसलो.

"अरेच्या, फ्रँक, तू तर अगदी तयार दिसतोस हं. मोठीच काळजी मिटली." ते खूश झाले.

एखादी छोटीशीच गोष्ट, पण त्यामुळे तुमचा आत्मविश्वास किती वाढतो! मला वाटलं, आयुष्यभर असंच घोडागाडी फिरवत राहावं.

दोन जणांनी कोळसा-सरपण पोत्यात भरलं. मोठ्या लोखंडी काट्यावर वजन केलं. शंभर किलो प्रत्येकी. त्यांनी ती पोती घोडागाडीत ठेवली. तोवर मिस्टर हेनन ऑफिसमधून आवश्यक ती कागदपत्रं घेऊन आले.

मिस्टर हेनन स्वतः घोडागाडीत चढले आणि त्यांनी मला खूण केली. पण आता घोडागाडी उंच झाली होती. शिवाय जडही. त्यात सामान होतं ना! मला उडी मारून चढता येईना. मी पटकन चाकावर पाय ठेवून चढण्याचा प्रयत्न केला.

"ओ नो, असं कधीही करायचं नाही. चाक हललं की घोड्याला वाटतं धावायला सुरुवात करायची. त्यानं टांग मारली की खल्लास. तू चाकांखाली चिरडला जाशील." त्यांनी लगाम सैल करून घोड्याला खाली वाकवलं. मी चढलो.

"बिचारा. फार कामसू आहे हा. आता बराच वेळ लगामानं जखडलेला असेल गडी." ते घोड्याकडे प्रेमानं बघत म्हणाले.

आम्ही निघालो. वाटेत पाऊस सुरू झाला. आम्ही जुनी पोती इरल्यासारखी पांघरली.

"भिजून सामान जड होतं." मिस्टर हेनन मागे बघून म्हणाले. पण थांबून चालणार नव्हतं. निसर्गाबद्दल कुठं तक्रार करणार?

सार्सफील्ड ब्रिज आला. तो ओलांडून आम्ही एनीस रोडवर गेलो. आणखी पुढे गेल्यावर नॉर्थ सर्क्युलर रोड.

"ही श्रीमंतांची घरं. टीप द्यायला फार काचकूच करतात हे लोक." मिस्टर हेनन म्हणाले.

आमच्या गाडीत एकूण सोळा पोती होती. काही घरी एकापेक्षा जास्त पोती द्यायची होती. मिस्टर हेनन खाली उतरले की मी त्यांच्या खांद्यावर पोतं चढवून द्यायचो. ते पोचवून यायचे. काही ठिकाणी बाहेरच्या बाजूला कोळसा ओतण्याची

सोय होती. काही ठिकाणी मात्र मागच्या बाजूला लांबवर चालत जावं लागायचं. दुखऱ्या पायानं चालणं म्हणजे शिक्षा होती. गाडीत चढताना मी त्यांना आधारासाठी हात द्यायचो.

"एखादी हातगाडी मिळाली तर असं पाठीवर ओझं न्यावं लागणार नाही. पायावर भारही कमी पडेल. पण दोन आठवड्यांची मजुरी त्यासाठी खर्च करावी लागेल." ते म्हणाले.

काम संपवून आम्ही निघालो तो सूर्य मध्यावर आलेला. घोडागाडी रिकामी झाल्यामुळे घोडोबाही मजेत होते. छान घोडा होता तो. मला आवडला. मागे बसून मी कौतुकानं त्याच्याकडे पाहत होतो. तोच रस्ता, तोच ब्रिज. परतत असताना मिस्टर हेनन म्हणाले, "फार काम झालं बुवा. फ्रँक, मी स्वतःसाठी एक पिंट घेणार आणि तुला एक लेमोनेड. कशी वाटते आयडिया? ही दमणूक घालवायलाच हवी, हो ना फ्रँक?" नाही म्हणण्याचा प्रश्नच नव्हता.

"फ्रँक, शाळेत जा. शीक आणि हे गाव आधी सोड. जमलं तर हा देशही सोडून दुसरीकडे जा." आपल्या दुखऱ्या पायांवरून हात फिरवत ते म्हणाले, "हे युद्ध आता संपेल. मग तू अमेरिकेत किंवा ऑस्ट्रेलियातही जाऊ शकशील. काहीतरी वेगळं कर. माझ्या पायांपायी मी रखडलो. नाहीतर एव्हाना मीही इतरांसारखं इंग्लंडमध्ये गेलेलो असतो."

आम्ही चालत होतो. ते गंभीरपणे बोलत होते. "तुझे वडील तिकडे गेले; पण तुम्हाला असं वाऱ्यावर सोडून. एखादा कुटुंबवत्सल माणूस असं कसं वागू शकतो, हे एक कोडंच आहे. ते जाऊ दे. तू शीक. मोठा हो. जग फार मोठं आहे. दार ठोठावलं तर संधी. इथंच राहिलास तर काबाडकष्ट करून तुझं शरीर झिजेल आणि मनाची उमेदही संपेल. त्यापूर्वीच तू इथून जा बाळा."

आम्ही कोल यार्डकडे निघालो. आता घोड्यालाही भूक लागली. आम्ही तिथं पोचल्याबरोबर त्याला दाणापाणी दिलं. खराराही केला. तो अधूनमधून मिस्टर हेननच्या छातीवर तोंड घासत होता. त्यांनी मायेनं त्याच्या अंगावरून हात फिरवला. ते सतत त्याच्याशी बोलत होते. मलाही त्यानं एका दिवसात लळा लावला. वाटलं, याला अस्सं घरी न्यावं; पण मॉमनं मुळीच घरात थारा दिला नसता. आमच्या घरी जिथं माणसांना पोटभर खायला मिळण्याची मारामार, तिथं हौस म्हणून घोडा पाळणं केवळ अशक्य होतं.

घरी जायला निघालो तर मिस्टर हेननना आणखी त्रास होऊ लागला. रस्ता उंचसखल होता. त्यांचे पाय दुखू लागले. मला सायकलवर बसवून सायकल चालवणं त्यांना जमेना. मिस्टर हेनननी सायकल एका हातानं धरली आणि आम्ही पायी चाललो. त्यांना चालताना त्रास होत होता. काही वेळा ते वाटेतल्या घरांच्या

पायऱ्यांवर बसत होते. पाइपचा एक झुरका घेतला की ते पुन्हा उठायचे.

मला माझ्या कामाचा मोबदला कधी मिळणार याची मी वाट पाहत होतो. लिरिक सिनेमा मला खुणावत होता. पण वेळेवर पैसे मिळाले तरच...

तेवढ्यात मिस्टर हेनन पुन्हा थांबले. मी वर पाहिलं - साउथ पब! ओहो, मी विसरलोच, ते पिंट घेणार आणि मला लेमोनेड देणार असं आमचं मगाशी ठरलेलं. त्याप्रमाणे ते खरंच मला पबमध्ये घेऊन आले.

आत शिरलो तर समोर पा काका. नेहमीप्रमाणे काळवंडलेले. शेजारी मिस्टर गाल्विन. नेहमीप्रमाणे शुभ्र कपड्यात. दारू पिताना मध्येच त्यांचा श्वास जोरात व्हायचा. मिस्टर हेनन त्यांच्या शेजारी जाऊन बसले. मोठं गमतीदार दृश्य होतं ते. दोन कावळे आणि मध्ये एक बगळा बसलाय असं वाटलं. सगळे हसू लागले. ज्यांचं लक्ष नव्हतं तेही आता वळून बघू लागले. 'दोन कोळसे आणि मध्ये एक बर्फ!' कुणीतरी ओरडलं. सगळे खो खो हसले. एका उत्साही वीरानं तर 'लिमरिक लीडर'च्या छायाचित्रकाराला निरोप पाठवला.

पा काकांचं माझ्याकडे लक्ष गेलं. ते एकदम ओरडलेच. "अरे, हे काय झालं? तू असा काळाकुट्ट का दिसतो आहेस? कोळशाच्या खाणीत पडलास की काय?"

"मी मिस्टर हेननच्या मदतीसाठी त्यांच्याबरोबर घोडागाडीतून गेलो होतो."

"अरे, तुझे डोळे असे लाल का दिसताहेत? चोळलेस का?"

"अहो, कोळशाची भुकटी, त्यापायी असे दिसताहेत."

"घरी जाऊन स्वच्छ डोळे धुऊन टाक. विसरू नकोस हं बाळा."

"हो काका."

मिस्टर हेनननी मला लेमोनेड घेऊन दिलं. एक शिलिंग हातावर ठेवत ते म्हणाले, "बाळा, तुझी फार मदत झाली. पुढच्या शनिवारीही ये."

घरी जाताना मी मनोरथ रचायला सुरुवात केली. रोज असं गेलं तरी चालेल. एक शिलिंग. लिमीज स्कूल सोडलं तरी चालेल. त्यांना मदत करायची. त्यांनी काम सोडलं की आपण त्या जागी काम करायचं. घोडा आपल्याला आवडला आहेच.

घरी जाताना स्वतःचा फार अभिमान वाटला. एका खिडकीच्या काचेत माझा अवतार मी पाहिला. काळाकुट्ट कोळशाच्या भुकटीनं रापलेला; पण, खिशात एक शिलिंग माझ्या कमाईचा! मन अभिमानानं भरून आलं. मला माझे दोस्त आठवले. मला अशा अवतारात बघितल्यावर ते चिडवल्याशिवाय राहणार नाहीत. चिडवलं तरी हरकत नाही. मी आता मोठा झालोय. पबमध्ये मी मोठ्या माणसांच्या बरोबरीने बसलो होतो. काम करण्यात कसली लाज? भीक मागण्यापेक्षा ते केव्हाही बरं.

अपेक्षेनुसार माझ्या मित्रांनी टोमणे मारलेच. "हे बघा, कोण चाललंय ते! आमच्या स्वयंपाकघराची चिमणी साफ करून देणार का?"

"अरे, हा कांडीकोळसा रस्त्यानं चालताना कसा दिसतोय पाहा तरी."

"अरेच्या, काय हे ध्यान! फ्रँक, तू कोळशाच्या खाणीत पडलास का?"

त्यांच्या शेरेबाजीवर मी काहीही उत्तरं दिली नाहीत. मला त्याबद्दल फार वाईटही वाटलं नाही. मी लहान राहिलो नव्हतो. पोक्त माणसासारखं वागायला नको का!

घरी पोचलो तर मॉम आल्फीला घेऊन झोपली होती. खिडकीतून येणारा गार वारा अडवण्यासाठी तिथं कोट टांगलेला होता.

"हे घे." मी तो एक शिलिंग तिच्याकडे दिला. "मी सिनेमाला गेलो तर चालेल?" हळूच विचारलं.

"हो, चालेल की. दोन पेनी घे आणि उरलेल्या ड्रॉवरमध्ये ठेव." ती कुशीवर वळत असताना वाऱ्याच्या झोतानं खिडकीतला कोट खाली पडला. त्याबरोबर खोलीत उजेड पसरला. तिचं माझ्याकडे लक्ष गेलं आणि ती ओरडलीच, "माय गॉड! अरे, तुझे डोळे स्वच्छ धू पाहू आधी. जा, ताबडतोब खाली जा. मी गरम पाणी घेऊन आलेच."

बोरिक ॲसिड घेऊन तिने हळूहळू माझे डोळे धुतले. "सिनेमा नाही हं पाहायचा. आज तर नाहीच; डोळे पूर्ण बरे झाल्याशिवाय नाही. डोळ्यांची वाट लागेल. आणि तू काही त्या हेनन बाबांबरोबर कोळसा वाटण्यासाठी जायचं नाहीस. समजलं?" ती तावातावानं बोलत होती.

"पण, मला मोठ्या माणसासारखं घराला हातभार लावायचा आहे, मॉम."

"अरे, मोठं व्हायला काय वेळ लागतो बाळा? निसर्गनियम आहे तो. आणि डोळे शाबूत राहिले तर मोठं होण्यात मजा आहे. आंधळा झालास तर काय उपयोग?" तिनं माझ्या पाठीवरून हात फिरवला.

मॉमसमोर मी बोललो नाही; पण माझा निश्चय कायम होता. त्यासाठी मी धडपड करत राहिलो. मला हॉस्पिटलमधले दिवस आठवले. सिमस त्याच्या काकांबद्दल सांगताना म्हणाला होता की, डोळे उघडझाप करण्याचा व्यायाम केला की डोळे बरे होतात. मी रोज एक तास तसं करू लागलो. दुखऱ्या डोळ्यांनी तसा व्यायाम करणं त्रासदायक झालं. डोळे वाहू लागले. मलाचीनं हे पाहिलं आणि तो धावत गेला. मॉम, मिसेस हेनन सगळ्यांना त्यानं माझ्याबद्दल सांगितलं. मॉम धावत आली.

"अरे, काय झालं? असं काय करतो आहेस?"

"अगं, मी डोळ्यांचा व्यायाम करतोय."

"कुणी सांगितलं?"

"तो हॉस्पिटलमध्ये सिमस सांगत होता की त्याच्या काकांचे डोळे-" माझं वाक्य पुरतं न ऐकताच मॉम म्हणाली, "अरे, असं वेड्यासारखं वागू नकोस. जरा वेळ झोप. आराम वाटेल तुला." ती पुन्हा गप्पा मारायला निघून गेली.

"फ्रँकी अगदी गुणी मुलगा आहे हं. घोडागाडीतून चढता-उतरताना जॉनला फार मदत झाली त्याची." मिसेस हेनन माझ्याबद्दल बोलत होत्या.

मॉम त्यावर काही बोलली नाही. चला, म्हणजे मला त्यांच्याबरोबर जायला मिळणार!

डोळे बरे होण्यासाठी माझे प्रयत्न सुरूच होते. वर्गातही शिक्षकांचं लक्ष नाही असं पाहून मी डोळे मिचकावण्याचा व्यायाम करत राहिलो. मित्र मला चिडवत राहिले. आधी मी भिकारी, नाचरा, माकडतोंड्या होतोच आता 'मिचमिच्या' हे विशेषण लागलं.

मंगळवार कधी उजाडतो असं मला झालं. सारखी निरनिराळी दृश्यं डोळ्यांसमोर यायची. मी कसा ऐटीत घोडागाडीवर बसलोय, लगाम हातात घेऊन. माझा घोडा- हो माझाच की. मिस्टर हेननी काम सोडलं की मीच ते काम करणार आहे. तो घोडाही कसा चपळ आणि आज्ञाधारक आहे. चाबूक असतो माझ्या हातात; पण- तो वापरावा लागत नाही. मीही अत्यंत आत्मविश्वासानं घोडागाडी चालवत असतो. ते माझ्या शेजारीच असतात- मिस्टर हेनन. आरामात पाइपचे झुरके ओढत. मी असल्यावर त्यांनी काळजी का करावी? मला दोन गोष्टींसाठी त्यांचा हेवा वाटतो. एक तो त्यांचा पाइप आणि दुसरी त्यांची रंगीबेरंगी कॅप. बाकी ते अगदी निरुपद्रवी आहेत. सूचना नाहीत की अरेरावी नाही. प्रेमाने वागतात. मलाही जास्त काही नकोय.

खरोखर त्यांच्यानंतर मी कोलमन- कोळसा वाटणारा माणूस झालो तर माझंही सगळं अंग कोळशाच्या भुकटीनं रापलं जाईल. काळा थर सगळ्या शरीरभर चढेल. ऊं हू, मी तो मुळीच घालवणार नाही. ते माझ्या मेहनतीचं प्रतीक होईल मग. अगदी पा काका किंवा मिस्टर हेनन यांच्यासारखं. लोक म्हणतील, तो पाहा, फ्रँक मॅककोर्ट चाललाय. तो ना, साऱ्या लिमरिक शहराला कोळसा वाटण्याचं काम करतो. रापलाय बिचारा अगदी. हो, हो, घामाचा पैसा आहे त्याचा. फार कष्ट केले हं पोरानं त्यापायी.

मी पक्कं ठरवून टाकलं. माझा चेहरा तर मी मुळीच स्वच्छ करणार नाही. ख्रिसमसच्या दिवशीसुद्धा नाही. चर्चमध्ये मी त्या दिवशी तीन वाईजमेन पाहिले. त्यांच्यापैकी एक जण काळा ठिक्कर होता. पा काका त्याच्यापुढे फिके वाटावेत इतका. तो जर वाईजमॅन होऊ शकतो तर मी काळ्या चेहऱ्यानं वावरलो तर बिघडलं कुठं?

मंगळवार उजाडला. सगळं अगदी स्वप्नातल्यासारखं घडलं. आम्ही जात असताना घोड्यानं लीद टाकली. मी त्याला बाजूला घेण्यासाठी लगाम खेचले. "त्याला थांबवू नकोस. हळूहळू चालू देत." मिस्टर हेनन म्हणाले, "तू काळजी करू नकोस. दुर्गंधी येणार नाही." ते हसले. अरे वा! हाही त्रास नाही, मी मनातल्या मनात म्हटलं. मला आमच्या घराशेजारचं सार्वजनिक शौचालय आठवलं.

मंगळवार, गुरुवार आणि शनिवारी अर्धा दिवस असं मी काम करायचो. त्याबद्दल मला तीन शिलिंग्ज मिळायचे. मी खूश असायचो. मॉमला माझ्या डोळ्यांची काळजी वाटायची. ती मला पिटाळायची. गरम पाण्यानं डोळे स्वच्छ धुवायचे आणि अर्धा तास डोळे मिटून पडून राहायचं.

''गुरुवारी आपण तुझ्या शाळेजवळ भेटू.'' मंगळवारी निरोप घेताना ते म्हणाले. ''वा! हे अगदी माझ्या मनासारखं.''

ते ठरल्याप्रमाणे आले. मी सराईतासारखं घोडागाडीवर चढलो. काही नजरा माझ्याकडे वळल्या. ''द्या तो लगाम हातात. तुम्ही निवांतपणे पाइप ओढा.'' त्या वळलेल्या नजरा माझ्यावर कौतुकानं खिळल्या. मी चाबूक हवेत ओढला. 'चलो,' घोड्याला टाच दिली. तो वेगानं निघाला. त्या नजरांमधल्या कौतुकाची जागा मत्सरानं घेतली, हे मला न बघताही जाणवलं.

माझ्या आयुष्यातला हा स्मरणीय दिवस. फर्स्ट कम्युनियनच्या दिवशी मी टायफॉइडनं आजारी होतो. कन्फर्मेशनच्या दिवशी आजीनं विचका केलेला. आज मात्र मी जिंकलो. दहा तोंडांनी दहा वेळा बोलणाऱ्यांना एकदाच सणसणीत उत्तर मिळालं.

दुसऱ्या दिवशी मी शाळेत गेलो तेव्हा दोस्तमंडळींचा नूर पालटला होता. इतक्या लहान वयात मी ही नोकरी कशी मिळवली, ही कायमची नोकरी आहे का, त्यांच्यापैकी कुणाला कोल यार्डमध्ये काम मिळू शकेल का... अनेक प्रश्न आले. हेटाळणीची जागा आता कौतुकानं घेतली.

जे वयानं मोठे होते त्यांनी दम दिला. त्यांचा त्या नोकरीवर हक्क होता. माझ्यासारख्या खांदे पाडून चालणाऱ्या मुलाला इतकी बरी नोकरी मिळाल्याबद्दल त्यांनी असंतोष व्यक्त केला. मी फिकीर केली नाही. मिस्टर हेननची माझ्याबद्दल कोणतीही तक्रार नव्हती. मग मी काळजी का करावी?

त्यांच्या पायाची जखम दिवसेंदिवस चिघळत होती. काही वेळा घरी पोचल्यावर मिसेस हेनन मला चहाचा आग्रह करायच्या. आम्ही बोलत असतानाच त्या नवऱ्याच्या पायाचं ड्रेसिंग सोडायच्या. लाल जखमा आणि त्यावर कोळसा चिकटलेला. ते साबणाच्या पाण्याने पुसून त्या नवीन बँडेज बांधायच्या. मिस्टर हेनन त्यानंतर तो पाय खुर्चीवर ठेवायचे. रात्रभर खाली घ्यायचे नाहीत. पुस्तक वाचता वाचता तसेच झोपी जायचे.

पुढे पुढे तर त्यांना नेहमीपेक्षा एक तास लवकर उठावं लागायचं. त्यांचा आखडलेला पाय मोकळा झाला की पुढचं आवरायचं.

एका शनिवारी पहाटे मिसेस हेननी आमचं दार वाजवलं. ''फ्रँक, तू कुणाकडून तरी हातगाडी मागून आणतोस का बेटा? जॉनला आज कोळशाची पोती पाठीवर

लादून अजिबात चालता येणार नाही. तू जर पोती घोडागाडीतून हातगाडीवर उतरवून दिलीस तर बरं. तो ती ठरल्या जागी नेऊन देईल.'' त्या म्हणाल्या, ''ती हातगाडी घेऊन तू थेट कोल यार्डमध्येच जा. आज काही जॉनला तुला डबलसीट नेणं जमेलसं वाटत नाही.''

ठरल्याप्रमाणे मी कोलयार्डच्या दारात त्यांची वाट पाहत उभा राहिलो. ते आलेच. ''थँक यू.'' ते म्हणाले. आज घोडा मीच गाडीला जुंपला. बर्फ पडलेल्या रस्त्यावरून आम्ही बाहेर पडलो, तेव्हा खूप छान वाटलं. घोडागाडीच्या काठावर आणून कोळशाचं पोतं अलगद कसं ढकलायचं ते त्यांनी मला शिकवलं. आज माझे कपडे कमी मळले. ते पोतं मग हातगाडीवर ठेवायचं आणि ती ढकलत पुढे न्यायची.

दुपार केव्हा झाली ते कळलं नाही. तोवर सोळा पोती वाटून झाली होती.

मिस्टर हेननी मला ठरलेले पैसे तर दिलेच; शिवाय मला मिळालेली टीपही मलाच दिली. एकूण पाच शिलिंग्ज! शिवाय साउथ पबमध्ये लेमोनेड.

मी अत्यानंदात घरी पोचलो. पैसे मॉमला दिले.

''पैशानं सुख मिळतं म्हणे. पण पोरा, तुझ्या डोळ्यांकडे पाहिलं की वाईट वाटतं बघ.'' ती रडव्या सुरात म्हणाली. चेहरा काळा अन् डोळे लालेलाल झाले होते. पापण्यांवर चिकट घाण जमली होती.

''हे बघ, आता पुरे झालं हे काम.'' ती निग्रहानं म्हणाली.

''अगं, आता तर त्यांना माझी जास्त गरज आहे. आज जवळपास सगळं काम मीच केलं.''

''त्यांना मदत हवी आहे पण त्यासाठी तू किती किंमत मोजणार? त्या जीवघेण्या टायफॉइडमधून कसाबसा वाचलास. आता या कामापायी डोळे घालवून बसणार का? माझ्या पोरानं लिमरिकच्या रस्त्यावर भीक मागत फिरावं हे मला चालणार नाही.'' ती अगदी हट्टाला पेटली.

मला रडू आलं. जरा आशेचे किरण माझ्या आयुष्यात दिसत होते, तर खुद्द माझी मॉमच तिथं आडवी येतेय. डॅडींकडून पैसे येतील याची आम्ही किती वाट पाहिली होती! ते आलेच नाहीत. आता मी कर्त्या पुरुषासारखं वागण्याचा प्रयत्न करतोय तर...

मग मला आणखी रडू आलं ते मिस्टर हेननच्या आठवणीनं आणि काळजीनं. शनिवारी सकाळी मी त्यांच्याबरोबर गेलो नाही तर..? आणि तो माझा लाडका घोडा?... आम्ही दोघंही कोल यार्डमध्येच गेलो नाही तर त्याचं दाणापाणी कोण करणार? मला खूप निराश वाटलं. डोळ्यांमधलं पाणी थांबेना.

''बरं बरं, आत्ताच काही ठरवायला नको. वेळ आल्यावर बघू. तू रडणं बंद कर.''

मग माझा मूड बदलावा म्हणून तिनं मला आणि मलाचीला सिनेमाला पाठवलं. वर टॉफी खाण्यासाठी वेगळे पैसे दिले.

टॉकीजमध्ये वेगळंच नाट्य घडलं. वेळेवर पोचलो खरं, तिकिटंही मिळाली; पण मला सिनेमा बघता आला नाही. डोळ्यातून अखंड घाण वाहत होती. मलाची मला पडद्यावरच्या घटना सांगत होता. इतरांना त्याचा त्रास व्हायला लागला. मग डोअरकिपरनं येऊन गप्प बसण्याबद्दल दटावलं.

मग मी एक युक्ती केली. एक डोळा स्वच्छ करायचा; त्यानं बघायचं. मग दुसरा स्वच्छ करायचा; त्यानं पाहायचं. अखेर सिनेमा संपला.

शनिवारी मिसेस हेननी जरा लवकरच दार वाजवलं. "फ्रँक, कोल यार्डमध्ये निरोप देऊन येशील का? जॉनला फार बरं नाहीये. त्यांना सांग, मिस्टर हेनन आज डॉक्टरांकडे जातील आणि उद्या नक्की कामावर येतील. आजचं काम ते उद्या पूर्ण करतील."

मिसेस हेनन मला आताशा फ्रँकी न म्हणता फ्रँक म्हणतात. शंभर किलोंचं ओझं उचलणाऱ्याला नीट नावानंच हाक मारली पाहिजे, नाही का?

मी कोल यार्डातल्या ऑफिसमध्ये गेलो. मिस्टर हेननचा निरोप सांगितला. "या माणसाच्या बाबतीत आपण जरा जास्तच कनवाळूपणानं वागतोय नाही का?" तिथला माणूस दुसऱ्याकडे वळून म्हणाला.

"हे बघ, मिस्टर हेननना सांग, आम्हाला डॉक्टरांचं सर्टिफिकेट लागेल." तो कडक शब्दांत म्हणाला.

मी घरी आलो तेव्हा दारात अँब्युलन्स उभी होती. मग समजलं की मिस्टर हेननना ताबडतोब हॉस्पिटलमध्ये जावं लागणार आहे; नाहीतर गँगरीन होऊन पाय कापावा लागेल. त्याप्रमाणे ते गेलेही. त्यांच्याबरोबर माझी उमेदही गेली. मनावर मळभ दाटून आलं. सगळ्या स्वप्नांचा चक्काचूर झाला.

"मॉमनं तुला चहासाठी बोलावलं आहे." काही दिवसांनी ब्रिडी हेनन घरी आली. मी गेलो. त्या बसल्या होत्या. शेजारी रिकामी खुर्ची. मिस्टर हेनन अजून हॉस्पिटलमध्येच होते. मी खुर्ची घेण्यासाठी स्वयंपाकघराकडे वळलो.

"अरे, इथं- या खुर्चीवर बस की." त्यांनी त्या रिकाम्या खुर्चीकडे बोट दाखवलं. मला नवल वाटलं.

मी बसलो.

"कसा आहेस?"

"ठीक. ते कसे आहेत?"

"अं- बरे आहेत." एक उसासा टाकत त्या म्हणाल्या. "त्यांचं वय किती असेल सांग बरं?"

"असेल चौतीस-पस्तीस."

त्या हसल्या, "एकोणपन्नास!"

"त्यांच्या पायांचं असं व्हायला नको होतं."

"खरंय."

"तुझी बरीच मदत झाली. त्यांना तुझा फार आधार होता."

"छे, छे, काहीतरीच काय-" मी संकोचलो.

"अरे खरंच. आम्हाला दोन्ही मुलीच. ही ब्रिडी आणि दुसरी कॅथलीन- तिकडे डब्लिनला असते. ती नर्स आहे. आम्हाला मुलगा नाही. पण ती उणीव तू भरून काढलीस."

माझे डोळे भरून आले. किती अल्पकाळ आम्ही एकत्र घालवला! कामाच्या निमित्तानं. त्या मदतीचा मला मोबदलाही मिळाला. ते फार मायेनं वागले. त्यांच्यासाठी विशेष असं काय केलं मी? मला रडायचं नव्हतं. रडू आवरतही नव्हतं.

"मॉम म्हणते, असा कसा रे तू? पटकन डोळे पाणावतात तुझे!" मी डोळे पुसले.

"चिकार कष्ट केले त्यांनी. आता घरीच बसायचं. बरं वाटलं तरी वॉचमनचं वगैरे काम जमेल; बाकी धावपळ नकोच."

"ते आजारी पडले अन् माझंही काम बंद झालं."

"अरे वेड्या, शाळा हेच तुझं या वयातलं काम!"

"मला शाळा नकोशी वाटते."

"मुला, असं म्हणू नकोस. कोळशाची पोती वाहणं हे तुझ्याजोगतं काम नव्हतंच. मी माझ्या नवऱ्याच्या प्रेमापोटी गळ घातली. तुझी मॉम 'हो' म्हणाली; पण तीही नाराज होतीच. तुझ्या डोळ्यांनाही त्रास झाला. जॉनलाही ते पटत नव्हतं. शिक्षण हाच असल्या ढोरमेहनतीला पर्याय आहे. खूप शीक बाळा."

"मला त्यांना भेटायचं आहे."

"हॉस्पिटलमधून परवानगी मिळणार नाही. तू लहान आहेस अजून. ते घरी आले की तू अवश्य ये. आता काय वाचन आणि खिडकीतून बाहेर बघणं हाच त्यांच्यासाठी विरंगुळा." त्या खिन्न स्वरात पुटपुटल्या.

घरी आलो. माझे डोळे पुनःपुन्हा भरून येत होते.

"असं सारखं रडू नये." मॉमनं पाठीवरून हात फिरवला. तरी मी रडतच होतो.

"रड बाबा, रडून घे. त्या खाऱ्या पाण्यामुळे तुझ्या डोळ्यांमधली घाण तरी वाहून जाईल." बिचारी मॉम! बिकट परिस्थितीतही तिनं चांगल्याची आशा सोडली नव्हती.

बारा

ध्यानीमनी नसताना डॅडींचं पत्र आलं, ख्रिसमसच्या दोन दिवस आधी ते येऊन पोचणार म्हणून. 'मी खूप बदललो आहे, मुलं मोठी झाली असतील, नीट वागतात की नाही, मॉमचं ऐकतात की नाही,' वगैरे, वगैरे विचारलं होतं. मुलांसाठी गंमत आणतोय, असंही त्यात कळवलं होतं. त्या पत्रामुळे आमचं शांत आयुष्य जरा ढवळलं गेलं.

अतिशय उत्सुकतेनं मॉम मला स्टेशनवर घेऊन गेली. स्टेशनवरील वातावरण मला नेहमी आवडायचं. ट्रेन्स येतात-जातात. माणसं चढतात-उतरतात. जाणाऱ्यांना निरोप देणारे असतात. येणाऱ्यांचं स्वागत करणारे असतात. घाई-गर्दी-गडबड-गोंधळ असं वातावरण स्टेशनवर असतं.

आम्ही तिथं खूप वेळ थांबलो. हळूहळू रात्र झाली. तिथला कोलाहल कमी कमी होत तिथं आता शांत वाटायला लागलं. सगळं सुनसान झालं तरी डॅडी आले नाहीत. आता थंडीही वाढली. एक रेल्वे कर्मचारी आमच्याजवळ आला.

"काही मदत हवी आहे का?"

"आम्ही डॅडींना न्यायला आलोत."

"इथं खूप थंडी आहे. माझ्याबरोबर तिकडे जरा उबदार वातावरणात चलणार का?"

"हो." मॉमनं त्यांचे आभार मानले.

ती जागा होती सिग्नलचा टॉवर. मॉमला हसू आलं. मॉम जरा जाडजूड असल्यानं तिथल्या शिडीवरून चढताना तिची थोडीशी तारांबळ उडाली.

खरोखर तिथं थंडी वाजत नव्हती. लाल-पिवळा-हिरवा दिवा लागला की मजा यायची. हे सगळं इतकं जवळून पाहायला मिळेल याची मी कल्पनाही केलेली नव्हती.

"मी आता डबा खाणार आहे, तुम्ही मला थोडी कंपनी द्या." ते रेल्वे कर्मचारी म्हणाले.

"अहो, नको नको. तुम्ही पोटभर जेवा." मॉम संकोचानं म्हणाली.

"अहो, माझी बायको नेहमी डबा जास्तच देते मला. इथं टॉवरवर ड्यूटी असली की तो संपतही नाही." ते म्हणाले.

बोलता बोलता त्यांनी थर्मासमधून एका मगमध्ये कोको ओतला.

"घे बाळा." तो मग त्यांनी मला दिला.

नंतर त्यांनी सँडविचेस काढली. त्यातली दोन त्यांनी मॉमला दिली.

"अहो, खरंच नको. घरी घेऊन जा, तुमची मुलं खातील." मॉम मागे सरकत म्हणाली.

"मुलं-" ते हसत म्हणाले, "ती इथं नसतात मॅम. दोघंही इंग्रजांची चाकरी करतात. सैन्यात आहेत. एक साउथ आफ्रिकेत आहे, तर दुसरा ब्रह्मदेशात कुठंतरी आहे." मुलांच्या आठवणीनं त्यांचा स्वर कातर झाला- "इंग्रजांनी आपल्याला गुलामगिरीतून मुक्त केलं खरं; पण आपली मुलं अजूनही त्यांच्यासाठी रक्त सांडतात."

ते इतके भावुक झाले की शेवटी मॉमला ती सँडविचेस घ्यावी लागली. तेवढ्यात तिथला दिवा लुकलुकला.

"ती पाहा, तुमची ट्रेन आली." ते खाली वाकून पाहत म्हणाले.

"ओह, थँक यू. मेरी ख्रिसमस. जातो आम्ही."

"मेरी ख्रिसमस. मॅम, त्या शिडीवरून जपून जा. बाळ, शिडी उतरताना मॉमला मदत कर हं."

"हो नक्की."

ती मालगाडी होती. त्यातून काही लोक उतरले आणि भरभर स्टेशनच्या बाहेर निघाले. दुधाचे कॅन्स प्लॅटफॉर्मवर उतरवताना हेंदकाळले. एक जण घाईघाईनं वर्तमानपत्रं आणि मासिकं उतरवून घेत होता. त्याच्याबरोबर असलेल्या दोन मुलांना तो ओरडून सूचना देत होता.

डॅडी त्या ट्रेननंसुद्धा आले नाहीत. "असतील एखाद्या डब्यात. झोप लागली असेल." मॉम स्वतःला समजावत होती का? कारण डॅडी घरीसुद्धा कमी झोपतात.

"या दिवसांत समुद्र खवळलेला असतो. होलीहेडहून बोटीनं ते वेळेवर पोचले नसतील. ट्रेन चुकली असेल मग." तिनं माझी समजूत घातली.

खट्टू मनानं आम्ही घरी जायला निघालो.

"मॉम- आपण उगीच त्यांची वाट पाहतोय. ते येणार नाहीत. त्यांना आपली मुळीसुद्धा काळजी नाही. कधी पैसे पाठवले नाहीत की साधी चिठ्ठीदेखील नाही.

दारूड्या माणसाकडून कसली अपेक्षा करायची?''

''फ्रँक, वडिलांबद्दल असं बोलायचं नाही.''

मी मुकाट्यानं पावलं टाकत होतो. राहून राहून मला तो टॉवरवरचा माणूस आठवत होता. कोण कुठला तिऱ्हाईत माणूस- त्यानं आम्हाला सँडविचेस आणि कोको दिला; आणि आमचे डॅडी- किती बेफिकीर!

दुसऱ्या दिवशी अचानक डॅडी दारात उभे. पुढचे दोन दात पडलेले, डोळ्यांखाली सूज आलेली.

''दारू की मारामारी?'' मॉमनं विचारलं. खरंतर ते कितीतरी दिवसांनी आम्हाला भेटत होते. पण त्यांच्या सवयी असल्या होत्या की त्यापायी त्यांचा फक्त रागच यायचा.

''नाही, तसलं काही नाही, अँजेला.''

''डॅडी, आमच्यासाठी काय गंमत आणलीये?'' मायकेलनं विचारलं.

''देतो हं.'' त्यांनी सुटकेसमधून एक चॉकलेटचा बॉक्स काढला. उघडून पाहिल्यावर त्यातली निम्मी चॉकलेट्स संपलेली होती.

''आपण ही उद्या खाऊ या. ख्रिसमस डिनरनंतर.'' मॉमनं तो ठेवून दिला.

''तुम्ही थोडे तरी पैसे आणलेत का?'' तिनं विचारलं.

''अगं, कसले पैसे अन् कसलं काय! तिकडे नोकऱ्या काही सहज मिळत नाहीत. मी माझं कसंतरी भागवतो झालं.''

''किती खोटं बोलताय? दारूत उडवले असतील.''

'दारूडे-दारूडे-दारूडे' आम्ही तिघांनी मोठ्यानं ओरडायला सुरुवात केली. आल्फीनं भीतीनं गळा काढला.

''शूऽऽ आपल्या वडिलांबद्दल असं बोलू नये.'' डॅडींनी दटावलं.

ते बाहेर जायला निघाले. ''एक जणानं भेटायला बोलावलंय.''

''घरी परत याल तर दारू न पिता या. आणि हो, मोठ्यानं गाणी म्हणत येऊ नका.'' मॉम ओरडून म्हणाली. तिचं काय चुकलं? इतक्या दिवसांनी आल्यावर आपल्या कुटुंबीयांजवळ थांबावं, त्यांच्याबरोबर गप्पा माराव्यात असं काही त्यांना वाटलं नाही.

रात्री उशिरा ते परत आले. दारूच्या नशेत होते. पण गप्प होते. हळूहळू पावलं टाकत मॉमच्या शेजारी जाऊन झोपले.

दुसऱ्या दिवशी आम्ही पोटभर जेवलो. मॉमला सोसायटीतून कूपन मिळालं होतं. डॅडींनी मात्र काही खाल्लं नाही.

''चहा फक्त घेईन. जरा एक सिगारेट दे.'' ते म्हणाले.

''असं काय करताय, आज ख्रिसमस आहे. थोडं तरी खा.''

"मुलांना नको असेल तर मला दे."

आम्ही टाकून दिलेलं थोडंसं अन्न त्यांनी खाल्लं. ते उठले; अचानक जायला निघाले.

"कुठं?" मॉमनं विचारलं.

"लंडनला."

"आज?" नवरा काल येतो काय अन् आज जातो काय- तिला काही सुचेना.

"हो, आज गेलं तर डब्लिनपर्यंत लिफ्ट मिळेल." मोटारीनं जाणारे आज खूप जण असतील असा हिशेब होता तर.

"आणि पुढच्या बोटीच्या तिकिटाचं काय?"

"आलो तसं जाईन. उद्या फार कडक तपासणी होणार नाही." डॅडी सरावल्यासारखं म्हणाले.

त्यांनी आम्हाला जवळ घेतलं.

"पत्र पाठवतो."

"हो, नेहमी पाठवता तसंच ना?" मॉमनं चिडून विचारलं.

मग तिनं तो चॉकलेटचा बॉक्स आणला. प्रत्येकाला एकेक चॉकलेट दिलं. तिला तिचं चॉकलेट खाता येईना. ते कडक होतं.

"हे घे. माझं मऊ आहे." कडक चॉकलेट जास्त वेळ चोखता येईल म्हणून मी माझं चॉकलेट तिला दिलं. तिनं दिलेल्या चॉकलेटमध्ये ड्रायफ्रूट्स होती.

"नेहमी फ्रँकची एकट्याची मज्जा असते." मलाची आणि मायकेल रुसले.

"आपण नेहमी कधी चॉकलेट खातो? आज पहिल्यांदा. शिवाय त्याच्या डोळ्यांसाठी ते बरंही आहे."

"ते खाल्ल्यामुळे त्याचा एक डोळा बरा होईल की दोन्ही डोळे बरे होतील?" मलाचीनं विचारलं.

"दोन्ही डोळे!"

"मला जर ड्रायफ्रूट्स मिळाली तर मी त्याला देईन."

"मला तुझ्याबद्दल खात्री आहे, बाळा. तू नक्की तसं करशील."

डॅडी सगळं ऐकत होते. एकदा सगळ्यांना पाहून ते निघाले. पाठ करून गेलेसुद्धा.

"दिवस कसातरी जातो. पण रात्री अगदी नको वाटतं. हा पाऊस कधी थांबणार?" मॉम ब्रिडीकडे बघत म्हणाली. पावसाळी हवेचा तिला फार त्रास व्हायचा. ती बेडवरून उठायची नाही. मी किंवा मलाची सकाळी चहा करायचो. ती आल्फीला बेडवरच चहा पाजायची.

मग ती आम्हाला अंघोळीसाठी खाली पाठवायची. कपडे ओलसर, दमट. पाणी गार. अंग पुसायला कधी आहे तर नाही. अंघोळ करून वर आलो की, स्वच्छ अंघोळ केली आहे की नाही हे ती बघायची. पायांना माती लागलेली असेल तर पुन्हा खाली रवानगी. थरथर कापत पुन्हा अंघोळ करायची.

कपड्यांची सदैव दैना असायची. फाटके कपडे ठिगळ लावून वापरायचे. स्टॉकिंग्ज काळ्या रंगाचे होते. त्यांना भोकं पडली तर पॉलिश लावून आम्ही ती झाकायचो. पावसात भिजलेली स्टॉकिंग्ज रात्री फायरप्लेसजवळ ठेवायची. सकाळी ती पुन्हा चढवायची. मळलेली, न वाळलेली. त्यामुळे ती इतकी खरखरीत व्हायची की असं वाटायचं, घालता घालता यांचे तुकडेच पडतील!

रद्दी पेपरचे तुकडे, बोळे घालून फाटलेले शूज आम्ही घालायचो. काटे रुतायचे. पायाला जखमा व्हायच्या. मी अन् मलाची ही ठिगळं लपवण्यासाठी अतोनात धडपड करायचो. कागदाच्या एका कपट्यासाठी, चिंधीसाठी भांडायचो, मारामारी करायचो. मायकेल लहान होता. तो काहीच करू शकत नव्हता. मग मॉम ओरडायची, "अरे, तुम्ही त्याच्याकडे लक्ष द्या जरा. लहान भाऊ आहे तो तुमचा."

अंगावरची लक्तरं लपवण्यासाठी आम्ही गल्लीबोळांचा आसरा घ्यायचो. लपतछपत, तोंड लपवत शाळेपर्यंत जायचो.

ख्रिश्चन ब्रदर्स कॉलेज किंवा जेसुईट स्कूल इथं शिकणाऱ्या मुलांचा रुबाब असायचा. शर्ट, पँट, टाय कडक इस्त्रीचे. वरून वूलन स्वेटर आणि पायात पॉलिश केलेले बूट.

ही मुलं मोठं झाल्यावर सरकारी नोकऱ्या करणार आणि आम्ही सायकल मारत त्यांच्यासाठी मेसेंजर बॉईजचं काम करणार! आमच्या बहिणी त्यांच्या घरी मोलकरणीचं काम करणार!

आम्ही हे गाव, हा देश सोडून गेलो तरच यात काहीतरी बदल होईल. नाहीतर हेच आमचं भविष्य!

ही मुलं कधीतरी आम्हाला चिडवायची. मग मारामारी ठरलेली. म्हणजे ते मारणार आणि आम्ही नाक-तोंड फोडून घ्यायचं, रक्तबंबाळ व्हायचं. जेते सदैव जेतेच. या उतरंडीत आम्ही नेहमी तळालाच राहणार का? वर कधी येणारच नाही का?

पराकोटीच्या अडचणीतही मॉममधला चांगुलपणा संपला नव्हता. आमच्याहून जे हलाखीत आहेत, ज्यांना घर-दार नाही, अशा बाईला विशेषतः लेकुरवाळ्या बाईला ती घरात घ्यायची. चहा द्यायची. आमच्यात वाटा पडायचा. आम्ही कुरकुरलो तर ती म्हणायची- आपल्याकडे काही नाही असं म्हणू नये. वर पाहण्याऐवजी खाली

पाहा. आपल्यापेक्षाही बिकट परिस्थितीत लोक जगताहेत. जमेल तितकी मदत त्यांना करावी. शाळेतून घरी आलो की असे अवचित पाहुणे दिसायचे.

तिचीच गादी चालवणारा आमचा मायकेल. तो रस्त्यावरच्या जखमी कुत्र्यांना घरी घेऊन यायचा.

एकदा बागेतली मुलं एका शिकारी कुत्र्याला त्रास देत होती. त्यांच्याशी मारामारी करून हा पठ्ठ्या त्या कुत्र्याला घरी घेऊन आला.

"याला खायला दे." तो मॉमला म्हणाला.

"अरे, आपल्यासाठीच काही नाहीये. याला काय द्यायचं?"

"त्याला माझ्या वाटचा ब्रेड दे."

"उद्या त्याला घराबाहेर घेऊन जा. तो इथे नको." त्या कुत्र्याला जखमा झालेल्या होत्या.

मायकेलचा ठाम विरोध होता. तो रडला. रडून थकल्यावर झोपला. सकाळी उठला तर तो कुत्रा कोपऱ्यात मरून पडलेला. मायकेल शाळेत गेला नाही. बाहेर तबेल्याशेजारी त्यानं एक खड्डा खणला. त्यात त्याचं दफन केलं. आम्ही त्या कुत्र्यासाठी प्रार्थना करावी असा त्याचा आग्रह होता.

"पण तो कॅथलिक होता की नाही हे आपल्याला कुठं माहितीये?" मलाचीला शंका आली.

"अर्थात. तो माझ्याकडे आला म्हणजे तो कॅथलिकच!" मायकेल उत्तरला.

त्याचा आग्रह मॉमला मोडवेना. शेवटी तिनं आम्हाला शाळेत न जाण्याची परवानगी दिली. आम्हीही आनंदानं त्याला मदत केली.

हा आमचा छोटा भाऊ कधी कधी वृद्ध लोकांना घरी आणायचा. अवघ्या सहा वर्षांचा! पण स्वतः फायरप्लेस सुरू करून त्यांना चहा करून द्यायचा. आमच्या घरी ब्रेड नसला तर तो शेजाऱ्यांकडून आणून द्यायचा.

त्याच्या या परोपकारापायी एकदा भयंकर त्रास झाला. मग मात्र मॉमनं त्याला सज्जड दम दिला.

अशा तऱ्हेने आलेल्या एक जणामुळे आमच्या घरात उवा झाल्या. शीऽ शीऽऽ डोक्यात उवा, कानात उवा, कपड्यांवर उवा. एक वेळ उंदीर, डास, माश्या परवडल्या; पण उवा नकोत रे बाबा!

हैराण झालो सगळे. सगळं निस्तरताना नाकीनऊ आले.

परोपकाराची लाट आली; बुडवून ओसरली.

मिसेस पर्सेल या माझ्या आजीच्या शेजारी. त्या अतिशय वृद्ध आणि अंध होत्या. त्यांचा वेळ जावा यासाठी सरकारतर्फे त्यांना एक वायरलेस रेडिओ सेट मिळाला

होता. आमच्या विभागातला एकमेव. मला त्यांचा फार हेवा वाटायचा. आपल्या शीहान आजीला असा रेडिओ मिळायला हवा, असंही वाटायचं.

रविवारी रात्री मी त्यांच्या घराच्या खिडकीखाली बसायचो. बी.बी.सी. रेडिओ ऐकण्यासाठी. काही वेळा त्या रेडिओ आयरॅन हे आयरिश स्टेशनही लावायच्या. ओकॅझी, शॉ, इब्सेन यांची सुंदर नाटकं त्या काळात मी ऐकली. आणि शेक्सपिअर! जरी ते इंग्रज असले तरी ते माझे आवडते साहित्यिक होते. त्यांचं साहित्य खुद्द त्यांच्या तोंडून ऐकणं म्हणजे अहाहा! सतत ऐकत राहावंसं वाटायचं.

असंच एकदा तल्लीन होऊन मॅकबेथ ऐकत होतो. तितक्यात वरच्या खिडकीतून हाक आली. कॅथलीन पर्सेल मला हाक मारत होती.

"तुम्ही वर येऊन बसा. माझी मॉम म्हणते की गार हवेत बसून तुम्हाला त्रास होईल."

"नको, नको, मी इथंच बरा आहे."

तिनं बराच आग्रह केल्यानं शेवटी मी वर गेलो. त्यांनी मला वाफाळलेला चहा दिला. शिवाय ब्लॅकबेरी जॅम लावलेला ब्रेडही!

"तुला शेक्सपिअर फार आवडतात का?" मिसेस पर्सेलनी विचारलं.

"हो, फार आवडतात."

"ग्रेट. त्यांचं साहित्य अप्रतिम आहे. रविवारी हा कार्यक्रम ऐकला नाही तर मला चैन पडत नाही."

तो कार्यक्रम संपल्यावर त्यांनी मला तो रेडिओ बघण्यासाठी दिला. मी बटण फिरवून वेगवेगळी स्टेशन्स ऐकली. चित्रविचित्र आवाज ऐकू आले. फार गंमत वाटली. कधी कुजबुज, तर कधी एकदम मोठा आवाज. मध्येच मोर्स कोडचा डिट डिट डिट असा आवाज. मेंडोलीनचे स्वर ऐकले, एका ठिकाणी गिटार वाजवत होते. स्पॅनिश बॅगपाइप्स, आफ्रिकन ड्रम्स आणि नाईल नदीमधून बोटी वल्हवत जाणाऱ्या नाविकांचं ओरडणंही ऐकलं. मध्येच त्यांच्या गरमागरम कोको पिण्याचा आवाज आला. त्या घरात बसून मी जगाची एक सफर केली असं म्हटलं तरी चालेल.

त्या रेडिओ सेटमुळेच सहारा वाळवंटातले अरब माझ्या भेटीला आले. फ्रेंच सोल्जर्स, अमेरिकन काऊबॉईज, ग्रीस गुराखी... जग विविध प्रकारच्या लोकांनी व्यापलेलं आहे हे मला तिथंच समजलं.

शेवटी मी बी.बी.सी. रेडिओ स्टेशनवर आलो तर तिथं बातम्या सुरू होत्या.

"फ्रँक, जरा बातम्या ऐकू या. जगात काय चाललंय ते कळेल तरी." मिसेस पर्सेल म्हणाल्या. बातम्यांनंतर अमेरिकन सैन्य दलासाठी असलेले कार्यक्रम सुरू झाले. मी आणखी लक्षपूर्वक ऐकू लागलो. त्या लोकांची उच्चाराची विशिष्ट पद्धत,

बोलण्यातली अदब... सगळ्याबद्दल मला कुतूहल होतं. ड्यूक एलिंग्टन आणि बिली हॉलिडे यांना ऐकणं म्हणजे कळस होता.

प्रेमाने मी बोलवितो, ये रे माझ्या बाळा, ये
दुसरे काही नाही केवळ प्रेमभरले हृदय इथे

माझं मन हेच तर म्हणत होतं. अमेरिका मला क्षणोक्षणी साद घालत होती. काळजी, दैन्य आणि लाजिरवाणं जिणं मागे टाकून नव्याच्या शोधासाठी मी आतुर झालो होतो.

मिसेस पर्सेलच्या बोलण्यानं माझी तंद्री मोडली.

"फ्रँक, मला काय वाटतं सांगू?"

"हो, सांगा की!"

"शेक्सपिअर इतकं चांगला लिहितो म्हणजे नक्कीच तो आयरिश असला पाहिजे." त्या हसत म्हणाल्या.

घरभाडे वेळेत न दिल्यानं भाडं वसूल करणारा माणूस आता चिडला होता. चार आठवड्यांचं एक पौंड दोन शिलिंग्ज इतकं भाडं थकलं होतं.

"आता मला ऑफिसमध्ये सांगावं लागेल. एक महिन्याचं भाडं तुम्ही दिलेलं नाही. मला दुसरं कोणतंही उत्पन्न नाहीये. ९२ वर्षांची आई- तिची काळजी घ्यावी लागते. शिवाय चर्चचं काम असतं, त्यासाठी खेटे घालावे लागतात. पुढच्या आठवड्यात आतापर्यंत राहिलेलं सगळं- एक पौंड, आठ शिलिंग्ज आणि सहा पेन्स भाडं देऊन टाका. यापेक्षा सवलत मिळणार नाही. नाहीतर रस्त्यावर राहण्याची तयारी ठेवा." तो म्हणाला.

मॉम वर आली तर तिचा चेहरा काळजीनं सुरकुतलेला होता. अगदी सगळं नाही तरी एका आठवड्याचं भाडं देऊन त्या माणसाला आणखी थोडे दिवस थोपवता आलं असतं. तिला चहा हवा होता. पण जळण काहीच शिल्लक नव्हतं. मलाची येईपर्यंत वाट बघायची. त्यानं घराच्या छताचे निसटून आलेले लाकडी कपचे काढून दिले की फायरप्लेस पेटणार. मॉमला तितकाही धीर धरवेना.

"बास्स झाल! आम्ही त्या तुळईपासून शक्य तेवढं लाकूड ओढलं. थोडंसं आज आणि उरलेलं उद्यासाठी." ती म्हणाली.

"पण त्यानंतर?" मी विचारलं.

"आणखी थोडंसं ओढ." ती म्हणाली. नंतर तिनंच मला थांबवलं.

"आता पुरे हं. नाहीतर आधाराचे खांब कोसळतील." त्या खांबांना हात न

लावण्याचं तिनं आमच्याकडून कबूल करून घेतलं.

नंतर ती आजीकडे गेली. थंडीचा कडाका इतका प्रचंड वाढला की मी तिला दिलेलं वचन विसरलो.

हातोड्याचे घाव घालून मी एका खांबाचं लाकूड तोडलं. माझा तो पराक्रम पाहून मलाची आणि मायकेलनं जोरदार आरडाओरडा केला. मला आणखी चेव आला. मी आणखी एक घाव घातला आणि मोठा आवाज करत छताचा काही भाग कोसळला. माती, सिमेंट बदाबदा मॉमच्या बेडवर पडलं. बाहेर पडणाऱ्या पावसाचं पाणीही आता तिथून थेट घरात येऊ लागलं.

"खल्लास, आता काही खैर नाही." मलाची ओरडला.

"फ्रँकीनं घर पाडलं... फ्रँकीनं घर पाडलं"- मायकेलनं नाच केला.

आम्ही तिघंही मॉमला ही बातमी देण्यासाठी भरपावसात धावत सुटलो. इतका गोंधळ सुरू होता की तिला काही समजेना.

"अगं, घराच्या छताला भोक पडलंय." मी धीर एकवटून सांगितलं.

"हे प्रभो-" ती धावत सुटली. तिच्यामागे आजीही आली.

घराची ती दशा पाहून मॉमनं डोक्याला हात लावला. "अरे कार्ट्या, असला उपद्व्याप करू नकोस म्हणून बजावलं होतं ना तुला?" ती माझ्याकडे बघून किंचाळली.

"शांत हो अँजेला, मी बघते काही करता येतंय का ते." आजी म्हणाली.

ती घरमालकांना घेऊन आली.

"हे काय, मी तुम्हाला दोन खोल्या भाड्यानं दिल्या होत्या; इथं तर एकच दिसतेय! दुसरी कुठंय?"

"कोणती दुसरी खोली?" मॉमनं विचारलं.

"अहो मॅम, एक भिंत-दोन खोल्या, मला पक्कं आठवतंय."

मग आजी पुढे सरसावली.

"मला आठवतंय त्यानुसार एकच खोली होती. दोन खोल्या नव्हत्याच मुळी."

"हे पाहा आजीबाई, मी या धंद्यात चाळीस वर्षांपासून आहे. मला बनवण्याचा प्रयत्न करू नका. भाडं दिलं नाही ते नाहीच; शिवाय एक खोलीही नाहीशी केलीत." तो तावातावानं भांडू लागला- "कुठे गेली ती भिंत?"

"मुलांनो, इथं कुठं भिंत होती का?" मॉमनं विचारलं आणि घोटाळा झाला. मी आणि मलाची गप्प राहिलो, पण-

"हो, होती का! आपण फायरप्लेसमध्ये त्या भिंतीचे तुकडे करून नाही का टाकले?" मायकेलनं निरागसपणानं विचारलं. त्याबरोबर सगळं भांडं फुटलं.

"कमाल आहे हं. चोराच्या उलट्या बोंबा चांगल्या जमल्या तुम्हाला. हा छोटू

खरं बोलला म्हणून बरं. नाहीतर तुम्ही लोक मलाच वेडं ठरवत होतात. फार दया दाखवण्याची तुमची लायकी नाही. मी तुम्हाला आजपासून एक आठवड्याची मुदत देतो. घर सोडून जायचं. समजलं.'' त्यानं दरडावून सांगितलं.

''हे अगदी इंग्रजांच्या जुलमी राजवटीसारखं...'' मॉमला पुरतं बोलू न देता तो म्हणाला, ''खबरदार आता एक शब्द जरी उच्चाराल तर. उद्याच माणसं लावून घराबाहेर काढीन.'' तो तरतरा निघून गेला.

''परमेश्वरा, कुठं आहेस बाबा? किती सोसायचं?'' मॉम मटकन खाली बसली.

''माझं घर लहान आहे पोरी; पण आपला दूरचा नातेवाईक आहे गेरार्ड ग्रिफीन म्हणून. मला वाटतं, तो एकटाच राहतो त्याच्या आईच्या घरात. कुठं बरं?... हं... रॉसबेरियन रोडवर. चल फ्रँक, आपण त्याला विचारून येऊ. हो म्हणाला तर तुमची तात्पुरती सोय होईल.''

''कोट घाल.'' ती म्हणाली.

''नाहीये.'' मी खाली मान घातली.

''छत्री नसेलच.''

मी अजून खाली मान घातली.

तिनं स्वतः शाल डोक्यावरून पांघरून घेतली आणि आम्ही निघालो. तसल्या पावसात रात्री- दोन मैल चालत.

एका ठिकाणी ती थांबली. तिनं दार वाजवलं. ''लेमन, दार उघड.''

मी संभ्रमात पडलो. ''आजी, पण त्यांचं नाव मगाशी तू गेरार्ड सांगितलंस...'' मी धीर करून विचारलं.

''अरे, हे टोपणनाव आहे. चल, पुढे हो, दार उघड. तो दमून झोपलेला असेल.''

एका अंधाऱ्या घरात आम्ही शिरलो. ते किचन असावं. लागून आणखी एक खोली. वर पोटमाळा होता. तिथल्या झरोक्यातून उजेड आला होता. पावसाचा आवाजही येत होता. तिथं दोन बेड होते. एक मोठा- त्यावर कुणीतरी झोपलेलं असावं. दुसरा खिडकीजवळ होता. सगळ्या घरभर कुबट वास कोंडून राहिला होता. पेपर्स, मासिकं अस्ताव्यस्त पडलेली. खोलीभर खोकीही पसरलेली.

''ए लेमन, ऊठ.'' आजीनं त्या माणसाला हलवून जागं केलं.

''काय आहे? कोण आहे?''

आजीनं त्याला सगळी घटना सांगितली. राहायला जागा देतोस का म्हणून विचारलं. ''मुलं लहान आहेत. तू पोटमाळ्यावर राहिलास तर बरं होईल. दुसरीकडे सोय झाली की अँजेला इथून जाईल.'' ती त्याचा अंदाज घेत म्हणाली.

तो डोळे चोळत उठला. व्हिस्कीचा भपकारा आला. उठून तो निघालाच. त्यानं

एक टेबल ओढलं. त्यावरून तो पोटमाळ्यावर चढला. "तिला खाली राहू देत." तो आडवा झालाही.

"चला." आजीनं सुटकेचा निःश्वास टाकला.

आम्ही घरी आलो. "मी सोय करून दिलीये. आता तू जा. मी घरी जाते. हेलपाटे घालण्याचं वय नाही माझं." आजी निघाली.

आम्ही प्राममध्ये आल्फी पिलूला ठेवलं. त्यातच थोडंसं सामान ठेवलं. बेडवर अंथरलेले कोट गुंडाळून निघालो.

"मध्यरात्र आहे ही. मुकाट्यानं चला. गप्पा मारू नका." मॉमनं दटावलं- "नाहीतर आपल्याला घराबाहेर काढलंय असं लोकांना वाटेल."

प्रामचं एक चाक मोडलेलं होतं. त्यामुळे ती भलत्या दिशेला जायची. उद्या सकाळी उठावं लागणार नाही. हे घर शाळेपासून इतकं लांब आहे की कदाचित शाळेसाठी म्हणून कधीच लवकर उठावं लागणार नाही. मी विचारात मग्न होतो. मलाची मोठ्यानं एक सिनेमागीत गात होता. आल्फीनं त्यावर ताल धरला. एका भांड्यावर तो चमचा आपटत होता.

कशीबशी आमची वरात लेमन ग्रिफीन यांच्या घरी पोचली.

त्या तिघांना तिथं सोडून मी आणि मलाची ती सुप्रसिद्ध ट्रंक आणायला जुन्या घरी गेलो. त्यातली कागदपत्रं हरवली तर सत्यनाश होईल. ती घेऊन यायला मॉमनं बजावलं होतं.

आम्ही परत आलो तर मॉमनं झोपण्याची तयारी केली होती. मोठ्या बेडवर ती आणि आल्फी; मायकेल तिच्या पायाशी. लहान बेडवर आम्ही दोघं.

लेमन ग्रिफीनच्या घोरण्याचा आवाज येत होता. मी एकदा सगळीकडे पाहिलं. चला, या घराला जिना नाही. सातव्या पायरीवरचा देवदूत इथं येणार नाही. मी स्वतःशी हसलो. मला डॅडी घरात असतानाचे दिवस आठवले.

आता परिस्थिती बदलली होती. यातली गंमत कळण्याइतपत मी मोठा होतो. किंबहुना यापेक्षाही बरंच काही कळत होतं.

बारा वर्षांचा होतो ना मी!

नव्या घरात रुळायला तसा वेळ लागला. एकतर लेमन महाशयांचं घोरणं. शिवाय वर लॉफ्टवर तो चेंबरपॉट वापरायचा. शीऽ नको वाटायचं ते. राग यायचा; हसूही यायचं. पांघरुणाखाली तोंड लपवून आम्ही हसू दाबायचो. एकदाचा तो उडी मारून खाली आला की सायकलवर टांग मारून स्वारी बाहेर निघून जायची.

तसं हे घर ऐसपैस होतं. मुख्य म्हणजे स्वतंत्र शौचालय होतं. घराच्या मागे भरपूर मोकळी जागा होती. लेमनची मोडकी सायकल, रद्दी, रिकामे ड्रम्स असं बरंच

अडगळीचं सामान तिथं विखुरलेलं होतं. एक गंजलेलं शिवण मशिन तिथं होतं. मायकेलला तिथे एक मेलेलं मांजर दिसलं, तिथली अस्ताव्यस्तता आणि वाढलेली झाडं पाहून त्याला ते जंगल वाटलं. ते मांजर कुणीतरी तिथे फेकलेलं असावं कारण त्याच्या गळ्यात पट्टा होता.

मायकेलला टारझनची आठवण आली. तो टारझनची नक्कल करण्यासाठी झाडाच्या फांदीला धरून लोंबकळला. त्याने माकडासारखं इकडून तिकडे उड्याही मारल्या. कंपाउंडवरून त्यानं पलीकडे डोकावून पाहिलं. लोकांनी छान बागा केल्या आहेत. आपणही केली तर..? मस्त हिरवंगार दिसेल नं! आपल्या बागेत उगवलेलं खाता येईल या कल्पनेनं तो फारच हरखून गेला.

तितक्यात मॉमनं हाक मारली. ''मुलांनो, फायरप्लेस सुरू करायची आहे. सरपण शोधून आणा.''

आम्ही जिथं खेळत होतो तिथून जवळच एक मोडकं लाकडी केबिन होतं. त्या केबिनच्या काही फळ्या आम्ही ओढून काढल्या. त्याला वाळवी लागली होती. काही जिवंत किडेही त्या फळीवर होते. ती फळी मॉमला जाळण्यासाठी नेऊन दिल्यावर ती किंचाळलीच, ''शीऽ किती घाणेरडं लाकूड आहे हे!'' पण ते वापरण्याशिवाय पर्याय नव्हता. गरीब लोकांनी कशाबद्दल तक्रार करायची नसते. जे समोर येईल ते स्वीकारायचं असतं.

ते लाकूड जळताना ते किडे मेले. त्याची दुर्गंधी पसरली. आमच्या मायकेलला फार वाईट वाटलं.

काम करतानाच मॉम एकीकडे लेमन ग्रिफीन आणि त्याच्या कुटुंबाबद्दल सांगत होती, ''याची आई फार धडपडी बाई होती. किराणा सामान विकायची. याला रॉकवेल कॉलेजमध्ये शिकवलं तिनं. त्याला रॉयल नेव्हीमध्ये ऑफिसर करण्याचं स्वप्न होतं तिचं. ते पूर्णही झालं. तो पाहा, तो फोटो आहे त्याचा- त्याच्या बॅचच्या इतर ऑफिसर्सबरोबर.''

मॉमनं भिंतीवर अडकवलेल्या एका फोटोकडे बोट दाखवलं. त्यात एका सिनेमा नटीचाही फोटो होता.

''तीच बया. जेन हर्ले! प्रसिद्ध नटी! तिच्यापायी सगळा विचका झाला. त्या पार्टीनंतर हा लेमन तिच्या नादी लागला. प्रेमप्रकरण फिसकटलं. तिच्या दृष्टीनं हा एक साधा ऑफिसर. मग काय हा दारूच्या नादी लागला. छोकरी गेली अन् नोकरीही गेली.'' मॉम चुटपुटत म्हणाली. ''सध्या वीज कंपनीत कामगार म्हणून काम करतो. सडाफटिंग आहे अजून. आणि हे असलं घर! तुम्ही बघताय काय अवस्था आहे ती. त्याची आई गेल्यापासून हे अस्सं म्हणजे अस्सं आहे सगळं. आपणच आवरायचं. आपल्याला राहायचं आहे ना इथं.'' मॉमनं सगळीकडे नजर फिरवली.

मॉम आसपास नसताना आम्ही एका खोक्यातली बाटली काढली. जांभळ्या रंगाचं तेल असावं त्यात. आम्ही ते डोक्याला लावलं. तितक्यात मॉम आली. "अरे, तुमचे केस चिकट का झाले?" तिनं आम्हाला नळावर पिटाळलं. केस पुसण्यासाठी आम्ही एका ढिगाखालून फडकं ओढून काढलं. जुनं-पुराणं. ती पुस्तकं व्हिक्टोरिया राणीच्या काळातली असावीत. त्यात तिचे फोटो होते. त्या जीर्ण फडक्यानं आम्ही डोकी पुसली. पिअर्स साबणाच्या काही वड्या आम्हाला सापडल्या. त्याबरोबर आणखी एक वस्तू सापडली- एनसायक्लोपीडिया. मला खजिना हाती यावा तसं वाटलं.

वेदनाशामक औषधाचं एक खोकं होतं. मेकअपचं सामान एका खोक्यात होतं. बटणं, सेफ्टी पिन्स अशा अनेक वस्तू त्या खोक्यांमध्ये होत्या.

जनरल इयान ओ डफी यांच्याकडून गेरार्ड ग्रिफीनला आलेली पत्रं आम्ही वाचली. त्याचं शिक्षण, रग्बी प्लेअर म्हणून त्याचा नॅशनल चॅंपियन टीमधला सहभाग या सगळ्याबद्दल त्याचं कौतुक करणारी पत्रं होती. त्याला स्पेनमध्ये पाठवण्याबद्दल एक पत्रं होतं. त्याच्या आईनं मुळीच पाठवलं नसतं. त्यापेक्षा त्यानं इथं राहून एखादी नोकरी केलेली तिला आवडलं असतं. मॉम म्हणाली, "दर शुक्रवारी तो दारूचे ग्लास रिचवत जेन हर्लेच्या नावानं बरळत बसायचा. ते सोडलं तर बाकी बरं चाललं होतं."

ते जुने कागद जाळता येतील याचा मॉमला आनंद झाला. सुरुवातीला आम्ही जे लाकूड जाळलं तिथले किडे घरभर पसरतील याची तिला भीती वाटत होती.

दिवसा आम्ही तिथली खोकी उचलून बाहेर ठेवायचो. मॉम सगळ्या खिडक्या उघडायची. मोकळी हवा आत आल्यानं इतकी वर्षं कोंडलेला कुबट वास हळूहळू कमी झाला. मोकळ्या जागेत बसून चहा पिताना बरं वाटायचं. झाडं लावायची आणि बागेत बसून चहा प्यायचा, असा बेतही पक्का झाला.

लेमन रोज संध्याकाळी सहा वाजता यायचा. शुक्रवारी संध्याकाळी चहा घेतल्यानंतर तो जे वर जाऊन झोपायचा, ते दुसऱ्या दिवशी सकाळीच उठायचा आणि त्या दिवशी दुपारी वर गेला की सोमवारी सकाळी खाली यायचा.

लॉफ्टवर चढण्यासाठी त्याला बरीच सर्कस करावी लागायची. किचन टेबल ओढायचं. त्यावर खुर्ची ठेवायची. त्यावर चढून तो वरच्या बेडचा एक पाय पकडून वर पोचायचा. दारू जास्त चढली असेल तर हे जमायचं नाही. मग स्वारी स्वयंपाकघरात आडवं व्हायची. नाहीतर आमच्या शेजारी घोरत पडायचा. तो झोपणार; आम्ही जागे!

हे चालण्यासारखं होतं. याहून भयानक प्रकार आम्ही सहन केला. त्याला वरून खाली यायचं असलं की तो ओरडायचा. मग आम्ही हातातलं काम सोडून यायचं.

टेबल-खुर्ची रिकामी करायची. ती लॉफ्टखाली ओढायची; मग तो खाली उतरणार. हे त्याला पुढे त्रासदायक होऊ लागलं. एक दिवस त्यानं जाहीर केलं, मी खाली उतरणार नाही. मी चेंबरपॉट वापरणार आणि मॉमच्या नरकयातनांना सुरुवात झाली. त्यानं हाक मारली की मॉमचा चेहरा वेडावाकडा व्हायचा. बिचारी, लोकांची घाण साफ करण्याची वेळ तिच्यावर आली. तिची नाराजी पाहून लेमन तिला चिडवायचाही, "नखरे करू नकोस, अँजेला, हे बायकांचंच काम आहे. माझ्या घरात राहू देतोय त्याची ही किंमत आहे, समजलं?" फार मानसिक कसोटीचा काळ होता तो.

एक दिवस त्यानं लायब्ररी कार्ड खाली फेकलं. सोबत एक पत्रही होतं, 'फ्रँक मॅककोर्ट या मुलाला मी ओळखतो. मला दुखऱ्या पायामुळे येणं शक्य नाही. तुम्ही या मुलाजवळ पुस्तकं देत जा. लायब्ररीचे नियम मला ठाऊक आहेत. मोठ्यांसाठी असलेली पुस्तकं लहान मुलांजवळ देत नाहीत; पण हा मुलगा घरी आल्यावर हात धुवेल आणि सगळे नियम पाळेल.'

लायब्ररीमधल्या बाई सुस्वभावी वाटल्या. त्यांचं लेमनबद्दल चांगलं मत होतं. "तो विविध विषयांवर वाचन करतो." असं त्या म्हणाल्या.

एक बागकामाबद्दलचं आणि दुसरं मासेमारीबद्दल माहिती सांगणारं अशी दोन पुस्तकं त्यांनी मला दिली. "आयर्लंडमध्ये येणाऱ्या इंग्लिश अधिकाऱ्यांबद्दल लेमनला कुतूहल आहे. मीही एकदा अशा अधिकाऱ्याबद्दल वाचलं. इंडिया किंवा आफ्रिकेत राहण्यापेक्षा आपल्याकडे राहणं कितीतरी सुखाचं. आपण नम्र आहोत ना." त्या हसून म्हणाल्या.

लेमन महाशय आमच्या जिवावर आरामात जगत होते. लोळत पडायचं, जोडीला वाचन. चहा करून द्यायला मॉम होती. गरजेच्या वस्तू आम्ही दुकानातून आणून द्यायचो. 'माझे पाय बरे झाले की बघाच मी कशी छान बाग करतो. हिरवीगार. रंगीबेरंगी फुलं बघायला लोक गर्दी करतील.' हे त्याचं ठरलेलं पालुपद.

नदीकाठानं जाऊन सालोमन मासा पकडून आणायचा आणि ग्रिफीन घराण्याची खासीयत असलेली रेसिपी करायची, हे त्याचं दुसरं स्वप्न होतं.

हळूहळू त्याचा माझ्यावरचा विश्वास वाढला. मग आठवड्यातून एक पुस्तक मला स्वतःसाठी आणण्याची परवानगी त्यानं दिली.

मॉमलाही पुस्तक वाचावंसं वाटायचं. पण लायब्ररी लांब होती. चालत जाणं सोपं नव्हतं. मी तिच्यासाठी प्रेमकथा असलेलं पुस्तक आणायचं असं ठरलं. तिचं आयुष्य इतकं खडतर होतं की इतर कुणाच्याही आयुष्यात किंवा पाककृती करण्यात तिला रस नव्हता.

या दरम्यान माझ्या आजोळी अनेक घडामोडी झाल्या.

आम्ही इकडे राहायला आलो त्या दिवशी प्रचंड थंडी होती. आजीला दगदगही झाली. ती आजारी पडली. पुढे तिला न्यूमोनिया झाला. हॉस्पिटलमध्ये असताना ती गेली. मॉमसाठी हा धक्का होता.

माझा मोठा मामा- टॉममामा नशीब काढायला इंग्लंडला गेला. पण त्याला क्षय झाला. तो लिमरिकला परत आला. नंतर काही दिवसांत तोही गेला.

पाठोपाठ जेन मामीही त्याच आजारानं गेली.

त्यांची एकूण सहा मुलं. पैकी धाकट्या चौघांना मग अनाथाश्रमात ठेवलं. मोठ्या दोघांपैकी गेरी घरातून पळून गेला. आयरिश आर्मीत दाखल झाला. नंतर कळलं की, तो इंग्लिश आर्मीत गेला आहे. पेगी, त्याची बहीण त्या सगळ्या भावंडांत मोठी. ती ॲगी मावशीजवळ राहते. दोघींचा स्वभाव सारखाच चिडखोर आणि चमत्कारिक आहे.

आयरिश आर्मीच्या स्कूल ऑफ म्युझिकमध्ये मलाचीचा नंबर लागला. ट्रंपेट वाजवण्यासाठी त्याची निवड झाली. स्वारी डब्लिनला गेली.

उरलो आम्ही चौघं. मॉम, मी, मायकेल आणि आल्फी. माहेरच्या नातेवाइकांची वाताहत झालेली पाहून मॉम मनानं खचली. तिकडून मिळणारा आधारही संपला.

तेरा

आमच्या वर्गाची सहल किलॅलो इथं जाणार होती. माझ्याजवळ सायकल नव्हती. लेमन झोपला की रात्री सायकल शिकायची आणि सहलीपुरती त्याच्या परवानगीने दोन दिवस सायकल घेऊन जायची, असा मी विचार केला. बाकी ब्लँकेट, चहा-साखर, ब्रेड याची काळजी नव्हती.

लेमन महाशयांची स्वारी शुक्रवारी खुशीत असायची. त्या दिवशी तो नॉनव्हेज स्टिक्स, बटाटे, कांदे आणि स्टाउट घेऊन यायचा. मॉम त्याला ते शिजवून द्यायची. तो टेबलापाशी बसून ते ओरपायचा. त्या स्टिक्सचा मसाला त्याच्या हनुवटीवरून ओघळायचा. दोन्ही हातांनी तो चाटूनपुसून खायचा. मग स्टाउटची बाटली रिचवणं म्हणजे जणू स्वर्गसुख, असा भाव त्याच्या तोंडावर असायचा.

अशाच शुक्रवारी मी त्याच्याजवळ सायकलचा विषय काढला. "असं हिंडण्याफिरण्याचं हेच वय आहे. तू सायकल खुशाल ने; पण एक अट आहे," तो हसत म्हणाला.

"सांगा तर खरं." मी आनंदानं हुरळलो.

"प्रत्येक गोष्टीची किंमत असते की नाही?"

"हो, असते."

"तुझं मॉमवर प्रेम आहे की नाही?"

"होय तर."

"तिला खूप कष्ट करावे लागतात ना?"

"हो, खरंय ते."

"तू ठरवलंस तर तिचे काही कष्ट कमी करू शकतोस..."

"मी तयार आहे."

"नक्की?"

"होय, नक्की."

"बघ हं, नंतर नाही म्हणशील..."

'मला शक्य असेल ते कोणतंही काम मी मॉमसाठी करेन,'... त्यानं वदवून घेतलं.

"मग आत्ताच्या आत्ता वर जा. तो भरलेला चेंबरपॉट स्वच्छ कर." त्याच्या चेहऱ्यावर बेरकी छटा उमटली.

मी क्षणभर थांबलो. लेमन फार मोठी किंमत मागतोय असं मला वाटलं. पण त्याची अट मान्य करण्याखेरीज मी दुसरं काय करू शकत होतो? मला सायकल तर हवी होती. मित्रांबरोबर दोन दिवस घालवायचे, शेतं, मोकळं रान, शेनॉन नदीमधलं डुंबणं, रात्री बार्नमध्ये राहणं... सगळं सगळं माझ्या डोळ्यांसमोर तरळलं.

मनाचा निर्धार करून मी लॉफ्टवर चढलो. टेबलावर खुर्ची- तिथं चढून बेडचा पाय पकडून वर चढायचं- तो चेंबरपॉट न सांडता खाली उतरायचं- एकेक क्षण मला युगासारखा वाटला. नरकयातना यापेक्षा वेगळ्या नसाव्यात.

डोळे-नाक मिटून ते घाणेरडं काम मी पार पाडलं.

मला मळमळलं. उलटी झाली.

हात-तोंड स्वच्छ करून मी परत आलो.

"वा! जमलं तुला." तो पुन्हा कुचकट हसला. "तुला सायकल दिली. दिवसा, रात्री हवी तितकी चालव. लायब्ररीत ने, दुकानात ने. अट एकच चेंबरपॉट स्वच्छ हवा."

मी मॉमकडे पाहिलं. तिनं मान वळवली. फायरप्लेसमधल्या राखेकडे ती निमूटपणे पाहत राहिली. तिच्या डोळ्यांच्या कडेने पाणी जमलं.

एक दिवस मी लायब्ररीतून परत निघालो तर धो-धो पाऊस. "फ्रँक, थांब. पुस्तकं भिजतील. पाऊस थांबेपर्यंत हे पुस्तक वाच." मिसेस ओरिअरडॅन- तिथल्या लायब्ररियन म्हणाल्या. त्यांनी मला एक संतचरित्र वाचायला दिलं.

काया-वाचा-मनानं पवित्र, शुद्ध, अस्पर्श असे शब्द त्यात पुनःपुन्हा आले. त्याचा अर्थ मी शब्दकोशात शोधला.

आयुष्यभर स्त्री अथवा पुरुष सहवासाविना राहिलेले ते शुद्ध.

स्त्री अथवा पुरुष सहवास म्हणजे काय? मन/शरीरानं एकरूप होणं.

मन/शरीरानं एकरूप होणं म्हणजे काय?

लैंगिक इच्छांचं दमन म्हणजे काय?

लैंगिक इच्छा म्हणजे काय?

दमन म्हणजे काय?

त्याबद्दल वाचताना मला आणखी काही शब्द अडले. आपला जन्म नेमका कसा झाला हे मला जाणून घ्यायचं होतं. एका शब्दाचा अर्थ शोधताना दुसरा, त्यातून तिसरा... एकूणच या विषयातलं माझं ज्ञान बरंच वाढलं. एरवी चारचौघांत न बोलण्याचे विषय म्हणून टाळल्या जाणाऱ्या अनेक गोष्टी मला त्या दिवशी समजल्या. माझं कुतूहल शमलं. पाऊस थांबल्याचं मला समजलंदेखील नाही. ओरिअरडॅनबाईंच्या हाकेनं मी भानावर आलो.

"फ्रँक, अरे घरी जायचं नाही का?"

मॉमजवळ देण्यासाठी त्यांनी एक चिठ्ठी दिली. "तू वाचलीस तरी चालेल." त्या म्हणाल्या.

'या मुलाची आई असण्याबद्दल तुमचं अभिनंदन! संतचरित्र वाचण्यात तो इतका गुंगला की पाऊस थांबल्याचं त्याला समजलंही नाही. नक्कीच तो पुढे धर्मगुरू किंवा चर्चचा सेवक होईल.'

त्यांच्या (गैर?) समजुतीला मी हसलो फक्त; ती चिठ्ठी मुकाट्यानं मॉमकडे नेऊन दिली.

लिमीज स्कूलमधले सगळेच शिक्षक मारकुटे. वर्गात अस्वस्थपणे येरझारा घालायचे. पाठीमागून वार करण्यात पटाईत. आम्ही टरकून असायचो.

याला अपवाद हॉपी ओहॉलोरन यांचा. ते मुख्याध्यापक होते. ते वर्गात आले की बसायचे. कुणाला शिक्षा करणार असतील तर समोर बोलवायचे. मग मार बसायचा.

काही वेळा अमेरिकेबद्दल छान माहिती सांगायचे. ते म्हणायचे, नॉर्थ डाकोटापासून ते फ्लोरिडापर्यंत अमेरिकन्स सगळे सीझन्स छान साजरे करतात. ते जर ब्रिटिशांकडून एक प्रांत जिंकून घेऊ शकतात, तर आपण का नाही? इतिहास शिकवताना ते फार समरस व्हायचे.

ऑलिव्हर गोल्डस्मिथची 'द डेझर्टेड व्हिलेज' ही प्रदीर्घ कविता त्यांना विशेष आवडायची. ती इंग्लंडविषयी असली तरी आयर्लंडबद्दल आहे असं त्यांना वाटायचं. ही कविता तोंडपाठ हवी. रोज वीस ओळी पाठ करायच्या. त्यांनी आम्हाला फर्मान सोडलं. सहा मुलांनी रोज समोर येऊन त्या ओळी म्हणून दाखवायच्या. चुकलं तर दोन्ही हातांवर छड्या.

त्या कवितेमधल्या शाळाशिक्षकांचं वर्णन करणाऱ्या ओळी ते सगळ्या विद्यार्थ्यांना एकाच वेळी गायला लावायचे.

गवताळ माळावरती पिवळे काटेरी कुंपण
शाळा भरे आमुची एक आवडती गुरू मम
करडी नजर आणि विचार पक्के
अचूक जाणती ते सरळ नि बेरके
हुशार, नाठाळ सगळे नमती
गरीब बापुडे जवळ करिती
सर्वा घेऊन सवे चालती
पथ ज्ञानाचा आम्हा दाविती

शेवटच्या ओळी म्हणताना त्यांना रडू आवरायचे नाही-

गणित भाषा इतिहास भूगोल
शमवी साऱ्या गावाचे कुतूहल
कठोर रागीट तरी कनवाळू
लोभस रुष्ट कधी स्नेहाळू
केवळ चेले नाही केले
साऱ्या गावा प्रेम लावले
एक कवडसा तम घालवतो
एक गुरू अनेकास घडवतो

विशेषतः या ओळी म्हणताना ते डोळे मिटून घ्यायचे. ते स्वतःला त्यात बघत होते. खरोखर ते तसेच होते. एका लहान गावातल्या शिक्षकाकडे असा दृष्टिकोन असणं ही त्या काळी दुर्मीळ गोष्ट होती. माझ्यावर त्यांचा जीव होता. एकदा मी दिलेलं उत्तर त्यांना इतकं आवडलं की त्यांनी मॉमला भेटायला बोलावलं. मला हे माहिती नव्हतं. मी घाबरत निरोप पोचवला, तिच्याजवळ बाहेर घालण्यासारखा नवा पोशाख नव्हता. “मी येत नाही.” ती म्हणाली.

“तू आलंच पाहिजेस. नाहीतर मला मार मिळेल.” मी हट्ट केला. पालकांना बोलावलं याचा अर्थ त्या विद्यार्थ्याबद्दल तक्रार, असा तो काळ होता.

अखेर ती आली.

“तुमचा मुलगा हुशार आहे. त्याला पुढेही शिकवा. आमची ही शाळा सातवीपर्यंतच होती. मेसेंजर बॉय होण्यापेक्षा वेगळं काहीतरी करण्याची गुणवत्ता त्याच्यात आहे. त्याला कॉलेजमध्येही पाठवा. तुम्ही ख्रिश्चन ब्रदर्समध्ये जा. तिथं माझी ओळख सांगा. आठवीसाठी ॲडमिशन मिळेल.” त्यांचं बोलणं ऐकून मॉमला गहिवरून आलं. तिनं

त्यांचे आभार मानले.

मी मात्र खट्टू झालो. मला शाळा सोडायची होती. कमावता व्हायचं होतं.

"तू तिकडे जाऊ नकोस." मी तिला म्हटलं.

"मूर्ख आहेस तू. मी लोकांच्या घरी फरशी पुसण्याचं काम करेन; पण तू पुढे शीक. कमावण्याचं डोक्यातून काढून टाक."

ठरवल्याप्रमाणे ती ख्रिश्चन ब्रदर्समध्ये गेली. तिथले मुख्य ब्रदर मरे यांना भेटली. मीही बरोबर होतोच.

"लिमीज स्कूलच्या मुख्याध्यापकांनी आम्हाला पाठवलंय. याला तुमच्या शाळेत घ्यावं, अशी विनंती आहे."

"आमच्याकडे याच्यासाठी जागा नाही." त्यांनी दार लावून घेतलं.

आम्ही परत निघालो. रस्ताभर ती शांत होती. घरी आल्याबरोबर बरसलीच.

"फ्रँक, हे तुझ्या बाबतीत दुसऱ्यांदा झालं."

"ते कसं?" मला आठवेना.

"तुला अल्टार बॉय करायला स्टीफन कॅरेनी नाही म्हटलं; आणि आज..." तिचा गळा भरून आला. "तू मोठं व्हावंस, नाव मिळवावंस असं मला वाटतं रे."

ती रडत होती. तिला कसं समजवायचं हे मला कळेना.

शाळा प्रकरणातून कायमची सुटका झाली या समजुतीत मी मात्र आनंदलो.

तेरावं वर्ष संपून ऑगस्टमध्ये मला चौदावं लागणार. हा जून महिना शाळेचा शेवटचा महिना. फादर डॉ. काऊपर यांच्याकडे मॉम मला घेऊन गेली. "याला टेलिग्रॅम बॉयचं काम द्या."

त्यांनी पोस्ट ऑफिसमध्ये पाठवलं.

"चौदा वर्षं पूर्ण केव्हा होणार?" सुपरवायझर मिसेस ओकनेलनी विचारलं.

"ऑगस्टमध्ये."

"सायकल चालवता येते?"

"हो."

"मग वाढदिवस झाला की ये." त्या म्हणाल्या.

मुख्याध्यापकांना हे कळल्यावर ते हळहळले. "ब्रिटिशांनी लादलेल्या शिक्षणपद्धतीपायी मॅककोर्ट, केनेडी, क्लार्क यांसारखी हुशार मुलं शाळेबाहेर फेकली जाताहेत. फ्रँक, तू अमेरिकेला जा. संधी मिळाली की इथून बाहेर पड." ते म्हणाले.

लेमनच्या घरी राहणं आम्हाला आवडत नव्हतं. आमच्या रॉडन लेनवरच्या घराची

आठवण यायची. लेमनच्या सवयी आणि तिरसटासारखं वागणं यामुळे जास्तीत जास्त वेळ आम्ही बाहेर घालवायचो. रात्री घरी यायचो.

एकतर लगेच झोपायचं. नाहीतर पॅरॅफीन लँपच्या उजेडात वाचायचं. "जा, झोपा लवकर. मी आलेच." मॉमही आम्हाला लवकर झोपण्याचा आग्रह करायची. लेमनसाठी चहाचा मग घेऊन ती वर चढायची. ती परत येईपर्यंत आम्ही झोपलेलो असायचो.

काही वेळा मला झोप यायची नाही. मॉम अनेकदा रात्रभर खाली येत नाही हे तेव्हा माझ्या लक्षात आलं. कुजबुजण्याचे आवाज यायचे. हसणं ऐकू यायचं. कण्हणं... उसासे...

मी हे मलाचीला सांगितलं. "लॉफ्ट उंच असल्यानं तिला पटकन उतरता येत नाही." मलाची निरागसपणे म्हणाला.

तो बच्चा आहे अजून.

मला समजतंय सगळं...

मला अस्सा राग आला मॉमचा आणि दुष्ट लेमनचा!

सहलीला जाण्याचा दिवस कधी जवळ येतोय याची आम्ही सगळे वाट पाहत होतो. आदल्या रात्रीचा हा प्रसंग.

लेमन भरपूर दारू पिऊन आला. टेबलावर पाय पसरून चिप्स आणि फिशवर ताव मारणं सुरू होतं. "चहा कर." तो मॉमला म्हणाला.

"सरपण नाहीये." ती खोल आवाजात म्हणाली.

"तुझं लक्ष नाहीये घरात. तुला पाहिलं की डुकरीण आणि तिच्या पिल्लांची आठवण येते. घाणेरडे कुठले. माझ्या घरात ठाण मांडून बसलेत." मला त्याचं बोलणं सहन होईना.

"हे घे रे कुत्र्या, जा काम कर जरा. सरपण घेऊन ये." त्यानं माझ्या अंगावर पैसे फेकले.

मला भयंकर संताप आला. पण मला सायकल हवी होती; मी संताप गिळला. दुकानातून परत आल्यावर मी त्याला दुसऱ्या दिवशी सायकल हवी आहे याची आठवण केली.

"आज चेंबरपॉट स्वच्छ केलास?" तो गुरगुरला.

"नाही, आता करतो."

"मी विचारल्यावर शहाणपणा सुचला."

"मी विसरलो. लगेच करतो."

"लॉफ्टवर कसं चढणार? माझ्या डोक्यावर पाय देऊन?" त्यानं

कुत्सितपणे विचारलं.

"तो दिवसभर शाळेत होता. आल्यानंतर डोळे तपासण्यासाठी डॉक्टरकडे गेला होता." मॉम पुढे आली.

"चेंबरपॉट स्वच्छ करण्याचा विसर पडतो. सायकल मागताना लाज वाटत नाही?"

"एखाद्या दिवशी राहिलं तर इतकं ओरडण्यासारखं..." मॉमचं वाक्य अपुरं राहिलं.

"तू गप्प बस. त्याची वकिली करू नकोस." तो खेकसला. ती लांब जाऊन उभी राहिली.

"सायकल मिळणार नाही. जा, झोप." त्यानं माझ्याकडे पाहिलं.

"तुम्ही कबूल केलंय तसं. तीन आठवडे मी तुमचे निरोप पोचवले, चेंबरपॉट स्वच्छ केला. तुम्ही सायकल दिली पाहिजे." मी धीर करून म्हटलं.

"जा, झोप. वाद घालू नकोस."

"तुम्ही कोण आलात मला गप्प करणारे? माझे वडील आहात का? मी तुमचं ऐकणार नाही."

"मी जर इथून उठलो तर तुझी खैर नाही."

"दिलेलं वचन तुम्ही पाळायला हवं."

तो जागेवरून उठला. माझं डोकं दोन्ही हातांनी गदागदा हलवत म्हणाला, "ए मिचमिच्या... लालडोळ्या... जीभ आवर तुझी."

"मी काही चुकीचं बोलत नाहीये."

त्यानं मला एक ठोसा लगावला. मॉम पुढे आली. तिनं त्याला दूर ओढलं. त्यानं तिला ढकललं. मला ओढत बेडवर आपटलं. तो माझ्यावर चाल करून आला. दोन्ही हातांनी ठोसे मारू लागला. मी स्वतःचा बचाव करतानाच ओरडत होतो, "वचन पाळा. शब्द पाळा."

"गप्प बसतोस की नाही? मी तुझा खातमा करीन." तो संतापानं लाल झाला.

"पुरे." मॉमनं त्याला मागे ओढलं. "लहान मूल आहे ते. किती मारणार त्याला?" ती किंचाळली.

तो जागेवर जाऊन बसला. वचावचा खात होता.

"सिगारेट आण." तो ओरडला. मॉमनं लगेच पुढे होऊन सिगारेट पेटवून दिली.

मग तो वर चढला. त्याला दारू चढली होती. पाय लटपटत होते. बराच प्रयत्न केल्यावर तो वर पोचला. त्यानं बूट काढून फेकले. एखादा वाघ गुरगुरावा तसं तो ओरडत होता. तो अस्वस्थपणे एका कुशीवरून दुसऱ्या कुशीवर वळत

होता. अजूनही रागानं धुमसत होता. तो वळला की त्याचा बेड करकरायचा.

मॉमनं पॅरफीन लँप विझवला आणि ती वर चढली. खरंतर ती माझ्याजवळ येईल असं मला वाटलं होतं.

कदाचित ती लेमनला आता शांतपणे माझी बाजू समजावून सांगेल या कल्पनेने मी कान टवकारले. पण...

तिच्या रडण्याचा आवाज आला. माझा ओझरता उल्लेख झाला.

''फार आगाऊ कार्ट आहे. तो मला उद्यापासून डोळ्यांसमोर नको.'' लेमन तिला म्हणाला.

''असं करू नकोस. तो लहान आहे.'' तिनं विनवलं.

नंतरही ते हळू आवाजात बोलत होते.

मी मॉमची वाट पाहत पडलो होतो.

बराच वेळ गेला.

ती खाली आली नाही.

निदान आज तरी-

लेमन माझ्या अंगावर धावून आला- त्यानं मला ठोसे मारले- शिव्या दिल्या- तरीही मॉम...

तिलाही किती घाणेरडं बोलला- तरीसुद्धा मॉम...?

मी कानात बोटं घातली. डोळे गच्च मिटले...

थोड्या वेळानं त्यांच्या घोरण्याचा आवाज आला. सगळे झोपले होते. मी टक्क जागा होतो.

'तो मला उद्यापासून डोळ्यांसमोर नको' माझ्या कानात लेमनचे शब्द घुमत होते. मी ठरवलं, उद्या जर तो पुन्हा अंगावर धावून आला तर मात्र सोडायचं नाही. प्रतिकार करायचा. वेळ पडली तर खातमा... सरळ सुरी काढायची. बस्स झालं. फार सहन केलं.

मी उठलो. बाहेर पडलो. तिथं क्षणभरही थांबावंसं वाटेना. मध्यरात्र झालेली. सगळीकडे सामसूम होती. थंडीही होती. पण माझं मन सुडानं पेटून उठलं होतं.

आता पुन्हा त्या घरात पाऊल टाकायचं नाही. कोण मदत करेल?

मला जो लुईस आठवला. माझा मित्र. अमेरिकेत गेलेला. तो मला नक्की समजून घेईल. माझ्यासारखेच गरिबीचे चटके सोसलेत त्यानं. तो मला शरीर कसं कमवायचं ते शिकवेल. मारामारीत समोरच्याला गारद कसं करायचं ते तो मला शिकवेल. मग लेमनची धडगत नाही.

मी त्याला मारल्यानंतर फरपटत दफनभूमीकडे नेईन. तो गयावया करेल... मी दया दाखवणार नाही... मी त्याला खड्ड्यात ढकलेन... मारू नकोस मला. माफ

कर... तो आर्जव करेल... नाही, मुळीच नाही. माझ्याशी क्रूरपणाने वागलास... माझ्या मॉमच्या लाचारीचा गैरफायदा घेतलास... तिचं, आमचं शोषण केलंस तू. आसरा दिलास.. पण, मोबदला भयानक घेतलास. तुला हीच शिक्षा योग्य आहे. मी त्याला गाडून टाकेन... पुन्हा वर न येण्यासाठी...

सगळं शरीर संतापानं थरथरतंय असं वाटलं मला.

भूकही लागली होती. मागे मलाची मावशीकडून पळून गेला तेव्हा त्याला रस्त्यावर फिश आणि चिप्सची बॅग सापडली होती; पण मला तसं काही मिळालं नाही.

अब शीहान मामाकडे जावं का?

मी आजीच्या घराकडे वळलो. तो मला नक्की आसरा देईल. मी काम करून त्याला राहण्याचे पैसे देईन.

"हे काय? पडलास का? चेहरा का सुजलाय?" ब्लँकेटला हात पुसत त्यानं विचारलं. त्याच्या समोर पुड्याचे तेलकट कागद पडले होते. त्यानं नुकतंच खाणं संपवलं होतं.

"हो." त्याला खरं सांगून उपयोग नव्हता.

"जा, आत जाऊन झोप."

"मला भूक लागलीये फार... थोडंसं खायला मिळेल?"

"अरे, घरात काहीच शिल्लक नाहीये." तो झोपलाही.

त्याला झोप लागल्यावर मी ते तेलकट कागद उचलले. चाटून पाहिलं. बरं वाटलं. मग मी एकेक कागद चाटायला सुरुवात केली.

जाहिराती-

अग्रलेख-

युद्धाच्या बातम्या-

मी चाटत होतो.

श्रद्धांजली-

वाढदिवस-

मी चाटतच होतो.

करमणुकीचे कार्यक्रम-

बाजारभाव-अंडी, बटर-

मी जीव खाऊन ते चाटत होतो.

सगळं तेल चाटून झाल्यावर मी जरा शांत झालो.

आजचा दिवस संपला.

आता उद्या काय?

चौदा

सकाळ उगवली. अब शीहानने मला उठवलं. ''कॅथलीन ओकनेलच्या दुकानात जा आणि दूध, ब्रेड, बटर, मार्गारीन घेऊन ये.'' मी आल्यावर त्यानं गॅस पेटवला. ''चहा आणि ब्रेड देईन तुला. पण साखर जरा बेताने घे आणि हो, ब्रेडचा तुकडा लहान कर.''

हा जुलै महिना. शाळा आता संपलेलीच. ऑगस्ट उजाडला की मी टेलिग्रॅम वाटण्याचं काम सुरू करणार. तोवर जरा रिकामा वेळ आहे. मी सकाळी जरा उशिरा उठायचो. मग शहरात मस्त फेरफटका. जवळ पैसे नव्हते नाहीतर मी सिनेमाही बघितला असता. मग अब शीहानने आणलेले इंग्रजी आणि आयरिश न्यूजपेपर्स वाचायचे. लेमन ग्रिफीनचं लायब्ररी कार्ड अजून माझ्याकडेच होतं.

मॉमनं मायकेलला इकडे पाठवलं- मला शोधण्यासाठी. साखरेत घोळवलेला ब्रेड, वाफाळलेला चहा घेऊन तो आला. सोबत एक चिठ्ठी, 'लेमननं तुला माफ केलं आहे, घरी परत ये.'

''फ्रँकी, चल ना.'' तो म्हणाला.

''नाही.''

''मलाची तिकडे गेला आणि तू घर सोडून इकडे आलास. मी आणि आल्फी दोघंच घरी उरलो. चल ना. आल्फीला तर नीट बोलताही येत नाही.'' तो रडवेल्या स्वरात म्हणाला.

''नको. तुला माझी आठवण आली तर तूच अधूनमधून येत जा.''

डबडबलेल्या डोळ्यांनी तो जायला वळला. क्षणभर माझा निश्चय विरघळला. जावं का? लेमन काय म्हणेल? आणि मॉम?

नकोच. त्या दोघांकडे जावंसं वाटेना. मी तो विचार मनातून काढून टाकला.

पाय ओढत तो चालला होता. चपलाही फाटक्या. मला त्याच्याबद्दल कणव वाटली. बिचारा! मी ठरवलं, पोस्टाच्या कामाचे पैसे मिळाले की आधी त्याला चपला घ्यायच्या. अंडी, दूध काय मागेल ते खाऊ घालायचं. सिनेमा दाखवायचा, चॉकलेट्स घेऊन द्यायची. त्याला घेऊन फिश आणि चिप्स खाण्यासाठी नॉटनमध्ये जाण्याचंही मी ठरवून टाकलं.

आणखी बरंच काही करायचं होतं.

नवीन घर, सर्व सोईंनी सुसज्ज, इलेक्ट्रिक लाइट्स, बेडवर प्रिंटेड बेडशीट्स. नाजूक कपबश्यांमधून चहा घेत बसायचं. बाहेर बागेत फुलं डोलत असतील. अंडी, मार्मालेड, बटर... काय हवं ते! चांगले कपडे घालायचे. बी.बी.सी. किंवा अमेरिकन रेडिओ नेटवर्कवरचे कार्यक्रम ऐकत निवांत बसायचं... मी दिवास्वप्नात गुंगलो असतानाच मामाच्या ओरडण्यानं भानावर आलो. ''असं हातपाय पसरून किती दिवस बसणार? आयतं गिळायला मिळतंय ना! जेव्हा पाहतो तेव्हा पेपर वाचत बसलेला असतोस. यापुढे बल्ब लावायचा नाही. मी मीटरचं रीडिंग घेऊन जाणार आहे. तरी ऐकलं नाहीस तर फ्यूज काढून नेईन. मग काय करशील?''

आता घरी जास्त वेळ थांबायचं नाही. मी सकाळी लवकर उठून बाहेर पडायचो. निरुद्देश भटकण्यासाठी. रस्ते संपल्यावर मी स्मशानातसुद्धा गेलो. गावाबाहेर एक किल्ला होता. त्याच्या टोकावर जाऊन उभं राहिलं की सगळं आयर्लंड दिसायचं. शेनॉन नदीचं पाणी चमचमताना दिसायचं.

डॅडी मला या नॉर्मन किल्ल्यावर बऱ्याचदा घेऊन आलेले. लार्क पक्ष्यांचं ओरडणं थांबलं की तिथं नॉर्मन सैनिकांचे आवाज यायचे. लढाईला सज्ज असलेले सैनिक. मी असे आवाज त्यांच्याबरोबर ऐकले होते.

मी त्या टोकावर गेलो. मला नॉर्मन सैनिकांऐवजी तरुण मुलींच्या हसण्याचे आवाज ऐकू आले. त्या गाणी म्हणत होत्या. फ्रेंच गाणी.

माझ्या अंगावर शहारा आला.
सगळं रक्त सळसळलं.
आतून काहीतरी दाटून आलं.
बेचैन अवस्थेत मी तिथून परत फिरलो.
त्या मुलींचा विषय काही केल्या मनातून जाईना.
माझा स्वतःवर ताबा उरला नाही.

त्या दरम्यान ज्या शारीरिक आणि मानसिक क्रिया माझ्या हातून घडल्या त्यामुळे मी शरमलो. हे पाप होतं का? कुणी मला पाहिलं असलं तर? मी असं का वागतोय? असं हल्ली सारखं का होतं?

हे नेमकं काय? ही शरीराची भाषा आहे का? सगळ्याच मुलांना असं वाटतं का?

पुन्हा एकदा तोच अनुभव!

आता मात्र मला भीती वाटली.

मला त्या वयस्कर डॉमिनिकन प्रिस्टची आठवण आली. ते आता नाहीत. नाहीतर मी त्यांच्याकडे नक्की कन्फेशन दिलं असतं.

दुसऱ्या कुणाकडे जायचं म्हणजे संकट. नरकात जाण्याची भीती ते घालणार.

घरी परतताना मी ओकनेल अॅव्हेन्यूवरून आलो. लोक अजून झोपलेले होते. दूध आणि ब्रेड दाराबाहेर तसंच होतं.

थोडंसं उचलून न्यावं का?

चोरी?...

छे, मला पैसे मिळाल्यावर मी आठवणीनं या उचललेल्या वस्तू परत करेन. आता मी उसन्या नेतोय फक्त.

हे पाप आहे का?

मगाशी किल्ल्यावर केलेल्या पापापेक्षा हे क्षुल्लक पाप आहे- मी मनाला समजावलं. आता पापाची चिंता करायची नाही. एवीतेवी नरकात जाणार आहोतच. आता पापाचा घडा पूर्ण भरूनच टाकायचा.

मी हळूच एका बाटलीतून थोडंसं दूध प्यायलं. बाकीचं तसंच ठेवलं. दूधवाल्यावर आळ नको यायला. एकूणच दूध घालणाऱ्यांबद्दल मला प्रेम होतं. एकदा एकानं मला दोन फुटलेली अंडी दिली होती. 'खा. शक्तिमान होशील.' त्याच्या सालाचे तुकडेही त्यात मिसळले होते. तरी मी ते खाल्लं होतं.

दूध पिऊन झाल्यावर मी ब्रेडकडे मोर्चा वळवला. जिथं थोडा महागडा चांगला ब्रेड होता तिथून मी ब्रेड पळवला. मला हे पटत नव्हतं; पण पोटाची खळगी भरायची तर हे करणं भाग होतं.

माझं नोकरी करण्याचं स्वप्न पूर्ण होण्यासाठी मी जिवंत राहणं आवश्यक होतं. काही आठवडे मी या श्रीमंत लोकांचं थोडंसं हिरावलं तर ते उपासमारीनं मरणार नाहीत हे नक्की. ते कामवालीला पाठवून दुसरं मागवतील.

गरीब आणि श्रीमंतांमध्ये हाच तर फरक आहे. हे मिळालं नाही तर ते- याच्याऐवजी दुसरं काहीतरी- याच्यासारखं आणखी काहीतरी- ते आणू शकतात. आणून देण्यासाठी श्रीमंतांकडे कामवाली असते. गरिबांकडे पैसे नसतात; कामवाली तर नसतेच नसते.

कामवाली... मी सावध झालो. श्रीमंत लोक झोपलेले असतील तरी त्यांची कामवाली दाराजवळ बसून बूटपॉलिश करत असेल... जपून वस्तू उचलल्या

पाहिजेत. नाहीतर खैर नाही.

मी घरी आलो. मामानं काही विचारलं नाही. त्याच्या डोक्यावर परिणाम झाला आहे ना! बरं झालं. आणखी खोटं बोलण्यातून सुटका. फुटक्या कपमधून तो चहाचे भुरके मारत होता. ''हा माझा कप तू वापरायचा नाहीस.'' तो वेगळ्याच मूडमध्ये होता.

त्याची बोलण्याची विशिष्ट ढब ऐकल्यावर मला डॅडींची आठवण आली. ''इथं लिमरिकमध्ये जास्त राहिलो तर मुलांची भाषा बिघडेल.'' ते कुरकुरायचे.

''खरंय ते. पण तुम्ही त्यासाठी धडपड कुठं करताय?'' मॉम अशी संधी कधीही सोडायची नाही.

आता माझी भीड चेपली. मग मोर्चा दुसरीकडे. बॅलीनकुरात एक सफरचंदाची बाग होती. तिथं भिंतीवरून उडी मारून जायचं, सफरचंदं पळवायची. कुत्र्यापासून मात्र जपून. पॅडी क्लोहेसीसारखं मला कुत्र्याला दूर पिटाळता येणार नाही. वॉचमननं पकडलं तर रबरी गमबुटाचा मार पडेल. तो सहन करायचा. मागे आला तर पळायचं. सायकल घेऊन आला तर आणखी सोपं. भिंतीवरून उड्या मारायच्या. तो कसं येईल?

मामाला हे गुपित माहिती होतं. तोही लिमरिकच्या गल्लीबोळात राहिलेला. मात्र तो सफरचंद खायचा नाही. दात पडले होते. फोडी करून दिल्या तरी नको म्हणायचा. त्याचं एक तत्त्वज्ञान होतं.

''सफरचंद अख्खं खायचं.''

''अरे, आपण ब्रेड नाही का कापत?''

''ब्रेड तो ब्रेड! सफरचंद ते सफरचंद!''

अधूनमधून वेड्यासारखं वागायचाच तो.

मायकेलकरवी मॉमचे मला समजावण्याचे प्रयत्न सुरूच होते. पुन्हा एकदा चहा आणि ब्रेड घेऊन स्वारी आली. 'मी मजेत आहे. तिकडे येणार नाही,' माझा निश्चय ठाम होता. मी त्याला सफरचंद दिलं. मग तो खुलला.

''एक दिवसाआड ये.'' मी त्याला सांगितलं.

तो हसला. निघाला. आता त्यानं परत चलण्याविषयी आग्रह केला नाही.

शनिवारी आठवडे बाजार भरायचा. आसपासचे शेतकरी भाजीपाला, कोंबड्या, अंडी, बटर अशा बऱ्याच वस्तू विकायला आणायचे. सकाळी लवकर तिथं गेलं तर त्यांचं सामान गाडीतून उतरवण्याचं काम केलं की थोडे पैसे मिळायचे. संध्याकाळी ते परत जायला निघाले की मी पुन्हा तिथं घुटमळायचो. उरलेलं मला मिळायचं. एका शेतकऱ्याची बायको तडे गेलेली अंडी मला नेहमी द्यायची.

एकदा तुमची भीड चेपली की निलाजरेपणा वाढत असावा. रात्री मी चिप्स आणि फिश शॉपसमोर उभं राहायचो. दुकान बंद करतेवेळी उरलेलं, न खपलेलं, थोडंसं खराब- असं मला तिथले लोक द्यायचे. जर घाई असेल तर ते जळालेले वेफर्स आणि पेपर द्यायचे, 'तू हे पेपरमध्ये बांधून घे.'

बहुतेक वेळा तो पेपर 'न्यूज ऑफ द वर्ल्ड' असायचा. इथं लिमरिकमध्ये त्यावर बंदी होती. त्यात समुद्रस्नान करणाऱ्या मुलींची चित्रं असायची. लोक चोरवाटांनी हे पेपर्स आणायचे आणि वाचायचे. अनैतिक संबंध, घटस्फोट- असले इथं मान्य नसलेले प्रकार- त्याबद्दलही त्या पेपरमध्ये बातम्या असायच्या. लोक चवीनं वाचायचे.

घरी मामा त्यानं आणलेल्या चिप्स खायचा- एकीकडे 'लिमरिक लीडर' वाचत. मी मला भीक म्हणून मिळालेल्या चिप्स खायचो- 'न्यूज ऑफ द वर्ल्ड' वाचत. नंतर मी तो तेलकट पेपर चाटायचो. त्यातल्या बातम्यांचा माझ्यावर परिणाम होत असावा. कारण नंतर मी ब्लँकेट पांघरून झोपायचो पण; मला धड झोप यायची नाही. त्या अंघोळ करणाऱ्या मुली डोळ्यांसमोरून हलायच्या नाहीत. वेडेवाकडे (?) विचार मनात यायचे. स्त्री-शरीर आणि स्त्री सहवास याची अनावर ओढ वाटायची.

मी लायब्ररीतही जायचो. तिथं स्वतः येऊन पुस्तक बदलण्याइतका उरक लेमनमध्ये नव्हता; मॉमजवळ धड कपडे नव्हते. त्यांच्यापैकी कुणी तिथं भेटण्याची सुतराम शक्यता नव्हती.

तिथल्या बाईही माझ्यावर खूश होत्या. एक दिवस त्या म्हणाल्या, "अरे बाळा, मागच्या वेळी तू वाचलेलं पुस्तक तुझी वाट बघतंय. संतचरित्र वाचण्याची तुझी आवड मी माझ्या बॉसना सांगितली. आम्ही तुला तुझ्या नावावर स्वतंत्र लायब्ररी कार्ड देणार आहोत."

मनातल्या मनात हसत मी त्यांचे आभार मानले.

माझा चौदावा वाढदिवस जवळ आला. नोकरी सुरू होणार... आजीच्या घरी असताना सहज आरशात लक्ष गेलं. कळकट चेहरा, लालभडक डोळे... फाटके कपडे, तुटक्या चपला... राठ केस- कितीही वेळ नळाखाली डोकं धरलं तरी केस कवायतीला उभं असल्यासारखे ताठ. तेलाचा थेंब कधी लावला नाही तर हीच गत होणार!

डोळ्यातून घाण वाहायची. तिचा संसर्ग होऊन चेहऱ्यावर तसेच पिवळे पिंपल्स आलेले. माझे पुढचे दात इतके किडले होते की कुणाशी हसून बोलणं मी कधीच सोडून दिलं होतं.

मला स्वतःची इतकी लाज वाटत होती की नोकरीवर जाण्यापूर्वी माझा आत्मविश्वास पूर्ण संपलेला होता. असं पडलेले खांदे घेऊन कुणासमोर कसं जायचं? मी कायम बुचकळ्यात पडायचो.

लिमरिकमध्ये कुणी देवाघरी गेलं तर बायका आपसात बोलायच्या, काय भरदार खांदे होते त्या माणसाचे! समोरून आला तर बाजूला होऊन जागा द्यावी लागायची!

मी गेल्यावर त्या म्हणतील, कसलं शेळपट ध्यान होतं! पुरुषाचा म्हणून काहीही रुबाब नव्हता!

मला त्या कल्पनेने नको-नको वाटलं.

देवाजवळ प्रार्थना करून भरदार खांदे मागावेत असा विचार माझ्या मनात आला. मला जो लुईस आठवला- आमच्यासारखा गरीब होता तो; पण खांदे ताठ-सरळ! त्याला पत्र लिहावं का?

मी घातलेले कपडे काढले. खसाखसा साबण लावून धुतले. वाळत घातले. घरात वाचत बसलो. पार उघडा होतो ना! पेपरमधल्या मुलींचे फोटो न्याहाळत बसलो होतो. पाऊस पडू नये म्हणून प्रार्थना करत होतो. सुदैवानं लख्ख ऊन पडलं होतं. पाच वाजता मामा आला. चहा करण्याचा आवाज आला. मलाही तल्लफ आली होती. पण मामाकडे मागण्यात काही अर्थ नव्हता! त्याची मर्जी राखणं फार आवश्यक होतं. मी इथं राहतोय; आजीची खोली वापरतोय हे ॲगी मावशीला जर त्यानं सांगितलं तर माझी गच्छंती ठरलेली. त्यापेक्षा खाण्याची इच्छा मारून टाकणं सोपं!

आणलेला सगळा ब्रेड तो संपवत नव्हता. पण उरलेला लपवून ठेवायचा. कितीही शोधलं तरी मला तो सापडायचा नाही. एकदा तो खाणं संपवून मागच्या दारी गेला तेव्हा मी त्याच्या कोटाचे खिसे तपासले. माझा अंदाज खरा ठरला. मी एक तुकडा कापून ब्रेड पुन्हा कोटाच्या खिशात ठेवला. परिस्थिती तुम्हाला किती लाचार करते! मला चोर व्हायचं नव्हतं. चोरी करण्याशिवाय पर्याय नव्हता!

मी तो तुकडा चावून चावून खायचो. पंधरा मिनिटं लागायची. तोंड हलवत राहिलं की तितका वेळ खात असल्याचं समाधान मिळायचं. चूळ भरून ते पाणीही मी गिळून टाकायचो. सगळं पोटात जायला हवं; काहीही वाया जायला नको.

अधूनमधून मी कपडे वाळले की नाही ते बघत होतो. शेजाऱ्यांकडेही कपडे वाळत होते. ते पताकांसारखे नाचत होते. माझी लक्तरं...

बाहेर ऊन होतं. पण संध्याकाळ झाली तसं गारठा वाढला. मी अजूनही उघडा होतो. मामाच्या एखाद्या कपड्याला हात लावला तर तो ओरडेल.

काय करावं बरं? मी कुडकुडत होतो.

मी घाबरत आजीचं कपाट उघडलं. तिचा एक वूलन कोट होता. तो घालावा का?

मी मुलगा, ती बाई होती.

ती आता जिवंतही नाही. असं तिचा कोट घालणं बरं नव्हे.

मी तो विचार सोडून दिला.

पण थंडी सहन होईना.

मी विचार केला— कोट घालून ब्लँकेट पांघरलं की कोट घातल्याचं कुणाला समजणार नाही. काय हरकत आहे?

मी धाडस करून तो वूलन कोट घातला खरा; पण माझ्या मनात भलते विचार यायला लागले. आजीचा बेड, तिचा कोट... ती थडग्यातून आली तर? मी परमेश्वराजवळ प्रार्थना केली की तिला तिथंच ठेव, मी पैसे मिळाले की मेणबत्ती लावेन.

मग मला जरा बरं वाटलं.

पण कोणतीही गोष्ट सरळ होण्याचे माझे योग नव्हते. साध्या गोष्टीचा गहजब होऊन अपमानित होणं, हे जणू ठरलेलं होतं.

मामा नेमका साउथ पबसमोर धडपडला. परोपकारी लोक नेमके ॲंगी मावशीकडे निरोप द्यायला गेले. ती त्याला घेऊन घरी आली. त्याला झोपवण्यासाठी घेऊन ती वर आली तर नेमका मी सापडलो.

"तू?... इकडे कसा? चल ऊठ, चहा कर मामासाठी."

मी थरथरलोच.

मी उठत नाही हे पाहिल्यावर तिनं ब्लँकेट ओढलं आणि भूत दिसल्यासारखं ती ओरडली.

"अरे गाढवा, माझ्या मॉमचा कोट? काही लाज-शरम आहे की नाही?"

मला ब्रह्मांड आठवलं. "मी माझे कपडे धुतलेत. मला नोकरीसाठी स्वच्छ कपडे हवेत. घरात दुसरं काहीही नव्हतं. थंडी अतिशय होती." कसेबसे शब्द जुळवत मी बोलत होतो. तिच्या डोळ्यांतला अंगार मला जाळून टाकेल अशी भीती मला वाटली.

"कोणती नोकरी?"

"पोस्टात- टेलिग्रॅम बॉयची."

"तुझ्यासारख्या लोकांना ते नोकरी देणार म्हणजे आता काही खरं नाही. त्यांचं वाटोळं होईल." ती शक्य तेवढ्या कडवट स्वरात म्हणाली.

मी काय बोलणार?

"अरे, ऊठ, खाली जा, चहा कर." ती पुन्हा करवादली.

आजीचा कोट काढावा?

की वरून ब्लँकेट पांघरून जावं?

की उघडं जावं?

मी धावत सुटलो. बाहेर नळावर किटलीत पाणी भरताना कॅथलीन पर्सेलनं मला पाहिलं. ती तिच्या मांजरीला शोधत होती. मोठा आ वासून ती म्हणाली, "अय्या, फ्रँक, तू... तू तुझ्या आजीचा कोट घातलास? असा बाईचा कोट पुरुषानं-?"

मी मावशीला जे सांगितलं ते सगळं तपशीलवार कॅथलीनला सांगितलं. शरमेनं मान खाली घालून मी किटली भरली. ती घरात गेली. तिच्या हसण्याचा आवाज आला. तिच्या अंध आईला ती तिखट-मीठ लावून माझी फजिती सांगत होती. धरणी दुभंगून मला पोटात घेईल तर बरं, असं मला वाटलं. ती एवढ्यावर थांबणार नव्हती. ती म्हणजे इथला रेडिओ! उद्या सकाळी मी बाहेर पडेन तोवर सगळीकडे ही बातमी पोचलेली असेल.

मी घरात आलो. मन ताळ्यावर नव्हतं. "तो झोपलाय. आम्ही दोघं चहा घेऊ." मावशी गुरगुरत म्हणाली. मी तर तिच्या खिसगणतीत नव्हतोच.

पा काका त्यांच्या स्वभावाला साजेसं हलकंफुलकं बोलत वातावरणातला ताण कमी करण्याचा प्रयत्न करत होते. ते म्हणाले, "तू या कोटमध्ये डॉमिनिक धर्मगुरूंसारखा दिसतोस." ते गुडघ्यावर वाकले आणि हसत म्हणाले, "फादर, मला माफ करा."

"पुरे झालं. धर्माची चेष्टा करू नका." मावशी ओरडली.

मग तिनं माझ्याकडे मोर्चा वळवला. "तू इथं का राहतोस?"

काय सांगायचं? लेमन आणि मॉमबद्दल? कसं सांगणार? मी पुरता चक्रावून गेलो. क्षणभर डोळे मिटले. मग एकेक शब्द जुळवत म्हणालो, "इथून पोस्ट ऑफिस जवळ आहे म्हणून काही दिवस... मला पैसे मिळाले की एक खोली बघेन... मग आम्ही सगळे एकत्र राहू. मॉम, आल्फी, मायकेल..."

"तुझ्या वडिलांना कधी जमलं नाही. बघू तुझा काय उजेड पडतो ते." तिचे धारदार शब्द माझ्या कानांत बराच वेळ रेंगाळत राहिले.

पंधरा

सकाळ झाली. मामासाठी दूध-ब्रेड आणलं. त्याला चहा करून दिला की मला तो ब्रेडचा अर्धा तुकडा द्यायचा. आजी ग्रामोफोनच्या कप्प्यात जॅम ठेवायची हे मला माहिती होतं. मामाला लिहिता-वाचता येत नव्हतं. पण खाद्यपदार्थ कुठं लपवायचे हे त्याला समजायचं. सगळं आत ठेवलेलं असायचं.

चहा पिऊन तो पुन्हा झोपला. चक्क घोरायला लागला. आजपासून मी पोस्ट ऑफिसमध्ये जाणार! कपडे ओलसर होते. मी घातले. अंगावर असताना वाळतील, दुसरं काय? मॉमची आठवण आली. या दमट कपड्यांपायी क्षय होतो असं ती नेहमी म्हणायची. आज काय होईल? मला हुरहुर वाटत होती.

तितक्यात मामा उठला. 'डोकं जाम दुखतंय, मॉम स्वप्नात आली. माझा कोट कुणी घातला-' असं किंचाळत घिरट्या घालत होता. तो पुन्हा झोपला. ती रात्रीची भानगड मी केव्हाच विसरलो. मी आता फक्त साडेआठ केव्हा वाजतील याची वाट बघत होतो. नऊ वाजता जायचं.

नऊ वाजले. मी निघालो.

मी पोस्टाजवळ पोचलो तर मावशी तिथं हजर! भीतीनं माझ्या पोटात गोळा आला. ही बया इथं का आली? कालचा प्रसंग इथं सांगून मला कामावर घेऊ नका हे सांगण्यासाठी?

काही विचारण्याची सोय नव्हती. माझ्या छातीत धडधडत होतं.

''किती वाजता बोलावलंय?'' तिनं विचारलं.

''नऊ.''

''त्यांना सांग, माझी मावशी खाली वाट बघतेय. मला आज एक तास उशीर होईल. त्यांनी ऐकलं नाही तर मी येईन वर.''

"पण उशिरा का जायचं?" मला उलगडा होईना.

"तुला सांगितलं तसं कर. जास्त चौकश्या नकोत." तिचा आवाज चढला.

मी गेलो तेव्हा तिथं दोन मुलं बसलेली होती. एका डेस्कपलीकडे दोन बायकाही होत्या. एक जाड, तर दुसरी बारीक.

"काय?" बारीक बाईने विचारलं.

"म...मी फ्रँक मॅककोर्ट. आजपासून मला कामावर बोलावलंय." मी चाचरत सांगितलं.

"कोणतं काम?"

"टेलिग्रॅम बॉय!"

"अस्सं होय! मला वाटलं की तुला इथले संडास साफ करायला पाठवलंय. नाही, म्हणजे तुझा अवतार असा आहे की..."

माझ्या मॉमला डॉ. काऊपर यांनी चिठ्ठी दिली आहे. मला इथं टेलिग्रॅम बॉय म्हणून काम मिळावं, असं त्यात लिहिलंय." बोलत असताना मला घाम आला.

"आज वार कुठला?"

"अं- आज मी पूर्ण चौदा वर्षांचा झालो. आज वाढदिवस आहे माझा."

"हो का? आम्हाला माहितीच नव्हतं." मध्येच त्या जाड बाई मला आपादमस्तक न्याहाळत म्हणाल्या.

"आज गुरुवार आहे. तू सोमवारी ये. जरा अंघोळ वगैरे करून ये बरं का." दुसऱ्या बाईंनी सांगितलं.

तिथं बसलेली मुलं हसली. मला फार अपमान वाटला. पण स्वतःवर ताबा ठेवत मी त्यांना 'थँक्यू'म्हटलं.

माझी पाठ वळल्यावर त्या बाई पुटपुटल्या, "काय तरी ध्यान आहे! ना धड रंग, ना रूप; अगदीच बावळट!" सगळे जोरात हसले.

खाली मावशी उभी होतीच. "काय म्हणाले?"

"सोमवारपासून ये."

"हे असले कपडे घातल्यावर कुणी कामावर घेईल का? कसे धुतलेस?"

"कार्बोलिक साबणानं."

"त्याला सडका-कुजका वास येतोय. तू हे असं घालून फिरलास तर आमची पार नाचक्की होईल. चल माझ्याबरोबर."

तिनं मला दुकानात नेलं. माझ्या मापाचे कपडे घेतले. नंतर ती म्हणाली, "हे दोन शिलिंग्ज घे. चहा, बन खा. आज तुझा वाढदिवस आहे ना?" मला धक्क्यांवर धक्के बसत होते.

ती तरतरा निघून गेली; बसमध्ये चढलीसुद्धा. आळशी कुठली! ती इतकी

जाडजूड होती की तिनं चालत जायला हवं होतं. पण जाऊ दे, आज ती माझ्याबरोबर खूप चांगली वागली. माझा वाढदिवस तिनं लक्षात ठेवला. एरवी तिला स्वतःला मूलबाळ नसल्याने ती आमचा दुःस्वास करायची. पण आज...

मी आर्थर क्वेच्या दिशेने निघालो. अजूनही मावशीबद्दलचे विचार मनात होते. नदीकाठाने जाताना मी नदीच्या पात्रात स्वतःचं प्रतिबिंब बघितलं. नवे कोरे कपडे. दुकानात जाऊन विकत घेतलेले. माझ्या डोळ्यांतले अश्रू टपटप नदीच्या पाण्यात पडले.

सोमवारी सकाळी मी लवकर उठलो. तोंड धुतलं. केस विंचरले. नवे कपडे घातले. मामानं उठल्याबरोबर विचारलं, ''बापरे! इतका थाटमाट? लग्न वगैरे करतो आहेस का?'' माझ्या उत्तराची वाट न बघता तो पुन्हा झोपला.

ठरल्या वेळी मी पोस्ट ऑफिसमध्ये पोचलो. ''पाहिलंस का, कसे झकपक कपडे घातलेत ते? इतकी वर्षं इथं नोकरी करूनही आपल्याला असा खर्च करणं परवडत नाही. हा पोऱ्या, आज कामावर आला तोच ऐटीत!'' मिसेस ओकनेलनी शक्य तितक्या खवचट शब्दांत स्वागत केलं.

''काय रे, बँकेत दरोडा घातलास का?'' मिस बॅरी, त्या काटकुळ्या बाईंनी विचारलं. तिथं बसलेली सगळी मुलं हसली.

त्या मुलांच्या शेजारीच त्यांनी मला बसायला सांगितलं. तिथं मला बरीच माहिती मिळाली. जे टेलिग्रॅम बॉईज युनिफॉर्ममध्ये होते ते कायम नोकरीत होते. त्यांनी किती वेळ थांबायचं ते बंधन त्यांच्यावर नव्हतं. पुढच्या परीक्षा देऊन त्यांना बढतीची संधी मिळणार होती. पोस्टमन, क्लार्क असा पुढचा प्रवास होता. त्यांना सवलतीही भरपूर होत्या. पावसापासून रक्षण करण्यासाठी टोपी, वर्षातून दोन आठवड्यांची सुटी. मजा होती. पेन्शनची हमी, नियमित पगार, समाजात मिळणारा मान- त्या काळी ही नोकरी अभिमानाची समजली जायची.

माझ्यासारखं हंगामी टेलिग्रॅम बॉयचं काम करणाऱ्यांसाठी नियम कडक होते. चौदा ते सोळा अशी दोन वर्षंच त्यांनी नोकरी करायची; युनिफॉर्म, टोपी, रेनकोट, सुट्या- काहीही मिळणार नाही. पगार कमी, रजा घेतली तर बोलणी ठरलेली. ऊन-पाऊस कसलीही तमा न बाळगता काम करायचं.

माझा नंबर आल्यावर ओकनेलबाईंनी बोलावलं. एक लेदर बेल्ट आणि पाऊच दिला. ''बरं का रे, सायकल्स कमी आणि मुलं जास्त आहेत. सध्या तरी तुला पायी जावं लागेल. सगळ्यात लांब जे घर आहे तिथं आधी जा.'' त्या एकेका शब्दावर जोर देत बोलत होत्या, ''आणि हे पाहा, मी इथं बरीच वर्षं काम करतेय. मला

फसवण्याचा प्रयत्न करू नकोस. सगळी अंतरं मला पाठ आहेत. हे सहा टेलिग्रॅम्स वाटण्यासाठी किती वेळ लागेल त्याचा मला अंदाज आहे, समजलं ना?'' त्यांनी मोठे डोळे करत माझ्याकडे पाहिलं.

''पबमध्ये, दुकानात, प्रार्थना म्हणण्यासाठी, अगदी वाटेत लागलं तरी तुझ्या घरी- कुठंही थांबायचं नाही.'' त्यांनी बजावलं.

मी तो गठ्ठा हातात घेतला. पहिलंच नाव मिसेस क्लोहेसी! ही तर माझ्या मित्राची- पॅडीची मॉम.

मी त्यांच्या घरी पोचलो तर त्याच समोर आल्या. ''फ्रँक, अरे किती मोठा झालास! ये, आत ये ना.'' त्या हसत म्हणाल्या.

पूर्वी मी आलो त्यापेक्षा त्यांचं घर आज वेगळं वाटलं. आर्थिक परिस्थितीत बदल झाल्याच्या खुणा जागोजागी होत्या. अगदी त्यांनीही छान फुलाफुलांचा ड्रेस घातला होता. पायात चमकदार शूज. खिडकीजवळ दोन नवे बेड दिसत होते. मागच्या वेळी ते नव्हते. घरात दोन लहान मुलं चकचकीत टॉयट्रेनबरोबर खेळत होती. डायनिंग टेबलावर टी-पॉट, कपबश्या, दूध, चहा, साखर, ब्रेड, बटर, जॅम... सुबत्ता डोळ्यांत भरण्याजोगी होती. मी कोपऱ्यातल्या बेडकडे बघितलं. तो रिकामा होता. मिसेस क्लोहेसींना काय ते समजलं. ''खूप मोठी कहाणी आहे ती. त्या दुखण्यातून बरे झाले ते. पॅडीबरोबर तेही इंग्लंडला गेलेत. ये बस इथं. थोडंसं खा. किती रोड झाला आहेस. वयाला साजेशी तब्येत झाली पाहिजे.''

मग त्या बराच वेळ काहीबाही सांगत होत्या. त्यातला महत्त्वाचा भाग म्हणजे पौष्टिक खाणं मिळाल्यानं डेनिस क्लोहेसी- पॅडीच्या वडिलांची तब्येत टुणटुणीत झाली. सध्या ते एका कँटीनमध्ये सँडविचेस तयार करतात.

''पण त्यांचा क्षय... तो बरा झाला का?'' मी आश्चर्यानं विचारलं.

''छे, पण इंग्लंडमध्ये सध्या माणसांची इतकी वानवा आहे की ते कुणालाही कामावर ठेवतात. पॅडी सर्कलवूड भागात एका पबमध्ये काम करतो. फ्रँक, तू त्या दिवशी आलास, त्यांच्या विनंतीवरून नाच केलास, त्यांना फार बरं वाटलं. मग तुझी मॉम आली. जुन्या आठवणी निघाल्या. त्यांना किती बोलू आणि किती नको असं झालं.''

पॅडीचं एक पत्र त्यांनी दाखवलं. तो त्याच्या अँथनी नावाच्या काकाच्या पबमध्ये काम करत होता. बारा तास काम करायचं. त्याबद्दल त्याला आठवड्याला पंचवीस शिलिंग्ज आणि रोज सूप आणि सँडविच असा मोबदला मिळायचा. तिथं वर जिन्यात झोपण्याची सोय होती. दरमहा दोन पौंड तो इकडे पाठवत होता. उरलेले पैसे साठवतोय. 'तुम्ही सगळे इकडे या. आर्थर क्वेमधल्या मोठ्या घरापेक्षा इथं एका खोलीतही सुख-समाधान असेल, मॉम. तुलाही काम मिळेल. मग मीही जरा बरी नोकरी

बघेन. काम करणाऱ्याला इथं पैसे भरपूर मिळतात. आपल्या सहा जणांच्या कुटुंबाचं इथं सहज भागेल.' त्याच्या पत्रातल्या शेवटच्या ओळी वाचून मला हसू आलं. जर्मनांनी बॉंबहल्ले केले की मला बरं वाटतं. पब बंद असतो. मला सुटी मिळते.

"चणचण संपली रे बाबा. तो आणि त्याचे वडील तिकडे गेले- बरं झालं. अरे त्याला तिथं कोण भेटलं, माहितीये? ब्रेनडन! खूप काम करतो. तुम्ही त्याला क्वेश्चन किंग्जले म्हणून चिडवायचात ना? पैसे साठवतोय म्हणे! त्याला गिर्यारोहण करायचं आहे ना!"

बोलताना त्या मध्येच थांबल्या. मग विचित्र आवाजात म्हणाल्या, "असं म्हणू नये, पण हिटलरची आपल्यावर मोठी कृपा आहे, बघ. युद्धामुळे तिकडे नोकऱ्या तरी मिळताहेत. इथं राहून उपासमारीनं मरण्याची वेळ आली असती. बरं ते जाऊ दे, तुझी मॉम कशी आहे?"

"बरी आहे."

"काळजी घे हो तिची. मध्ये डिस्पेन्सरीमध्ये दिसली होती. अशक्त झालीये फार. आणि तुझे डोळे असे लाल का दिसतायेत?" मग त्यांनी मला दोन पेनी दिल्या. "हे घे. तोंड गोड कर. खूप दिवसांनी भेटलास."

कामाचा पहिला आठवडा संपला आणि ओकनेलबाईंनी पैसे दिले. माझी पहिली कमाई. मला आनंदाच्या उकळ्या फुटल्या. मी रस्त्यावर धावत सुटलो.

शुक्रवार म्हणजे पगाराचा दिवस. सगळे जण घाईत असायचे. आठवडाभर दिलेली वचनं पूर्ण करण्याची घाई, घरातल्या मुलांच्या मागण्या पूर्ण करण्यातला आनंद, हाती आलेल्या पैशांमुळे मनाला वाटणारं समाधान...रस्त्यावरून चालणारे एका लयीत असायचे. सारा रस्ताच आनंदानं ओसंडून वाहायचा. ओकनेल स्ट्रीट, मेन स्ट्रीट... आज मीदेखील त्या रस्त्याचा एक भाग होतो. अनेकदा निराश मनानं मी या रस्त्यावरून गेलो होतो. पण आज मी आनंदात होतो. कुणीतरी माझी चौकशी करावी, मग मी अभिमानानं मला मिळालेले पैसे दाखवेन. मग ते म्हणतील, 'अरे, हा कालचा मुलगा, फ्रँक मॅककोर्ट पाहा तरी, हा बाप्या झाला. कमावता झाला.' मला माझा आनंद वाटायचा होता. पण तसं कुणी दिसेना.

आज काय करायचं? चिप्स, फिश, सिनेमा... नको. हे तर नेहमीचं झालं. सिनेमा पाहायचाच असेल तर सेव्हॉयमध्ये जायचं; लिमरिकमध्ये नको. आज जरा उच्चभ्रू लोकांसारखं वागायचं. खिशात पैसे आहेत आज! नंतर वरच्या मजल्यावर जाऊन चहा आणि बन... तेही अगदी त्यांच्यासारखं.

तितक्यात मला मायकेल दिसला. तो मलाच हाका मारत होता. चला, माझं कुणीतरी भेटलं. आता त्याला भरपूर खाऊ-पिऊ घालायचं. तो काय म्हणेल ते. मी

जोरजोरानं हात हलवला; 'इकडे ये.' तो धावत आला.

"अरे, फार भूक लागलीये. मामाकडे काही मिळालं तर बघावं म्हणून येत होतो." त्याला धाप लागली होती. आम्ही कॉलीसेयम कॅफे या महागड्या हॉटेलमध्ये गेलो. पोटभर खाल्लं. वर मस्तपैकी लेमोनेड प्यायलं. पार्टीची सांगता सिनेमानं. त्याला सिनेमा आवडला. तो खरंतर पेंगुळला होता, पण तरी बोलत होता, "या अमेरिकन्सचा मला हेवा वाटतो, फ्रँक. नुसतं गायचं-नाचायचं. बस्स. मला आवडेल तिकडे जायला." मग माझ्याकडे वळून त्यानं विचारलं, "तू मला मदत करशील ना?" मी त्याच्या पाठीवर थोपटलं. त्यालाच काय, मलाही तिकडेच जायचं होतं. मी ठरवलं, आता पैसे जपून वापरायचे. साठवायचे. म्हणजे विसाव्या वर्षापर्यंत अमेरिकेत जाता येईल.

टेलिग्रॅम बॉय म्हणून काम करताना मला विविध तऱ्हेचे अनुभव आले. ऑफिसेस, दुकानं आणि फॅक्टरीजमध्ये टेलिग्रॅम्स येणं, हा रोजच्या कामाचा एक भाग होता. तिथं टीप मिळायची नाही.

एनीस रोड किंवा नॉर्थ सर्क्युलर रोड इथं कामवाली दार उघडायची. त्यामुळे तिथंही टीप मिळायची नाही. तीच तऱ्हा फादर आणि नन्स यांची.

गावाच्या बाहेर राहणाऱ्या शेतकऱ्यांकडे जायचं म्हणजे संकट. त्यांची राखणीची कुत्री अंगावर यायची.

गावाच्या बाहेर राहणारा दुसरा वर्ग श्रीमंतांचा. गेटजवळ गेटकीपर असणारा. डोळ्यांचं पारणं फेडणारी हिरवळ, गुलाबाचे ताटवे आणि थुइथुइ वाहणारी कारंजी. लोक गप्पा मारत असायचे. कुणी खेळत असायचे. बागेत मजेत हिंडणारे लोक बघितले की वाटायचं कोण म्हणतंय बाहेर युद्ध सुरू आहे? हे किती अलिप्त जग आहे. बेन्टले किंवा रोल्सरॉइसेस गाड्या बाहेर उभ्या. तिथं असणाऱ्यांनी सोनेरी बटणांचे ब्लेझर्स घातलेले. दुःखाला त्या जगात अजिबात प्रवेश नव्हता. या लोकांचं बोलणं अस्सल इंग्रजीतून असायचं. हा सगळा चकमकाट तुम्ही केवळ दुरून पाहायचा. कुणी तुमची दखलही घ्यायचं नाही. मग टीपची बात नकोच.

विधवा बायका, प्रॉटेस्टंट मंत्र्यांच्या बायका आणि गरीब लोक मात्र आम्हाला आवर्जून टीप द्यायचे.

विधवा बायकांना सरकारकडून पेन्शन मिळायचं. त्या टीप द्यायच्याच. शिवाय एखाद्या घरी चहाचाही आग्रह व्हायचा. फक्त विधवा तरुण बाई नको. एकदा आमच्यापैकी स्क्रॉबी नावाचा एक जण असंच एका घरी गेला. तिनं चहा दिला आणि नंतर गळ्यातच पडली. बिच्चाऱ्यानं कशीबशी सुटका करून घेतली.

प्रॉटेस्टंट मंत्र्यांच्या बायका स्वतः दार उघडायच्या- घरी कामवाली असली तरी. बोलताना जरा अघळपघळ, काही वेळा किंचित शारीरिक लगट..असे काही

जणांचे अनुभव होते. कमीत कमी सहा पेनी टीप तरी हमखास मिळायची. त्यामुळे अशा ठिकाणी जायला सगळे एका पायावर तयार!

इंग्लंडमध्ये गेलेले आयरिश कामगार शनिवारी तिकडून मनीऑर्डर्स पाठवायचे. त्यामुळे शनिवारी कामाचा प्रचंड रेटा. काम भरपूर, टीपही भरपूर. रोजच्यापेक्षा जास्त चकरा व्हायच्या.

हाय स्ट्रीट किंवा मनग्रेट स्ट्रीटच्या मागे जे गल्लीबोळ होते तिथे जाणं कुणालाही आवडत नव्हतं. रस्त्यातच सोडलेली उघडी गटारं, वाहणारं सांडपाणी- नको नको. लहान मुलं धावत यायची. ती नसतील तर मोठी मुलं. शेवटी मुलींचा नंबर. ज्याच्या हातात मनीऑर्डर पडेल तो हिरो! इथं तुम्हाला लगेच टीप मिळणार नाही कदाचित; पण ते लोक म्हणतील, उद्या इकडच्या बाजूला आलास तर टीप घेऊन जा आणि दुसऱ्या दिवशी देतीलही.

पोस्टाचं काम तसं त्रासदायक नव्हतं. खरा त्रास होता ओकनेल आणि बॅरी दुकलीचा. सतत दमबाजी. ''लोकांना मनीऑर्डर देणं हे तुमचं काम. ती वटवून पैसे देणं ही तुमची जबाबदारी नाही. तसं केल्यास इथून छुट्टी! जे ऐकणार नाहीत, त्यांना इशारा आहे की आम्हाला बाहेरूनही खबरी मिळतात, हे त्यांनी लक्षात ठेवावं. इथं ड्रॉवरमध्ये रिपोर्ट्स ठेवलेले आहेत.''

टॉबी मॅकी त्यावर कुजबुजला, ''ड्रॉवरचा एकदम सही उपयोग!''

निष्ठुर काळजाच्या ओकनेल व मिस बॅरी या दोन बायकांना बाहेरच्या वास्तवाची जाणीव अजिबात नव्हती.

असाच एक प्रसंग.

एकदा एका घरी मी गेलो तर अंधार होता. एका कोपऱ्यातून क्षीण आवाज आला. मी त्या दिशेनं गेलो तर फाटक्या तुकड्यांवर एक आजोबा बसलेले. हातापायांच्या काड्या झालेल्या.

''कोण आहे?''

''मी. मनीऑर्डर द्यायला आलोय.''

''एक काम करशील का? मी दोन दिवस काहीही खाल्लेलं नाहीये. जरा जवळच्या दुकानातून चहा आणून दिलास तर बरं होईल.''

अशा वेळी तुम्ही निघून जाणं योग्य का?

दुसरा प्रसंग.

दक्षिण आफ्रिकेविरुद्धच्या लढाईत लढलेले एक वयोवृद्ध सैनिक आजोबा. त्यात पाय गमावलेले. त्यांनी तुम्हाला म्हटलं की 'पोस्टात माझ्या ओळखीच्या पॅडी कन्सिडाईन यांना सांगून माझ्या मनीऑर्डरचे पैसे वटवून आणा, तर 'नाही' म्हणायचं

का?' त्या नुसत्या चिटोऱ्याचा त्यांना काय उपयोग?

ते जर म्हणाले, 'मला ठाऊक आहे मुला, तुला भरपूर काम आहे. तरीही शक्य असेल तर रात्री येऊन मला काही खाद्य पदार्थ आणून देशील का?' तर काय करायचं?

जरी ते या कामाचे दोन शिलिंग्ज देणार असले तरी त्यापेक्षा महत्त्वाचं आहे ते त्यांना वेळेवर मदत मिळणं. मी त्यांनी सांगितलेली कामं तर केलीच; कोमट पाण्यानं त्यांचं अंग पुसलं. त्यांना जरा तरतरी आली. मी आणून दिलेले रॅशर्स, अंडी आणि बटाटे खाल्ल्यावर त्यांना खूप बरं वाटलं. त्यांच्या चेहऱ्यावरचं समाधान माझ्या दृष्टीनं लाखमोलाचं होतं.

तिसरा अनुभव तर फार चटका लावणारा.

मिसेस स्पाईलेन यांच्या कॅरी रोडवरच्या पंप लेनमधल्या गल्लीत मी मनीऑर्डर द्यायला गेलो. त्यांना दोन जुळी मुलं. चार वर्षांची. त्या मुलांना मुडदूस झाला होता. हात-पाय काड्यांसारखे. मोठं डोकं, शरीर हडकुळं. त्यांचं बोलणं मला समजेना.

"ते काय म्हणतात?"

"डॅडी कधी येणार? सूप कधी मिळणार?" त्यांनी सांगितलं. त्या पुढे म्हणाल्या, "या मुलांचे वडील इंग्लंडमध्ये आहेत. म्हणून मला डिस्पेन्सरीतून औषधं आणताना बोलणी खावी लागतात. ही नॉर्मल असती तर मी केव्हाच तिकडे गेले असते. आठशे वर्षं लढून स्वातंत्र्य मिळवलं; पण राजकारणी, धर्मगुरू सगळ्यांनी मिळून देशाचं वाटोळं केलं. हे स्वतःच्या तुंबड्या भरणार आणि आपल्याला त्यागाचे धडे देणार! सामान्य जनता सदासर्वकाळ त्यागच करत असते."

मिसेस गरटुड डेली यांच्या घरी मी गेलो तर अवाक्‌च झालो. एका व्यक्तीला होऊ शकणारे सगळे रोग त्यांना झाले होते. संधिवातामुळे हातपाय वाकडे, केस गळून गेलेले, नाकातून रक्त वाहत होतं. फार भेसूर दिसत होत्या. फक्त लक्षात राहिले ते त्यांचे पांढरेशुभ्र दात. मला माझ्या दातांची लाज वाटली. मी त्यांचं कौतुक केलं. त्या म्हणाल्या, "माझं थडगं हजारो वर्षांनी उघडतील तेव्हा माझे पांढरे दात सापडतील. मग मला संत म्हणतील."

त्यांना त्यांच्या मुलानं तीन पौंड पाठवले होते- वाढदिवसाची भेट म्हणून. मी त्यांची मनीऑर्डर वटवून आणली. बेबी पॉवर्स व्हिस्की, सात बटाटे, थोडा ब्रेड हा त्यांचा आठवड्याचा आहार. मी बटाटे उकडून दिले तर त्या किती खूश झाल्या. त्यांनी दिलेली टीप मी घेत नव्हतो. पण त्यांनी फार आग्रह केला. माझा नाइलाज झाला.

या सगळ्यांना चांगल्या घरात ठेवण्याची गरज होती. भरपूर सूर्यप्रकाश, हवा,

उजेड- खळखळणारा झरा वाहतोय, पक्षी किलबिलाट करताहेत... मला शक्य असतं तर हा आनंद मी त्यांच्या आयुष्यात नक्की आणला असता.

सप्टेंबरमध्ये शाळा सुरू झाली. मायकेलला लेमनच्या घरापासून दोन मैल चालावं लागायचं. म्हणजे जाऊन-येऊन चार मैल. तो अधूनमधून इकडे मामाकडेच राहायचा. पावसाळा सुरू झाला आणि तो इकडेच राहायला लागला. एक दिवस अचानक मॉम त्याला समजावण्यासाठी आली. मी गडबडलोच. तिच्या नजरेला नजर देणं अवघड वाटत होतं. मी लेमनचं घर सोडल्यानंतर ती आज पहिल्यांदा समोर दिसली.

"तुझी नोकरी कशी सुरू आहे?" तिनं विचारलं.

"मस्त." मला जास्त बोलायचं नव्हतं.

दोघांनीही मागचा विषय काढला नाही. मग तीही अधूनमधून येत राहिली. पावसाचं निमित्त करून राहायची. शेवटी ती आणि आल्फी दोघंही इकडे आले. लेमनच्या दादागिरीतून सगळेच सुटलो.

या घराचं भाडं मामा देत होता. मॉमला धर्मादाय मदत मिळत होती. जरा बरे दिवस येतात न येतात तोच कुणीतरी डिस्पेन्सरीत चुगली केली. 'तुमच्या मुलाला नोकरी मिळाली आहे. आता तुम्हाला मदत मिळणार नाही.' एक दिवस तिथून तिला रिकाम्या हातानं परत यावं लागलं. आता मला मिळणारे पैसे मी तिला द्यायचो. "एवढ्या कष्टांचे केवळ आठवड्याला एक पौंड!" तिनं आश्चर्यानं विचारलं. "अमेरिकेत याचे चार डॉलर्स मिळतील. न्यूयॉर्कमधल्या वेस्टर्न ॲव्हेन्यूसारख्या ठिकाणी टेलिग्रॅम बॉय म्हणून काम केलं तर पंचवीस डॉलर्स सहज मिळतील." मॉमला नेहमी तिथल्या दिवसांची आठवण यायची. ती मला माझ्यासाठी म्हणून दोन शिलिंग्ज द्यायची; पण जरा मजा केली की ते संपायचे. असं झालं तर मी अमेरिकेला कसा जाणार?

आता आम्ही सगळे एकत्र होतो. मलाची तेवढा आमच्यात नव्हता. लवकरच तोही आला. येण्यापूर्वी डब्लिनहून त्याचं पत्र आलं- 'मला ट्रंपेट वाजवण्याचा कंटाळा आला आहे.' पाठोपाठ तो आलाच.

आम्ही एका लहान खोलीत झोपायचो. एका बेडवर चौघे भाऊ. मलाचीला तिकडे स्वतंत्र कॉट, ब्लँकेट, उशी मिळायची. इथं काही नव्हतं. तो कुरकुर करायचा. तरी आम्ही सगळे एकत्र होतो. चहा आणि फ्राईड ब्रेड खात फतकल मारून स्वयंपाकघरामध्ये बसलो की मामा म्हणायचा, 'अरे, खाली काय बसलात? खुर्च्या-टेबल आहे ना!' आम्ही मुळीच ऐकायचो नाही. नाच-गाणी...धमाल यायची. मामा काही वेळा वैतागून म्हणायचा, 'हा तुझा फ्रँकी जरा बावळट आहे. डोक्यावर परिणाम झाल्यासारखं वागतो.' त्यावर मॉम म्हणायची, 'ते एक वेळ चालेल;

इथल्या हवेचा तब्येतीवर परिणाम होऊन क्षय होण्याची मला जास्त भीती वाटते.'

गप्पा व्हायच्या. भूतकाळातल्या आठवणी निघायच्या. अमेरिकेला जाण्याचे मनसुबे व्हायचे. वर्तमानाबद्दल चर्चा व्हायची. तेवढीच जरा गंमत-जंमत.

पोस्टात काही वेळा अजिबात काम नसायचं. आम्ही तिथंच बेंचवर गप्पा मारत बसायचो. तरुण मुलं सगळी. हास्यविनोद व्हायचे. चावटपणाही चालायचा. मिस बॅरीचं आमच्यावर कडक लक्ष असायचं. ती मधूनच रागवायची.

टॉबी मिकीला तिचा फार राग यायचा. तो फाजील शेरेबाजी करायचा. एकदा कुजबुजताना तो तिच्या आई-वडिलांबद्दल असभ्य भाषेत बोलला. तिला ओझरतं ऐकू आलं. मग ती कशाला गप्प राहणार! जाम भडकली.

''काय चाललंय टॉबी? हसायला काय झालं?''

''काही नाही, बाहेर हवा छान आहे. टेलिग्रॅम वाटायला जावंसं वाटतंय.''

''किती खोटं बोलतोस! तुझ्या तोंडात इतके घाणेरडे शब्द येतात की ते तोंड फोडून टाकलं पाहिजे.'' ती कडाडली.

''मी काही ऐकलं नाही.''

''गप्प बस. जिन्यात बसून काय चाललं होतं? मी ऐकलंय सगळं.''

''ओह! मला माफ करा.''

''गप्प बस. एक अक्षरही बोलू नकोस.''

''येस मॅम.''

''पुन्हा जर माझ्याबद्दल असं बोललास तर...''

''नाही बोलणार.''

टॉबीनं नुकताच 'द फ्रंट पेज'नावाचा सिनेमा पाहिला होता. त्यातल्या निर्भीड पत्रकारासारखं त्यालाही व्हायचं होतं. त्यासाठी अमेरिकेला जाण्याचं खूळ त्याच्या डोक्यात होतं. त्याला सगळ्यात आवडलं होतं ते त्या पत्रकाराची हॅट आणि सिगारेट ओढण्याची स्टाइल. तो त्या व्यक्तिरेखेनं इतका भारावला होता की सतत एक पेन आणि रायटिंग पॅड जवळ बाळगायचा. ''नुसतं कविता लिहून काही होत नाही; तुम्हाला सत्य घटना लिहिता आल्या पाहिजेत. इथं लिमरिकमध्ये जो तो उठून पबमध्ये जातो आणि स्वतःच्या दुःखाची रडगाणी दुसऱ्याला सांगत बसतो. त्यापलीकडेही आयुष्य आहे, फ्रँकी.'' तो गंभीरपणे बोलायचा. त्याचं बोलणं ऐकताना हसू आवरावं लागायचं. त्या नोटपॅडमध्ये तो रोज किती टेलिग्रॅम वाटले आणि किती किलोमीटर सायकलिंग केलं याची नोंद करायचा. त्याच्यामुळे आम्हालाही ते समजलं. ''फ्रँकी, चाळीस टेलिग्रॅम्स दर दिवसाला म्हणजे दोनशे एका आठवड्याला. वर्षभर नोकरी केली तर दहा हजार म्हणजे दोन वर्षांत वीस हजार! एका आठवड्याला साधारण

१२५ मैल सायकल आपण चालवतो. म्हणजे दोन वर्षांत तेरा हजार मैल! बापरे! फ्रँकी, इतक्या अंतरात अर्धं जग नक्कीच पाहून होईल, नाही का? इतके मरमर कष्ट केल्यावर पायांचे तुकडे पडतील हे सांगण्यासाठी ज्योतिष्याची गरज नाही.'' आमच्या आयुष्याचं कठोर वास्तव त्याच्या तोंडून बाहेर पडलं.

आम्ही सगळे टेलिग्रॅम बॉईज कामाच्या निमित्तानं सगळं लिमरिक शहर पालथं घालायचो- गल्लीबोळ, रस्ते, हमरस्ते. काही दरवाजे ओक वृक्षाच्या लाकडाचे, काही लोखंडी, तर काही प्लायवूडचे. काही दारांवर हातानं थाप मारायचो. काही वेळा पायानं ढकलायचो. बेल वाजवायचो. सायकलची घंटा वाजवायचो. ओरडून सांगायचो, 'टेलिग्रॅम बॉय आला!'

काही घरी लेटर बॉक्समध्ये टेलिग्रॅम ठेवायचो. काही वेळा दाराच्या खालून सरकवायचो. काही वेळा कडीत अडकवायचो.

कधी आनंदाची बातमी देणारे टेलिग्रॅम्स; तर कधी वाईट बातमी देणारे. त्यानुसार कुणी आनंदानं ओरडायचे, नाचायचे तर कुणी दुःखाने हंबरडा फोडायचे. आमचं सगळं लक्ष टीपवर! ही काही अमेरिका नव्हे! तिथं 'द ह्यूमन कॉमेडी'मधला मिकी रुनी गाणी म्हणत मजेत टेलिग्रॅम्स वाटत फिरतो. लोक त्याची वाट पाहतात. त्याला न चुकता टीप देतात. चहाही पाजतात.

''माझ्याजवळ आहेत त्या सत्य हकिगती. मी मसाला न लावता त्या लिहिणार.'' टॉबी सडेतोडपणे म्हणाला.

मला गावाबाहेरचे टेलिग्रॅम्स वाटायला आवडायचं. मिसेस ओकनेलना ते माहिती होतं. काही वेळा त्या मला दहा टेलिग्रॅम्सचा गठ्ठा द्यायच्या. म्हणजे एकदम डब्याच्या सुटीनंतर ऑफिसमध्ये परत यायचं. स्वच्छ सूर्यप्रकाशात अशा वेळी गावाबाहेर मस्त वाटायचं. शेनॉन नदीचं पाणी चमचम करत वाहत असायचं. शेतात पानांवर पडलेले दवबिंदू मोत्यासारखे दिसायचे. चरणारी गुरं मुक्तपणे विहरत असायची. माझं वय इतकं अडनिडं होतं की कदाचित माझं लक्ष जरा जास्त बारकाईनं त्या जनावरांकडे असायचं. मी थांबून त्यांच्या सगळ्या शरीरक्रिया बघायचो. शृंगारक्रिया बघताना मला मादी जनावरांची कीव यायची. बैल, रेडे, मेंढे, घोडे सगळे आपापल्या माद्यांवर तुटून पडायचे. मादीला नमवण्यात त्यांना मिळालेला आनंद पाहून पुरुष असल्याचा मला अभिमान वाटायचा. मध्येच एखादा गुराखी आला की मी तिथून निघायचो.

खळाळणारे निर्झर, गाणारे पक्षी यामुळे वातावरण मंत्रमुग्ध व्हायचं. एखाद्या शेतातल्या घरातून कोबी किंवा बेकनसारखं शेतातलंच ताजं अन्न शिजण्याचा घमघमाट आला की रसना साद घालायची. मग मी तिथंच ब्लॅकबेरीज खायचो आणि झऱ्याचं पाणी प्यायचो. लेमोनेड, फिश, चिप्स यांपेक्षा ते कितीतरी चविष्ट लागायचं.

काम संपवून वेळ उरला तर दफनभूमी होती, तिथं जायचो. मॉमचे नातेवाईक, पूर्वज तिथं विसावले होते. तिथूनच मला त्या भव्य किल्ल्याचं दर्शन व्हायचं. माझी आवडती जागा. खळाळणारी शेनॉन नदी अमेरिकेतून ज्या वेगानं अटलांटिक समुद्राकडे जाते, ते पाहताना भान हरपून जायचं. एक दिवस मलाही तसंच तिकडे जायचं होतं- अमेरिकेला.

कार्मोडी कुटुंबाकडे देण्यासाठीचा टेलिग्रॅम माझ्या हातात पडल्यावर माझे मित्र माझ्याभोवती गोळा झाले.

"मजा आहे बुवा. एक शिलिंग टीप! साऱ्या लिमरिकमध्ये कुणी इतकी टीप देत नाही." एक जण म्हणाला.

"पण, जरा जपून." दुसरा हसला.

"का?" मी विचारलं.

"थेरेसा कार्मोडी- तिला जबरदस्त क्षय आहे. सतत सॅनिटोरियमच्या वाऱ्या सुरू असतात. तिनं दार उघडलं तर..." तिसरा डोळे मोठे करत म्हणाला.

"सतरा वर्षांची आहे म्हणे! अठरावं वर्षं काही बघणार नाहीत बाईसाहेब." चौथा मान हलवत म्हणाला.

"आपलं आयुष्य संपत आलंय हे कळल्यावर हे लोक जरा वेड्यासारखं वागतात म्हणे. जरा जपून..."

"विशेषतः काही गोष्टींबाबतीत..."

"तुझ्या लक्षात आलं असेलच मी काय म्हणतोय ते." एक जण डोळे मिचकावत म्हणाला.

मी तिकडे निघालो तर इतके विचार डोक्यात थैमान घालत होते की सायकलवरून जाताना मी चक्क पडलो. नोव्हेंबर महिना होता तो. अंगाला चिखल लागला. खरचटलं. मी तसंच तिच्या घरी पोचलो. तिनंच दार उघडलं.

"अरेच्चा! आत ये."

मी तिथंच उभा.

"अरे, आत ये ना. हातपाय धू."

मी आत गेलो. तिनं चहा ठेवला.

"जा, आत जाऊन फायरप्लेसजवळ बस." तिनं फायरप्लेसच्या दिशेनं खूण केली.

मी घुटमळलो, आत गेलो.

तिनं आयोडीनची बाटली आणली. माझ्या जखमांवर ते लावलं.

"ओयऽ ओयऽऽ" मी ओरडलो.

"हे काय? शहाण्या माणसासारखं वागावं."

मग ती चहा आणि ब्रेड घेऊन आली.

काही क्षण निःशब्द!

ती माझ्याकडे पाहत होती.

मी तिच्याकडे रोखून पाहिलं.

...आम्ही आतल्या खोलीतून बाहेर आलो तेव्हा दोघंही घामानं निथळत होतो. ती रडत होती- हसत होती. माझ्या डोळ्यांसमोर निरनिराळ्या प्रतिमा येत होत्या. टीप म्हणून मिळणारा एक शिलिंग... संसर्गाची भीती... पाप-पुण्य... चूक-बरोबर... एक अनामिक भीती आणि आनंद एकाच वेळी!

मी तिथून निघालो.

नंतरही मी तिथं जात होतो. एका शिलिंगाइतकी तिचीही ओढ वाटायची आणि त्या अनुभवाचीही.

मी तिला भेटत होतो. मला माझे दोस्त चिडवायचे. पण मी टीपसाठी जात नव्हतोच मुळी. मी तिच्यासाठी जात होतो. मला तिला सुखी करायचं होतं.

पुढे ती तब्येतीनं क्षीण होत गेली. मी गेलो की तिला चहा करून द्यायचो. तिच्या खांद्याभोवती हात टाकून बसायचो. तिला बरं वाटायचं.

त्यानंतर एक दिवस मला तिच्या मॉमच्या पत्त्यावर देण्यासाठी टेलिग्रॅम मिळाला.

"मी नेहमी घरी टेलिग्रॅम देतो. मला वाटतं, ती तुमची मुलगी असावी... थेरेसा?" मी शक्य तितक्या सहज स्वरात बोलत होतो.

"ती हॉस्पिटलमध्ये आहे."

"सॅनिटोरियममध्ये का?"

"नाही, हॉस्पिटलमध्ये!" त्या जोरात म्हणाल्या.

सॅनिटोरियम शब्द उच्चारायला लोकांना लाज वाटायची.

त्यांनी टीप दिली नाही. मी सायकलला टांग मारली.

थेट सॅनिटोरियम. मी तिचा भाऊ आहे, असं सांगूनही प्रवेश मिळाला नाही. मग मी चर्चमध्ये जाऊन प्रार्थना केली. जे काही त्या दिवशी घडलं त्यात तिची चूक नाही. असलीच तर माझी चूक आहे.

आणि... तिला आनंद मिळावा, तिचे शेवटचे दिवस बरे जावेत म्हणून मी... मला ती आवडत होती. माझं प्रेम होतं तिच्यावर... मी परमेश्वराची करुणा भाकली.

काही दिवसांनी पुन्हा घरच्या पत्त्यावर टेलिग्रॅम द्यायचा म्हणून मी निघालो तर ...लांबूनच मला तिच्या दाराला लावलेली शोकदर्शक काळी फीत दिसली. मी

हातातला टेलिग्रॅम मुकाट्यानं दाराखालून सरकवला.

परत येताना माझी पावलं जड झाली.

नंतर मी अनेकदा तिच्यासाठी प्रार्थना केली. कन्फेशनही दिलं.

तिच्या अंत्ययात्रेत मी गुपचूप सहभागी झालो. एका झाडाच्या मागे लपून सगळं पाहिलं. तिचे आई-वडील रडत होते.

एकदा मनात आलं, पुढे व्हावं, काय झालं ते सांगावं. त्यांना म्हणावं, 'मला मारा, झोडा, काय हवी ती शिक्षा करा.'...पण मी गेलो नाही.

अनेक दिवस गेले. मला रोज तिची आठवण यायची. लालसर केसांची, हिरव्या डोळ्यांची थेरेसा.

आयुष्यात अनेक मृत्यू मी पाहिले; पण मला अंतर्बाह्य हलवून टाकणारा हा एकमेव मृत्यू!

सोळा

मिसेस ओकनेलबाईंनी मला दिलेले टेलिग्रॅम्स मी मिस्टर हॅरिंग्टन या इंग्रज गृहस्थाकडे पोचवायला निघालो. त्यांच्या पत्नीचं नुकतंच निधन झालं होतं. ती लिमरिकची मूळ रहिवासी होती. पोस्ट ऑफिसमधले माझे सहकारी म्हणाले, "हे सांत्वनाचे टेलिग्रॅम्स पोचवणं म्हणजे टीपवर पाणी सोडणं. तो टेलिग्रॅम वाचणारे लोक रडायला सुरुवात करतात. मग टीप देण्यातून आपोआप सुटका होते ना! फार तर ते तुम्हाला विचारतील की गेलेल्या व्यक्तीचं दर्शन घेणार का... किंवा प्रार्थनेत सहभागी होणार का... इतपतच. शेरी वाइनचा एखादा ग्लास किंवा हॅम सँडविच जर तुम्हाला कुणी दिलं तर तुम्ही फार नशीबवान! काही वेळा बिस्किटाचे कोरडे तुकडेही मिळतात! शेवटी काय, "तुम्ही फडतूस टेलिग्रॅम बॉय! हीच तुमची ओळख." काही कसलेले सहकारी म्हणाले, "तुम्ही नाटक कसं वठवता यावर टीप अवलंबून असते. तुम्ही बेडवर डोकं टेकवून झुकून प्रार्थना केलीत, तुमचे डोळे पाण्यानं भरले, खांदे पडलेल्या अवस्थेत तुम्ही दुःखाचा अभिनय केलात तर तुम्हाला टीप मिळू शकते." त्यांचा पुढचा सल्ला नामी होता- टीप मिळाली तर पुढच्या वेळी टेलिग्रॅम पोचवायचे; नाहीतर सरळ त्यांना काडी लावायची. ते जाणे अन् त्यांचं दुःख! आपल्याला मतलब आपल्या टीपशी, असा रोखठोक व्यवहार होता सगळा.

मिस्टर हॅरिंग्टन यांच्या घरी टेलिग्रॅम पोचवण्याची वेळ माझ्यावर अनेकदा आलेली. त्यांच्या इंशुरन्स कंपनीच्या कामासाठी ते बाहेर गेलेले असायचे. मिसेस हॅरिंग्टन आवर्जून टीप द्यायच्या. पण आता त्या स्वर्गवासी झालेल्या. मी बेल वाजवली. मिस्टर हॅरिंग्टननी दार उघडलं. त्यांचे डोळे लालबुंद होते. चेहरा सुजलेला.

"तू आयरिश आहेस का?" सूं सूं करत त्यांनी विचारलं.

"हो सर." माझ्या टेलिग्रॅम वाटण्याचा आणि आयरिश असण्याचा काय संबंध आहे, हेच मला कळेना.

"आत ये."

मी आत गेलो. "ते टेलिग्रॅम्स टेबलावर ठेव." त्यांनी दार आतून लावून घेतलं. कुलूप घातलं. किल्ली खिशात ठेवली. काय व्यवस्थित माणूस आहे; माझ्या मनात आलं.

"क्षयामुळे तिची काय अवस्था झाली ते पाहायचंय? तुमच्यापायी झालं हे सगळं. ये माझ्या मागून." ते दरडावणीच्या सुरात म्हणाले. किचनमधून जाताना त्यांनी दोन हॅम सँडविचेस घेतली आणि दोन बाटल्या. आम्ही जिन्यानं वर गेलो.

बेडवर मिसेस हॅरिंग्टन शांतपणे पहुडलेल्या होत्या. गुलाबी रंगाच्या बेडशीटवर. सात्त्विक आणि मोहक दोन्ही भाव त्यांच्या चेहऱ्यावर होते.

"ती आयरिश होती; पण थँक गॉड, तुमच्यासारखा तोंडवळा नव्हता तिचा. भुक्कड आयरिश लोक! काय मग दारू पिणार का? तुम्हाला अपेक्षा असेलच. व्हिस्की- शेरी काय देऊ आपल्याला?"

"लेमोनेड चालेल सर." त्यांचा नूर पाहून मी जरा टरकलो.

"महाशय, मी शोकात आहे, समजलं? ही वेळ लेमोनेड प्यायची नाहीये. शेरी वाइन घ्या हवं तर."

मी शेरीचा ग्लास ढसाढसा प्यायलो. त्यांनी माझा ग्लास पुन्हा भरला. स्वतःसाठी व्हिस्की ओतून घेताना ते म्हणाले, "मी जरा पबमध्ये जाऊन व्हिस्की आणतो. संपत आलीये. तोवर इथं थांबायचं; काय, समजलं ना? मुकाट्यानं बसून राहा."

मी गोंधळात पडलो. अशा वेळी इंग्लिश माणसाच्या घरी काय करायचं असतं हे मला माहिती नव्हतं.

मी मिसेस हॅरिंग्टनच्या चेहऱ्याकडे पाहिलं. "तुम्ही किती छान दिसता; पण तुम्ही प्रॉटेस्टंट आहात ना! थेरेसासारखं तुम्हीही नरकात जाणार." फादर म्हणतात, 'चर्चखेरीज कुठंही बाप्तिस्मा दिला जात नाही,' असं कसं?..."थांबा, मी तुम्हाला कॅथलिक करतो, थेरेसाला नव्हतं का केलं? तसंच जरा पाणी आणतो हं. अरे पण दाराला तर कुलूप आहे... ठीक आहे, पाणी नाहीतर वाइन घेऊ आपण. तुम्ही दिसताय सुंदर. गेला आहात की जिवंत? जिवंत आहात असाच भास होतोय. ही शेरी- ब्लडी स्पेनमधली वाइन- हिचे चार थेंब तुमच्या अंगावर शिंपडले की..."

अरे, अरे कोण आहे, हे मला असं खसकन कुणी ओढलं?

समोर मिस्टर हॅरिंग्टन उभे होते. रागानं थरथरत. "मूर्खा, काय करतोस हे? हा कुठला विधी आहे? आणि तू माझ्या बायकोला स्पर्श केलास का? सांग, काय करत होतास तू?" त्यांनी माझी मान पकडली. "पिरगळून टाकेन, समजलं?"

त्यांच्या डोळ्यात संताप होता.

"अं अं." मला बोलता येईना.

"मला समजेल असं बोल." मला त्यांच्याकडे बघवेना.

"अं-मी त्यांच्या अंगावर थोडेसे- अं- थोडेसे वाइनचे थेंब शिंपडून त्यांचा स्वर्गात जाण्याचा मार्ग मोकळा करत होतो." माझ्या पोटात गोळा आला.

"हे बघ, मी, माझी बायको अन् माझी मुलगी एमिली आम्ही सगळे स्वर्गात जाऊ बरं. तूच तुझे हे डुकरासारखे गुलाबी डोळे घेऊन तिथं येऊ नकोस. बिनडोक साला! हे प्रभू, मला हे सहन होत नाहीये. ही घे, शेरी हवी का तुला?"

"न- नको मला."

"बरोबर आहे. वाइन कशी आवडणार तुम्हाला? दारू पिऊन झिंगून पडायचं- तेच आवडतं तुम्हाला. माणसासारखं वागता येतं कुठं तुम्हाला? दारू ढोसून डुकरासारखं चार पायांवर चाला- घोड्यासारखं खिंकाळा- असले चाळेच तुम्हाला शोभून दिसतात. वाइन नको; मग खायला हवं असेल." त्यांच्या शब्दांत उपहास ठासून भरला होता. एकामागून एक वार करत ते बोलत होते.

"आल्यापासून तुझी हावरट नजर मला जाणवतेय. घ्या- गिळा एकदाचं!" त्यांनी सँडविच माझ्यासमोर आदळलं.

"नको, खरंच नको." मी कसंबसं म्हणालो.

"नको म्हणालास तर अंगावर थापेन. खा मुकाट्यानं." त्यांनी माझ्या तोंडात सँडविच कोंबलं.

ते खुर्चीवर जाऊन बसले.

मला ते गिळता येईना. मी खिडकीच्या दिशेनं धावत सुटलो. बाहेर मान काढून भडभडा ओकलो.

मागे वळलो तर ते उभे. "बावळटा, माझ्या बायकोच्या आवडत्या गुलाबाच्या झाडावर तू-"

त्यांनी दोन मुस्काटीत मारल्या. इतकं करून ते थांबले नाहीत तर त्यांनी मला जमिनीवर आपटलं आणि तुडवायला सुरुवात केली. मी स्वतःला सोडवून घेतलं. खिडकीवर चढलो. त्यांनी मला पकडलं. मी खाली उडी घेतली.. त्यांनी माझे हात पकडून ठेवले. बऱ्याच झटापटीनंतर मी उडी मारण्यात यशस्वी झालो. त्याच गुलाबाच्या झाडावर! त्याचे काटे सर्वांगाला रुतले. गुडघा लचकला.

तेवढ्यात वरून बाटली अंगावर आली. मिस्टर हॅरिंग्टन हातात जे येईल ते मला फेकून मारत होते. त्यांचं किचाळणं ऐकून मला कुत्र्याच्या भुंकण्याची आठवण आली. काचेचे ग्लास, बाटल्या- मारा सुरू होता. "बघतो, कसा पळतोस ते. मी पोस्टात तक्रार करीन. सोडणार नाही तुला."

बायकोच्या ड्रेसिंग टेबलावरच्या वस्तूही त्यांच्या तावडीतून सुटल्या नाहीत. कंगवे, पावडर, लोशन याचाही वर्षाव माझ्यावर झाला.

माझी सायकल घेऊन मी सुसाट वेगानं निघालो. मिसेस ओकनेलकडे आलो. ''हे काय, सात टेलिग्रॅम्स पोचवायचं ठरलं होतं. एका घरीच तुला इतका वेळ लागला?'' त्या खेकसल्या.

''अहो, काय झालं- मी ना- मला ना.'' मला बोलता येईना.

''कळलंय मला सगळं. काय काय उद्योग केलेत! आपल्या पराक्रमाची बातमी माझ्यापर्यंत आपल्याआधीच येऊन पोचलीये हं. त्या सज्जन माणसानं त्याच्या बायकोसाठी प्रार्थना करायला म्हणून तुला आत बोलावलं तर तू हॅम सँडविच आणि शेरीची बाटली घेऊन खिडकीतून उडी मारलीस. ही चोरी करण्याची वेळ आहे का रे पोरा? असा कसा निपजलास त्या माउलीच्या पोटी? ते गृहस्थ, कोण बरं?- हं आठवलं, मिस्टर हॅरिंग्टन, फोनवरसुद्धा अगदी मृदू आवाजात बोलत होते. तू असं का वागलास त्यांच्याशी?''

''अहो, मी नको म्हणत होतो. त्यांनी स्वतः ते माझ्या तोंडात कोंबलं. कसं सांगू तुम्हाला? हे बघा, मला किती मारलंय ते तरी बघा. जीव वाचवायचा म्हणून मी खिडकीतून उडी मारली.''

''किती खोटं बोलणार? त्यांच्यासारख्या सज्जन माणसावर आमचा जास्त विश्वास आहे. हे बघ, तो पाऊच आणि सायकल आत्ताच्या आत्ता परत करायची, समजलं? असले चोर आम्हाला पोस्टात नकोतच.'' त्यांचे शब्द माझ्या कानावर थाडथाड आदळले.

''अहो, विश्वास ठेवा माझ्यावर. असं नका करू. मला फार गरज आहे या नोकरीची. पैसे साठवून मला अमेरिकेला जायचं आहे हो.'' मी त्यांची विनवणी केली.

''अमेरिका? तुझ्यासारखे लोक तिथं जातील तो त्यांच्यासाठी काळा दिवस असेल.'' जहरी शब्दांत त्या म्हणाल्या.

रस्त्यानं मला धड चालताही येत नव्हतं. सगळी स्वप्नं धुळीला मिळाली होती. मनात आलं, अस्सं जावं आणि त्या खोटारड्या माणसाच्या खिडकीच्या काचेवर एक वीट फेकून मारावी. पण मी स्वतःला आवरलं. मिसेस हॅरिंग्टनचा- त्या स्वर्गस्थ बाईंचा अपमान झाला असता.

कुठं जायचं? नदीकिनारी? त्या झाडीत लपून बसावं. पण किती वेळ? रात्री घरी जायलाच हवं. मॉमला कसं सांगायचं, नोकरी सुटली म्हणून... काय वाटेल तिला? की घरी जाऊच नये? नको, नको- ती वेडी होईल.

मॉमनं स्वतः जाऊन पोस्ट ऑफिसमध्ये विनंती केली; पण ते बधले नाहीत.

पोलिसांवर हल्ला करणं, चोरी करणं हे गुन्हे अक्षम्य होते. मला तिथं जागा नव्हती.

मॉमनं मग फादरची भेट घेतली. त्यांनी एक पत्र दिलं. त्यांचा आदेश ओकनेलबाईंना मानावाच लागला. त्यांनी तो मानला. पण थोड्याच दिवसांपुरता. 'वयाची सोळा वर्षं पूर्ण झाली की तुला इथून निरोप देण्यात येईल' हे त्यांनी स्पष्ट शब्दांत सांगून टाकलं. जाता जाता त्यांनी मला एक सल्लाही दिला. "हे बघ फ्रँक मॅककोर्ट, इंग्रजांनी आठशे वर्षं आपल्यावर सत्ता गाजवली. तेव्हा त्यांनी जे काही अत्याचार केले, त्या तुलनेत तुझ्या बाबतीत जे घडलं ते किरकोळ आहे. अगदी दुष्काळात लोकांचे जे हाल झाले त्यापेक्षाही हे खूप बरं. आणि हो, माझे मिस्टर आज असते तर तुझी हकिगत ऐकल्यावर नक्कीच म्हणाले असते, 'तू एखादा ठोसा का मारला नाहीस त्या दुष्ट इंग्रजाला?'' मी अवाक् होऊन पाहत राहिलो.

दर शनिवारी मी निश्चय करायचो की चर्चमध्ये जाऊन कन्फेशन द्यायचं. घरी मी चुकीचं वागतो. बाहेर कुणी बघणार नाही अशा ठिकाणी जाऊन गाई-शेळ्या यांच्या शृंगारक्रिया निरखत बसतो. त्यांची जननेंद्रियं बघण्याचा चाळा लागला होता. शिवाय, थेरेसा ही ठसठसती जखम होतीच. माझ्यामुळे तिचा शेवट ओढवला, असं सांगितल्यावर तर मला चर्चची दारं बंदच झाली असती.

थेरेसा- जेव्हा जेव्हा मी तिच्या घराच्या जवळपास टेलिग्रॅम द्यायला जातो तेव्हा स्वतःबद्दल मला घृणा वाटते. तो विचार एखाद्या गळूसारखा माझ्या मनात वाढतोय. असं वाटतं की, शेवटी ते गळू इतकं मोठं होईल की लोकांना रस्त्याने जाताना माझ्याऐवजी सायकलवर एक गळूच बसलेलं दिसेल. मग लोक माझ्याकडे बोट दाखवून म्हणतील, 'हाच तो दुष्ट मुलगा. याच मुलाच्या प्रतापांमुळे थेरेसा जिवानिशी गेली.'

दर रविवारी चर्चमधून हसत-खेळत परत येणाऱ्या लोकांचा हल्ली मला हेवा वाटतो. किती मुक्त- मोकळं आयुष्य आहे यांचं. स्वर्गातली आपली जागा निश्चित करूनच येतात बापडे. मरणाची भीती नाहीच जणू. कोणत्याही क्षणी ते आले तरी स्वागत आहे. हे लोक प्रार्थना करून आले की यांच्या काळज्या संपल्या. घरी येऊन मस्तपैकी जेवणावर ताव मारायला मोकळे.

मी लिमरिकमधला सगळ्यात पापी मनुष्य तर नाही? हल्ली मला तसंच वाटतं. मी या दडपणातून कधी, कसा मोकळा होईन? मला कधी साधं आयुष्य जगताच येणार नाही का?

फादर म्हणतात की, त्याच्याजवळ अमर्याद क्षमा आहे. मान्य आहे मला; पण, ज्याचा पापाचा घडा ओसंडून वाहतोय, अशा माझ्यासारख्या मुलाला कसली क्षमा?

क्षयाच्या त्रासानं खोकून खोकून थेरेसाचा जीव जातोय हे दिसत असताना, मी टेलिग्रॅम वाटत होतो.

मी माझ्या कामासाठी हिंडतो तेव्हा रस्त्यात लागणाऱ्या प्रत्येक चर्चमध्ये जातो. प्रार्थना करतो. पण मला वाटतं, तो प्रभूही माझ्यावर रुसलेला आहे. मी पायांवर झुकून बसतो. माझ्या पुढच्या व्यक्तीचं कन्फेशन संपलं की माझं अवसान संपतं. श्वास अडकतो, धाप लागते, जीव घाबरा होतो आणि मी तिथून पळ काढतो. कन्फेशन टाळतो.

ख्रिसमस गेला, ईस्टर गेला, दिवस-महिने जात राहिले. थेरेसाला जाऊन वर्ष होत आलं की आता. तिच्या स्मृतिदिनाला जावंसं वाटलं- पण नाही गेलो.

अरे, माझा पंधरावा वाढदिवस जवळ आला की! मी चर्चमध्ये जाणं बंदच केलं. आता एकदम अमेरिकेला गेल्यावरच चर्चमध्ये जायचं. तिथले फादर लिमरिकमधल्या फादरसारखे खडूस नसतील. 'गोईंग माय वे' या सिनेमातल्या बिंग क्रॉसबी या दयाळू फादरची मला आठवण आली.

माझ्या पापी मनावरचं जरासं ओझं कमी झालं. निदान अमेरिकेत जाईपर्यंत मी जिवंत राहू शकेन, असं हळूहळू मला वाटू लागलं.

मिसेस फिनकेन या वृद्ध स्त्रीच्या घरी मी टेलिग्रॅम घेऊन गेलो. त्यांनी माझी चौकशी केली.

"वय काय तुझं?"

"साडेपंधरा."

"अगदी अर्धवट वय. धड मोठा नाहीस की लहान नाहीस. किती शिकला आहेस?" त्या म्हणाल्या.

"लिहिता-वाचता येतं."

"पत्र लिहिता येईल?"

"हो."

त्यांच्या गिऱ्हाइकांना पत्र लिहिण्यासाठी त्या मदतनीस शोधत होत्या. सूट अथवा इतर कापड खरेदीसाठी त्यांच्याकडे गेलं की त्या ठरावीक दुकानाचं कूपन देणार; तुम्हाला तिथून कपडे मिळतील. त्याचे पैसे तुम्ही या बाईंना द्यायचे. त्यांना दुकानदाराकडून किमतीत सवलत मिळणार आणि तुम्ही मात्र त्यांना कपड्यांची मूळ किंमत द्यायची. ती सवलत हे त्यांचं उत्पन्न. शिवाय हप्त्यानं पैसे देणार असाल तर व्याजही द्यायचं; असा सगळा व्यवहार.

जे लोक दर आठवड्याला पैसे देत नाहीत त्यांना धमकीची पत्रं लिहिणं हे काम.

पत्र लिहिण्याच्या तीन पेनी; तर त्या धमकीमुळे पैसे वसूल झाल्यास आणखी

तीन पेनी असा सौदा ठरला. ''दर गुरुवारी आणि शुक्रवारी रात्री कामाला ये. आणि हे पाहा, कागद आणि पाकिटं तू आणायचीस.'' बाई म्हणाल्या.

अमेरिकेला जाण्यासाठी मी अधीर झालो होतो. त्यासाठी पैसे गोळा करायचे होते. ही मला सुसंधी वाटली. पण कागद आणि पाकिटांचं काय?

दुसऱ्या दिवशी मी त्याच विचारात वूल्सवर्थमध्ये गेलो. तिथं पेपर आणि पाकिटांच्या थप्प्या लावलेल्या होत्या. आता? आवारात कुत्री, दुकानात क्लार्क, सेल्समन्स यांची वर्दळ यातून मला मार्ग काढायचा होता. हळूच काही पेपर्स मी स्वेटरखाली दडवले. मग माझी भीड चेपली. थोड्या वेळानं काही पाकिटंही लांबवली. निसटलो पटकन. सायकलवर टांग मारली आणि थेट घराशीच थांबलो.

फिनकेनबाईंकडे गेलो तेव्हा त्यांना ते कागद पाहून आश्चर्य वाटलं. ''इतकी भारी स्टेशनरी? मॉमनं दिली का? पैसे मिळाले की परत कर हो तिची तिला.''

''हो.'' मी तोंड लपवत हसलो.

''आणि हो, यापुढे येताना मागच्या गल्लीतून ये. तिकडूनही एक दार आहे. तुला कुणी बघायला नको. नाहीतर त्रास देतील, हा धमक्यांची पत्रं लिहितो म्हणून.''

एक भलं मोठं लेजर त्यांनी माझ्यापुढे ठेवलं. त्यात देणी चुकवणाऱ्यांची नावं होती. सहा जण होते ते.

''चांगलं खरमरीत पत्र लिही. भीतीनं घाम फुटला पाहिजे बरं का.'' त्यांनी कामाचं स्वरूप सांगितलं.

पहिलं पत्र-

प्रिय मिसेस ओबरीन,

जर तुम्ही माझे पैसे दिले नाहीत तर मला कायदेशीर कारवाई करावी लागेल हे सांगण्यासाठी हे पत्र. मायकेल, तुमचा मुलगा, मजेत सूट मिरवत गावभर फिरत असतो. त्याचे पैसे मी दिले आहेत. इकडे माझ्या अंगावर धड कपडा नाही आणि तिकडे 'आयजीच्या जिवावर बायजी उधार' असा मामला आहे. पैसे आणून दिले नाहीत तर तुरुंगात जायची तयारी ठेवा. ही धमकी खरी केली जाईल, हे लक्षात घ्या.

-तुमच्या सहकार्याच्या अपेक्षेत
मिसेस ब्रिजिड फिनकेन

बाई एकदम खूश. ''चांगली खरडपट्टी काढलीस रे पोरा. मलाही जमलं नसतं.'' आणखी पाच पत्रं मी लिहिली. त्यांनी मला स्टँप्स लावण्यासाठी पैसे दिले. वाटेत पोस्टऑफिस होतं. मी विचार केला, आपण स्वतःच पत्रं नेऊन दिली तर?

पत्र पोचणं महत्त्वाचं आणि त्यातली धमकी त्याहून महत्त्वाची. ते पोस्टानं जाण्याऐवजी कुणी नेऊन दिलं तर त्या धमकीची धार काही कमी होणार नाही.

लपतछपत मी ती पत्रं त्या लोकांच्या घरी टाकली.

पुढच्या आठवड्यात माझं स्वागत करायला मिसेस फिनकेन दारात उभ्या होत्या. "अरे, सहापैकी चार जणांनी पैसे दिले! आहेस कुठं? चल, लवकर चल, उरलेल्या दोघांना आता पुन्हा पत्र लिहून टाक."

प्रिय मिसेस ओबरीन,

आमच्या पत्राकडे तुम्ही दुर्लक्ष केल्याचं दिसतं. सबब काय कायदेशीर कारवाई करता येईल याचा सल्ला घेण्यासाठी आम्ही डब्लिन इथं वकिलांना भेटणार आहोत.

-मिसेस ब्रिजिड फिनकेन

नेम अचूक लागला, मिसेस ओबरीन आल्या ते रडतरडतच. हे पैसे तर दिलेच; यापुढे असं करणार नाही, हेही कबूल केलं.

माझ्या शब्दांमधला तिखटपणा दिवसेंदिवस वाढू लागला. एरवी मी वापरत नसलेले पण वयाच्या शब्दकोशात असलेले शब्द वापरून मी पत्र लिहायचो. काही वेळा तर मला नेमका अर्थही ठाऊक नसायचा.

शुक्रवारी मिसेस फिनकेन मला पबमध्ये पाठवायच्या, शेरी वाइनची बाटली आणायला. हे अगदी ठरलेलं. "तुला हवं तर चहा करून घे. पण मी सकाळी वापरलेली चहा पावडरच तू पुन्हा वापरायचीस. बाकी कशाची अपेक्षा करू नकोस. आज ब्रेड दिला की उद्या अंडं खावंसं वाटेल. त्यामुळे चहावरच थांबू या." त्या एकदा हसून म्हणाल्या. मग तोही नेम ठरून गेला.

शेरीची चव चाखत, आरामखुर्चीत बसून त्या डोलायच्या. फायरप्लेसशेजारी त्यांची सावली हलत असायची. त्या आनंदानं पर्समधले पैसे मोजायच्या. फार चिकट बाई. ती पर्स कुठे असायची माहितीये? वरच्या खोलीत त्यांच्या बेडखाली एक ट्रंक होती. त्यात ही पर्स, लेजर असं सगळं ठेवून तिला कुलूप लावलं जायचं. शेरी पिताना गप्पाही मारायच्या. "जवळ चार पैसे असलेलं बरं. 'मास'साठी देता येतात."

बोलता बोलता काही वेळा त्यांना डुलकी लागायची. काही वेळा पर्स खाली पडली तर मला आणखी धनलाभ व्हायचा. मी जे मोठमोठाले शब्द पत्रात लिहितो त्याबद्दल हे पैसे, अशी माझी भावना होती.

नाहीतरी एका आत्म्याला शांती मिळावी म्हणून अशी किती प्रार्थनेची गरज

आहे? हे पैसे त्या फादर मंडळींना का मिळावेत? ज्यांनी मला चर्चमध्ये मदतनीस म्हणून स्वीकारलं नाही; ज्यांनी एक विद्यार्थी म्हणून मला शिकवलं नाही; त्या लोकांना? त्यापेक्षा मी काम करतोय (धमकीची पत्रं लिहिणं!), अमेरिकेत जाण्यासाठी पोस्टात पैसे साठवतोय, स्टँप्ससाठी मला दिलेले किंवा पर्समधून खाली पडलेले पैसे मी घेतले तर त्यात माझं काय चुकलं?

सगळ्यात गमतीचा भाग असा होता की यातली काही पत्रं माझ्या मॉमच्या मैत्रिणींना जायची. त्यातली शिवराळ भाषा त्या मॉमला वाचून दाखवीत. अशा वेळी मी आसपास असलो की कावराबावरा व्हायचो. माझं अक्षर कुणी ओळखलं तर? 'हे पत्र लिहिणारा सापडला ना, तर—' किंवा 'काय स्वभाव असेल नाही या लेखनिकाचा? कुठून ही असली भाषा शिकलाय कोण जाणे!' असे शब्द ऐकले की अपराधी वाटायचं.

"याला उकळत्या तेलात टाकलं पाहिजे; नाहीतर याची नखं, डोळे उपसून काढली पाहिजेत." मॉमची प्रतिक्रिया ऐकून माझ्या अंगावर काटा आला.

माझा काय दोष होता? मला पैसे हवे होते- भले-बुरे कोणतेही मार्ग वापरून. अमेरिकेला जाणं हे माझं अंतिम ध्येय होतं. त्यासाठी हा खटाटोप. तिथं पोचलं की डॉलर्स कमवायचे आणि इकडे पाठवायचे. मग कुणीच कशाचीही पर्वा करणार नाही. आलेलं धमकीचं पत्र वाचणारा आणि ते लिहिणारा- दोघंही.

हंगामी पोस्टमन म्हणून काम करणाऱ्यांना कायम होण्याची संधी चालून आली. "फ्रँक, तू परीक्षेला बस. पास होशील. हुशार आहेस तसा." ओकनेलबाई म्हणाल्या. मॉमचंही तसंच मत पडलं.

एकदा शनिवारी साउथ पबमध्ये टेलिग्रॅम द्यायला गेलो तर पा किटिंग काका बसलेले.

"ये, बस जरा. लेमोनेड पिणार? की एखादा पिंट?- आता सोळावं लागणार म्हणे एका माणसाला." त्यांनी मला चिडवलं.

"लेमोनेड चालेल." मी हसलो.

"फ्रँकी, खरं खरं सांग, सोळाव्या वाढदिवसाच्या दिवशी तुला दारूची चव नक्की घ्यावीशी वाटेल. खरंय न?"

"हो, पण माझे डॅडी- ते तर—"

"अरे, ते नसले म्हणून काय झालं? मी आहे ना! हे बघ आदल्या रात्री इथंच ये. मी वाट पाहतो."

"येईन."

"पोस्टाची परीक्षा देणार आहेस असं ऐकलं."

"हो, खरंय ते."

"काय आहे इतकं त्या नोकरीत?"

"बरी नोकरी, शिवाय नंतर पेन्शन आहे."

"अरे, सोळाव्या वर्षी पेन्शनचा कसला विचार करतोस? असल्या 'घासू' नोकरीत रमलास तर कंटाळवाणं होईल जीवन. बायको-पोरं-घर-बागबगीचा हे करता करता तिशीतच उमेद संपेल सगळी. अरे, डोक्याला खुराक नसला की गंज चढतो फ्रँक." ते गंभीर झाले.

"हे अगदी असंच." मिस्टर ओहॉलोरन म्हणाले.

"काय म्हणाले ते?"

"हेच की स्वतःचं काहीतरी शोधून काढा. वेगळी वाट चोखाळा."

ते पुढे सरसावले, "इथं असल्या फडतूस नोकरीत गुंतू नकोस, बाळा. जग इकडचं तिकडं झालं तरी अमेरिकेला जाण्याचा बेत पक्का!"

परीक्षेच्या दिवशी आम्हाला कामाला सुटी होती. हिंडत असताना मला ओकनेल स्ट्रीटवर एक जाहिरात दिसली. गणितात हुशार असलेली मुलं पाहिजेत. हस्ताक्षर उत्तम हवं. अर्ज करण्यासाठी आमचा पत्ता- 'मिस्टर मॅकफ्रे, मॅनेजर, एसन्स लिमिटेड.'

पोस्टाची परीक्षा जिथं होणार तिथं मी पोचलो- लिमरिक प्रॉटेस्टंट्स यंग मेन्स असोसिएशन. साऱ्या शहरातली मुलं तिथं जमलेली. ही गर्दी... हा गोंधळ...तिथं उभा असलेला एक माणूस मुलांना कागद, पेन्सिल वाटत होता. खेकसत होता सारखा... 'चला, लवकर आटपा' म्हणून. तिथं जावंसं मला मुळीच वाटलं नाही. पा काका म्हणतात तेच खरं. या नोकरीत जन्मभर कारकुनी करत इथं या लिमरिकमध्येच राहावं लागेल.

"अरे, बघत काय उभा आहेस शुंभासारखा? आत येणार आहेस की नाही?" त्या माणसाच्या ओरडण्यानं माझी तंद्री मोडली.

मला वाटलं त्याला म्हणावं, 'उडत जा तू, अन् तुझं पोस्ट ऑफिस!' पण मी जिभेला लगाम घातला. अजून काही दिवस माझी इथली हंगामी नोकरी सुरू राहणार होती. उगीच हा नंतर त्रास द्यायचा. मी मानेनच 'नको' म्हणालो. तिथून बाहेर पडलो.

जिथं स्मार्ट मुलं हवी होती तिकडे निघालो.

"मला तुझं अक्षर कसं आहे ते दाखव."

एसन्स कंपनीत मी मॅनेजर मिस्टर मॅकफ्रे यांच्यासमोर उभा होतो. "जा, त्या टेबलापाशी बस. एका कागदावर तुझं नाव- पत्ता लिही. तुला ही नोकरी का हवी, तू या कंपनीचं नाव उज्ज्वल कसं करशील, कितीही अडचणी आल्या तरी तू कामात

हयगय करणार नाहीस आणि जे काम करशील ते कसं सर्वोत्तम असेल, कंपनीचा नावलौकिक जपण्याचा, त्यात भर घालण्याचा जास्तीत जास्त प्रयत्न कसा करशील, हेही चार वाक्यांत लिही.'' ते म्हणाले.

मी लिहिलं-

'फ्रँक मॅककोर्ट, लिटल बॅरिंग्टन स्ट्रीट,
लिमरिक सिटी,
लिमरिक काउंटी,
आयर्लंड.

मी आपल्याकडे असा अर्ज करीत आहे की आपल्या कंपनीत मला संधी मिळाल्यास मी या कंपनीचं नाव उज्ज्वल करीन, कितीही अडचणी आल्या तरी मी कामात हयगय करणार नाही आणि जे काम करीन ते सर्वोत्तम असेल, कंपनीचा नावलौकिक जपण्याचा, त्यात भर घालण्याचा जास्तीत जास्त प्रयत्न मी करीन.'

त्यांनी एकवार त्या अर्जावर नजर टाकली.

''हे काय, याचा अर्थ काय?'' त्यांनी त्रासिकपणे विचारलं.

''कशाचा अर्थ?''

''लिटल बॅरिंग्टन स्ट्रीट? मूर्खा गल्लीला स्ट्रीट म्हणतोस?''

''सगळे जण असंच म्हणतात.''

''जास्त शहाणपणा करू नकोस.''

''मी खरं तेच सांगतोय, सर हा विषय वादाचा असू शकतो हे मला आजच समजलं.''

''तू एका भिकारड्या गल्लीत राहतोस आणि वेळ घालवण्यासाठी तुला काही उद्योग नाहीये, असंच ना?''

''खरंय तुम्ही म्हणता ते.''

''पण याचा दुसरा अर्थ असा की इतर मुलांसारखा आत्मविश्वास तुझ्याजवळ नसणार. कमीपणाचा एक न्यूनगंड तुझ्यासारख्या मुलांमध्ये असतो.''

''तसं असेलही.'' पोस्टाची परीक्षा चुकवून मी मोठी संधी दवडली की काय असं मला वाटू लागलं.

''तुझ्याकडे पाहिल्यावर लगेच तुझ्या परिस्थितीची कल्पना येते. एक प्रकारचा केविलवाणा भाव गल्लीबोळात राहणाऱ्या मुलांमध्ये सतत असतो. तूही त्याला

अपवाद नाही. पहाटे लवकर उठायला जमेल?''

"हो सर." जरा आशा वाटू लागली.

"पण तुझे डोळे! तीही एक अडचण आहे. असे लालेलाल डोळे असलेला मुलगा. काही इन्फेक्शन वगैरे. तुला नीट दिसतं की नाही?''

"हो, दिसतं की." मी ताबडतोब म्हणालो.

"बेरजा-वजाबाक्या करता येतात?''

"हो सर."

"हे बघ, फ्रँक मॅककोर्ट, बाकी सगळं आमच्या अटीत बसतंय; फक्त तुझे हे लाल डोळे त्याबद्दल आमची काय पॉलिसी आहे हे मला डब्लिनला फोन करून विचारावं लागेल. त्यांनी हो म्हटलं की मार्ग मोकळा! सोमवारी पहाटे साडेपाच वाजता रेल्वे स्टेशनवर ये."

"एवढ्या सकाळी?''

"सकाळचे पेपर आम्ही सकाळीच लोकांना वाटतो. रात्री नव्हे; डोक्यात प्रकाश पडला की नाही?''

"हो." मी कसंनुसं हसलो.

तोंडाळ स्वभावाच्या ओकनेलबाईंना मी पोस्टाच्या परीक्षेला बसलो नाही हा मोठाच विषय बोलण्यासाठी मिळाला. जोडीला मिस बॅरी! आणि हे सगळं मुद्दाम मला ऐकू जाईल अशा स्वरात.

"कळलं का तुला, एका मुलानं आपल्याकडची परीक्षा दिली नाही म्हणे!'' मिसेस ओकनेल.

"हो कळलं ना." मिस बॅरी.

"बरं झालं एकापरीनं. त्याच्या दृष्टीनं आणि आपल्याही दृष्टीनं." त्या दोघींनी एकमेकींना टाळ्या दिल्या.

"त्यानं असं का केलं असेल?'' ओकनेल.

"त्यालाच ठाऊक! आपलं काही अडलं नाही त्याला जाऊन विचारायला. तो अमेरिकेला जाणार आहे म्हणे." बॅरी बाईंच्या स्वरात उपहास भरलेला.

"कुणी सांगितलं?''

"मी बऱ्याच जणांकडून ऐकलं."

"तो कसला जातोय अमेरिकेला? परीक्षा न देण्याचा पश्चात्ताप होईल बघ त्याला."

"हो, बघू याच आपण काय काय होतंय ते!"

माझ्या शेजारी इतर मुलं बसली होती, आपल्या वाट्याचे टेलिग्रॅम्स घेण्यासाठी.

त्यांच्याकडे पाहून मिसेस ओकनेलबाई म्हणाल्या, "बरं का मुलांनो, पोस्टाचं काम हलकं वाटतं हं काही जणांना. म्हणजे या फ्रँक मॅककोर्टसारख्या शहाण्या मुलांना."

"तसं नाहीये मॅम." मी म्हणालो.

"मग कसं आहे मिस्टर सर्वज्ञ? हा फार ग्रेट समजतो स्वतःला, हो किनई?" त्यांनी त्या मुलांना विचारलं.

मुलांनी त्यांची री ओढली.

"आता हेच पाहा ना; हा पोलिसांच्या अंगावर धावून गेला. यानं मिस्टर हॅरिंग्टन यांच्या घरी चोरी केली, त्या मृत आत्म्याचा- त्यांच्या पत्नीचा अपमान केला. सगळे गुन्हे आम्ही पोटात घातले. मला तर बाई वाटतं, दोन वर्षं टेलिग्रॅम्स तरी नीट पोचवलेत की त्यातही घोळ घातलेत कोण जाणे!"

तेवढ्यात मिस बॅरी त्यांच्याजवळ जाऊन कुजबुजली. "जास्त काही न बोललेलं बरं."

"मला वाईट वाटतं ते त्याच्या मॉमबद्दल. अमेरिकेत जन्मलेली मुलं असलीच. त्यातून याचा बाप तिकडचा- उत्तरेकडचा." ओकनेलबाईंनी तोंड वाकडं केलं.

"म्हणे निघालाय एसन्स कंपनीत नोकरी करायला. कोणत्यातरी विचित्र पंथाच्या लोकांसाठी काम करणार आहे. प्रॉटेस्टंट आहेत म्हणे ते. अश्लील मासिकं वाटत फिरणार आहे. त्या मासिकांना स्पर्श केला तरी पाप. हा ती बरोबर घेऊन गावभर फिरणार. याची आई केवढी आशा लावून बसलेली. मुलगा नोकरी करेल, पेन्शन मिळवेल. याला लागले भिकेचे डोहाळे!" दोघी जणींनी माझं पुरतं खच्चीकरण करायचं ठरवलेलं.

"याचं वागणं चुकीचं आहे, काय रे मुलांनो?"

"हो, अत्यंत चुकीचं." मुलं एका स्वरात ओरडली.

हे सगळं इतकं अनपेक्षित होतं की काय बोलावं हे मला समजेना. त्यांची काय अपेक्षा होती? मी त्यांची माफी मागावी?

की, मी नुसताच निरोप घ्यायला हवा?

मी ओकनेलबाईंसमोर बसलो. बेल्ट आणि पाऊच परत केला. "तुला नवी नोकरी लखलाभ. चला, आम्ही सुटलो." त्या कडवटपणानं म्हणाल्या. मी उठलो. माझ्या मागची मुलं टेलिग्रॅम्स घेण्यासाठी उठली.

मी बाहेर पडलो.

सतरा

मिसेस ओकनेलनी माझा सगळ्यांसमोर पाणउतारा केल्यानं मी कमालीचा अस्वस्थ झालो. पोस्टाची परीक्षा न देण्यामागे मी इतरांपेक्षा वेगळा आहे, असं भासवण्याचा माझा अजिबात हेतू नव्हता. किंबहुना माझ्यासारख्या बेंगरूळ मुलाला काय भवितव्य असू शकेल याबद्दल मीदेखील साशंक होतो. माझे राठ केस, मुरमांनी भरलेला चेहरा, लाल डोळे आणि किडलेले पिवळे दात- या सगळ्याची मलाच लाज वाटायची. पडलेल्या खांद्यांनी मी कुणासमोर उभं राहिलो तर माझा प्रभाव कसा पडेल? मी सहज हिशेब केला- पोस्टाच्या नोकरीत मी तेरा हजार मैल सायकल चालवली. जवळपास वीस हजार टेलिग्रॅम्स वाटले. एवढी ढोरमेहनत केल्यावर शरीर एखाद्या रस पिळलेल्या उसाच्या चिपाडासारखं होणार नाही तर काय? हे घेऊन मी कुणापुढे जायचं?

ओकनेलबाईंना वाटतं त्यांना सगळं ठाऊक आहे. हो, मी काही वेळा भलतंच काहीही वागलोय.

गाईचं दूध काढून विकायला नेणाऱ्या गवळणी मालवाहू जहाजाच्या डेकवरून दिसायच्या. अनेक मुलांबरोबर मीही ते न्याहाळायचो.

थेरेसा कार्मोडी प्रकरण तर माझा कधीच पिच्छा सोडणार नाही. शिवाय या पापांची कबुली देण्यासाठी मी कन्फेशनसाठी गेलो नाही, ही आणखीनच वाईट गोष्ट!

ओकनेलबाई, अशा वाया गेलेल्या मुलाला पोस्टात तरी नोकरी कशाला हवी? त्याला कुठंच जागा नाहीये.

हे सगळं विसरण्यासाठी मला रात्रीच्या पार्टीचा फार उपयोग झाला. साउथ पबमधला बारमन मला पूर्वीपासून ओळखत होता. मिस्टर हेनन, बिल गाल्विन, पा

काका आणि माझे डॅडी यांच्याबरोबर मी काही ना काही निमित्तानं तिथं गेलो होतो. डॅडींचा विषय निघाल्यावर त्याला सगळं आठवलं- निर्वाहभत्ता मिळाल्यावर ते थेट इकडेच यायचे; भरपेट दारू ढोसल्यावर देशभक्तीची गाणी बरळत ते घरी जायला निघायचे; मध्येच भाषणं द्यायचे; सगळं सगळं त्याला आठवत होतं.

"आज इकडे?" त्यानं विचारलं.

"पा काकांनी बोलावलंय. आज मी पहिला थेंब चाखणार आहे."

"अस्सं होय, ते येतीलच आता. मग आज तुझा नंबर पहिला. त्यांच्यासाठी नंतर पिंट भरतो."

काका आलेच. "ये माझ्याशेजारी बस."

बारमननं पिंट्स आणले. पा काकांनी त्यांचा ग्लास उंचावला. "दोस्तहो, हा माझा भाचा. अँजेला शीहान- माझ्या बायकोची बहीण- तिचा हा मुलगा- फ्रँक मॅककोर्ट. आयुष्यातला पहिला दारूचा थेंब हा आज घेणार आहे." माझ्याकडे वळून ते म्हणाले, "तुझं अभिनंदन, बाळा. तुला आरोग्य लाभू दे. दारूचा आस्वाद घेत जा; फक्त प्रमाणात."

सगळ्यांनी ग्लास वर केले. 'चिअर्स' ओरडून ग्लास तोंडाला लावले. काही जणांच्या ओठातून ओघळलेले थेंब त्यांच्या मिशीवर अडकले- मोत्यासारखे चमकत. मी माझा ग्लास हातात धरला. घटाघटा प्यायलो. "अरे, असं एकदम पिऊ नकोस. दारू काही संपणार नाही. गिनिस फॅमिली आहे तोवर काळजी करायची नाही." पा काका म्हणाले.

माझ्या शेवटच्या पगारातून त्यांना एक पिंट देण्याची इच्छा मी व्यक्त केली. "नको, ते पैसे घरी मॉमला दे. तू अमेरिकेला जा. भरपूर पैसे कमव. इकडे परत येशील तेव्हा आपण तुझं यश साजरं करू." त्यांनी माझ्या पाठीवरून हात फिरवला.

पबमधले लोक आता रंगात आले. गप्पांचा फड जमला. हेरमन गोअरिंग नावाच्या जर्मन लष्करी अधिकाऱ्याबद्दल ते बोलत होते. फासावर जाण्यापूर्वी एक तासभर आधी त्यानं कशी सुटका करून घेतली... न्युरेम्बर्गमध्ये पोचलेले सैनिक अजूनही चर्चा करतात की हिटलरनं- त्या नाझीनं आत्महत्या केली ती विषाची गोळी कुठं लपवली होती? कानात लपवली की नाकात? इतकं बारीक लक्ष ठेवूनही गोअरिंग त्यांच्या तावडीतून निसटलाच! एकूण काय, तुम्ही अटलांटिक महासागर ओलांडून गेलात, नॉरमंडीत पोचलात, जर्मनीवर बॉम्बहल्ले केलेत तरी हिटलरला पकडू शकला नाहीतच!

पा काकांनी अजून एक पिंट मागवली. मला जात नव्हती तरी मी प्यायलो. लोक छळछावणीबद्दल बोलत होते. जर्मनांनी लहान, मोठे, म्हातारे, आजारी

कुणाचाही विचार न करता ज्यू लोकांना कसं मारलं, लहान मुलांच्या चपला-सँडल्स सापडल्या तेव्हा अंगावर काटा कसा आला- मला ते संभाषण ऐकवेना. माझा चेहरा पाहून काका म्हणाले, ''चल, जरा बाहेर जाऊ.'' आम्ही बाहेर थांबलो. पुन्हा आत यावंसं वाटेना. हा परिणाम दारूच्या पहिल्या घोटाचा होता की तिथल्या गप्पांचा होता? तो संमिश्र असावा. मी जायला निघालो.

''थेट घरी जा. इकडेतिकडे रेंगाळू नकोस.'' ते म्हणाले. त्यांना ठाउक नव्हतं की यापेक्षाही मती गुंग करणाऱ्या परिस्थितीशी मी सामना केलेला आहे.

जाता जाता चर्च दिसलं. मला वाटलं, आज कन्फेशन द्यावंच. मी फादरच्या घराची बेल वाजवली. दार उघडलं. ''फादर उद्या माझा १६ वा वाढदिवस. त्यापूर्वी कन्फेशन द्यावं असं फार वाटतंय.''

''एकतर मी फादर नाहीये. ब्रदर म्हण हवं तर. आणि तू दारू पिऊन आला आहेस. तेव्हा मुकाट्यानं घरी जा.'' त्यानं दार लावलं.

मी पुन्हा बेल वाजवली.

''अहो, मी शुद्धीवर आहे. मला कन्फेशन द्यायचं आहे.''

''अरे बाबा, या क्षणी तुझा मनावर आणि तोंडावर ताबा नाही. घरी जा. पुन्हा बेल वाजवलीस तर हात मोडेन.'' त्यानं धाडकन दार आपटलं.

ही काय समोरच्याशी वागण्याची पद्धत झाली? मी घराकडे निघालो.

मॉम फायरप्लेसजवळ बसलेली- तिची ठरलेली वूडबिन सिगारेट हातात धरून. बाकी सगळे झोपलेले.

''युवराज, यावं. ही घरी यायची वेळ आहे का? आणि तोंडाला वास- ?''

''माझ्या वडिलांना नसली तरी पा काकांना आठवण आहे माझ्या १६ व्या वाढदिवसाची. त्यांनी मला पबमध्ये बोलावलं होतं. त्यांनीच...''

''वडिलांची उणीव पा काकांनी अगदी छान भरून काढली हं. त्यांचं कौतुक करावं तितकं कमीच आहे.'' ती कडवटपणे म्हणाली.

''तू कितीही नावं ठेवलास तरी मी माझ्या वडिलांचाच मुलगा आहे शेवटी. त्यांच्यासारखाच असणार. मी काही लेमन ग्रिफीनसारखा...'' मी पुढे बोलू शकलो नाही.

तिनं तोंड फिरवलं. ती फायरप्लेसच्या बाजूला राखेकडे एकटक बघत राहिली. मला चेव आला.

''मॉम, मी लेमन ग्रिफीनसारखं कसं वागणार? मी माझ्या वडिलांचा मुलगा आहे ना!''

''तोंड आवर फ्रँक.''

''तूच स्वतःला आवर.''

"मी आई आहे तुझी."

"मला असल्या आईशी बोलायचं नाही."

"तू मेसेंजर बॉयसारखं बोलतो आहेस."

"लेमन ग्रिफीन आणि लॉफ्टवर त्याच्याबरोबर असणारे सगळे जण - यांच्यापेक्षा मेसेंजर बॉय असणं केव्हाही चांगलं."

ती वर निघाली. मीही तिच्यापाठोपाठ निघालो. "मला एकटं राहू देत." ती म्हणाली.

"का बरं? लेमन ग्रिफीन- नाव ऐकायला नको वाटतं का?"

तिनं मला ढकललं. त्याबरोबर मी तिच्या- होय, तिच्याच- थोबाडीत मारली!

"बाळा, पुन्हा असं करू नकोस. अशी वेळ येणारही नाही." ती दुखावलेल्या आवाजात म्हणाली.

मी तरतरा बाहेर पडलो. काही सुचत नव्हतं. आणखी एक पाप. पापाची पोतडी भरत चालली होती.

मी माझ्या बेडवर येऊन पडलो. रात्री मला माझ्या भावांच्या कुरकुरण्यानं जाग आली. मला उलटी झाली होती. ते माझ्यावर चिडले. मॉम रडत होती. पण मी मुळीच तिच्याजवळ गेलो नाही. ती चुकलीच होती आणि मी काही आता लहान राहिलो नाही. सोळा वर्षांचा होणार आहे!

सकाळी मी उठलो तोवर धाकटे दोघंही शाळेत गेले होते. मलाची कामाच्या शोधात बाहेर पडला. मीही निघालो. मॉम चहा घेत बसलेली. मी पैसे टेबलावर ठेवले. न बोलता निघालो.

"अरे, चहा घेऊन जा ना."

"नको." स्वरात शक्य तितका कोरडेपणा आणत मी म्हणालो.

"अरे, वाढदिवस आहे आज तुझा."

"काही फरक पडत नाही." मी बाहेर पडलोही.

ती माझ्या मागे धावत आली. पण मी थांबलो नाही. एकदा वाटलं, थांबावं. तिच्या गळ्यात पडून रडावं. पण लेमन ग्रिफीनबरोबर तिनं... मला ते आठवलं तरी त्रास होतो. तिचं चुकलंच. खूप चुकलं!

आता मला कुणाचीही पर्वा नाही. पैसे साठले की मी अमेरिकेला जाणार. या आयुष्याला रामराम ठोकायचा. बस्स... ठरलं.

फिनकेनबाईंकडे रात्री जायचं होतं. माझ्याजवळ अख्खा दिवस मोकळा होता. रस्त्यावरून वेड्यासारखं भटकत राहिलो. पाऊस आला; मग थांबलो. चर्चमध्ये सेंट फ्रान्सिसचा पुतळा होताच. मला त्याचा राग आला. किती वेळा मी त्याच्याकडे प्रार्थना केली. दयेची याचना केली. त्याला पाझर फुटला नाही.

'माझं नाव फ्रान्सिस का आहे? आज मला तेही नको. मलाची हे नावसुद्धा मला चालेल.

सेंट फ्रान्सिस, थेरेसाचा मृत्यू तुम्ही का थोपवला नाही? मॉमला वाईट वागण्यापासून का रोखलं नाहीत? छळछावणीत लहान मुलांचा जीव जाणं... तेही तुम्हाला थांबवता आलं नाही.'

मी पश्चात्तापानं डोकं आपटत असताना कुणीतरी माझ्या खांद्यावर हात ठेवला. मी वळून पाहिलं.

ते फादर होते. त्यांचा परिचित झगा आणि हातात माळ. ते हसले. "बाळा, काय झालं." त्यांनी हलकेच थोपटलं.

"डॅडी, मला जवळ घ्या. माझी कुचुलेनची गोष्ट मलाचीला नका नं सांगू." मला रडू आलं. मग मी भानावर आलो.

"मी फादर ग्रेगरी. तुझी इच्छा असेल तर तुझ्या मनात काय खदखदतंय ते मला सांग." ते शांत स्वरात म्हणाले.

"आज माझा सोळावा वाढदिवस आहे."

"अरे वा! मग हे डोळ्यांत पाणी का?"

"काल रात्री मी पहिल्यांदा दारूला स्पर्श केला."

"खरंच?"

"मॉमला मारलं, मी त्या नशेत." मला पुन्हा रडू आलं.

"रडू नकोस. परमेश्वराजवळ सगळ्यांना क्षमा आहे."

"आणखीही काही गोष्टी आहेत. कसं सांगावं ते कळत नाहीये."

"तुला कन्फेशन द्यायचं का?"

"ते तरी जमेल का, असं वाटतंय."

"ज्याला आपल्या वागणुकीचा पश्चात्ताप झालाय त्या प्रत्येकाला क्षमा आहे, बाळा. तुझं नाव काय?"

"फ्रान्सिस."

"अरेच्या, मग या फ्रान्सिसला सांग की तुझ्या मनातलं. हलकं वाटेल तुला." त्यांनी मला शेजारी बसवलं. मी मनाशी जुळवाजुळव केली. मग सगळं काही तपशीलवार सांगितलं. माझं बालपण, लहान भावांचे मृत्यू, वडिलांचं व्यसन, आईचे हाल, वाढत्या वयातल्या समस्या, थेरेसा प्रकरण, छोटे अपमान, बोचऱ्या लाजिरवाण्या आठवणी- सारं काही. पबमधल्या गप्पा, छळछावणीतली लहान मुलं, रात्री ब्रदरनं केलेला अपमान- तेही सांगून टाकलं.

सगळं ऐकल्यावर फादर गंभीर झाले. त्यांनी वाकून प्रार्थना केली. ते प्रभूशी बोलताहेत, असा मला भास झाला. त्यांनी मग मला प्रार्थना करायला सांगितली.

मग ते म्हणाले, “तू स्वतःला क्षमा केलीस की तोही तुला क्षमा करेल. स्वतःवर प्रेम कर; प्रभूवर आपोआप प्रेम करशील.”

“पण थेरेसा- तिचं काय?” माझ्या दृष्टीनं तो सगळ्यात जिव्हाळ्याचा विषय होता.

“अरे, ती स्वर्गात आनंदात आहे.” ते हसले.

“नक्की?” माझा विश्वास नव्हता.

“हो, बाळा, मी सांगतो ते खरंच आहे.”

निश्चिंत मनानं मी तिथून निघालो. मनावरचा मोठा भार हलका झाला.

आज सोमवार. माझ्या एसन्स कंपनीतल्या नोकरीचा पहिला दिवस. पहाटे उठून मी स्टेशनवर पोचलो. न्यूजपेपर्स आणि मासिकांच्या थप्प्या तिथं भिंतीजवळ रचून ठेवलेल्या होत्या. मिस्टर मॅकफ्रे आलेले होते. आणखीही एक मुलगा होता-विली हेरॉल्ड. तो दोरीचे तुकडे कापून एकेक गठ्ठा बांधत होता. ते मोजून एका लेजरमध्ये लिहीतही होता. मीही त्याला मदत केली. इंग्रजी न्यूजपेपर्स आणि ‘द आयरिश टाइम्स’ अगदी सकाळी वाटायचे आणि मासिकं जरा उशिरा. पेपर्सच्या गठ्ठ्यांवर आम्ही दुकानांची नावं लिहिली. त्याप्रमाणे ते आता वाटायचे.

आम्ही निघालो. मिस्टर मॅकफ्रे व्हॅन चालवत होते. दुकान आलं की आमच्यापैकी एक जण उतरून धावत गठ्ठा देऊन यायचा. पुढच्या दिवसाची ऑर्डर किती हेही तेव्हाच विचारायचं. ते संपवून आम्ही ऑफिसमध्ये पोचलो. मासिकं उतरवली. आता- ५० मिनिटांची सुटी. तेवढ्यात ब्रेकफास्टसाठी घरी जाऊन यायचं.

मी घाईघाईनं परत आलो तर दोन वेगळीच मुलं ऑफिसमध्ये काम करत होती. एमॉन आणि पीटर हे दोघं मासिकं मोजून दुकानदारांच्या बॉक्सेसमध्ये ठेवत होते. छोट्या ऑर्डर्स गेरी हॅल्वे त्याच्या मेसेंजर सायकलवर जाऊन पोचवणार होता. मोठ्या प्रमाणात मासिकं देण्यासाठी व्हॅन जाणार होती.

“इथं थांब. यांना मदत कर. लेजरमध्ये नोंद कशी करतात ते बघ.” मिस्टर मॅकफ्रे मला म्हणाले. ते गेल्याबरोबर या दोघांनी ड्रॉवर उघडून आत लपवलेली सिगारेट आणि लायटर काढला. मी सिगारेट पीत नाही हे ऐकल्यावर त्यांना आश्चर्य वाटलं. “काही कारण आहे का? तुझे डोळे लाल आहेत. ॲलर्जी आहे का? की काही आजार वगैरे?” त्यांनी विचारलं.

“अरे मुला, अशानं मुलींना कसं पटवणार? एखादीला फिरायला घेऊन गेलास आणि तिनं सिगारेट मागितली तर?” पीटरनं विचारलं.

“अरे, माझे वडील तर म्हणतात दारू आणि सिगारेटशिवाय पुरुष म्हणजे बिनकामाचा! अशा माणसाला बाई टिकवता येत नाही.” एमॉन म्हणाला.

हसता हसता त्यांना खोकल्याची ढास लागली. शेवटी त्यांच्या डोळ्यातून पाणी आलं. खोकल्याची उबळ गेल्याबरोबर ते घाईनं कामाला लागले. इंग्रजी आणि अमेरिकन मासिकांमधल्या स्त्रियांच्या जाहिराती बघणं हे ते काम! बायकांच्या अंतर्वस्त्राच्या जाहिराती बघताना ते आचकटविचकट बोलत होते. मध्येच पीटर एक 'सी' नावाचं मासिक घेऊन शौचालयात गेला. "तो का गेला, ठाऊक आहे?" एमॉननं विचारलं. "बिच्चारा! अगदी बाळू आहेस." त्यानं डोळे मिचकावले.

मी पुरता गोंधळलो होतो. "नाही." मी मान हलवली.

"काहीही होणार नाही. घाबरायचं नाही. मॅकफ्रे येणार नाही एवढ्यात. आला तरी काय करेल? पुरावा काय आहे? अरे मुलांनो, असं करू नका. तसली चित्रं पाहू नका. मासिकं बॉक्सेसमध्ये ठेवा पाहू- असं म्हणेल फारतर." त्यानं मला धीर दिला.

तेवढ्यात एमॉन आला. आता पीटरची पाळी. 'कॉलियर' हे अमेरिकन मासिक घेऊन तो आत गेला. "काय सांगू तुला, अरे हा पाच पाच वेळा तिकडे जातो. नवीन मासिक आलं की याच्या फेऱ्या वाढल्याच म्हणून समजायचं. चोरून घरीही नेतो. रात्री काय करतो कोण जाणे! मेल्यावर याची जागा नरकातच."

सगळं पाहून-ऐकून भीतीनं मला खरोखरीच तिकडे जावंसं वाटू लागलं. पण आपण गेल्यावर हे काय म्हणतील या कल्पनेनं मी गेलो नाही.

तेवढ्यात मिस्टर मॅकफ्रे आलेच. "हे काय, अजून काम संपलं नाही?" त्यांनी विचारलं. ही दोघं आता काय सांगणार, असा मला प्रश्न पडला. तेवढ्यात पीटर म्हणाला, "अहो, या नवीन मुलामुळे उशीर झाला. त्याला शिकवत होतो ना! त्याला कमी दिसत असावं. फार स्लो आहे हा. त्याला आता जरा काम जमायला लागलंय." तो इतक्या साळसूदपणे सांगत होता की, मी 'आ' वासून बघत राहिलो.

मॅकफ्रे काही बोलायच्या आत तिथं गेरी हॅल्वेचं आगमन झालं. तो एक आठवडाभर सुटीवर जाणार होता. रोझ, त्याची मैत्रीण इंग्लंडहून येणार आहे, म्हणून त्याला सुटी हवी होती. त्यांचं काम आता मला करायचं होतं. सायकल मारत लिमरिक शहरभर पेपर्स आणि मासिकं वाटत फिरायचं. सायकलच्या हँडलला एक बास्केट लावलेली होती. त्यात सामान ठेवल्यावर तोल कसा सांभाळायचा हे त्यानं मला शिकवलं. "बघ बरं; पडलास तर लॉरी अंगावरून जाईल तुझ्या. सॅलोमन ब्रँडीसारखे तुकडे होतील." मग माझ्या अंगावर काटा आला. एका सोल्जरच्या अंगावरून मिलिटरीचा ट्रक गेल्यावर त्याचे म्हणे असे तुकडे झाले होते. सगळं आकलनाच्या पलीकडचं.

आम्ही दोघांनी शनिवारी सकाळी स्टेशनवर भेटायचं असं ठरलं. त्याची शेवटची ऑर्डर तिथं जवळपास होती आणि रोझही त्याच दिवशी यायची होती.

"मी रोझला गेल्या वर्षभरात भेटलेलो नाही. ती तिकडे एका पबमध्ये काम करते." मी आणि गेरी स्टेशनवर रोझची वाट बघत उभे होतो. "खरंतर मला आवडत नाही. इंग्लिश लोकांच्या दृष्टीनं आयरिश मुली म्हणजे छेडछाड करण्याचा परवानाच. त्या बिचाऱ्या मुकाट्यानं सहन करतात. नोकरी जायची भीती असते ना! अर्थात लिमरिकमधल्या आयरिश मुली स्वतःच्या चारित्र्याला फार जपतात." बोलता बोलता तो थांबला. मग पुन्हा म्हणाला, "मी तुला सांगतो, रोझ ट्रेनमधून उतरली की तिच्या चालण्यावरून मी तुला सांगेन, ती चारित्र्य टिकवून आहे की नाही."

तितक्यात ट्रेन आलीच. रोझ उतरली. हिरव्या रंगाचा ड्रेस तिला शोभत होता. गेरीनं आनंदानं हात हलवला. ती आमच्यापासून लांब होती. तिनं चालायला सुरुवात केली. त्याबरोबर गेरी थांबला. त्याचा श्वास वाढला. "चालू, लबाड, छचोर कुणीकडची! मला फसवतेस काय?" तो मला एकट्याला सोडून पळून गेला.

रोझ आली. हसून तिनं विचारलं, "आता इथं गेरी हॅल्वे उभा होता ना?"

"अं-हो."

"कुठेय तो?"

"तो- गेला."

"कुठं गेला?"

"मला माहीत नाही. तो काही न बोलता गेला. म्हणजे तो काय बोलला ते मला समजलं नाही."

"तू त्याच्याच ऑफिसमध्ये नोकरी करतोस का?"

"हो, मी त्याच्याकडून सायकल घ्यायला आलोय."

"मेसेंजर सायकल?" तिनं आश्चर्यानं विचारलं. "मला तर तो म्हणाला की तो एसन्समध्ये क्लार्क आहे."

आली का पंचाईत! या गोड मुलीत आणि गेरीत माझ्यामुळे भांडण होणार की काय?

"नाही, त्याचं काय आहे की, आळीपाळीनं आम्ही सायकल घेतो आणि ऑफिसमध्येही काम करतो." मी सावरून घेतलं.

"ठीक आहे. घरी जाऊन सामान ठेवते आणि त्याच्या घरी जाते. मला वाटलं होतं, तो माझी जड सुटकेस उचलेल-"

"तुम्ही ती सायकलवर ठेवा. मी तुम्हाला पोचवतो." मी म्हटलं.

"मी त्याच्या भेटीसाठी इतकी आतुर झालेय की बस्स! एखाद्या जोगिणीसारखं आयुष्य जगते आहे तिकडे. मी पैसेही साठवले आहेत. आता लग्न करायचं. तसा तो एकोणीसचा आहे अन् मी सतराची. पण म्हणून काय झालं? प्रेम आहे आमचं एकमेकांवर. आता रात्रीचं कुढणं पुरे झालं." रोझ स्वप्नात दंग झालेली. तिच्या कॅरी

रोडवरच्या घरापाशी आम्ही पोचलो.

"थँक्यू!" ती हसली.

एसन्स कंपनीत जाण्यासाठी मी सायकलवर टांग मारली. मागून मला गेरीच्या हाका ऐकू आल्या म्हणून मी थांबलो. तो रागानं लालबुंद झाला होता. त्याच्या नाकपुड्या थरथरत होत्या.

"तू- काल आलेला चिमुरडा पोरगा- तू माझ्या मैत्रिणीला घेऊन हिंडतोस काय रे शहाण्या? देऊ का दोन कानफटात ठेवून? पुन्हा तिच्याबरोबर दिसलास तर बुकलून काढीन तुला." त्यानं मला दमातच घेतलं.

"हे पाहा, मी काहीही केलेलं नाहीये. तिची सुटकेस जड होती म्हणून मी पोचवली- इतकंच."

"पुन्हा तिच्याकडे वळून जरी बघितलंस तरी याद राख!"

"तसं करण्याची माझी मुळीच इच्छा नाही."

"असं म्हणतोस? ते का? ती कुरूप आहे का?" त्यानं चमकून विचारलं.

"तसं नाही. ती तुझी आहे, तुझ्यावर तिचं अतिशय प्रेम आहे."

"तुला कसं समजलं?"

"अरे, तिनंच सांगितलं."

"खरं की काय?"

"हो, देवाशप्पथ खरं!" रोझचे शब्द अजूनही माझ्या कानात होते.

"ओह, थँक गॉड!"

तो चक्क तिच्या घराकडे धावत सुटला. दार उघडून ती बाहेर आली तर त्यानं तिला उचलून घेतलं. मानवी स्वभावाचे किती चमत्कारिक पैलू मला आज दिवसभर अनुभवाला आले, याच विचारात मी जायला निघालो.

पीटर, एमॉन, आणि गेरी- व्यक्ती तितक्या प्रवृत्ती!

मी ऑफिसला पोचलो तर मिस्टर मॅकफ्रे घाबरलेल्या अवस्थेत येरझारा घालत होते. "हे काय, कुठं कडमडला होतास दिवसभर? स्टेशनवरून सायकल आणायला इतका वेळ कसा लागला? आज खरंतर गेरीची इतकी गरज आहे; पण तो गेला पोरगी फिरवायला- सॉरी, ते राहू देत. तू टेलिग्रॅम बॉय म्हणून काम केलं आहेस ना, मग आज तुझी परीक्षा आहे." एका श्वासाचीही उसंत न घेता ते बोलत होते, "हे बघ, अस्सं जा आणि 'जॉन ओलंडन' या साप्ताहिकाच्या प्रत्येक अंकाचं सोळावं पान सगळ्या दुकानदारांकडून परत आण. जा, पळ लवकर. जे नाही म्हणतील त्यांना सांग, ही सरकारी आज्ञा आहे. गोडीगुलाबी, धाक-दपटशा... ज्या मार्गानं जमेल त्या मार्गानं हे काम कर. लक्षात आलं?"

सगळ्या दुकानांमध्ये? बापरे! मला त्यांना सांगावंसं वाटलं, 'मला पाय

आहेत; पंख नाहीत.'

"अरे बाबा, बॅलीनकुरापर्यंतची दुकानं तू कर, एनीस रोडवरची मी करतो. बाकीची गेली खड्ड्यात." ते जाम वैतागले.

मी सायकलवर बसणार तितक्यात एमॉन धावत आला, "फ्रँक, परत आलास की गोळा केलेली सगळी पानं देऊ नकोस." तो कुजबुजला.

"का?" मला प्रश्न पडला.

"अरे, बावळटा, आपण विकू या ती."

"का पण?"

"अरे, बर्थ कंट्रोलबद्दल माहिती आहे त्यात. इथं आयर्लंडमध्ये बंदी आहे ना त्यावर." त्याला इत्थंभूत माहिती होती.

"बर्थ कंट्रोल? ते काय असतं?"

"अगदी अनाडी आहेस बुवा तू. अरे कंडोम- रबरासारखं काहीतरी. त्यामुळे पोरींना हे येत नाही." त्यानं पोटावरून हात फिरवला.

मला काही कळेना. "हे येत नाही म्हणजे काय?" मी डिट्टो तशी ॲक्शन केली.

"अरे मॅडोबा, म्हणजे पोरगी सेफ आणि आपणही सेफ. मुलंबाळं होण्याची काळजी नाही; समजलं? नुसतंच वाढलंय लेकाचं." तो तुच्छतेनं म्हणाला.

आमचं बोलणं सुरू असताना तिथं मॅकफ्रे आले. "फ्रँक चल, आपण व्हॅनमधूनच जाऊ या. एमॉन, तूही चल आमच्याबरोबर."

"पीटरचं काय?" एमॉननं विचारलं.

"तो तिकडे जाऊन बसलाय. राहू दे त्याला तिकडेच." ते नाक दाबत म्हणाले.

व्हॅनमध्ये ते स्वतःशीच पुटपुटत होते. "यांना तिथं डब्लिनमध्ये बसून ऑर्डर्स सोडायला काय जातं? सगळं सोडून आम्ही इकडे धावत बसायचं."

अनेक ठिकाणी दुकानदारांनी त्यांच्याशी हुज्जत घातली.

"असं काय आहे न वाचण्यासारखं?" एका बाईंनी विचारलं.

"अहो, ते सभ्य लोकांनी वाचलं तर मोठा अनर्थ होईल."

"मी या वेळी मासिकाचे पैसे देणार नाही." आणखी एक जण म्हणाले.

"अहो, हा नैतिकतेचा प्रश्न आहे. पैशाचं काय घेऊन बसलात?"

मॅकफ्रे तिकडे लढत होते आणि आम्ही त्यांचे शिलेदार इकडे त्यावर बोळा फिरवत होतो. व्हॅनमधल्या जुन्या अंकांची पानं आम्ही फाडली. ती आम्ही त्या गोळा केलेल्या पानांमध्ये बेमालूम मिसळली आणि काही सोळा नंबरची पानं लपवून ठेवली.

आमचे सगळ्यात मोठे कस्टमर म्हणजे मिस्टर हचिनसन. ते प्रॉटेस्टंट

असल्यानं त्यांनी चक्क मिस्टर मॅकफ्रे यांना उचलून दुकानाबाहेर फेकून दिलं.

काही दुकानदारांनी सपशेल कानावर हात ठेवले. ‘‘आमच्याकडचे अंक खपले.’’

‘‘मला त्यांचे नाव, पत्ते द्या.’’ मॅकफ्रे मागे लागले.

‘‘अहो महाशय, का उगीच सुटी खराब करताय, स्वतःची आणि लोकांचीही? जा घरी जाऊन गप्प बसा की राव!’’

आम्ही परत निघालो. ‘‘माझ्याजवळ एकवीस पानं आहेत. तुझ्याजवळ किती?’’ एमॉननं विचारलं.

‘‘असतील चौदा-पंधरा.’’ खरंतर माझ्याजवळ चाळीस तरी पानं असावीत; पण आता मी शहाणा झालो होतो.

आम्ही ऑफिसमध्ये पोचलो आणि मॅकफ्रेंनी सुटकेचा निःश्वास टाकला. डब्लिनला फोन करून त्यांनी सगळा घटनाक्रम सांगितला. लिमरिक शहरातली सगळी नीतिमत्ता आणि पुण्याई आज केवळ त्यांच्यामुळे वाचली होती! निदान ते तरी त्या भ्रमात होते.

सोमवारी मी ऑफिसला जायला निघालो. एसन्सचा बोर्ड लावलेली माझी सायकल पाहून अनेक जणांनी मला थांबवलं, ‘ते पान आहे का’ असं विचारण्यासाठी. मी चकित झालो. हे लोक उच्चभ्रू, श्रीमंत असे होते. त्यात काही बायकाही होत्या. त्यांची वेषभूषा, बोलणं-वागणं कमालीचं सफाईदार होतं. काही जण मोटारी बाळगून होते आणि त्यांना चक्क ते ‘तसलं’ पान वाचायचं होतं?

‘‘पाच शिलिंग्जपेक्षा कमी पैशाला विकू नकोस.’’ गेल्या गेल्या एमॉननं सल्ला दिला. ‘‘हे बघ, माणूस बघून ठरव. जास्त पण कमी नाही, कळलं? माझ्या एरियात तर पाच शिलिंग्ज हाच भाव आहे. अरे, पीटरला नको का त्याचा हिस्सा? तो मॅकफ्रेच्या कानाला लागला म्हणजे?’’

काही आंबटशौकीन लोकांनी अगदी सात शिलिंग्ज देऊन ते पान विकत घेतलं.

भरपूर कमाई झाली त्या दोन दिवसांत. सात शिलिंग्जपासून ते सहा पेनीपर्यंत कितीही पैसे देऊन लोकांनी ती पानं विकत घेतली. मी शेवटी पैसे मोजले- दहा पौंड! एक त्या दुष्ट पीटरला द्यावा लागला. नाहीतर त्यानं चुगली केली असती ना! मी आठ पौंड पोस्ट ऑफिसमध्ये ठेवले. उरलेल्या पैशातून घरी मस्त जेवण केलं. हॅम, टोमॅटो, ब्रेड, बटर, जॅम अहाहा! कितीतरी दिवसांनी पोटभर जेवलो सगळे जण. मला कुठं मटका लागला का, असा मॉमला संभ्रम पडला. ‘‘मेसेंजर बॉय म्हणून मला टीप मिळाली.’’ मी म्हणालो. अमेरिकेला जाण्यासाठी मी गुपचूप पैसे साठवतोय हे तिच्या गावीही नव्हतं. पैसे मिळवण्याचा माझा दुसरा मार्ग म्हणजे फिनकेनबाईंच्या वतीनं मी लिहीत असलेली धमकीची पत्रं. ते माझं कुकर्म ऐकून तर तिला भोवळच आली असती.

मलाचीच्या धडपडीला यश आलं. त्याला एका गॅरेजच्या स्टोअररूममध्ये काम मिळालं. मेकॅनिकला हवे ते पार्टस काढून देण्याची जबाबदारी त्याची. मॉम एका आजारी गृहस्थांकडे देखभाल करण्यासाठी जायची. त्यांच्या मुली घरी नसायच्या. साउथ सर्क्युलर रोडवर त्यांचं घर होतं. ''तू या बाजूला आलास तर चहा-सँडविच देऊ शकेन मी तुला. मुली घरी नसतात; आजोबांना शुद्ध नसते.'' ती म्हणाली. ते गृहस्थ इंग्लिश आर्मीकडून भारतात लढले होते. आता आसन्नमरण अवस्थेत होते.

कधीतरी मी जायचो. मॉम तिथल्या किचनमध्ये काम करताना गुणगुणत असायची. स्वच्छ एप्रन घालून ती काम करायची. बरं वाटायचं. फुलांनी डवरलेली बाग, पक्ष्यांचा किलबिलाट, काही वेळा रेडिओवरचं संगीत. आम्ही दोघं समोरासमोर बसायचो. टी-पॉट, कपबश्या, ब्रेड, बटर, फ्रोझन मीट असा सरंजाम घेऊन मॉम टेबलापाशी असायची. 'काय हवं ते खा. कितीही खा.' ती म्हणायची. मला मात्र बर्शॅन आणि हॅम जास्त आवडायचं. ''पोरा, ते गरिबाचं खाणं समजतात. ब्रेडच्या दोन स्लाईसेसमध्ये तुम्ही काय घातलंय हे श्रीमंत लोकांच्या दृष्टीनं फार महत्त्वाचं असतं. अमेरिकेत बर्शॅनला हेड चीझ म्हणतात, का ते कोण जाणे!'' तिनं एकदा सांगितलं.

त्यांच्या घरातली क्रोकरी खूप छान होती. नाजूक आणि उंची. निळ्या रंगाच्या देवदूतावर गुलाबी रंगाच्या पऱ्या बाणांचा वर्षाव करताहेत असं चित्र त्यावर होतं. चित्र युद्धाचं; पण तेही किती मोहक! इथं आमची आयुष्याबरोबर रोज चाललेली लढाई कितीतरी भयानक होती. ''पैसे असले की हौस-मौज सगळं सहज शक्य होतं, फ्रँक. आपणही हेच केलं असतं.'' बोलत असताना मॉम ते सगळं डोळ्यांत साठवून घेतेय असं मला वाटलं. बिचारी, तिच्या वाट्याला सगळा रखरखाटच आला होता.

''मिस्टर स्लेनींना काही वेळा कशाचंही भान राहत नाही. हाक मारायला विसरले की मग सगळं अंथरुणात. चेंबरपॉट देण्याइतकाही वेळ मिळत नाही.'' मॉमचं बोलणं ऐकून मी चपापलो. लेमन ग्रिफीनच्या वेळीही...

अर्थात मिस्टर स्लेनी अंथरुणाला अगदी खिळून होते. ते मॉमच्या बाबतीत तसं काही करू शकले नसतेही.

मिस्टर स्लेनींना उजेड सहन व्हायचा नाही. खिडकीला काळं कापड लावलेलं होतं. ''ते बाजूला करा पाहू. मला जरा बसतं करा.'' ते मॉमला त्राग्यानं म्हणाले. त्यांच्या इच्छेनुसार ते जागे असताना मी त्यांना भेटायला आलो होतो तेव्हाचा हा प्रसंग. त्यांचे पिकलेले केस मानेपर्यंत रुळले होते. ''त्यांना केस कापलेले आवडत नाहीत.'' मॉम पुटपुटली.

''माझे दात अजून शाबूत आहेत, मित्रा. तुझं काय?'' त्यांनी विचारलं.

"माझेही आहेत."

"मिस्टर टिमोनी यांना ओळखतोस का?"

"होय, सर."

"तो आणि मी इंडियात बरोबर होतो. त्याचे डोळे अधू झाले. मला अजूनही स्पष्ट दिसतं."

मी हसलो.

"जरा जवळ ये. तू माझं बोलणं ऐकतोयस ना?"

"हो, सर."

"मिसेस मॅककोर्ट, याचं माझ्या बोलण्याकडे लक्ष आहे ना?"

"हो, आहे ना." मॉम पुढे होत म्हणाली.

"तोंड माझ्याजवळ आण; म्हणजे तुझ्या कानात सांगतो. एक गोष्ट कायम लक्षात ठेव; दुसऱ्या माणसाचा पाइप कधी ओढू नकोस."

गेरी हॅल्वे रोझबरोबर इंग्लंडला गेला आणि मी पूर्ण वेळ मेसेंजर बॉय झालो. गोठवून टाकणाऱ्या थंडीत लिमरिकमधले कानेकोपरे मी सायकल घेऊन पालथे घातले. काही वेळा सायकल घसरली; काही वेळा धडपडलो. दुकानदारांनी तक्रार केली, पेपरवर बर्फ असतो, रस्त्यावरची घाणही असते. मिस्टर मॅकफ्रे त्यावर एवढंच म्हणाले, "नाहीतरी प्रॉटेस्टंट लोक आयरिश टाइम्सला हलक्या प्रतीचाच पेपर समजतात, तू लक्ष देऊ नकोस."

मी स्वतः तो पेपर घरी न्यायचो. 'बरं झालं, डॅडी इथं नाहीत. नाहीतर सतरा वेळा तुझा उद्धार केला असता त्यांनी. फ्रीमॅन्सन लोकांचा पेपर खुद्द त्यांचा मुलगा वाचतो! अरेरे, याचसाठी आयरिश लोक लढले का?' मॉमची प्रतिक्रिया ठरलेली. ती मिस्कील हसायची. मी काही चुकीचं करतोय असं मला आता वाटत नव्हतं. थेरेसाच्या मृत्यूपासून माझी पापाबद्दलची भीती गेली होती का?

पेपर अगदी टाकाऊ नव्हता. पक्ष्यांचं कूजन ऐकू आल्याचं काही लोकांनी पत्रातून कळवलं होतं. ते खोटं असल्याची काही पत्रं आली. वाचल्यावर करमणूक व्हायची. आणखी बघण्यासारखं म्हणजे प्रॉटेस्टंट लोकांच्या विवाहाचे फोटो असायचे. नवऱ्या मुली एकदम मारू दिसायच्या बुवा! आमच्या गल्लीतल्या मुली कधी अशा दिसल्या नाहीत. रोझ अशीच होती- हसली की दातच लक्षात राहायचे.

मी 'टाइम्स ऑफ लंडन' हा पेपरही वाचायचो. राजघराण्याच्या बातम्या, फोटो असायचे.

खास स्त्रियांसाठी असलेली मासिकं मी वाचायचो ते त्यातल्या रेसिपीजसाठी. त्यातला वाचकांचा पत्रव्यवहार- तोही वाचायचो.

एमॉन आणि पीटर तिथंही चावटपणा करायचे. अश्लील विनोद करायचे. मी कधी त्यात सामील झालो नाही. लिमरिकमधलं आयुष्य अळणी वाटू लागल्यानं त्या दोघांनी लवकरच इंग्लंड गाठलं. नवा मेसेंजर बॉय आला; मी पुन्हा ऑफिसमध्ये थांबू लागलो. नवीन मुलं आली होती. मी सर्वांत सीनिअर होतो आता. माझं काम आटोपलं आणि मिस्टर मॅकफ्रे बाहेर गेले की मी झाडून सगळे पेपर्स वाचायचो. इंग्रजी, आयरिश, अमेरिकन पेपर्स, मासिक... काय हातात येईल ते. मला अमेरिकेचे वेध लागले होते.

मलाचीला इंग्लंडच्या एका कॅथलिक बॉईज बोर्डिंगमध्ये काम मिळालं. तिथं शिकणाऱ्या मुलांइतकाच तो खूश होता. 'जी हुजूर' म्हणत आपल्या इंग्लिश मालकाची आज्ञा ऐकायची, हा आयरिश नोकरांचा मंत्र होता. तो मलाचीनं आपलासा केला; तरीही त्याला चुकीच्या वागण्यावरून बोलणी खावी लागत.

पुढे तो गॅस वर्क्समध्ये गेला- कॉव्हेंट्री शॉव्हलिंग कोल या कंपनीत. पा काकांचा तो लाडका. ते करीत असलेलं कामच तो आता करत होता. पण कायमचं नव्हे; त्यालाही अमेरिकेला जायचं होतंच.

अठरा

सतरा-अठरा-एकोणीस-बघता बघता वयाची विशी आलीसुद्धा. एसन्समधलं माझं काम अजूनही सुरू होतं. मिसेस फिनकेनच्या वतीनं धमकीची पत्रं लिहिणं आणि त्यांच्यासाठी प्रार्थना करणं. त्याचा त्यांना नक्कीच उपयोग होईल असा त्यांचा विश्वास होता. एका पाकिटात पैसे घालून त्या मला वेगवेगळ्या चर्चमध्ये पाठवायच्या. ते पैसे तिथल्या धर्मगुरूंनी माससाठी खर्च करायचे, अशी त्यामागची कल्पना होती. रोमन कॅथलिक धर्मगुरूंकडेच मी गेलं पाहिजे, अशी मात्र फिनकेनबाईंची अट होती. मला अशा लोकांचा फार तिटकारा होता. हृदयशून्य आणि बिनडोक लेकाचे! लॅटिनचा अनाठायी आग्रह धरणारे आणि वाइनच्या बाटल्या रिचवणारे!

आपण पाठवलेले पैसे खरोखर माससाठी वापरले जात असतील याबद्दल खुद्द मिसेस फिनकेनबाईंनाच खात्री नसायची. मी विचार केला त्यापेक्षा आपण हे पैसे जपून ठेवले तर अमेरिकेला जाण्यासाठी त्याचा उपयोग होईल. एका अर्थानं ते सत्कारणी लागतील. ते पैसे पोस्टात बचत खात्यात ठेवले तर कुणाच्या लक्षातसुद्धा येणार नाही. आणि मी त्यांच्यासाठी प्रार्थना केली तर नाही का चालणार? मी त्यांच्या आत्म्याला शांती लाभावी म्हणून मेणबत्त्याही लावेन त्या गेल्यानंतर.

शनिवारी माझा विसावा वाढदिवस. अमेरिकेला जाण्याचं भाडं आणि हातखर्चासाठी असे काही पैसे मला हवे होते. शुक्रवारी रात्री त्यांनी मला शेरी आणायला पाठवलं. मी परत आलो तर खेळ खल्लास! त्या खुर्चीत बसल्या अवस्थेतच गेलेल्या होत्या. डोळे सताड उघडे आणि पर्समधले पैसे खाली पडलेले. मला भीती वाटली ते दृश्य पाहून. पण पैशांचं आकर्षण इतकं जबरदस्त होतं की, मी स्वतःला सावरलं. आधी ते पैसे गोळा केले. सतरा पौंड! वरच्या ट्रंकची किल्ली घेऊन मी ती उघडली. त्यात शंभर पौंड होते. मी त्यातले चाळीस घेतले आणि ते लेजरही. पोस्टात ठेवलेले पैसे

आणि हे पैसे मिळून माझं काम होणार होतं. जाताना मी ती शेरीची बाटलीही घेतली- उगीच वाया कशाला घालवायची?

शेनॉन नदीच्या काठी बसून मी शेरीचा आस्वाद घेतला. हातात ते लेजर होतं. ॲगी मावशी त्यांना नऊ पौंड देणं होती. हा बहुधा तिनं माझ्या कपड्यांवर केलेला खर्च. पण आता देणं-घेणं काहीही नाही. त्याचा पुरावा- हे लेजर नष्ट केलं की झालं! मी ते शांतपणे नदीच्या पाण्यात फेकलं. क्षणभर मला रॉबिन हूड झाल्यासारखं वाटलं. कितीतरी लोकांच्या डोक्यावरचं कर्ज मी नाहीसं केलं. लिमरिकमधल्या ज्या लोकांना मी फिनकेनबाईंच्या वतीनं धमकीची पत्रं लिहिली होती, त्यांत अनेक जण माझे नातेवाईक होते, परिचित होते. त्यांची मी मनोमन क्षमा मागितली. त्यांना धमकीची पत्रं जशी मी लिहिली तसं आज अनेकांना देण्यातून मुक्तही केलं.

शेरीचे घोट घेताना मला आठवलं, फिनकेनबाईंच्या आत्म्याला शांती लाभावी म्हणून माससाठी दोन पौंड द्यायला हवेत. ते लेजर वाहत पुढे चाललं होतं. ते अटलांटिक महासागरात जाईल. मीही एक दिवस असाच लांबवर निघून जाईन.

ओरडॅन ट्रॅव्हल एजन्सीतल्या माणसानं जे काही सांगितलं त्यामुळे मी विचारात पडलो. अमेरिकेला जायचं तर अगोदर लंडनपर्यंत जावं लागेल, असं तो म्हणाला. म्हणजे खर्च वाढला! आता काय बरं करावं? "तुझ्याजवळ पौंड आहेत का? मी तुझी सोय करू शकतो. आयरिश ओक हे जहाज लवकरच जाणार आहे. त्यातून प्रवास केलास तर स्वतंत्र केबिन, चांगल्या प्रतीचं जेवण मिळेल. आणखी काही जण बरोबर असतील. बघ जमतंय का. सप्टेंबर-ऑक्टोबर हा सीझनही समुद्रप्रवासासाठी चांगला. नऊ दिवस लागतील, मस्त रमतगमत सुटी साजरी करत जायचं. आहे मंजूर?" तो म्हणाला.

मी ताबडतोब 'हो' म्हणालो.

"मी लवकरच जाणार आहे." माझे शब्द कानावर पडताच मॉमला रडू आवरेना.

"आम्हाला तिकडे कधी नेणार? नेणार ना?" मायकेलनं विचारलं.

"हो तर. तुम्हालाही लवकरच तिकडे नेणार हं."

"माझ्यासाठी एक काउबॉय हॅट पाठवशील? आणि ते समोर आपटलं की परत अंगावर येतं तसलं- मला नाव ठाऊक नाही, तेही पाठवशील का?" आल्फी निरागसपणे म्हणाला.

"वेडोबा, त्याला बूमरँग म्हणतात. आणि त्यासाठी ऑस्ट्रेलियात जावं लागेल. ते काही अमेरिकेत मिळत नाही." मायकेलनं माहिती पुरवली.

मग ते नक्की कुठं मिळतं यावर ते भांडत राहिले. मॉम मग त्यांच्यावर

ओरडली. "अरे बाबांनो, तुमचा भाऊ दूरदेशी चाललाय आणि तुम्हाला काहीच वाटत नाहीये. कुठलं ते खेळणं- ते पाहिलं नाही, आणलं नाही, त्याबद्दल तुम्ही इथं वादविवाद करताय?"

"तू जाण्यापूर्वी आपण पार्टी करू या." मॉम म्हणाली, "पूर्वी किनई कुणी अमेरिकेला जायला निघालं की निरोपाची पार्टी व्हायची. जाणारी व्यक्ती पुन्हा दिसेल याची खात्री नसायची; कारण प्रवास खडतर होता. आता तसं होणार नाही. लंडनला गेलेला तुझा भाऊ तुला भेटला तर फार बरं. मग दोघं मिळूनच पुढे अमेरिकेला जा. एकाला दोघं बरे." मलाचीच्या आठवणीनं तिचा गळा दाटला. परमेश्वराच्या मनात असेल ते होईल. आपण चांगल्याची इच्छा करायची इतकंच. असा हवाला ठेवूनच तिचं आयुष्य या टप्प्यावर आलं होतं.

त्या दिवशी काम संपल्यावर मी लिमरिकच्या रस्त्यांवरून चालत राहिलो, जुन्या आठवणींना उजाळा देत. विंडमिल स्ट्रीट, हार्ट्स्टोंग स्ट्रीट, रॉडन लेन- आमची जुनी घरं बघितली. रॉसबरियन रोडवर चाललो. छोट्या बॅरिंग्टन स्ट्रीटवरही गेलो. रस्ता कसला, छोटीशी गल्लीच ती. जुने दिवस-जुन्या आठवणी. अचानक माझं लक्ष थेरेसा कार्मोडीच्या घराकडे गेलं. मी रेंगाळलो. तेवढ्यात तिची मॉम बाहेर आली. "आपल्याला कोण हवंय?"

उत्तर न देताच मी निघालो. ऑली आणि युजेन- माझी गोजिरवाणी जुळी भावंडं. छोट्या वयात ते आम्हाला सोडून गेले. त्यांच्या थडग्यावरून मी हात फिरवला. सेंट पॅट्रिक दफनभूमीमधून मी पलीकडे सेंट लॉरेन्स सिमेट्रीकडे चालत गेलो. थेरेसाला तिथं पुरलेलं. सगळ्यांचा निरोप घेतला. ते माझ्याशी बोलत होते का? मी निघालो. कसला तरी भास झाला. ते सगळे माझ्या पाठोपाठ येत होते का?

लिमरिकमधल्या काही जागा मला मनात साठवून घ्यायच्या होत्या. खरोखर मॉम म्हणते तसं मी परत आलोच नाही तर? सेंट जोसेफ चर्च आणि रेडम्प्टरिस्ट चर्चकडे निरखून पाहिलं. हेन्री रोडवर जाऊन सेंट फ्रान्सिसचा निरोप घ्यावा असं मनात आलं. कदाचित तो मला अमेरिकेत भेटला असता.

जायचं पक्कं झालं तसं माझं मन विचलित व्हायला लागलं. आता जावं की पुढच्या वर्षी जावं? मलाचीला सोबत नेलं तर न्यूयॉर्कमध्ये अगदी परकं वाटणार नाही. एकदा तर मनात आलं की सरळ जाऊन तिकिटाचे पैसे परत आणावेत, हेच बरं. फायरप्लेसजवळ बसून सुख-दुःखाच्या गोष्टी करताना मॉम कातर व्हायची. मलाही रडू यायचं. "अरे, डोळ्यांच्या आत पाण्याची पिशवी भरून ठेवली आहेस का?" मॉमनं एकदा कसंबसं हसून विचारलं. मला स्वतःचा राग आला. इतकं हळवं असणं पुरुष जातीला शोभतं का? ते काही नाही. आपण जायचं. मी स्वतःला

बजावलं. मायकेल-आल्फी मनोराज्यात गुंग होते. "अमेरिकेला डॅडी भेटतील. मलाचीची भेट होईल. आपण सगळे पुन्हा एकत्र राहू..."

शेवटी मॉमनं स्वतःला सावरलं. "आता रडणं पुरे. पंखांमध्ये बळ आलं की पाखरं उडून जाणारच. मी शोक का करतेय? मलाची- ते लेकरू इंग्लंडला गेलं. तू अमेरिकेत चाललास, हे होणारच. भविष्यकाळाची साद आहे ही. तिला प्रतिसाद दिला पाहिजे. चला, फ्रँक, ऊठ, डोळे पूस पाहू." तिनं साठवलेल्या पैशांतून ब्रेड, हॅम, चीझ आणलं. बर्शॅनही आणलं थोडंसं. शिवाय लेमोनेड आणि स्टाउटच्या बाटल्या. पा किटिंग आले ते व्हिस्की आणि स्टाउट घेऊनच. त्यांच्या नाजूक बायकोसाठी तिला सोसवेल अशी दारू- शेरीची बाटलीही त्यांनी आणली आणि मावशीबाईंनी चक्क केक केला. स्वहस्ते. भरपूर बेदाणे लावलेला मोठ्ठा केक. मॉन्स्ट्रीच्या प्रमुखानं स्टाउटच्या सहा बाटल्या आणल्या. "हवी तेवढी स्टाउट पी, फ्रँकी. मला गाणं म्हणायला ऊर्जा मिळेल एवढी ठेवलीस की बास्स." तो म्हणाला.

'द रोड टू राशीन-' डोळे मिटून तो गात होता. शब्द मागेपुढे झाले. निरर्थक शब्द गाण्यात आले. पण तो गात होता मनापासून. त्याचे डोळे वाहू लागले.

"याला झालं तरी काय?" आल्फी माझ्या कानात कुजबुजला.

"कोण जाणे!"

गाणं झाल्यावर तो थांबला. त्यानं डोळे पुसले. "एक आयरिश मुलगा अमेरिकेला गेला आणि टोळीयुद्धात मारला गेला, अशा आशयाचं हे गाणं आहे. बिचारा, धर्मगुरू त्याच्याजवळ पोचेपर्यंत तो गेलासुद्धा." तो म्हणाला. सगळे हळहळले.

पा किटिंग काकांचा गमत्या स्वभाव उसळून आला. "फ्रँकी, जपून रे बाबा. अशी काही वेळ आलीच तर धर्मगुरू जवळपास आहेत की नाही याची आधी खात्री कर हो," ते म्हणाले. "हा उदास मूड जायला हवा. काहीतरी हलकंफुलकं होऊन जाऊ देत. अँजेला, तू म्हण ना एखादं गाणं." ते मॉमकडे वळून म्हणाले.

"मा- छे, छे, काहीतरीच काय! मी तोंड उघडलं तर नुसती हवा बाहेर येईल. गाणं म्हणायला विसरले मी आता." ती संकोचानं म्हणाली. पण तिला सगळ्यांनी आग्रह केला. आम्ही तुला कोरस देतो.

मग तिचा नाइलाज झाला. तिनं गाणं म्हणायला सुरुवात केली.

पिलांसाठी चारा आणण्या
जरी उडते पक्षिणी
लक्ष तिचे घरट्यापाशी
सावधपण ध्यानीमनी

पंखामध्ये बळ येई
पिलू उंच भरारी घेई
माया पिलामागे जाई
जरी मरते वा उरते आई

या गाण्यानं वातावरण आणखी गंभीर झालं. ''हे काय चाललंय? आपण आनंद साजरा करतोय का दुःख? अरे, कुणीतरी विनोद सांगा एखादा. अशानं मला स्वतःला दारूत बुडवून घ्यावं लागेल.'' पा किटिंग काका म्हणाले.

''अरे हो, आज चंद्रग्रहण आहे. चला, ते तरी बघू या.'' ॲगी मावशी म्हणाली.

आम्ही सगळे बाहेर आलो. चंद्र लपला होता- एका काळ्या सावलीमागे.

''हा शुभशकुन आहे फ्रँक, तुझी स्वप्नं खरी होतील.'' पा किटिंग काका म्हणाले.

''छे, हा अपशकुन आहे. जगाचा अंत जवळ आल्याचं हे चिन्ह आहे. मी आज पेपरमध्ये वाचलं.'' मावशीनं नेहमीप्रमाणे वेगळा सूर आळवला.

''वेडाबाई, ही सुरुवात आहे. फ्रँक मॅककोर्ट उद्या नव्या जगात पाऊल टाकेल. काही वर्षांनी तो इकडे येईल तेव्हा तुम्ही त्याला ओळखणार नाही, बघाच. नवा करकरीत सूट घालून अंगापिंडानं भरलेला फ्रँक तुमच्यासमोर येईल, - अन् त्याच्यामागे असेल हसऱ्या चेहऱ्याची गोरी बाहुली...''

मॉमच्या डोळ्यातून झरझर पाणी वाहू लागलं. मावशीनं तिला आत नेलं.

जहाजानं किनारा सोडला तेव्हा संध्याकाळ झाली होती. किनसेल आणि केप क्लिअर पार केलं तोवर सूर्य पूर्ण मावळलेला. दीपगृहाचा दिवा लागला आणि मला भरून आलं. आयर्लंडचा किनारा सोडून आता आम्ही लांब निघालो.

मनात आलं, इतका आटापिटा करून अमेरिकेला जाणं बरोबर की चूक? त्यापेक्षा पोस्टाची परीक्षा देऊन इथं राहता आलं असतं. मायकेल-आल्फीला चांगल्या शाळेत घातलं असतं. दुसरीकडे जरा बरं घरही घेतलं असतं. बिचारी मॉम-मिस्टर स्लेनेची बेडपॅन्स साफ करते. शीऽ किती दुर्दशा झालीये तिची. आपल्याला नोकरी लागल्यावर तिनं ते घाणेरडं काम सोडलं नसतं का? आता काय उपयोग?

आता ते सगळं मागे राहिलंय. माझं कुटुंब, मावशी-काका, मित्रपरिवार, त्यांचे प्रश्न, त्यांची आजारपणं- दुःखं- सारं सारं आता खूप दूर आहे. त्याबद्दल विचार करून काही उपयोग नाही. या घडीला मी एकटा आहे, इथं या जहाजाच्या काठाशी उभा.

अरेच्चा, हे कोण आलं? एक धर्मगुरू होते ते. ते लिमरिकवासीच आहेत, हे

ऐकून मला हायसं वाटलं. लॉस एंजिल्सला काही वर्षं काढल्याने त्यांचे उच्चार निराळे होते. स्वच्छ सूर्यप्रकाश आणि उन्हात चमचमणारे पामवृक्ष म्हणजे जणू स्वर्गच. तिथून एकदम तुम्हाला लिमरिकसारख्या सतत रिपरिप पाऊस पडणाऱ्या गावात पाठवलं तर आफतच समजायची. त्यांना गाव सोडून जायचा अनुभव असल्यानं ते माझं दुःख समजू शकले.

तेवढ्यात आम्हाला फर्स्ट ऑफिसरनं बोलावलं. जहाज न्यूयॉर्कला न जाता मॉंट्रियलला जाणार, असं तो म्हणाला.

तीन दिवसांनी आम्हाला कळलं की, जहाज आधी ठरल्यानुसार न्यूयॉर्कला जाणार आहे. बरं वाटलं.

जहाजावरचे तीन अमेरिकन प्रवासी भडकले. ''हे काय चाललंय?'' एक जण ओरडला

न्यूयॉर्क जवळ आलेलं दिसताना जाहीर झालं की आपण हडसन नदीच्या काठावर अल्बाना इथं चाललोय.

''च्यायला, एकतर हे जहाज भिकारडं आणि उतरण्याचं धड एक ठिकाण या आयरिश मूर्खांना ठरवता येत नाही.'' त्या अमेरिकन प्रवाशांपैकी एक जण बडबडला.

एकूणच आयरिश लोकांबद्दल ते तुच्छतेनं बोलत होते. ''लक्ष देऊ नकोस. सगळे अमेरिकन असे नसतात.'' धर्मगुरूंनी मला समजावलं.

अखेर न्यूयॉर्क आलं. लिरिक थिएटरमध्ये बसून मी एखादा सिनेमा बघतोय असा मला भास झाला. ते धर्मगुरू मला काहीतरी सांगत होते; पण माझं लक्ष नव्हतं. मी देहभान हरपून सगळं बघत होतो. हा स्टॅच्यू ऑफ लिबर्टी- केवढा तरी उंच! ही एंपायर स्टेट बिल्डिंग, ती पलीकडे क्रिसलर बिल्डिंग. हे एलिस आयलँड आणि हा आला ब्रुकलीन ब्रिज. हजारो गाड्या रस्त्यावरून ये-जा करत होत्या. उगवत्या सूर्याची सोनेरी किरणं त्यांचा दिमाख आणखी वाढवत होती. जे कामावर निघाले होते तेही आनंदी दिसत होते. जे घरी परत चालले होते ते लगबगीत होते. त्यांची घरी कुणीतरी वाट पाहत असणार. सुरेख-सुडौल बांध्याच्या ललना- हसल्या की ज्यांचे पांढरे दात मोत्यासारखे चमकतात, अशा त्यांच्या बायका. इथं असणारा प्रत्येक जण आपल्या मस्तीत होता. बाहेरच्या जगाची कुणाला पर्वा नव्हती.

'आम्हाला इथं उतरवण्यात काय अडचण आहे?' एका अमेरिकन प्रवाशानं विचारलं. तेवढ्यात एका बोटीतून एक जण जहाजावर चढून आला. जहाज बंदरावर नेताना अशा बोटीची मदत लागते. आलेला माणूसही त्या भांडणात उतरला. ''जहाजाचा कॅप्टन जे ठरवेल तसंच होईल. तुम्हाला किनाऱ्यावर नेण्याची आमच्याकडे सोय नाही.'' तो म्हणाला.

''पण आम्ही अमेरिकन आहोत. आमचा देश स्वतंत्र आहे.''

"हे आयरिश जहाज आहे. कॅप्टन आयरिश आहे. तो म्हणेल तीच आज्ञा! याउपर ज्यांना इथं उतरायचं असेल त्यांनी खुशाल पोहत किनाऱ्यावर जावं." त्यानं निर्वाणीचं काय ते सांगितलं.

त्या बोटीनं सावकाश आमचं जहाज तीराजवळ आणलं. इंजिनाचा आवाज आता हळू झाला. जॉर्ज वॉशिंग्टन ब्रिजच्या खाली मॅनहॅटन इथं आम्ही पोचलो. आसपास असंख्य बोटी होत्या, महायुद्धात भाग घेतलेल्या. नांगरून ठेवल्या होत्या. त्यातल्या अनेक नष्ट व्हायच्या बेताला आलेल्या.

भरतीची वेळ झाल्यानं आम्हाला आजची रात्र समुद्रात काढावी लागणार होती, एका इंडियन नाव असलेल्या बेटावर.

ही सगळी धांदल मी बघत असताना अचानक आवाज आला, "हॅलो!" आयरिश उच्चार ऐकून मी दचकलो. बघितलं तर चक्क आयरिश ध्वज! माझा स्वतःच्या डोळ्यांवर विश्वास बसेना. एक छोटी बोट आमच्या जहाजाजवळ आली होती. त्यावरून एक माणूस चढून आला. त्या माणसानं फर्स्ट ऑफिसरला किनाऱ्यावर पार्टीसाठी बोलावलं. एखाद्या मित्राला घेऊन आलात तरी चालेल. नंतर माझ्याशेजारी असलेल्या धर्मगुरूंकडे वळून तो म्हणाला, "तुम्हीही यावं अशी विनंती आहे. यांनाही घेऊन यावं." तो माझ्याकडे बोट दाखवून म्हणाला.

धर्मगुरू, मी, फर्स्ट ऑफिसर आणि वायरलेस ऑफिसर असे चौघंही आम्ही शिडीवरून उतरून त्या बोटीवर गेलो. त्या व्यक्तीचं नाव होतं टीम बॉयले. तिथं आम्ही गेलो ते एकापरीनं बरंच झालं. पार्टीचा माहोल बघून आमचा प्रवासाचा शीण कुठल्या कुठं पळाला. त्यांनी आम्हाला एका घरी नेलं. मस्तपैकी लॉन, मध्यभागी एक सुंदर कारंजं. अहाहा! तिथं तीन पक्षी चक्क एका रांगेत एका पायावर उभे होते. हॉलमध्ये बऱ्याच बायका बसलेल्या. मी मनातल्या मनात मोजलं. पाच जणी असाव्यात. त्यांचे फ्रॉक्स नवेकोरे होते. केस अगदी सरळ! कोणता कंगवा वापरत असाव्यात? त्या हसल्या तेव्हा पांढरे स्वच्छ दात पाहून प्रसन्न वाटलं. प्रत्येकीच्या हातात ग्लास होता.

"या ना," एक हसून म्हणाली. अगदी वेळेवर आलात. 'पाची' आता सुरू होतेय.

'पाए एची' म्हणजे पार्टी! काही दिवसांनी मीही असंच बोलायला लागेन का? मला हसू आलं.

"या सगळ्या जणी मोकळ्याच आहेत. त्यांचे नवरे रात्र रात्र हरणांची शिकार करत जंगलात हिंडतात; मग या बिचाऱ्या असा वेळ घालवतात." टीम म्हणाला.

"काय आहे, ते सगळे रणभूमीवरून आलेत. युद्ध संपून आता पाच वर्षं झालीत; पण बंदुका चालवण्याची हौस भागली नाही त्यांची. त्यामुळे आता

हरणांच्या मागे धावतात. हरणं मिळेपर्यंत दारू ढोसायची. सॉरी, हं मी जरा जास्त बोलले का?'' बिटसी- त्यांच्यापैकी एक जण म्हणाली.

''या बायका बऱ्या दिसत नाहीत. आपण इथं जास्त थांबायला नको.'' धर्मगुरू माझ्या कानात कुजबुजले.

''काय मग पेयपान करणार का? काय वाट्टेल ते पुरवू.'' दुसरी एक जण बरळत म्हणाली.

''ए, इकडे ये ना जरा. तुझं नाव काय?'' तिसरीनं मला जवळ बोलावलं.

''फ्रँक मॅककोर्ट.''

''छान. काय घेणार तू? बिअरची चव चाखायला काही हरकत नाही. सगळे आयरिश बिअर घेतात.''

''हो, चालेल.'' मी म्हणालो.

''अरे वा, किती गोड बोलणं आहे तुझं! मला आयरिश माणसं आवडतात. माझी आजी अर्धी आयरिश होती. म्हणजे मी पाव आयरिश झाले, नाही का? ते जाऊ दे, ही घे बिअर. मला फ्रेडा म्हटलं तरी चालेल.'' तिनं माझ्या हातात ग्लास दिला.

बिचारे धर्मगुरू सोफ्याच्या एका बाजूला अंग सावरून बसले होते. सोफा म्हणजे कोच. दोघी जणी त्यांच्याशी बोलत होत्या. ''तुम्हाला आमचं घर पाहायचं आहे का?'' बेटीनं फर्स्ट ऑफिसरला विचारलं. ''आवडेल मला. आयरिश लोकांची घरं अशी नसतात.'' तो लगेच उठला. त्या पाच जणींपैकी जी उरली होती तिनं वायरलेस ऑफिसरकडे मोर्चा वळवला. ''आमची बागही बघण्यासारखी आहे हं. काही फुलं तर अशी आहेत की तुमचे डोळे खिळवून ठेवतील. चला ना.''

माझा चेहरा बघून फ्रेडानं विचारलं, ''काय झालं, तू ठीक आहेस ना?''

''अं, हो, मला जरा स्वच्छतागृह कुठे आहे ते सांगाल का?'' मी धीर एकवटून तिला विचारलं.

''म्हणजे बाथरूम का? ते खाली आहे.''

''थँक्स.''

मी तिच्या पाठोपाठ निघालो. वळल्यावर तिने पटकन दार लावलं. दिवा विझवला आणि माझं चुंबन घेतलं. मी सर्दच झालो. ''जा. पटकन ये. मी इथं बाहेरच उभी आहे.'' ती म्हणाली.

मी आत गेलो तर कानशिलं तापली होती. अमेरिकेत स्त्रीसहवास इतका स्वस्त आहे, याची जाणीव मला त्या क्षणी झाली.

मी बाहेर आलो. फ्रेडानं मला हॉलऐवजी बेडरूममध्ये नेलं. मला बेडवर आडवं पाडून ती माझ्या अंगावर पडली. ''हे काय? आयरिश लोक पँटला चेनऐवजी बटणं

लावतात?'' तिनं वैतागून विचारलं. काय होतंय हे कळायच्या आत दारावर थाप आली. ''फ्रँक, तू इकडे आहेस का?'' धर्मगुरू मला शोधत होते. फ्रेडानं मला गप्प राहण्याची खूण केली. या फादरना तरी आता या क्षणी इथं कडमडायची जरूर होती का? अगदी पोप स्वतः जरी इथं आले किंवा अख्खं कॉलेज ऑफ कार्डिनल्स इथं गोळा झालं तरी मला पर्वा नाही. आम्ही दोघंही शरीरसहवासाचा आनंद घेत असताना पुन्हा फादरची हाक आली. फ्रेडानं दार उघडलं.

''फादर, असं झालं की याला एकदम खूप थकवा आला. मोठ्या प्रवासानंतर रिंग-गोल्डसारखी बिअर प्यायली की असं होतं काही जणांना. आयरिश लोक असली बिअर पीत नसावेत.'' फ्रेडा एका दमात सगळं बोलली. सराइतासारखं. त्यांना ते पटलं नाही. त्यांच्या चेहऱ्यावरून माझ्या लक्षात आलं. मी अजूनही सावरलो नव्हतो. शोष पडल्यासारखं वाटलं. मी चेहऱ्यावरचा घाम पुसला. माय गॉड! काल गप्पा मारताना फादरनी माझं नाव-पत्ता सगळं लिहून घेतलं होतं. आता त्यांनी मॉमला कळवलं म्हणजे? तुमच्या मुलानं अमेरिकेच्या भूमीवर पाय ठेवल्यावर पहिली रात्र एका छबेलीच्या सहवासात घालवली! ती बाईसुद्धा कोण, जिचा नवरा महायुद्धात लढला आहे; सध्या विरंगुळा म्हणून हरणांच्या शिकारीसाठी गेलेला आहे, अशा वीराची पत्नी. बापरे! केवढा अपराध?

काहीच न बोलता आम्ही हॉलमध्ये आलो. फर्स्ट ऑफिसर आणि वायरलेस ऑफिसरही आपापली भेट आटोपून आले. सगळे जण एकमेकांना चुकवत होते.

''या बायकांना बघितल्यावरच मला सगळा अंदाज आला होता. उनाड आणि बेछूट बायका!'' फादर माझ्या कानात कुजबुजले.

''तुम्हाला भूक लागली असेल ना?'' एकीनं लाडिकपणे विचारलं. आम्ही मान डोलावली. किचनमधून त्यांच्या फाजील हसण्याचे, टाळ्या देण्याचे आवाज येत होते.

त्या उनाड आणि बेछूट बायकांनी बनवलेली सँडविचेस आम्ही भरपेट खाल्ली. बिअरचे ग्लासच्या ग्लास रिचवले. ''फ्रँक, सिनात्राच्या गाण्यांवर नृत्य करणार का?'' बेटीचा हा आग्रह मात्र आम्ही धुडकावून लावला. धर्मगुरूंदेखत असलं वाईट वागणं आम्हाला शोभलंही नसतं ना! शेवटी त्यांनीच डान्स केला. एकमेकींकडे तिरके कटाक्ष टाकत आणि मिस्कील हसत.

व्हिस्की पिऊन एका कोपऱ्यात गाढ झोपलेल्या टीम बॉयलेला फ्रेडानं उठवलं. ''या मंडळींना पोचवून ये.'' ती म्हणाली.

आम्ही निघाल्यावर चुंबन घेण्यासाठी फ्रेडा माझ्या बाजूला झुकली खरी; पण, 'गुड नाइट,' फादरच्या शब्दात इतकी जरब होती की शेकहँड करण्याचीही कुणाची हिंमत झाली नाही.

आम्ही रस्त्यावरून नदीपर्यंत पोचेपर्यंत त्यांच्या खिदळण्याचे आवाज येत होते.

आम्ही टीमच्या बोटीनं जहाजापर्यंत आलो. मी शिडी चढत असताना गालातल्या गालात हसत त्यानंत हळूच विचारलं, "काय मग कालची रात्र लक्षात राहील ना?"

तो परत जाईपर्यंत आम्ही बघत होतो.

"गुड नाइट," फादर त्यांच्या केबिनकडे निघाले. फर्स्ट ऑफिसरही त्यांच्या पाठोपाठ गेले.

"माय गॉड, रात्री भारी मजा आली! फ्रँक, हा देश आपल्याला तर फार आवडला बुवा!" वायरलेस ऑफिसर दूर लुकलुकणाऱ्या दिव्यांकडे बघत पुटपुटला.

❖